हिमालयातील महात्म्यांच्या सहवासात

हिमालयातील महात्म्यांच्या सहवासात

स्वामी राम

अनुवाद : स्वर्णलता भिशीकर

मंजुल पब्लिशिंग हाउस

First published in India by

Manjul Publishing House

Corporate and Editorial Office

• 2nd Floor, Usha Preet Complex, 42 Malviya Nagar, Bhopal 462 003 - India

Sales and Marketing Office

• C-16, Sector 3, Noida, Uttar Pradesh 201301 - India

Website: www.manjulindia.com

Distribution Centres

Ahmedabad, Bengaluru, Kochi, Kolkata, Chennai,
Hyderabad, Mumbai, New Delhi, Pune

In association with:

Himalayan Institute India

Near Nageshwar Mandir, Chatnag, Jhunsi,
Allahabad - 211 019 (U.P.)

E-mail:info@himalayaninstitute.in

Website:www.HimalayanInstitute.in

Marathi translation of
Living with the Himalayan Masters by *Swami Rama*

This edition first published in 2012
Eleventh impression 2025

ISBN 978-81-8322-271-6

Translation by Swarnalata Bhishikar

Printed and bound in India by Saurabh Printers Private Limited.

अनुक्रमणिका

हिमालयातील श्री स्वामी राम

प्रस्तावना

पंडित राजमणी तिगुनैत

श्री स्वामी राम यांनी १९७६ मध्ये मला आपल्या कृपाछायेत घेतलं. तेव्हापासून आजपर्यंत त्यांच्या सहवासातल्या प्रत्येक क्षणात मी शिकत आलो आहे. आता ते देहात नाहीत पण देहात असताना मी त्यांना सदैव साधूसंतांचं स्मरण करताना पाहिलं आहे. जणू ते प्रत्यक्ष त्यांच्यासोबत जगत होते. मी मागे वळून पाहातो तेव्हा माझ्या ध्यानी येतं की जो सत्संग ते जगले तो मोठ्या कुशलतेने त्यांनी माझ्याही प्राणांत भरून ठेवला! अमृत ज्ञान आणि संतपरंपरेची भीती यांचं सिंचन करून त्यांनी माझ्या मनाचं, हृदयाचं पोषण केलं. हे भाग आठवून माझं मन विस्मय नि कृतज्ञता यांनी भरून येतं. मी स्वत:लाच प्रश्न विचारतो, 'त्यांच्यासारखा सद्गुरू मिळाल्यावर आता मिळवायचं राहिलं तरी काय?'

१९८५ चा काळ हा माझ्या जीवनातला सर्वांत धन्यतेचा, कृतार्थतेचा आहे. 'हिमालयातील महात्म्यांच्या सहवासात' या इंग्रजी ग्रंथाचा हिंदी अनुवाद करण्याचं काम स्वामीजींनी माझ्यावर सोपवलं होतं. हिंदी माझी मातृभाषा आहे. दिवसभरात झालेला अनुवाद मी त्यांना सायंकाळी वाचून दाखवत असे. मग त्या कथेतील अकथित भाग स्वामीजी मला सांगत. लवकरच माझ्या लक्षात आलं, अनुवाद हे केवळ निमित्त आहे. खरं तर ज्या साधुसंतांबद्दल स्वामीजींनी लिहिलं आहे त्यांचं आंतरिक जीवन मला कळावं आणि त्यातून मी बोध घ्यावा हा स्वामीजींचा खरा उद्देश आहे. या पुस्तकाचा प्रत्येक प्रसंग नवी दृष्टी देणारा आहे. त्यातलं मर्म मी स्वामीजींच्या त्या सर्व साधुसंतांच्या कृपेमुळेच मी उमजू शकलो. 'हिमालयातील महात्म्यांच्या सहवासात' हा ग्रंथ म्हणजे स्वामीजींचं जीवन, त्यांचा आध्यात्मिक प्रवास, त्यांना हिमालयातील साधुसंतांसमवेत आलेले अनुभव यांना मिळालेलं शब्दरूप आहे. तुम्हा-आम्हाला आपल्या दैनंदिन जीवनात जे प्रश्न येतात त्याबद्दल स्वामीजींनी इतक्या प्रेमानं, सहजतेनं मार्गदर्शन केलं आहे की त्यांचे अनुभवाचे बोल आपल्या अंतरी सहज ठसतात.

व्यावहारिक पातळीवर बोलायचं तर स्वामीजी आपल्याला आपलं खरं स्वरूप समजावून सांगतात आणि यशाचा आणि सुखाचा मार्ग आपल्याला दाखवतात. त्यातून अथक परिश्रम करण्याची प्रेरणा आपल्याला मिळते आणि स्व-प्रयत्नांवर आपली श्रद्धा जडते. आध्यात्मिक पातळीवर बोलायचं तर हिमालयाच्या गूढ गुफांमध्ये राहाणारे सत्पुरुष आपल्याला भेटल्यावर आपल्या स्वरूपाची ओळख आपल्याला कशी होते ते स्वामीजी सांगतात. हे महात्मे केवळ हिमालयातले नव्हते, तर भारताच्या दूरस्थ भागांमधले तिबेट, नेपाळ, सिक्कीम आणि भूतानमधलेही आहेत.

सामान्यत: आध्यात्मिक, आत्मचरित्रात्मक पुस्तक वाचताना आपल्याला असं वाटतं

की महान साधुसंतांनी जे प्राप्त करून घेतलं ते आपल्या आवाक्या पलीकडचं आहे. परंतु स्वामीजी चमत्कार आणि गूढ अनुभव यांच्याकडे अगदी वेगळ्या दृष्टीनं पाहायला शिकवतात. त्यांचं लेखन वाचताना वाटतं की अरे, हे तर आपल्यापैकीच एक आहेत. त्यांना आपण पाहातो एका खट्याळ मुलाच्या रूपात. त्यांच्यात दिसतो, डोळ्यांत अपरंपार कुतूहल आणि बाहूत साहसाची ऊर्मी असलेला एक कोवळा तरुण. काही सामर्थ्य आणि काही उणिवा असलेला एक साधकही त्यांच्यात दिसतो. तुमच्या-आमच्याप्रमाणेच असली काय आणि नकली काय हे ओळखण्यात तो गडबड करतो. सच्चे गुरू कोणते नि भोंदू गुरू कोणते हे काही वेळा तो ओळखू शकलेला नाही. चलाख चमत्कार नि खरं आध्यात्मिक सामर्थ्य यातला फरक त्याला कधी-कधी कळलेला नाही. एकदा तर एका सामान्य तांत्रिकाची चमत्कारांची भूलभुलावण तो पाहातो नि आपल्या गुरूला सोडून त्याच्याकडं जाण्याचा विचार करतो! स्वामी राम यांच्या या आत्मकथनातलं हे मानवी पैलू अगदी आपल्यासारखे आहेत. त्यामुळे त्यांचा आध्यात्मिक प्रवास हा आपला आध्यात्मिक प्रवास होऊन जातो.

या पुस्तकातल्या कथा आपण वाचतो तेव्हा त्यातील महात्म्यांनी मानवजातीवर किती निरपेक्ष, नि:स्वार्थ प्रेम केलं हे जाणून मन कृतज्ञतेनं भरून येतं. तरीही त्यांची ही कृपा मानवसमाजाला अज्ञातच राहिली आहे. स्वत: स्वामीजी हे त्या महात्म्यांपैकीच एक आहेत. ते जेव्हा आपल्यात होते तेव्हा ते प्रवचन करीत. ग्रंथलेखन करीत, मोठमोठी सेवाकार्य उभारत असत. पण त्यांचा आध्यात्मिक अधिकार फारच थोड्यांना माहीत होता. स्वामीजींच्या जीवनाच्या शेवटच्या पर्वात जे त्यांच्याबरोबर होते आणि ज्यांना पाहाण्याची दृष्टी होती त्यांनीच जाणलं असेल की या ग्रंथात सांगितलेली प्रत्येक साधना स्वामींनी स्वत: केली होती. परंतु ती त्यांनी कुठे आणि केव्हा केली हे सांगणं मात्र कठीण आहे.

स्वामीजी चमत्कारांवर विश्वास ठेवायला विरोध करत पण खरं तर त्यांच्या जीवनाचा प्रत्येक क्षण चमत्कारांनी भरलेला होता. त्यांच्याकडे जो कोणी आला त्याची ओंजळ कधी रिती राहिली नाही. लोक त्यांना चरणांना स्पर्श करून प्रणाम करत. मग प्रत्येकाला जे मिळे ते रूपाने, आकाराने, प्रकाराने वेगवेगळंच असे. व्यावसायिकाला समृद्धी, रुग्णाला आरोग्य, निराश व्यक्तीला प्रसन्नता, विद्यार्थ्याला ज्ञान! काही लोकांना आपल्याला काय मिळालं ते कळत असे, काहींना कळत नसे. आता मागे वळून पाहाताना मला वाटतं की आपली स्वत:ची आध्यात्मिक योग्यता स्वामीजींनी मोठ्या कुशलतेने लपवून ठेवली आणि आमच्यापुढे अतिशय हृद्य रीतीने आध्यात्मातली रहस्यं खुली केली!

स्वामी राम हे पूर्णतया आत्मस्थितीत मग्न होते. या ग्रंथात कधी ते अवखळ मुलाच्या रूपात, कधी बेफिकीर तरुणाच्या रूपात तर कधी ऋजुहृदयी संताच्या रूपात आपल्याला पाहायला मिळतात. ते व्यवहारचतुर व्यवस्थापनतज्ज्ञही होते. त्यांच्या दृष्टीने भूतकाळ, वर्तमानकाळ वा भविष्यकाळ अशी काळाची विभागणी नव्हती. ते सर्वदा वर्तमानकाळातच जगत आणि त्या त्या प्रसंगी त्यांच्याकडे जी भूमिका असेल ती उत्तमरीत्या करीत. सोबत

काम करणाऱ्यांना यथायोग्य मार्गदर्शन करीत. त्यांच्या व्यक्तिमत्त्वातून जी ऊर्जा प्रसृत होत असे त्यामुळे त्यांच्या भोवती वावरणाऱ्या सर्वांमध्ये परिवर्तन होत असे. त्यांच्या भोवतीच्या सृष्टीतही परिवर्तन होत असे. एखाद्या खडकाळ जमिनीचं सुंदर शिलाउद्यानात रूपांतर होई. दीर्घ काळ उदासीनतेने त्रस्त असलेल्या अशा स्त्रीशी ते बोलले की पाच मिनिटात तिचा चेहरा हास्यानं उजळून जाई. जणू तिचा भूतकाळ गळूनच पडत असे.

स्वामीजींच्या दृष्टीनं कुठलीच गोष्ट निरुपयोगी नसे, प्रत्येक गोष्टीच्या अस्तित्वाला अर्थ आणि हेतू असे. त्यांनी एकदा एका फुटक्या पाईपाच्या भोवती दगड आणि गोटे यांची अशी सुंदर रचना केली आणि काही उभे दगड त्याभोवती असे लावून दिले की ते एका ध्यानस्थ योग्याचं 'शिल्प' वाटलं! लोक तिथून जाताना आदरपूर्वक थोडं अंतर ठेवून जात! स्वामीजींना निवडुंग–कॅक्टस फार आवडत असे. भारतात त्यांनी तऱ्हेतऱ्हेच्या निवडुंगाच्या जातींचा मोठा संग्रह केला होता. अमेरिकेतही त्याहून थोडा लहान पण विविधतापूर्ण संग्रह होताच. मी एकदा स्वामीजींना विचारलं, 'स्वामीजी, आपल्याला निवडुंग का आवडतो?' त्यावर ते म्हणाले, 'ज्यांच्या स्वभावाला काटे आहेत आणि म्हणून ते सर्वांचे नावडते आहेत अशांना मी जवळ करतो. त्यांचं प्रेमानं पोषण करतो. मग त्यांच्यावर फुलं बहरलेली पाहिली की मला खूप आनंद होतो!'

मी स्वत:च्या जीवनाकडे केव्हातरी वळून पाहातो. रस्त्यावरच्या मुलीइतकं सामान्य आयुष्य मी जगत होतो. पण एक दिवस स्वामीजींनी मला उचलून घेतलं आणि मग फुलांमधल्या परागकणांचं चैतन्य आणि नवनिर्मितीची शक्ती मला आली! साधुसंतांनी जे उद्यान फुलवलं आहे त्याचा भाग होण्याचं भाग्य मला स्वामीजींच्या प्रेमळ स्पर्शामुळे प्राप्त झालं. स्वामीजींच्या या पवित्र ग्रंथाला प्रस्तावना लिहिण्याचा बहुमान आपण मला दिलात. पण आपण जाणत असाल, माझं हे लेखन म्हणजे फुलानं फुलबागा फुलवणाऱ्या माळ्याच्या चरणी केलेलं समर्पण आहे. माळ्याचं काम फार मोठं आहे. फुलाच्या समजुतीच्या आवाक्यात ते मावणारं नाही. परंतु मी थेट स्वामीजींकडून जे ऐकलं आहे. त्यांनी जिथं साधना केली त्या ठिकाणांना भेट देऊन मी जे अनुभवलं आहे. त्या आधारावर मी एवढं नक्की सांगू शकेल की या पुस्तकात जे सांगितलेलं आहे तो हिमनगाचा केवळ अल्पसा शिखरभाग आहे.

'हिमालयातील महात्म्यांच्या सहवासात' या पुस्तकाचं एक स्वत:चं असं चैतन्य आहे. मी ते अनंत वेळा वाचलं आहे नि त्यावर चिंतन केलं आहे. माझ्या आध्यात्मिक विकासाच्या वेगवेगळ्या रस्त्यांवर नेमक्या वेळी जे मिळायला हवं ते या पुस्तकानं मला दिलं आहे. जणू प्रत्येक वाचकाशी त्याच्या पातळीवर हे पुस्तक स्वतंत्र संवाद करतं. या पुस्तकात जे सांगितलं आहे त्याबद्दल मला काय वाटतं हे मी इथं लिहिणार नाही. कारण त्यामुळे आपण आणि हे पुस्तक यांच्यात जो संवाद जुळणार आहे त्यात अन्तराय येईल. या पुस्तकाच्या पानोपानी आपल्याला स्वामीजींचं आणि हिमालयातील अन्य महात्म्यांचं अस्तित्व जाणवेल. त्यांच्या कृपेत आपण अमृतस्नान करा आणि आपलं इष्ट ते प्राप्त करून घ्या.

At thy lotus feet

This is not my life but the gift of experiences which I gathered from the sages of the Himalayas and from Thee, my beloved master.

One lonely evening it seemed to me as if a ray of light all of a sudden broke through the mist and I wondered what it might mean.

The same eve thou gavest me a glimpse of the love divine.

And then I heard His name uttered from thy lips shedding a new light over my destiny.

In the dark chamber of my heart the lamp was lit which always goes on burning like the lamp on the altar.

Who has, like thou, mingled the strains of joy and sorrow into the song of my life, enabling me to realise "The joy that sits still on the lotus of pains and the joy that throws every thing it has upon the dust and knows not a word"?

To those who understand thy message there shall be no fear left on the earth.

Therefore today the flower of undying gratitude offers it's petals at thy lotus feet.

Swami Rama.

Hunza
JAMMU AND KASMIR
Tangmarg
Gulmarg
Sonamarg
Amarnath Cave
Pahlgam
SRINAGAR
Martand
KASMIR HIMALAYAN MTNS.
HIMALAYA
TIBET
Pathankot
Amritsar
Indus River
SVEN HEDRIN MTNS.
SIMLA
KAILAS
PUNJAB
CHANDIGARH
Mana Pass
Suttej R.
Manasarowar L.
Gangotri
Jamnotri
KAMET
Rakas L.
LAND OF HANSA
Badrinath
Kedarnath
NANDA DEVI
Tibrikot
Muktinath
DHAULAGIRI
Mussoorie
Saharanpur
Dehra Dun
Joshimath
Pithoragarh
Hardwar
Rishikesh
Almora
Lansdowne
Naini Tal
NEPĀL
RĀGASTHĀN
DELHI
GARHWAL
Bijnor
Rampur
UTTAR PRADESH
LUCKNOW
Agra
Kanpur
Ganges River
Allahabad
INDIA

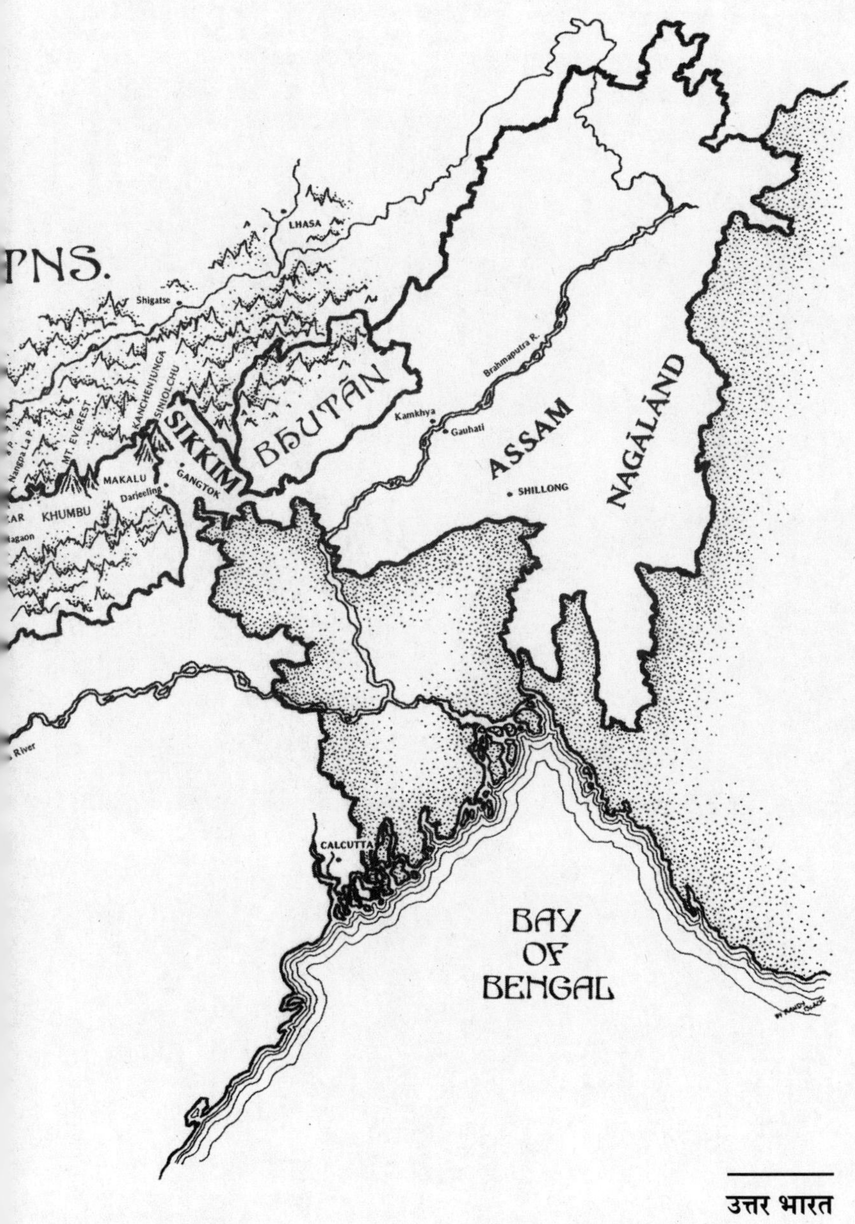

PNS.
LHASA
Shigatse
Nangpa La P.
MT. EVEREST
KANCHENJUNGA
SINIOLCHU
SIKKIM
BHUTĀN
MAKALU
GANGTOK
Darjeeling
KHUMBU
Kamkhya
Gauhati
Brahmaputra R.
ASSAM
SHILLONG
NAGALAND
CALCUTTA
BAY
OF
BENGAL

उत्तर भारत

उत्तर प्रदेशाचे रेखाचित्र

भाग १

हिमालयातील आध्यात्मिक शिक्षण

संपूर्ण जीवनाचा ढाचा ज्यावर उभा राहातो, त्याच्या पायाचा दगड म्हणजे बालपण. बालपणात रुजवलेल्या 'बी'तूनच पुढे जीवनवृक्ष बहरतो. महाविद्यालये आणि विद्यापीठे यात मिळणाऱ्या शिक्षणापेक्षाही बालपणी जे शिक्षण दिले जाते, ते जास्त महत्त्वाचे असते. मनुष्याच्या वाढीमध्ये, सभोवतालच्या वातावरणातून शिकण्याबरोबरच योग्य मार्गदर्शनही महत्त्वाचे असते.

पुण्यपावन हिमालय

हिमालयाच्या पर्वतरांगा जवळजवळ पंधराशे मैल पसरलेल्या आहेत. नेपाळ आणि तिबेटच्या सीमेवर असलेलं माऊंट एव्हरेस्ट हे २९००० फूट उंचीवरचं शिखर हे जगातलं सर्वांत उत्तुंग पर्वतशिखर आहे. हिमालयाच्या भव्यतेबद्दल आणि सौंदर्याबद्दल पार्शियन, भारतीय, तिबेटी आणि चिनी लेखकांनी भरभरून लिहिलं आहे. हिमालय हा शब्द दोन संस्कृत शब्दांनी मिळून बनलेला आहे. 'हिम' म्हणजे बर्फ आणि 'आलय' म्हणजे घर, 'बर्फाचं घर'. परंतु मी आपल्याला सांगू इच्छितो की हिमालय म्हणजे केवळ बर्फाचं विराट घर नव्हे तर अनेकानेक आध्यात्मिक संप्रदायामधील लक्षावधी साधकांचं योगज्ञान आणि आध्यात्मज्ञान यांची ती सुवर्णखाणी आहे. ही प्राचीन आणि समृद्ध योगभूमी आजही आपल्या उन्नत हिमशिखरांमधून आध्यात्मिक ऐश्वर्याची रहस्यमय गुपितं आपल्या कानी कुजबुजत असते. परंतु ती ऐकण्यासाठी आपले कान मात्र सिद्ध हवेत!

मी हिमालयाच्या दऱ्याखोऱ्यांमध्ये जन्मलो आणि वाढलो. या परिसरात मी सुमारे साडेचार दशकं मुक्त विहरलो आणि येथील साधुसंतांनी माझ्या चित्ताचं पोषण आणि शिक्षण केलं. तेथे राहाणाऱ्या-फिरणाऱ्या महात्म्यांच्या चरणांशी बसून मी त्यांच्याकडून शिकलो. त्यांच्या अध्यात्मज्ञानाचा दिव्य प्रत्यय घेतला. पंजाबलगतच्या हिमालयाच्या रांगांपासून ते कुमाऊँ आणि गढवाल या भागातील रांगांपर्यंत, नेपाळपासून आसामपर्यंत आणि सिक्कीमपासून भूतान-तिबेटपर्यंत मी फिरलो. तिथं प्रवाशांना फिरकण्याची मनाई होती. अशा प्रतिबंधित ठिकाणीही मी गेलो. १९००० ते २०००० फूट उंचीपर्यंत ऑक्सिजन किट किंवा अन्य आधुनिक उपकरण बरोबर नसताना मी प्रवास केला. काही वेळा खायला अन्न नसे. मी फार थकलेला असे, अंगावर जखमा असत. क्वचित शुद्ध हरपत असे पण अशाही वेळी मला सांभाळणारा कोणी ना कोणी भेटत असे. कुठून तरी मदत येतच असे.

हिमालय मला जणू माझ्या मायबापाप्रमाणं वाटे. त्याच्या मांडीवर मी मोकळेपणानं फिरत असे. हिमालयाच्या रमणीय निसर्गासमवेत मी वाढलो. तिथंच मला योग्याचं विशिष्ट प्रकारचं जीवन जगण्याची प्रेरणा मिळाली. ज्या वेळी मी चौदा वर्षांचा होतो तेव्हा मला एक अपरिचित संन्यासी भेटला. त्यानं मला आशीर्वाद दिला आणि एक भूर्जपत्र दिलं.

भूर्जपत्र म्हणजे एका झाडाची साल असते. तिचा कागदासारखा लिहायला उपयोग करतात. त्या भूर्जपत्रावर लिहिलं होतं –

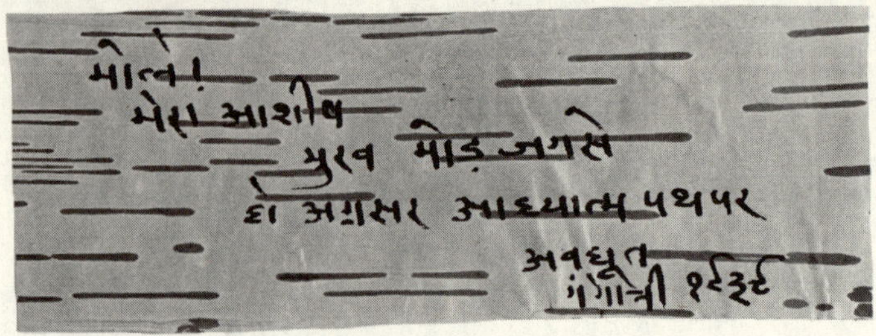

भोला!
मेरा आशीष
मुख मोड़ जगसे
हो अग्रसर आध्यात्म पथपर
अवधूत
गंगोत्री १९३९

आजही हे भूर्जपत्र माझ्या संग्रही आहे.

हिमालयातील बर्फाच्छादित शिखरं चांदीप्रमाणं चमचमतात. बर्फ वितळू लागल्यावर सहस्त्रधारांनी ते पाणी भूमीवर येतं. हिमालयातील महात्यांनी माझ्यावर असाच प्रेमाचा वर्षाव केला आहे. प्रेम हा जेव्हा माझ्या जीवनाचा आधार बनला तेव्हा मी निर्भय झालो. एका गुहेतून दुसऱ्या गुहेत, ओढे-नाले ओलांडत, पर्वत पार करत शुभ्र हिमानं झाकलेल्या पर्वत शिखरांच्या परिसरात मी फिरत राहिलो. कसलीही परिस्थिती असो, माझी वृत्ती आनंदी असे आणि जगापासून अज्ञात राहू इच्छिणाऱ्या महात्म्यांचा शोध घ्यायचा हाच माझा ध्यास असे. पुष्कळांना उमगायलासुद्धा कठीण अशा आध्यात्मिक अनुभूतींनी माझ्या जीवनाचे श्वास नि क्षण संपन्न होत होते.

हिमालयातल्या स्नेहशील महात्म्यांना जर वेध कशाचा असेल तर प्रेमाचा. निसर्गसृष्टीवर प्रेम, प्राणिमात्रांवर प्रेम, अखिल विश्वावर प्रेम! त्या महात्म्यांनी मला निसर्गाची गीता शिकवली. उमलणाऱ्या फुलांमध्ये, पक्ष्यांच्या आलापांमध्ये, चिमुकल्या तृणपाल्यांमध्ये आणि झुडुपांमधल्या काट्यांतसुद्धा मला ईश्वरीय संगीत ऐकू येऊ लागलं. सौंदर्याचा साक्षात्कार भोवतीच्या प्रत्येक वस्तूत होऊ लागला. मनुष्य जर सृष्टीतलं हे दिव्य संगीत ऐकू शकला नाही, निसर्गातलं सौंदर्य पाहू शकला नाही तर अनादि कालापासून प्रेमाचा उगम जिथं आहे तिथं तो पोहोचू शकणार नाही. निसर्गातल्या आनंदाचा अद्भूत ठेवा, हृदयंगम गीतं, भावस्वप्नं आणि सौंदर्य जाणून घ्यायला कोणा मनोविश्लेषण तज्ज्ञाची आवश्यकता नाही! निसर्गाची गीता हिमनद्यांच्या प्रवाहातून, फुलांच्या दऱ्यांमधून, बहरलेल्या वनांमधून आणि नक्षत्रांच्या प्रकाशामधून जीवनाच्या आदिकथा सांगत असते. ही गीता सृजनाची प्रभावशाली सत्यं आपल्यापुढं खुली करते आणि जीवनाचं सौंदर्य आणि भव्यता यांचं दर्शन आपल्याला घडवते.

जेव्हा सृष्टीतलं संगीत आपण ऐकायला शिकतो, सृष्टीचं ऐश्वर्य पाहायला शिकतो तेव्हा आपल्या प्रश्नांचे स्पंद साऱ्या आसमंतासोबत संवादी लयीत असतात. ज्या मानवसमाजात तो राहातो तिथं त्याची प्रत्येक कृती, प्रत्येक शब्द प्रेमानं स्वीकारला जातो. जीवनाची गवाक्षं खुली होण्यापूर्वीच निसर्गावर प्रेम करायला मनुष्याला शिकवलं पाहिजे. मग पहाटवेळेच्या कोवळ्या किरणांसोबत एक सत्य त्याच्या हृदयात प्रकाशित होतं.

जीवनातील व्यथा-वेदना अंधार नि धुकं यांच्यासह नाहीशा होतात. प्रसन्न सूर्याचा उदय होतो. अशाश्वताची जाणीव अमृतत्वाच्या अनुभूतीत लीन होते. मृत्यू ज्या व्यथा-वेदना घेऊन येतो त्यापासून मग मनुष्य मुक्त होतो. मृत्यू हा युगायुगापासून दुःखप्रद मानला आहे. पण मृत्यूचा क्षण हा खरं तर अनंताशी, शाश्वताशी एकरूप करणारा असतो.

जेव्हा साधेपणात नटलेलं निसर्गाचं गूढ सौंदर्य आपण पाहायला शिकतो तेव्हा आपली सर्व ज्ञानेंद्रियं सुखावतात. त्यांना प्रतिसाद म्हणून उत्स्फूर्तपणे विचारांचा प्रवाह सुरू होतो. गंगेच्या लहरींचा मधुर नाद, वाऱ्याची जोरदार सळसळ, हलक्या पानांची नाजूक सळसळ, आकाशात ढगांचा गडगडाट या सर्व ध्वनी-प्रतिध्वनींचं एक अद्‌भुत संगीत निर्माण होतं. हा सगळा मिळून हृदय उचंबळून टाकणारा अनुभव असतो. या संगीतातून आत्म्याचा प्रकाश प्रकट होतो. त्यामध्ये सर्व प्रश्न, सर्व अडचणी विरघळून जातात. पर्वताच्या शिखरावर पोहोचल्यावर विराट क्षितिज सामोरं येतं. तिथल्या अथांग शांतीमध्ये प्रेमाचा महास्रोत लपलेला असतो. केवळ श्रद्धेच्या डोळ्यांनीच भ्रमाचं पटल दूर करून प्रेमाचा हा प्रकाश अनुभवता येतो. हे सारं संगीत मी श्रवणात भरून घेतलं आहे आणि तेच माझं जीवनगाणं झालं आहे.

ऋषींनी शोधून काढलेलं हे संगीत समग्र मानवतेला विश्वचैतन्याशी जोडत असतं. ऋषींकडून प्राप्त झालेल्या ज्ञानामुळेच सत्याचा प्रकाश नि सौंदर्य जाणणं मानवजातीला शक्य होतं. तेच आपल्याला मुक्तीचा आणि आनंदाचा मार्ग दाखवतात. प्रपंचाचा व्यवहार म्हणजे केवळ छाया, केवळ भ्रम हे आपल्याला जाणवतं ते संतांमुळे आणि ऋषींमुळे. अखिल विश्वाच्या एकतेचं दर्शन त्यांच्या दिव्य दृष्टीला होत असतं.

हिरण्येन पात्रेण सत्यस्थ अपिहितं मुखम ।
तन् त्वं पूजन् अपावृणु सत्यधर्माय दृष्टये ।।

ईशवास्य उपनिषद म्हणतं, 'सुवर्णाच्या आवरणानं सत्याचं मुख झाकलेलं आहे. हे पूजन् देवा, मी सत्य जाणू इच्छितो म्हणून ते आवरण तू दूर कर.' प्रकाश, जीवन आणि सौंदर्य यांचा जो मूलस्रोत परमात्मा, त्याची जाणीव आपल्याला व्हावी म्हणून ऋषींनी अशी प्रेममय सूक्तं रचली!

तरुण वयात मी कैलास पर्वताच्या पायथ्याशी बसत असे आणि मानससरोवरात हिमशीतल पाणी पीत असे. गंगोत्री आणि केदारनाथ येथे निसर्गदेवतेनं वाढवलेली कंदमुळं भाज्या मी शिजवून खात असे. हिमालयाच्या गुहांमध्ये राहाणं फार आनंदाचं असतं. दिवसा पर्वतराजींमध्ये मी मनसोक्त भटकत असे. जमेल तशी टिपणं करत असे. अंधार पडण्यापूर्वी मी गुहेत परत येत असे. माझी दैनंदिनी साधू-महात्मे यांच्या भेटी, अनुभव यांनी भरलेली असे.

याच भूमीत 'संध्या भाषा' जन्म पावली. संध्या म्हणजे दिवस-रात्रीचा संधिकाल – त्यातील संधिप्रकाश असं समजून अनेक आधुनिक वैज्ञानिकांनी त्यावर संशोधन केलं आहे. परंतु मी ही भाषा शिकलो ती या वैज्ञानिकांपेक्षा अगदी वेगळ्याप्रकारे. ही केवळ योग्यांची भाषा आहे. केवळ थोडेच योगी, साधू, सिद्ध असे भाग्यवान महात्मे ही भाषा

केदारनाथचे देऊळ

जाणतात. तत्त्वज्ञानाच्या दृष्टीनं ही भाषा संस्कृत भाषेच्या खूप जवळची आहे. पण या भाषेतला प्रत्येक शब्द आणि त्याचा अर्थ बीजाक्षरांमधून – त्यांच्या बीजभाषांमधून जन्मलेला आहे. संध्याभाषेचा उपयोग केवळ आध्यात्मिक चर्चेसाठी केला जातो. व्यावहारिक, प्रापंचिक शब्दांना त्या भाषेत प्रतिशब्द नाहीत! जेव्हा सूर्य आणि चंद्र यांचं मीलन होतं, जेव्हा दिवस आणि रात्र यांचं मीलन होतं, जेव्हा इडा आणि पिंगला या मनुष्य शरीरातील (डाव्या-उजव्या) प्राण नाड्या समत्वानं वाहू लागतात तेव्हा या मीलनाला संध्या किंवा सुषुम्ना असं म्हणतात. सुषुम्नेच्या पोटी संध्या भाषेचा जन्म झालेला आहे. ज्या वेळी सुषुम्ना काल चालू असतो त्या वेळी योगी जागृतीत जो सर्वोच्च आनंद प्राप्त करणं शक्य असतं तो करतो. असे योगी अन्य सिद्धांशी बोलताना संध्या भाषेचा उपयोग करतात. इतरांना ती कळणं अवघड आहे. वेदांचं व्याकरण हे रूढ संस्कृत भाषेच्या व्याकरणापेक्षा वेगळं आहे. त्यामुळे वैदिक मंत्र शास्त्रशुद्ध पद्धतीनं म्हणण्याची विद्या आता लोप पावत चाललेली आहे (वैदिक व्याकरणाला निरूक्त म्हणतात). त्याचप्रमाणे संध्या भाषेचं व्याकरणही लोप पावत चाललेलं आहे. ते अक्षरांच्या मूळ बीजनादांवर आधारित आहे. संगीतकार गीतांचं जसं स्वरलेखन करतात तसं संध्या भाषेचं स्वरलेखन करता येतं. तिला देवभाषा असं म्हणतात.

जेव्हा आपण पर्वत शिखरांवर संध्याकाळी आणि सकाळी शांतपणं बसलेलो असतो तेव्हा अपरंपार सौंदर्य भोवताली पसरलेलं दिसतं. पाहाणाऱ्याची अध्यात्मदृष्टी असेल तर त्याच्या ध्यानी येतं की हे दिव्य सौंदर्य त्या परमात्मशक्तीचीच प्रभा आहे. सत्य, शिव आणि सुंदर हे तिचेच रूपविशेष आहेत. हिमालय ही देवभूमी आहे. हिमालयामध्ये सूर्योदयापूर्वीची उषा नि चंद्रोदयापूर्वीची संध्या या घटिका केवळ पृथ्वीच्या परिभ्रमणामुळे

निर्माण होणाऱ्या भौगोलिक घटना नव्हेत, त्यांना फार सखोल अध्यात्मिक अर्थ आहे.

सकाळ, दुपार, संध्याकाळ आणि रात्र या सर्वांचं शब्दांत न बांधण्याजोगं असं अपूर्व लावण्य असतं. दिवसातून अनेकदा पर्वतशिखरं आपले रंग पालटतात कारण स्वत: सूर्यदेव त्यांच्या सेवेला उपस्थित असतात. सकाळच्या सूर्यप्रकाशात पर्वत चंदेरी भासतात. दुपारी त्यांच्यावर सुवर्णप्रभा झळाळत असते आणि सायंकाळी त्यांच्यावर संध्येचा लालिमा असतो. मला आठवतं, मला आवडत असे म्हणून माझी आई विविध रंगांच्या सुंदर साड्या परिधान करत असे. निसर्गदेवताही तेच करत असे. ते अवर्णनीय सौंदर्य मी कोणत्या शब्दांत व्यक्त करू? मला फक्त हृदयाचीच भाषा बोलता येते. त्यामुळे माझ्या ओठीचे शब्द मूक होतात!

पर्वतराजींच्या त्या अपार सौंदर्याची केवळ कल्पनाच मी शब्दांमधून देण्याचा प्रयत्न करतो. खरं ते सौंदर्य अप्रतिम नि अवर्णनीय आहे. हिमालयातील सकाळची वेळ इतकी नीरव शांत असते की साधकाला सहजच अंतर्मुख होऊन ध्यानाला बसावंसं वाटेल. म्हणून हिमालयात आपल्याला ध्यानसाधक भेटतात. ध्यानपरंपरांना शक्ती मिळते ती हिमालयातल्या निसर्गदेवतेकडून. मी जेव्हा हिमालयातल्या गुहेत राहात होतो तेव्हा तळहातावर सूर्यबिंब घेऊन उषादेवी येत असे नि मला जागवीत असे. मला वाटत असे की माझी प्रेमस्वरूप आईच माझ्यापुढे उभी आहे! गुहेच्या प्रवेशद्वारातून सूर्यकिरण अलगद आत येत (गुहांमध्ये अनेक योगी आपल्या सद्गुरूंच्या चरणांशी बसून उपनिषदांचा अभ्यास करण्यासाठी राहात असत.)

सायंकाळी जेव्हा आकाश मोकळं होई तेव्हा ढगांमधून सूर्यप्रकाशाचे झोतच्या झोत पर्वतशिखरांवर येत. त्या वेळी वाटी की कोणी महान चित्रकार हिमशिखरावर लक्षावधी रंगछटांची बरसात करत आहे! कोणाही मानवी हातांना-बोटांना त्या कलेचं अनुकरण करणं शक्य नव्हतं. तिबेट, चीन, भारत आणि पार्शिया येथील कलांवर हिमालयीन सौंदर्याचा अमिट ठसा आहे. काही वेळा मलाही हातात रंगकुंचले घेण्याचा मोह होई पण निसर्गाच्या त्या भव्य, सुंदर कलाकृतीपुढे माझी चित्रं म्हणजे लहान मुलांची वेडीवाकुडी रंगाकृती! त्यामुळे मी तो खेळ थांबवला. सौंदर्याचं अंत:करणानं दर्शन घेतलं नाही तर त्याला मानवी जाणिवेच्या मर्यादा पडतात. निसर्गातून जे श्रेष्ठतर सौंदर्य प्रकटत असतं ते ज्याला पाहाता येईल तोच खरा कलाकार बनू शकेल. ज्या वेळी त्या सौंदर्याचा आस त्याला कळतो तेव्हा तो चित्रं काढत नाही तर त्याला काव्य स्फुरू लागतं. रंग आणि कुंचले त्या उच्चतम पातळीला स्पर्श करू शकत नाहीत. आध्यात्मिक सौंदर्य हे खूप खोल आणि सूक्ष्म स्तरावरून व्यक्त करावं लागतं.

बंगालच्या उपसागरावरून हलक्या पावलांनी येणारे मेघ हे हिमालयाचे प्राचीनतम यात्री आहेत. समुद्रावरून हे पावसाळी ढग हिमालयाच्या हिमाच्छादित शिखरांकडे येतात. त्यांना ते आलिंगन देतात. मग ते गर्जना करीत हिमशीतल पाण्याचे कुंभ घेऊन मैदानी प्रदेशाकडे वळतात. हे जणू आपले शुभाशिश या धारांच्या रूपानं भारतभूमीवर ओततात. कालिदास हा महान संस्कृत कवी होता. 'पूर्वेचा शेक्सपिअर' असं पाश्चात्य लोक त्याचं

गंगोत्री आणि गोमुख यांच्यामधील शिवलिंग

वर्णन करतात. त्यानं 'मेघदूत' नावाचं अप्रतिम काव्य लिहिलं आहे. हिमालयात बंदिनी होऊन राहिलेल्या आपल्या प्रियेला कालिदास मेघाच्या हाती संदेश पाठवतो. रामायण आणि महाभारत ही भारताची प्रसिद्ध महाकाव्यं. त्यात हिमालयातील यात्रांची सुंदर वर्णनं येतात. प्रसाद आणि इक्बाल यांसारख्या आधुनिक हिंदी आणि उर्दू कवींनींही हिमालयाचं सौंदर्य आपल्या कवितांमधून वर्णिलेलं आहे. महिम्नासारखी स्तोत्रं अशाप्रकारे गायली आहेत की जणू कोणी यात्री हिमालयात शिखरांवर आणि खाली प्रवास करत शिवमहिमा पाहात आहे! मीही त्या काळात कविता करत असे नि कविता गात असे. मी काही कवी किंवा गायक नव्हे. पण मला स्फूर्ती होत असे. भारतीय शास्त्रीय संगीतात 'पहाडी'सारखे जे राग आहेत त्यांचे सूर पर्वतशिखरांवर फिरणाऱ्या पहाडी भागातल्या ललनांच्या मधुर कंठातले आहेत. कवी, कलावंत आणि यात्री-प्रवासी यांना हिमालयातील गूढ रहस्यं नेहमीच खुणावत आली आहेत. पण जे ही रहस्यं जाणण्यासाठी तप करत आहेत, त्या योग्यांपुढेच हिमालय आपली रहस्यं खुली करत असतो.

माझं एक लाडकं पाळलेलं अस्वल होतं. त्याला घेऊन मी हिमालयाच्या पर्वतराजीत फिरत असे. ते अस्वल फार विश्वासू होतं. माझ्यावर त्याचं फार प्रेम होतं. त्यामुळेच माझ्याबाबत त्याला एक अधिकारभाव वाटत असे. एरवी ते कुणालाही धक्का लावत नसे. पण माझ्याजवळ जर कुणी आलं तर त्याला ते सरळ आडवं लोळवत असे. मी त्याला 'भोला' म्हणत असे. त्या काळात भोला माझा जानी दोस्त होता. विश्वासू सेवक होता. अकरा वर्षं तो माझ्या गुहेजवळ राहिला. मी बाहेर येण्याची तो वाट पाहात असे. या प्राण्याविषयी माझ्या मनात जे ममत्व होतं ते माझ्या सद्गुरूंना पसंत नसे आणि त्यावरून ते मला चिडवीतही असत. भल्या सकाळी चढायला उपयोगी अशी एक लांब काठी घेऊन मी चार-सहा मैलांवर असलेल्या पर्वतशिखरांवर जात असे. माझ्याजवळ एक दैनंदिनी, थोड्याशा पेन्सिली असत आणि बरोबर दोस्त भोला असे.

पंधरा सप्टेंबरनंतर हिमालयात हिमवर्षाव सुरू होत असे. परंतु तेव्हाही माझं गिरिभ्रमण चालूच असे. चालता चालता मी जगदंबेची गीतं गात असे. काही वेळा माझ्या मनात विचार येई की मी कोणी व्यक्ती नव्हे तर येथील साधू परंपरेचा मी भाग आहे. मी येथील महात्म्यांचा पाइक आहे. ही जाणीव मला उत्कटतेनं होऊ लागली. मी काही वेळा साधुजीवनाच्या नियमांचा भंग करत असे, बंडखोरपणे वागत असे. पण ही उदार परंपरा मला क्षमा करीत असे. या काळात मला अत्यंत गाढ आंतरिक, आध्यात्मिक अनुभूती आल्या. मस्तकावर मुकुटाचं ओझं नसलेला सम्राट आपण आहोत असं मला वाटे. कोणाही मनुष्याशी माझा संपर्क नव्हता. त्यामुळे मला खूप शांती, निवांतपणा अनुभवाला येई. जे स्वत: अस्वस्थ असतात त्यांना निसर्गदेवता अस्वस्थ करते. परंतु जे तिचं सौंदर्य लीन चित्तानं ग्रहण करतात, त्याचा आदर करतात त्यांच्यापुढे निसर्गदेवता आपली रहस्यं उलगडते. हिमालयाची निसर्गदेवता अशीच आहे.

तिथल्या पर्वतराजींमध्ये अनंत प्रकारची फुलं उमलतात. कवी प्रतिभेचे लोक त्या फुलांचं वर्णन असं करतात 'एखाद्या परिपक्व शिष्यानं आपल्या सद्गुरूंना अर्पण

करण्यासाठी सुंदर फुलांचे झेले फुलदाण्यांमध्ये रचून ठेवावेत तशी ती पर्वतउतारावरची फुलं हिमशिखरांवरून पाहिलं की दिसतात.' मी त्या फुलांच्या ताटव्यांजवळ बसत असे आणि आकाशात त्यांचा निर्माता दिसतो का ते पाहात असे.

हिमालयातील दऱ्यांमध्ये वाढणाऱ्या सर्व फुलांमध्ये लिली आणि ऑर्किड्स सर्वांत सुंदर दिसत. हिवाळा संपल्यावर अनंत प्रकारची लिलीची फुलं उमलत. काही वेळा हिमवर्षावापूर्वीही उमलत. गुलाबी रंगाची एक लिलीची जात अतिशय आकर्षक दिसते. आठ ते दहा हजार फूट उंचीवर ती जून-जुलैत फुलते. गंगोत्रीजवळ गंगेला रूद्रगारो नावाची उपनदी मिळते. तिच्या काठी ही लिली फुलते. भोज बासा या ठिकाणच्या वृक्षांखालीही ती बहरलेली दिसते.

हिमालयातील ऑर्किड्स अत्यंत वैभवशाली असतात. चार ते सहा हजार फूट उंचीवर ती वाढतात. सर्वांत जड म्हणजे सुमारे दीड पौंडाचं ऑर्किड मी एका ओक वृक्षावर पाहिलं. नेपाळमध्ये काठमांडू परिसरातल्या हरितगृहात काही ऑर्किड्सचे प्रकार पाहायला मिळतात. पण उद्यानविद्येच्या अभ्यासकांना कित्येक ऑर्किड्स आजही अज्ञातच आहेत. ऑर्किड्सचा जो बहराचा ऋतु असतो त्या काळात काही कळ्या रूसून उमलायला उशीर करतात. कित्येकदा सहा-सात दिवस लावतात. ऑर्किड्सची फुलं अत्यंत देखणी असतात. त्यांचा बहराचा काळ दोन ते अडीच महिने असतो.

पर्वतराजींमध्ये निवडुंग (कॅक्टस) अचानक चंद्रप्रकाशित रात्रींमध्ये उमलतात. सूर्यकिरणांनी त्यांचा संकोच होतो. सूर्योदयापूर्वीच त्या फुलांच्या पाकळ्या आपलं सौंदर्य झाकून घेतात आणि मग पुन्हा केव्हाच उमलत नाहीत. ज्यांचा मोठा वैद्यकिय उपयोग आहे असे पंचवीस तरी जातींचे निवडुंग आणि इतर जलसंधारक वनस्पती मी तिकडे पाहिल्या. मी असं ऐकलं की सोम नावाची जलसंधारक वनस्पती अकरा ते अठरा हजार फूट उंचीवर उमलत असते.

ऱ्होडोडेंड्रॉन नावाची जाड पानांची आणि सुंदर फुलांची वनस्पती असते. तिच्या सुमारे दीडशे उपजाती हिमालयात आहेत. त्यात गुलाबी आणि लाल फुलांच्या जाती विपुल आहेत. निळ्या आणि पांढऱ्या फुलांच्या जाती फार देखण्या पण दुर्मिळ असतात. एक बहुरंगी फुलांची जातही आहे. उन्हाळ्यात संपूर्ण दरीच्या दरी फुलांनी लहडलेली दिसते.

हिमालयातील फुलांचा राजा म्हणजे हिमकमल. हे अत्यंत दुर्मिळ फूल आहे. एकदा पर्वतराजींतून फिरत असताना मला एक निळं हिमकमल दिसलं. ते दोन खडकांच्यामध्ये बर्फात उगवलेलं होतं नि त्याचा आकार एखाद्या बशी एवढा होता. मी ते निरखून पाहू लागलो नि माझ्या मनानं त्या फुलाबरोबर संवाद सुरू केला, 'तू इथे असा एकाकी का फुलला आहेस? तुझ्या सौंदर्याचं तर कौतुक व्हायला हवं, तुझ्या पाकळ्या पडण्यापूर्वी तू आणि तुझं रूप मातीला मिळण्यापूर्वी तू स्वत:ला कुठेतरी समर्पित करायला हवंस!'

एक वाऱ्याची झुळूक आली नि त्या सुंदर निळ्या कमळाचा देठ किंचित माझ्याकडे झुकला. ते फूल म्हणालं, 'मी या विजनात एकाकी आहे असं का वाटलं तुला? अरे

एकाकीता म्हणजे सर्वांमध्ये असणं. या पर्वतांची उंची, येथील शुद्ध हवा, आसमंतावर पसरलेलं निळ्या आकाशाचं छत हे सारं मला फार आवडतं.'

ते फूल खुडून घ्यावं असं मला वाटलं. खरं तर ती सगळी वेलच मुळासकट उपटून गुरुदेवांना नेऊन द्यावी असं माझ्या मनात आलं. एखाद्या बिनधास्त, आनंदी मुलासारखा मी ओरडलो, 'मी तुझ्या पाकळ्या चुरगाळल्या तर काय होईल?'

कमळ म्हणालं, 'मला आनंदच होईल. कारण त्यामुळे माझा गंध सर्वत्र पसरेल आणि ज्यासाठी मी जन्मलो तो हेतू पूर्ण होईल.' मी मुळासकट तो वेल उपटला आणि गुरुदेवांना दिला. त्यांना माझी ही कृती तितकीशी रूचली नसल्याचं मला जाणवलं. गुरुदेव काही खास प्रसंगीच मला फुलं गोळा करायला सांगत. एरवी ते फुलांना हात लावत नसत आणि सुगंधही घेत नसत. मी ते कमळाचं फूल तोडलं ते अखेरचं. मला कळलं की फूल तोडणं म्हणजे निसर्गदेवतेचं मूल तिच्यापासून वेगळं करणं. पुन्हा मी कधीच फूल तोडलं नाही. सुंदर गोष्टीचं रसग्रहण अवश्य करायचं असतं. पण ती आपल्याला हवी असं वाटणं, ती तोडणं, तिचा नाश करणं हे योग्य नाही. सौंदर्याच्या रसग्रहणानं सौंदर्यदृष्टी विकसित होत असते.

आपण हिमालयात एकट्यानंच संचार करावा आणि निसर्ग सौंदर्याचं नवल करत त्याचा आस्वाद घ्यावा असं मला वाटे. कधी मी हिमनद्यांच्यापाशी बसे आणि एकमेकांवर आपटणारे कल्लोळ पाही. हिमशिखरांवरून खाली येणारे हिमनद्यांचे स्रोत केसाच्या लांब लड्यांसारखे दिसत. त्यांच्या प्रवाहातून जे संगीत निर्माण होई ते मन मोहवून टाकणारं असे. मी त्या नद्यांच्या प्रवाहांशी जीवनाच्या प्रवाहाची तुलना करी. हे प्रवाह समुद्राला मिळेपर्यंत वाटेत कुठे खंडित होत नाहीत. प्रवाह कधी मागे फिरत नाही. त्याची जागा घ्यायला दुसरा पाण्याचा लोट आलेलाच असतो. नदीच्या प्रवाहात सातत्य असतं. जीवनाच्या प्रवाहासाठी सातत्य असतं. तासन्तास हे हिमनद्यांचे प्रवाह नि धबधबे मी न्याहाळीत बसे. चांदण्या रात्री नदीचे दोन्ही तीर चांदीसारखे चमचमत असत.

मी गंगेच्या उगमाजवळच्या प्रदेशात राहात होतो. तिच्या काठीच्या पाषाणशिलांवर मी बसत असे आणि तासन्तास वरचं निळं आकाश, आकाशातला चंद्र, त्याची खालच्या वाळूत पसरणारी किरणं पाहात असे. दूरदूरच्या खेड्यामधले मिणमिणते दिवे दिसत. जेव्हा ढग दूर होत तेव्हा आकाशात लक्षावधी तारका चमचमताना दिसत. त्या तारकांचे विराट समूह, त्यांच्या भव्य यात्रा हे सारं मानवी कल्पनेच्या पलीकडचं आहे. हिमालयाची शिखरं त्या प्रकाशात न्हात आनंदात शांतपणे विमग्न असत. काही नक्षत्रं पर्वतशिखरांमागे जणू लपंडाव खेळताहेत असं वाटे. सर्व बाजूंना असलेल्या हिमशिखरांवर आणि हिमप्रवाहांवर आकाशातील त्या नक्षत्रवैभवाची उज्वल आभा पसरलेली दिसे. आजही ते सुंदर दृश्य माझ्या मन:पटलावर जसंच्या तसं आहे. सायंकाळी दोन बाजूंची हिमशिखरं मधल्या गंगानदीच्या प्रवाहावर धुक्याची शुभ्र-दाट दुलई पांघरत. सूर्योदयापूर्वी गंगामाईच्या प्रवाहावरची ही दुलई अधिकच सांद्रघन झालेली दिसे. वाटे की कोणी महासर्प त्या दुलईत मंद्र लयीत घोरत आहे! उदयाचलावरच्या सूर्याची किरणं गंगेच्या पवित्र पाण्याला स्पर्श

करायला उत्सुक असत. मी जसा भल्या सकाळी स्नानासाठी गंगामाईकडं धाव घेई तशीच ती धाव घेत. पर्वतातलं पाणी नितळ, निवळशंख नि डोळ्यांना सुखावणारं आणि जाणिवांना चेतवणारं असतं. कैलास शिखराच्या पायथ्याला असलेल्या मानससरोवरातून अनेक नद्या उगम पावतात, असं दिसतं पण त्यांचं मूळ हिमालयातल्या कुठल्या तरी पर्वतातच असतं. गंगा ही एक मोठी विलक्षण नदी आहे. हिमशिखरांमधून, गंगोत्रीतून ती उगम पावते त्या वेळी तेथील विविध खनिजं घेऊन ती खाली येते. त्या खनिजांत औषधी नि पोषक द्रव्यं असतात. गंगेच्या तीरी राहाणाऱ्या लोकांमध्ये त्वचारोग सहसा आढळणार नाहीत. गंगाजलाची एक बाटली बहुतेक घरांमध्ये ठेवलेलीच असते आणि सर्व खेड्यांमध्ये मरणोन्मुख माणसाच्या मुखात गंगाजल घालण्याची प्रथा आहे.

बाटलीत भरून ठेवलं तरी गंगाजल शिळं होत नाही. जंतु त्यात टिकाव धरू शकत नाहीत. इतर नद्यांच्या पाण्यात जंतूंची वाढ चटकन होते. दर्यावर्दी लोकांना प्राचीन काळापासून माहीत आहे की कलकत्त्याहून लंडनला जाणाऱ्या जहाजांमधलं गंगेचं पाणी शिळं वा खराब होत नाही. पण लंडनहून निघालेल्या जहाजातलं थेम्स नदीचं पाणी मात्र शिळं नि खराब होतं. ते बदलावं लागतं. गंगेच्या पाण्यातील रसायनांचं आणि खनिजांचं पृथक्करण आजवर जगातील अनेक शास्त्रज्ञांनी केलं आहे. डॉ. जगदीशचंद्र बसू हे ख्यातनाम भारतीय शास्त्रज्ञ गंगाजलाचं पृथक्करण केल्यावर म्हणाले, 'जगात अशा प्रकारची रसायनं, खनिजं असलेली दुसरी नदी नाही. गंगेतील खनिजांमध्ये अनेक रोग बरे करण्याची शक्ती आहे.'

गंगा जेव्हा सखल, मैदानी प्रदेशात येते तेव्हा तिला अनेक प्रदूषित ओढे-नाले येऊन मिळतात. मग त्या पाण्याची गुणवत्ता नष्ट होते. आपले अनिष्ट गंगेत विसर्जित केलं तर

भगीरथी शिखराच्या पायथ्याशी असलेल्या हिमनदीमध्ये गंगेचा उगम आहे.

स्वर्गाला जातील या श्रद्धेनं कित्येक गावकरी कुटुंबातील मृत लोकांची प्रेतं गंगेत सोडून देतात! आपणच गंगेचं पाणी दूषित करायचं आणि तेच पवित्र म्हणून प्यायचं हे मला मान्य नाही. माझे गुरुदेव मला सांगायचे की, गंगेत स्नान केल्यानं आपली पापं धुवून जातील असा विचारही मनात ठेवू नको! त्यांनी मला कर्माचं तत्त्वज्ञान शिकवलं. 'प्रत्येकाला आपल्या बऱ्यावाईट कर्माची फळं भोगावीच लागतात. कर्म सिद्धांत आता जगातील बहुतेक तत्त्वज्ञानशाखा मान्य करतात. जसं करावं तसं भरावं लागतं. आपल्या वाट्याला आलेली कर्तव्यं त्यांच्याविषयी तिटकारा वा आसक्ती मनात न ठेवता करत जा. आपलं नकारात्मक कर्म म्हणजे पाप कशानंही धुतलं जात नाही. पवित्र नद्यांमध्ये स्नान करणं किंवा तीर्थाटनाला जाणं यामुळं कर्मबंध तुटत नाही, असं मानणं म्हणजे निव्वळ अंधश्रद्धा आहे.'

हिमालयातून सखल प्रदेशात उतरणाऱ्या नद्यांनी भारताची भूमी समृद्ध केली आहे. त्या कोट्यावधी लोकसमूहांचं पोषण करत असतात. तरीही काही लोक म्हणतात की, हिमालयातील पर्वतभाग बंजर-नापीक आहे! काही लेखकांनी तर असंही लिहिलं आहे की हिमालयाच्या पर्वतीय भागाचं आर्थिक चित्र निराश करणारं आहे. तिथे काही खनिजांचे साठे आहेत. हे खरं पण उद्योगधंद्यांना चालना देण्यासाठी ते अपुरे आहेत. मला मान्य आहे, आर्थिकदृष्ट्या हे पर्वत श्रीमंत नाहीत. ही शिखरं एक आध्यात्मिक वातावरण निर्माण करतात आणि फकीर-योगी लोक इथं राहू शकतील पण भौतिक भरभराट इथं होऊ शकणार नाही. हिमालयात जे धनसंपदा शोधायला आले त्यांची निराशाच झाली आहे. भविष्यकाळातही या हेतूनं जे येतील त्यांच्या पदरी निराशाच येईल. हिमालयातील खेड्यांपर्यंत आधुनिक शिक्षण, तंत्रज्ञान आणि वैद्यक पोहोचलेलं नाही. खरं तर संपूर्ण भारताला पुरू शकतील एवढं पेयजलाचे नि सिंचनजलाचे साठे हिमालयात आहेत. भारतीय शासनात जे नियोजन करणारे लोक आहेत त्यांनी या भौतिक संपदेची उपेक्षा केली आहे. परंतु हिमालयात राहाणाऱ्या लोकांना त्यांचं सध्याचं जीवनच चांगलं वाटतं. त्यात फार बदल करावासा वाटत नाही. 'आम्हाला आमचं जीवन जगू द्या. आमचं शोषण करू नका! आम्ही जे देतो त्याबद्दल कृतज्ञ राहा. दुरूनच आदर ठेवा.' हे शब्द मी हिमालयातल्या खेड्यांमधल्या अनेक रहिवाशांकडून ऐकले आहेत.

डोंगरउतारावर तयार केलेल्या समतल प्रदेशांवर बार्ली, गहू, मूग यांची पिकं घेतली जातता. गाई-म्हशी, शेळ्या-मेंढ्या, घोडी-खेचरं आणि बकरी पाळली जातात. ही हिमालयातील उत्पन्नाची साधनं. हिमालयाचे पंजाब-काश्मीर प्रांतातील भाग, कुमाऊँ गढवाल भाग आणि नेपाळ-सिक्किमकडचे भाग यात काही साम्य आहेत. तिथं राहाणारे लोक गरीब पण प्रामाणिक आहेत. त्यांच्यात चोरी, भांडणं करण्याची प्रवृत्ती कमी दिसते. हिमालयातल्या खेड्यांमध्ये घरांना कुलुपं लावण्याची पद्धत नाही. कुलुपांची आवश्यकता नसते. या ठिकाणी तीर्थक्षेत्रं, देवालयं आहेत. तुम्ही हिमालयातल्या एखाद्या उंच शिखरावरील तीर्थाच्या यात्रेला गेलात आणि वाटेत तुमचं पैशाचं पाकीट पडलं तर मध्ये कित्येक आठवडे गेले तरी ते तुम्हाला त्याच ठिकाणी परत मिळू शकतं. कोणी त्याला

हातसुद्धा लावणार नाही. कोणाच्या परवानगीवाचून त्याच्या वस्तूला हात लावणं हे अशिष्टपणाचं आहे, असं पहाडी लोक म्हणतात. 'आम्हाला कोणाच्या वस्तू घेऊन काय करायचं आहे?' असा प्रश्न ते विचारतात. त्यांच्या गरजा कमी आहेत, त्यांना हाव नाही. उपभोगवाद नावाच्या रोगानं त्यांना स्पर्श केलेला नाही.

मैदानी प्रदेशातून पहाडी लोकांना दोन गोष्टी आणाव्या लागतात. एक म्हणजे मीठ आणि दुसरं म्हणजे दिव्यात घालायला तेल. हिमालयातील ग्रामीण लोक इतरत्र असलेल्या ग्रामीण वस्त्यांमधील लोकांपेक्षा भ्रष्टाचारापासून दूर आहेत. ते साधे, प्रामाणिक आणि ऋजु वर्तनाचे आहेत. तिथलं जीवन शांत, निवांत आहे. तिथल्या लोकांना हेवेदावे, द्वेष माहीत नाही. त्यांना सखल प्रदेशात येण्याची इच्छा नाही. ज्या वेळी ते पर्वतप्रदेश सोडून मैदानी प्रदेशात येतात तेव्हा मैदानी प्रदेशातल्या लोकांमध्ये त्यांना अस्वस्थ वाटतं. कारण मैदानी प्रदेशातल्या लोकांत फसवणूक, दंभ, धूर्तपणा भरपूर असतो.

आधुनिक समाज प्रगत, सुसंस्कृत मानला जातो. पण त्यात सच्चेपणाचा अभाव आहे. त्याची झिलई कृत्रिम मोत्यांची आहे. खऱ्या मोत्याचे तेज त्याला नाही. आजकाल खऱ्या मोत्यांची चलती नाही. खोट्या मोत्यांचीच आहे. आधुनिक मनुष्याचा आणि निसर्गाचा संबंध तुटला आहे. संस्कृतीच्या नावाखाली स्वत:वर नकली आवरण चढवीत तो दुबळा झाला आहे. आधुनिक समाजात दिखाऊपणाला महत्त्व आहे, सेवाभावाला नाही. पण तुम्ही पर्वतीय प्रदेशात गेलात तर तुम्ही कुणीही असा, ते तुम्हाला पहिला प्रश्न विचारतील, 'तुम्ही काही खाल्लं-प्यायलं आहे का? राहायला जागा आहे का?' तुम्ही मित्र असा की अपरिचित असा, हे प्रश्न विचारले जातातच.

गढवाल आणि कुमाऊँ प्रदेशातले लोक बुद्धिमान, सुसंस्कृत आणि आतिथ्यशील

हिमालयातील गावाजवळची समतल शेती

आहेत. कांगडा आणि गढवाल भागातील कलावस्तू प्रसिद्ध आहेत. त्यांच्या रंगीबेरंगी लेखण्या आणि रंगीत वस्तू सर्वत्र जातात. या क्षेत्रातील काही भागात भारतातील इतर भागांपेक्षा उत्तम शिक्षण दिलं जातं. येथील उपाध्याय वर्गापैकी काहींना ज्योतिषशास्त्र आणि तंत्रविद्या यांचं इतकं ज्ञान आहे की ते पाहून मैदानी प्रदेशातील लोकांनी चकित व्हावं! इथले लोक निसर्गाच्या सहवासात साधं जीवन जगतात. ते सुंदरशा लाकडी घरांमध्ये राहातात आणि स्वत:चे कपडे स्वत: विणतात. सायंकाळी ते भजनासाठी, गाण्यासाठी एकत्र जमतात आणि भावपूर्ण, सुरेल लोकगीतं गातात. ते लोकगीतांच्या तालावर लयबद्ध समूहनृत्य करतात. पहाडातले ढोलकीवाद उत्तम वादन करतात. बांबूंच्या बासऱ्या नि पहाडी तंतुवाद्यंही ते वाजवतात. विशेषत: मेंढपाळ आणि शालेय विद्यार्थ्यांचं हे वादन ऐकावं. गुरांसाठी चारा आणायला जाताना, घरासाठी लाकडाच्या, सरपणाच्या मोळ्या आणताना पहाडी तरुण-तरुणी उत्स्फूर्तपणे गीतं रचतात, त्यांना संगीत देतात नि गातातही. मुलांना हॉकी नि सॉकर खेळायला खूप आवडतं. हिमालयीन संस्कृतीचा एक विशेष म्हणजे ज्येष्ठ, वृद्ध व्यक्तीविषयींचा मन:पूर्वक आदरभाव!

सुमारे चार ते सहा हजार फूट उंचीवर ओक, पाइन आणि विविध जातीचे देवदार वृक्ष दिसतात. ज्यांच्या खोडांच्या सालींपासून भूर्जपत्रं तयार करतात ते वृक्षही उंच पर्वतीय प्रदेशात विपुल असतात. त्यावर खेड्यातले लोक आपली उपासना, आपले अनुभव आणि औषधी वनस्पतींचे उपयोग इ. बद्दल लिहून ठेवतात. प्रत्येकच खेडुताला वनस्पतींची चांगली माहिती असते. त्याचा रोजच्या आयुष्यात उपयोग होतो. काश्मीरपासून पंजाबपर्यंतच्या आणि नेपाळ-सिक्किम भागातल्या खेड्यांनी भारतीय सैन्याला दमदार तगडे सैनिक दिले आहेत. या भागातल्या लोकांचं आयुष्यमान शंभराच्या वर सहजच असतं.

हिमालयाच्या पाकिस्तानकडच्या भागातील लोकांना 'हुंझा' म्हणतात. ते मांसाहार करतात. हिमालयातील भारताकडील भागात राहाणाऱ्या लोकांना 'हंसा' म्हणतात. ते शाकाहारी असता. 'हंसा' हे नाव हंस पक्ष्यावरून आलेलं आहे. भारतीय पुराणकथांमध्ये हंस पक्ष्यांचा उल्लेख वारंवार येतो. हंस हे नीर क्षीर विवेक करतात म्हणजे दूध, पाणी वेगळं करू शकतात असं पुराणकथा म्हणतात. या जगात बरं आणि वाईट हे दोन्ही परस्परात मिसळलेलं आहे. जाणत्या माणसानं त्यातील चांगल्या गोष्टी वेगळ्या करून स्वीकाराव्यात, वाईट गोष्टी टाकून द्याव्यात हा या प्रतीकामागचा संकेत आहे.

सर्व पर्वतीय प्रदेशांमध्ये देवीपूजा प्रचलित आहे. प्रत्येक गावात एक-दोन तरी देवीची देवळं दिसतातच. या भागात साधू-महात्मे फकिरी वृत्तीने फिरतात. ते संप्रदाय जथ्थे निर्माण करत नाहीत. गावकरी लोक साधु महात्म्यांचा आदर करतात. त्यांची भोजन-निवासाची व्यवस्था आपणहून करतात. साधू-महात्मे देशाच्या वेगवेगळ्या भागांमधून, वेगवेगळ्या संस्कृतीमधून, जगातल्या वेगवेगळ्या देशांमधूनही आलेले असतात. ते गुहांमधून, झोपड्यांमधून राहातात किंवा झाडाखाली राहातात. ही स्थानं पवित्र मानली जातात आणि सामान्यत: गावाबाहेर असतात. या ठिकाणी एक किंवा अनेक ज्ञानी महात्मे

राहातात. गाव त्यांच्या भरणपोषणाची काळजी घेतं. ज्या वेळी असे परिव्राजक साधू गावात येतात तेव्हा त्यांच्या भोजनाची व्यवस्था गाव करतं. गावकरी पाहुण्यांचं प्रेमानं स्वागत करतात. त्यांच्याशी सहज मैत्री करतात. मी जेव्हा पर्वतीय प्रदेशात फिरलो तेव्हा खेडुतांसमवेत राहिलो नाही किंवा त्या ठिकाणच्या सैनिकी अधिकाऱ्यांसोबतही राहिलो नाही. मी गुहांमध्ये, साधू निवासांमध्ये किंवा झोपड्यांमध्ये राहाणं पसंत करत असे.

सांस्कृतिकदृष्ट्या हिमालयाच्या पर्वतराजी त्यांच्या दोन्ही बाजूंना वसलेल्या देशांमध्ये काही अडसर निर्माण करत नाहीत. या विराट पर्वतप्रदेशात अनेक जनजाती, अनेक समाज नि अनेक देशही आहेत. प्रत्येकाच्या जीवनपद्धतीची काही लक्षणीय वैशिष्ट्यं आहेत. त्यात भारतीय, तिबेटी आणि चिनी संस्कृतीचा मिलाफ दिसतो. हिमालयाच्या भिन्नभिन्न भागात भिन्नभिन्न भाषा बोलल्या जातात. मला त्या वेळी नेपाळी, गढवाली, कुमाऊँनी, पंजाबी आणि थोडी तिबेटी भाषा येत असे पण काश्मिरी भाषा मात्र मी शिकलो नाही. या पर्वतीय भाषा येत असल्यामुळे मी स्थानिक साधुसंतांशी, औषधी वनस्पतींच्या जाणकारांशी मोकळा संवाद करू शकत असे.

हिमालयात फिरण्यासाठी जुलै हा सर्वात उत्तम महिना! त्या वेळी हिमनग वितळू लागलेले असतात. शेकडो छोटे छोटे जलप्रवाह पर्वतांवरून खाली वाहात असतात. थंडी असते पण फार बोचरी नव्हे. ज्यांना हिमनगांची, बर्फ खचण्याची माहिती असते ते योग्य काळजी घेऊन या दिवसात मनसोक्त फिरू शकतात. पर्वतीय प्रदेशातले धोके जसे पूर्वी होते तसेच आजही आहेत. वितळून खाली येणाऱ्या हिमशिला, अत्यंत वेगानं वाहाणारे प्रपात नि नद्या, ओठंगलेले हिमकडे आणि उत्तुंग बर्फाच्छादित शिखरं कोणाही प्रवाशांसाठी आपली असण्याची रीती बदलणार नाहीत! तरीही हिमालयातलं मुख्य अध्यात्मधन शोधण्यासाठी प्रवासी इथं येतच राहिले आहेत. सुमारे हजार वर्षांपूर्वी शेकडो तिबेटी आणि चिनी प्रवासी बुद्ध वाङ्मय घेऊन भारतातून निघाले. त्यांनी त्याची आपापल्या भाषांमध्ये भाषांतरं केली आणि आपापल्या देशांमध्ये बुद्धाच्या संदेशाचा प्रसार केला. बौद्धांचा महायान पंथ हिमालयाच्या सीमा ओलांडून पलीकडं गेला. प्रथम तिबेटमध्ये आणि नंतर चीनमध्ये पोहोचला. त्यानं चिनी संस्कृती आणि धर्म समृद्ध केला. जपाननं बुद्धाच्या झेन म्हणजे ध्यान परंपरांचा स्वीकार केला. दहा शतकांपूर्वी जे भारतीय भिक्षु तिबेट आणि चीनमध्ये गेले, त्यांनी या पद्धती लोकांना शिकवल्या. ताओपंथी आणि कन्फ्यूशिअसचे अनुयायी हिमालय आणि हिमालयातील योगी शिक्षकांना फार मानतात. कारण त्यांना या परिव्राजक साधु-महात्म्यांकडूनच धर्मज्ञानाची प्राप्ती झाली. ताओपंथातील नैष्कर्म्य संकल्पना ही थेट भगवद्गीतेमधूनच आलेली आहे. निर्वाण ही संकल्पना प्राचीन भारतीय अध्यात्म वाङ्मयात नेमकेपणाने मांडलेली दिसते. ती तिबेट, मंगोलिया, चीन आणि जपान येथील धार्मिक वाङ्मयात सर्वत्र आढळते. आज तिबेट हा साम्यवादी देश झाला आहे. तिथलं अध्यात्मज्ञान आणि आध्यात्मिक संस्कृती यांचा लोप झाला आहे असं दिसतं. पण दलाई लामा आणि त्यांचे काही सहकारी हिमालयाच्या पायथ्याच्या भारतीय भागांकडे आले आहेत.

हिमालयाची पर्वतराजी माझी क्रीडाभूमी होती. तिथली विस्तीर्ण वनराई जणू निसर्गदेवतेनं तिच्या मुलांना खेळण्या-बागडण्याकरताच निर्माण केली आहे. तिथे विहरताना जीवनाच्या चरमहेतूची ओळख या लाडक्यांना व्हावी अशी तिची इच्छा असावी. तिथं डुलणाऱ्या लहानशा तृणपात्यापासून ते उत्तुंग हिमशिखरांपर्यंत प्रत्येक गोष्ट आपल्याला सांगत असते की जीवनात दु:ख नावाची गोष्ट अस्तित्वातच नाही!

माझ्या गुरुदेवांच्या मार्गदर्शनाखाली माझ्या वयाची पंचेचाळीस वर्षं मी हिमालयातील महात्म्यांच्या सहवासात जगलो आणि फिरलो. जन्मजन्म प्रयत्न करूनही जो अनुभव मिळणार नाही तो माझ्या भाग्यानं मला काही वर्षांतच प्राप्त झाला. हे सारं माझ्या गुरूंच्या कृपेनं घडलं. त्यांची अपेक्षा होती की मी स्वत: अनुभव घ्यावा, पाहावं आणि स्वत:चे निर्णय करावेत. हिमालयातल्या अनुभूती आणि महात्म्यांच्या चरणांशी बसून मिळालेलं ज्ञान यामुळे मी स्वात्मानुभूतीमध्ये सदैव स्थिर राहिलो. मी कसा वाढलो, हिमालयातील महात्म्यांच्या सहवासात मी कसा राहिलो. त्यांनी मला कसं शिकवलं, काय शिकवलं हे सारं मी तुम्हाला सांगणार आहे. त्यांनी मला पुस्तकांमधून आणि प्रवचनांमधून नाही शिकवलं. थेट अनुभूतीतून शिकवलं. या पुस्तकात यातील काही अनुभूतींच्या कथा आहेत.

ज्या वेळी जगाला काही कथा सांगायलो जातो त्या वेळी वाटतं की जग हीच एक कथा आहे. माझ्या अनुभवांचा इतरांना लाभ व्हावा अशी प्रार्थना मी करतो. म्हणूनच माझ्या प्रवचनांमधून मी त्या अनुभवांविषयी सांगतो. मी माझ्या शिष्यांना म्हणतो, ''माझं असं खरोखर काय आहे? आणि जे मी तुम्हाला प्रेमानं दिलं नाही असं काही उरलं तरी आहे का?'' या अध्यात्मकथांमधलं तुमच्या प्रगतीला जे उपयुक्त ते तुम्ही घ्या. त्याचं आचरण करायला सुरुवात करा. जे तुमच्या आकलनाच्या पलीकडचं आहे असं वाटेल ते तूर्त माझ्यावर सोडून द्या. आजही या अनुभवांच्या आठवणी मला रोज जाग आणतात आणि मला वाटतं की ती हिमशिखरं आजही मला साद घालीत आहेत!

माझे गुरुदेव आणि मातापिता

माझे वडील मोठे संस्कृत पंडित आणि थोर अध्यात्मसाधक होते. त्यांच्या गावात मुख्यत: ब्राह्मण राहात असत. ते माझ्या वडिलांकडे संस्कृत अध्ययनासाठी आणि विचारविमर्शासाठी येत. माझे वडील जमीनदार होते आणि खाऊनपिऊन सुखी होते. आमची शेत बटाईनं दिलेली होती. वडील प्रत्यक्ष शेती करत नसत पण ज्यांना ती करायला दिलेली होती त्यांच्याकडून धान्य, शेतीमाल घरी येत असे.

जवळजवळ सहा महिने माझे वडील घरातून निघून गेले होते. घरातल्या लोकांना वाटलं की एकतर त्यांनी देह ठेवलेला असावा किंवा संन्यास घेतलेला असावा. खरं तर त्यांना ध्यानसाधनेत काही अडचणी येत होत्या. त्या सोडवण्यासाठी ते दीर्घ काळ साधनेला गेले होते. हरिद्वारजवळ मनसादेवीच्या मंदिरालगत जंगल आहे. तिथं ते प्रखर ध्यानसाधना करीत होते. त्या काळात माझे गुरुदेव मनसादेवीच्या दर्शनार्थ त्या भागात आले होते. माझे वडील जिथं राहात होते तिथं ते आले. गुरुदेवांना पाहाताच माझ्या वडिलांच्या लक्षात आलं की हेच आपले सद्‌गुरू – आपले आध्यात्मिक मार्गदर्शक. काही वेळा असा योग जुळून येतो की प्रथम भेटीतच गुरू आणि शिष्य दोघांची हृदयं परस्परांना सन्मुख होतात आणि उत्स्फूर्तपणे जुळून जातात! केवळ एका दृष्टिक्षेपात हे घडू शकतं. नंतर कृती वा वाणी यांचा आधार न घेता दोघांत संवाद सुरू होतो. माझ्या वडिलांना मार्गदर्शन करीत माझे गुरुदेव एक आठवडा तिथे राहिले. शेवटी त्यांनी माझ्या वडिलांना घरी परतायला सांगितलं. आम्ही उत्तर प्रदेशाच्या पर्वतीय भागात सुमारे साडेपाच हजार फूट उंचीवर राहात होतो.

माझी आई जप-तप अनुष्ठानं करीत होती. पण वडील परत येतील ही आशा तिनं जवळजवळ सोडून दिली होती. ज्या वेळी माझे वडील परत आले त्या वेळी त्यांनी तिला मनसादेवीच्या मंदिरालगतच्या जंगलात गुरुदेवांची भेट झाल्याचं आणि त्यांच्याकडून अनुग्रह घेतल्याचं सांगितलं. त्या वेळी माझी आई त्रेचाळीस वर्षांची आणि वडील साठ वर्षांचे होते. तरीही 'तुम्हाला एक पुत्र होणार आणि पुढे तो माझा शिष्य होईल' असं गुरुदेवांनी माझ्या वडिलांना सांगितलं होतं.

दोन वर्षांनंतर हिमालयातून आमचे गुरुदेव माझ्या गावी, आमच्या घरी आले. माझे वडील त्या वेळी रात्रीचं जेवण करत होते. दारावरची टकटक ऐकून माझ्या आईनं दार उघडलं. गुरुदेव कोण हे आईला माहीत नसल्यानं तिनं त्यांना बसायला सांगितलं. ती त्यांना वाढते आहे हेही सांगितलं. परंतु वडील मात्र जेवण अर्ध सोडून तसेच दाराकडे धावले. गुरुदेव म्हणाले, ''मी काही तुमच्याकडे जेवायला किंवा तुमचा पाहुणचार घ्यायला आलो नाही. तुमच्याकडे मी काही मागायला आलो आहे.''

माझे वडील नम्रपणे म्हणाले, ''जे आमचं आहे ते सारं आपलंच आहे गुरुदेव.''

गुरुदेव म्हणाले, ''मी तुमचा मुलगा मागायला आलो आहे.''

माझे आई-वडील म्हणाले, ''या वयात आम्हाला मुलगा झाला तर तो चमत्कारच म्हणायचा! पण तो झाला तर आम्ही निश्चित तो आपल्याला समर्पण करू.'' या संभाषणानंतर अठरा महिन्यांनी माझा जन्म झाला.

ज्या दिवशी मी जन्मलो त्याच दिवशी गुरुदेव आमच्याकडे आले आणि त्यांनी 'मुलगा दे.' अशी आईकडं मागणी केली. आईचं मन काही बाळाला त्यांच्याकडं द्यायला तयार होईना. इतक्या लहान बाळाला आपणच जपलं पाहिजे असं तिला वाटत होतं. पण वडिलांच्या सांगण्यावरून तिनं बाळाला गुरुदेवांच्या हाती दिलं. गुरुदेवांनी बाळाला थोडा वेळ हृदयाशी धरलं आणि नंतर आईच्या हातात सुपूर्त करीत ते म्हणाले, ''याला नीट सांभाळा, काही काळानं मी याला न्यायला येईल.''

तीन वर्षांनी गुरुदेव परत आमच्या घरी आले. माझ्या उजव्या कानात मंत्र सांगून त्यांनी मला अनुग्रह दिला. त्या वयात मी त्यांना सांगितलं की, 'मला हा मंत्र माहीत आहे. मी याचा रोज जप करतो.' ते म्हणाले, 'होय, मला हे माहीत आहे. फक्त खात्री करून घेण्यासाठी तुला मी हा जप सांगितला.' माझ्या बालपणात मला माझ्या आई-वडिलांचा लळा नव्हता. मात्र सर्व काळ मी गुरुदेवांची आठवण करीत असे. त्यांच्या अस्तित्वाची जाणीव मला सदैव असे. मला गुरुदेवच फार आपले वाटत आणि कधीकधी आई-वडील परके वाटत. मला नेहमी वाटे, 'मी या ठिकाणचा नाही. या लोकांचा नि माझा खरोखर संबंध नाही.' माझ्या उजव्या कानाच्या पाळीला जन्मतःच एक भोक होतं. माझी आई तिकडं वारंवार पाही. माझ्या जन्मापूर्वी माझ्या गुरुदेवांनी सांगितलं होतं की, याच्या उजव्या कानाच्या पाळीला छिद्र असेल. काही वेळा आई व्यथित होई. डोळ्यात पाणी आणून म्हणे, 'बाळा, एक दिवस तू आम्हाला सोडून दूर जाणार आहेस.' जरी माझ्या आई-वडिलांवर माझं मनापासून प्रेम होतं तरी मी जाण्याच्या त्या दिवसाची वाट पाहात असे. माझ्या पूर्वजन्मात राहिलेलं माझं कार्य पूर्ण करण्यासाठी मी पुन्हा जन्म घेतला आहे याची मला नेहमीच जाणीव असे. लहानपणी माझ्या पूर्वजन्मातले अनेक तपशील मला अगदी स्पष्ट आठवत.

माझे गुरुदेव रोज रात्री माझ्या स्वप्नात येत त्यामुळे मला रात्री जाग येई. या गोष्टीनं माझे आई-वडील अस्वस्थ होत. चिंतेपोटी त्यांनी मला पुष्कळ डॉक्टरांना, ज्योतिषांना आणि दैवी उपाय करणाऱ्यांना दाखवलं. मला कसली बाधा तर झाली नाही ना असं

त्यांना वाटे. पण एका माणसाकरवी गुरुदेवांनी त्यांना निरोप पाठवला की माझ्याबाबत काळजी करण्यासारखं काही नाही.

त्या गावात दोन वृद्ध विधवा होत्या. त्यांच्यासोबत मी बोलत बसे. माझ्या भविष्यातल्या योजना त्यांना सांगत असे. त्या मोठ्या पवित्र साध्वी होत्या. त्यांनी मला शाळेत जाऊन शिक्षण घेण्याचा खूप आग्रह केला. त्यानुसार मी गेलोही. पण लवकरच मी शाळा सोडून दिली. शाळेत जाणं म्हणजे वेळ वाया घालवणं अशी माझी समजूत होती.

काही वर्षांनी माझ्या मातापित्यांनी देह ठेवले आणि मी गुरुदेवांकडे आलो. ते मला शिस्त लावायचा प्रयत्न करत. पण ते त्यांना अवघड वाटे. माझ्या वडिलांची मला कधी आठवणही होत नसे. कारण माझ्या वडिलांनी मला जे दिलं त्यापेक्षा कितीतरी जास्त मला गुरुदेवांनी दिलं. वडील मुलाला जे प्रेम, वात्सल्य देतील त्यापेक्षा कितीतरी जास्त मला गुरुदेवांकडून मिळालं.

माझ्या मनात उमटणारा प्रत्येक तरंग त्यांना कळत असे. कधीकधी मला वाटायचं की ध्यानाला बसूच नये. ते त्यांना न सांगताच कळे आणि ते हसू लागत. मी विचारी, 'का हसता?' मग ते म्हणत, 'तुला ध्यान करायचं नाहीये, होय की नाही?'

गुरुदेव माझी वाणी, कृती यावर केवळ संस्कार करत नव्हते तर माझ्या भावना, माझी विचार करण्याची पद्धत यांनाही वळण देत होते, प्रगल्भ करत होते हे मला चांगलंच कळत होतं. मी मनात वाईट विचार येऊन देत नसे. पण तो आला आणि त्यांना कळला तरी ते माझ्यावर रागावत नसत. त्यांनी माझ्या विचारांचा ताबा कधीच घेतला नाही. पण मी कशा दिशेनं विचार करीत आहे, तो योग्य का अयोग्य याची जाणीव ते मला अवश्य करून देत. शिक्षक हे मुलावर नेहमी प्रेम करतात. खरा शिक्षक मुलगा कितीही हूड किंवा चुकीचं वागणारा असला तरी त्याच्यावर रागावत नाही, त्याला सूचना देत नाही. उलट तो ऋजुतेनं त्याला सुधारायला मदत करतो. मुलगा कितीही व्रात्य असला तरी खरा शिक्षक त्याच्यावर प्रेमच करतो. आई जशी हळुवारपणं आणि दक्षतेनं मुलाला वाढवते तसा खरा शिक्षक आत्मीयतेनं मुलाचं संगोपन करतो.

आई किंवा वडील मुलाला काय देऊ शकतात हे मी नीट सांगू शकणार नाही. पण माझ्या गुरुदेवांनी मला सर्व काही दिलं आणि माझ्याकडून त्यांनी कसलीही अपेक्षा केली नाही. माझ्या जवळही त्यांना द्यायला काहीच नव्हतं. त्यांनी मला शिकवलं, मोठं केलं, माझ्यासाठी सर्व काही केलं. पण मी मात्र त्यांच्यासाठी काहीही करू शकलो नाही. गुरुदेवांना माझ्याकडून काहीही नको होतं. माझं त्यांच्यावर नि:स्सिम प्रेम होतं. खऱ्या आध्यात्मिक व्यक्तींना कोणाकडून काही नकोच असतं. पण त्या मात्र आपल्याला सर्वकाही देत असतात.

खरा मार्गदर्शक अत्यंत नि:स्वार्थी असतो. आपल्या शिष्यांवर तो वडिलांहून अधिक प्रेम करतो. वडील मुलाला केवळ अर्थार्जनाचं साधन देतात, जगात कसं वागायचं असतं ते शिकवतात, वाढवतात. पण आध्यात्मिक पिता म्हणजे गुरू, इतर कुणीही जे देऊ शकत नाही ते देतात. केवळ आध्यात्मिक परंपरांमध्येच अशा प्रकारचं नातं पाहायला

तरुणपणी ब्रह्मचारी स्वामी राम

मिळतं. आई-वडील मुलांना जन्म देतात. त्यांचं शिक्षण करतात, जमीनजुमला-संपत्ती त्यांच्या नावाने ठेवतात. पण गुरुदेव हे त्यांना ईश्वरतत्त्वाची जी प्रत्यक्ष अनुभूती असते ती शिष्याला देतात. भौतिक संपत्ती जशी वारसा हक्कानं पित्याकडून मुलाला मिळते तशी योगिक संप्रदायामध्ये ही प्रत्यक्ष अनुभूती गुरुदेव शिष्यांमध्ये संक्रमित करतात. गुरुदेव शिष्यांना जे प्रेम देतात ते मानवी प्रेम नव्हे. मनाने ते प्रेम समजणार नाही. त्यासाठी अंत:करणच हवं. आध्यात्मिक परंपरांमध्ये गुरू शिष्याला जे देतात त्यामुळे त्याच्या जीवनात आमूलाग्र परिवर्तन होतं. ते परमानंदानं ओसंडून जातं.

काही काळ गुरुदेवांसोबत राहिल्यावर मला गंगोत्रीला एक ज्येष्ठ गुरुबंधू राहात त्यांच्याकडे पाठवण्यात आलं. ते मला शास्त्रग्रंथ शिकवू लागले. त्यांचंही माझ्यावर प्रेम होतं. पण माझा बंडखोरपणा, इतर साधूंबरोबर वाद घालणं त्यांना आवडत नसे. माझ्याबद्दलच्या तक्रारी ते गुरुदेवांकडे करत. मग गुरुदेव येऊन मला काही काळ त्यांच्याकडे घेऊन जात. मग परत मला गुरुबंधूंकडे पाठवत. मला कोणाच्या कुटुंबात पाहुणा म्हणून राहायला आवडत नसे. पण सुदैवानं अशा वेळा कमीच आल्या.

एकदा माझ्या गुरुबंधूंविषयी जाणून घेण्याची तीव्र इच्छा माझ्या मनात आली. त्यांच्या जन्मभूमीबद्दल मी पुन:पुन: प्रश्न केले. संन्यासी लोक आपल्या भूतकाळाबद्दल बोलत नाहीत हे मला माहीत नव्हतं. आपलं कुटुंब, गाव, जन्मतारीख, वय या सर्व बाबतीत, ते उदासीन असतात. त्याबद्दल बोलायला त्यांना आवडत नाही. तरी माझ्या आग्रहामुळे

त्यांनी आपल्या जन्मगावाचं नाव मला सांगितलं. संन्यासग्रहणाचा विधी झाल्यावर संन्यासी स्वत:चं श्राद्ध करत असतो. त्यानंतर तो आपला भूतकाळ, ज्या लोकांसमवेत राहिला ते लोक या सर्वांना विसरून जातो. संन्यासग्रहणानंतर संन्यासाचा पुनर्जन्म होतो. भूतकाळ हा त्याच्यासाठी अस्तित्वात नसतो.

माझ्या गुरुदेवांनाही मी त्यांच्या भूतकाळाबद्दल पुन:पुन: प्रश्न विचारले. त्यांनी थोडंसं काही सांगितलं. पश्चिम बंगालमधील एका ब्राह्मण कुटुंबात ते जन्मले होते. हिमालयातून आलेल्या आणि पश्चिम बंगालमध्ये परिभ्रमण करणाऱ्या एका महात्म्याकडून त्यांच्या घरच्या सर्वांना अनुग्रह मिळाला होता. माझे गुरुदेव हे त्यांच्या आई-वडिलांचे एकुलते एक सुपुत्र होते. परंतु आई-वडिलांचं ते लहान असतानाच निधन झालं होतं. एका थोर सिद्ध पुरुषानं त्यांचा सांभाळ केला. ही गोष्ट गुरुदेवांनी मला सांगितली. त्या वेळी ते ऐंशी वर्षांचे होते. माझे गुरुदेव मूळचे बंगाली असल्यानं त्यांच्या उच्चारात बंगाली धाटणी असे. जरी ते बंगाली बोलत नव्हते तरी अधूनमधून बंगाली गीतं गात. ते संस्कृत भाषेचे पंडित आहेत आणि इंग्रजी आणि इतर अनेक भाषा त्यांना येतात.

एकदा बंगालमध्ये प्रवास करत असताना मी गुरूजींच्या जन्मगावी गेलो होतो. त्यांचं घर काही तिथं दिसलं नाही. त्यांच्या नावाची एखादी वास्तू तिथं उभी करावी असं मला वाटलं पण त्या गोष्टीला त्यांनी नकार दिला. गावातल्या कुणालाच माझ्या गुरुदेवांबद्दल काहीही माहीत नव्हतं. फक्त ऐंशीच्या घरात वय असलेल्या दोघी वृद्ध स्त्रिया म्हणाल्या की, ‘हिमालयातून एक महात्मा आले नि गुरुदेव चौदा वर्षांचे असताना त्यांना घेऊन गेले.’ त्या म्हणाल्या, ‘होय आम्ही ओळखतो त्यांना! ते कसे आहेत, आयुष्यात त्यांनी काय केलं, सध्या कुठे आहेत?’ याविषयी त्यांना जिज्ञासा होती.

माझे गुरुदेव गुहेत राहातात. सकाळी सूर्योदयाच्या वेळी ते एकदाच गुहेतून बाहेर येतात आणि तासाभरानं पुन्हा आपल्या स्थानी जाऊन बसतात. दिवसभरात दोनदाच ते आपल्या आसनावरून उठतात. काही वेळा ते गुहेबाहेर येतच नाहीत. त्यांच्याजवळ प्रगत साधना करणारे तीन ते पाच शिष्य असतात. हिवाळ्याचे तीन महिने माझे गुरुदेव आणि त्यांचे शिष्य सात ते आठ हजार फूट उंचीवर खाली येतात. कधी ते नेपाळला जातात. नामचा बरवारपासून सात मैलांवर ते काही महिने राहातात.

माझे गुरुदेव सामान्यत: बकरीचं दूध पितात. कधीकधी श्यामा नावाच्या छोट्या काळ्या गाईचंही दूध पितात. त्यांचे शिष्य या गाईची काळजी घेतात. मी थोड्या-थोड्या वेळानं गुरुदेवांना बकरीचं दूध आणि पाणी अर्ध-अर्ध मिसळून ते पेय पिण्यासाठी देत असे. त्यांनी मागण्याची वाट न पाहाताच ते मी त्यांना देत असे. ते त्यांना नको असलं तर ते बाजूला ठेवत. मग मी ते उचलून ठेवत असे आणि थोड्या वेळानं पुन्हा देत असे. तेवढाच त्यांचा आहार होता.

माझे गुरुदेव सदैव सहज समाधीत असत आणि फार कमी बोलत. एकदा आम्ही नऊ महिने एकत्र होतो. त्या काळात क्वचितच काही संवाद झाला असेल. ते अगदी कमी बोलत. बहुतेक वेळा त्यांचे डोळे ध्यानावस्थेत मिटलेले असत. मी माझं काम करी, ते

त्यांचं काम करीत. बोलायला तसं निमित्तच नसे. परस्परांत जो आंतरिक संवाद होतो त्यामुळे बोलण्याची आवश्यकता नसे. जेव्हा असा आंतरिक संवाद नसतो तेव्हा शब्दांची मदत लागते. पण भाषा हे संवादाचं अत्यंत अपुरं माध्यम आहे. आमचा आंतरिक संवाद मोठ्या गहराईतून होत असे त्यामुळे बोलण्याची आवश्यकता नसे. माझे गुरुदेव आणि मी अशा आंतरिक संवादावर भरवसा ठेवत होता. माझ्या खुळ्या प्रश्नांना ते स्मितानं उत्तर देत. अगदी थोडं बोलत असूनही त्यांच्या सहवासात माझी प्रगती झपाट्यानं झाली.

काही लोक माझ्या गुरुदेवांना 'बंगाली बाबू' म्हणत किंवा नुसतंच 'बाबाजी' म्हणत. मी त्यांना 'गुरुदेव' अशीच हाक मारत असे. माझं त्यांच्यावरचं प्रेम शाश्वत होतं. त्यांच्या ठिकाणी मला स्वार्थाचा अंशही कधी दिसला नाही. त्यांची शिकवणूक मला कधी अव्यवहार्य वाटली नाही. कृती, वाणी वा मौन या सर्वांतून ते जे शिकवत त्यात दिव्य प्रेम ओतप्रोत असे. माझे शब्द त्यांच्या महात्मतेचा प्रत्यय यायला अपुरे आहेत. ते हिमालयातील थोर महात्म्यांपैकी एक होते आणि अमृतज्ञानाचे अधिकारी योगी होते. याबद्दल माझी पूर्ण श्रद्धा होती. जे प्रगत शिष्य होते त्यांना ईश्वर साक्षात्कार करून देणं आणि जे प्रगतीच्या मार्गावर होते त्यांना सांभाळणं, त्यांच्यावर प्रेम करणं, त्यांना पुढं नेणं हे त्यांचं जीवितकार्य होतं. जो कोणी अडचणीत असेल आणि त्यांची प्रार्थना करील त्याला ते साहाय्य केल्यावाचून राहात नाहीत. माझ्या स्वतःच्या बाबतीत आणि इतर अनेकांच्या बाबतीत हे वारंवार घडलेलं आहे.

माझ्या सध्याच्या व्यस्त जीवनक्रमातून जेव्हा मला उसंत मिळते तेव्हा मला पुन्हा त्यांच्याकडे जावंसं वाटतं. ते माझे एकमेव मार्गदर्शक आहेत. मी जिथं असेल तिथून पूर्ण आदर, श्रद्धा नि प्रेमानं त्यांना प्रमाण करतो. माझ्या हातून ज्या चुका झाल्यात त्यांची जबाबदारी माझी आहे. पण माझ्या जीवनात जे काही चांगलं, शुभंकर आहे ते सारं त्यांच्याकडून आलेलं आहे.

माझे गुरुदेव आणि राजकुमार स्वामी

आत्ता मी ज्याबद्दल सांगणार आहे त्या ऐतिहासिक प्रसंगामुळे भारताला माझे गुरुदेव परिचित झाले. भारतातील अनेक विधिज्ञ (वकील), न्यायमूर्ती आणि अन्य उच्चशिक्षित लोक यांना ही घटना माहीत आहे.

भवाल हे बंगालमधील एक संस्थान आहे. तिथल्या राजपुत्रानं संन्यास घेतला होता. तो 'भवाल संन्यासी' म्हणून ओळखला जाई. संन्यासापूर्वी तो दार्जिलिंगला एका प्रासादतुल्य घरात आपल्या पत्नीसह राहात असे. त्याची पत्नी एका डॉक्टरच्या प्रेमात पडली होती. दोन प्रेमिकांनी मिळून राजपुत्राला विषप्रयोग करण्याचा घाट घातला होता. डॉक्टरने राजपुत्राला अगदी सौम्य प्रमाणात नागाचं विष इंजेक्शनमधून द्यायला सुरुवात केली. ती व्हिटॅमिन्सची इंजेक्शन्स आहेत असं त्यांनी राजपुत्राला सांगितलं. हळूहळू डॉक्टरनं इंजेक्शनमधलं विषाचं प्रमाण वाढवलं. दोन महिन्यांनी राजपुत्राचं निधन झाल्याचं सांगण्यात आलं. राजपुत्राचं शव मोठ्या जनसमूहानं, यात्रेनं दहन भूमीवर आणण्यात आलं. एका पर्वतीय नदीच्या काठी ही दहनभूमी होती. तिथं रचलेल्या चितेवर राजपुत्राचा देह ठेवण्यात आला आणि चितेला अग्नी देण्यात आला तोच आकाशातून अवचित धो-धो पाऊस कोसळू लागला (दार्जिलिंग हे जगातील सर्वाधिक पावसाच्या ठिकाणांपैकी एक आहे.) पावसानं चिता विझली. राजपुत्राचा देह नदीच्या प्रवाहात वाहात गेला आणि खालच्या दिशेनं वाहात राहिला.

दहनभूमीपासून तीन मैल खाली, प्रवाहाच्या काठी माझे गुरुदेव एका गुहेत काही शिष्यांसमवेत राहात होते. ते कांचनगंगा पायथ्याकडून कुमाऊँ या हिमाचलाच्या भागातील आमच्या गुहेकडे यात्रा करीत होते. ज्या वेळी त्यांनी नदीच्या प्रवाहासोबत येणारी बांबूची तिरडी आणि तिच्यावर बांधलेला राजपुत्राचा देह पाहिला तेव्हा त्यांनी आपल्या शिष्यांना ती तिरडी कडेला ओढून घेऊन तो देह सोडवायला सांगितलं. ते म्हणाले, "हा माणूस मेलेला नाही. तो गाढ बेशुद्धीत आहे. त्यामुळे त्याचा श्वासोच्छ्‌वास आणि नाडी बंद असल्यासारखी वाटत आहे. हा माझा शिष्य आहे." शिष्यांनी त्याला मोकळं केलं आणि दोन तासातच तो राजपुत्र शुद्धीवर आला. पण त्याला आपला भूतकाळ अजिबात

आठवेनासा झाला. त्याला गुरुदेवांनी अनुग्रह तर दिलाच पण नंतर संन्यासदीक्षाही दिली. तो सात वर्षं माझ्या गुरुदेवांजवळ राहिला. नंतर त्याला गुरुदेवांनी सांगितलं की, 'तू वेगवेगळ्या तीर्थाच्या ठिकाणी जा आणि काही महात्म्यांना भेट.' गुरुदेवांनी पुढे असं भाकित केलं की, हा राजकुमार स्वामी आपल्या बहिणीला भेटेल आणि मग त्याची पूर्वस्मृती जागृत होईल. गुरुदेव पुढे म्हणाले, 'आता बरेच प्रश्न समोर येणार आहेत असं मला दिसत आहे म्हणून मी हिमालयातल्या उंच ठिकाणी जात आहे.' ते हिमालयातल्या आमच्या प्राचीन गुहेत गेले आणि अनेक वर्षं तिथंच राहिले.

इकडे राजकुमार स्वामी सखल प्रदेशात फिरत राहिले. कित्येक महिने त्यांनी तीर्थाटन केलं. अनेक महात्म्यांच्या भेटी घेतला. योगायोगाने त्यांना कल्पना नसताना ते एक दिवस त्यांच्या बहिणीच्या दारात भिक्षा मागण्यासाठी म्हणून जाऊन उभे राहिले. तिनं लगेचच त्यांना ओळखलं आणि घरात आणलं. आपल्या पूर्वायुष्यात काय घडलं हे आठवायला त्यांना सहा तास लागले! मी त्या वेळी लहान होतो पण या गोष्टीच्या तपशीलांची चर्चा मी ऐकत असे आणि ते सर्व माझ्या स्मरणात आहे.

भूतकाळ आठवल्यामुळे आणि कुटुंबातील लोकांच्या आग्रहामुळे राजकुमार स्वामी न्यायालयात गेले आणि आपण भवाल संस्थानचे राजपुत्र आहोत असा दावा त्यांनी केला. केसच्या दोन्ही बाजूंनी अनेक साक्षीदारांच्या साक्षी झाल्या. न्यायालयीन कामकाज चालू असताना असा पुरावा मिळाला की मुंबईच्या एका प्रयोगशाळेतून डॉक्टरनं सर्पविष मिळवलेलं होतं. हे निर्विवादपणं सिद्ध झालं की कोर्टात उभे असलेले संन्यासी हे पूर्वाश्रमीचे भवाल संस्थानचे राजपुत्र असून त्यांची पत्नी आणि तिचा डॉक्टर मित्र यांनी राजकुमारावर विषप्रयोग केला. राजकुमार स्वामींनी वर्णन करून सांगितलं की त्यांना मृत समजून त्यांचा देह दार्जिलिंग जवळच्या दहनभूमीवर नेला गेला, पुराने तो नदीतून वाहात तीन मैल खाली आला. हिमालयातील एका महात्म्यानी आणि त्यांच्या शिष्यांनी त्यांना उचलून काठावर आणलं. माझे गुरुदेव स्वत: न्यायालयात गेले नाहीत पण आपल्या दोन शिष्यांना त्यांनी साक्ष द्यायला पाठवलं. कलकत्त्याच्या न्यायालयात हा खटला अनेक वर्षं चालला. भारतीय न्यायसंस्थेच्या इतिहासात हा एक जबरदस्त आणि सुदीर्घ काळ चाललेला खटला म्हणून ओळखला जातो. राजकुमार स्वामींना त्यांची स्थावर-जंगम मालमत्ता परत मिळाली. पण दैवगती अशी की खटल्याचा निकाल लागल्यानंतर वर्षभरानं त्यांनी देह ठेवला.

या खटल्यामुळे माझे गुरुदेव साऱ्या भारताला परिचित झाले. लोक त्यांना शोधू लागले. गुरुदेवांना गर्दीचा मनस्वी कंटाळा होता. ते शिष्यांच्या एका छोट्या समूहालाच मार्गदर्शन करत. त्या शिष्यांवर ते मन:पूर्वक प्रेम करत आणि त्यांना आध्यात्मिक प्रगतीची दिशा दाखवत. कीर्तीचा झगमगाट त्यांना रुचत नसे. भारतातील लोकांना गुरुदेवांविषयी कुतूहल वाटे. ते त्यांना भेटण्याची धडपड करीत. पण माझे गुरुदेव गर्दीपासून सदैव दूरच राहिले. आजही त्यांना अज्ञातातच राहाणं आवडतं. ते म्हणतात, "खऱ्या अध्यात्मसाधकाला जर आत्मसाक्षात्काराची वाट पाहायची असेल तर त्यानं गर्दी, प्रसिद्धी आणि अनुयायांचे मोठमोठे समुदाय यापासून दूरच राहिलं पाहिजे."

अध्यात्मसाधकाच्या मार्गावरचे मोठे अडसर म्हणजे नाव आणि कीर्ती. संन्यासानंतर जगातलं मानाचं स्थान सोडून दिलं तरीही त्याच्या असंज्ञ मनात नाव आणि कीर्तीची अभिलाषा कुठेतरी जागी असते. चांगल्या साधकानं आपलं शरीर, मन, बुद्धी हे सारं ईश्वरार्पण करावं म्हणजे ही अभिलाषा धुतली जाते आणि साधक पवित्र होतो. त्याला कुठल्याही व्यक्तिगत कामना राहात नाहीत. असा महात्मा मानवतेच्या व्यथा दूर करू शकतो. तिला संजीवन देऊ शकतो. मग तो हिमालयातल्या एखाद्या अज्ञात गुहेत का राहिना! तो त्या शांत, एकांत ठिकाणाहून काम करतो. त्याबद्दल आपल्याला काही मिळावं, आपली कीर्ती व्हावी अशी अल्पशीही इच्छा त्याला नसते. कारण मानवाची सेवा हीच माधवाची सेवा आहे, असं तो जाणत असतो.

संभ्रमाच्या पाऊलखुणा

हिमनव (येति) आणि शांग्रि-ला (नंदनवन) यांच्याबद्दलच्या अनेक कहाण्या पाश्चात्त्य वाचक वाचत असतात. या कहाण्या अद्‌भुत, काल्पनिक, वृथा समजांवर आधारलेल्या असतात. काहीतरी चटकदार गोष्टी शोधणारे पाश्चात्त्य त्यांच्याकडे आकर्षित होतात. ते हिमालयातली ही तथाकथित रहस्यं शोधू पाहातात. पर्वतभागात फिरणाऱ्या लोकांचं सामान वाहून नेणारे जे शेर्पा असतात, त्यांचा निर्वाह या प्रवाशांमुळे होतो. ते असल्या दंतकथा पसरवायला मदत करतात. शेर्पांना पर्वतशिखरांची चांगली माहिती असते. वाटाडे म्हणून ते गिरिभ्रमण करणाऱ्यांना फार उपयोग असतात. हे खरं असलं तरी हिमालयाच्या आध्यात्मिक परंपराबद्दल त्यांना फारच थोडं माहीत असतं.

कित्येक परदेशी प्रवासी शांग्रि-लाच्या शोधात हिमालयात येतात. हिमालयाच्या उंच अंतर्भागात दोन प्राचीन गुहा आहेत. ती संन्याशांची वसतीस्थानं आहेत. शांग्रि-लाची दंतकथा या गुहांशी संबंधित आहे. अतिप्राचीन काळापासून या गुहा ही ध्यानसाधनेची स्थानं म्हणून सांगितलेल्या आहेत. एक गुहा कांचनगंगा पर्वतावरच्या १४ हजार फूट उंचीवर आहे. दुसरी गुहा तिबेट आणि गढवाल यांच्या सीमेवर आहे. मी तिथे राहिलो होतो. अनेक साधक ध्यानसाधना करू शकतील अशी ही प्रशस्त गुहा आहे. समुद्रपातळीपासून साडेअकरा ते बारा हजार फूट उंचीवर ती आहे. फारच थोडे लोक या ठिकाणी जाऊ शकतात. या गुहेत आजही संस्कृत, तिबेटी आणि संध्या भाषेतील दुर्मिळ हस्तलिखितं आहेत.

विदेशी लोक दार्जिलिंगला जातात. तिथून शेर्पांच्या मदतीनं ते हिमालयातील उंच शिखरांवर जाऊ इच्छितात. त्यांच्याबरोबर प्रवास करताना येति आणि शांग्रि-ला यांची चर्चा होते. प्रवाशांबरोबर तंबू, कॅमेरे, डबाबंद अन्न आणि रेस्पिरेटर्स असतात. ते पवित्र हिमालयातल्या कित्येक जागी घाण करून ठेवतात. परंतु हिमालयाचा काही भाग अज्ञात आहे. ज्यांची तयारी नाही आणि ज्यांना स्वत:च्या जिवाची काळजी आहे त्यांनी या अज्ञात प्रदेशांमध्ये पाऊल टाकायचं साहस करू नये.

मला एकदा एक श्रीमंत पाश्चात्त्य गृहस्थ भेटला. त्याच्या बरोबर काही भारतीयही

होते आणि ते हिममानवाच्या शोधात होते. येति किंवा हिममानव अस्तित्वात नाहीत हे मी त्यांना पटवून देऊ शकलो नाही. त्यांनी चार महिने हिमालयात घालवले. ३३,००० डॉलर्स खर्च केले. पण निराश होऊन त्यांना दिल्लीला परतावं लागलं. ज्या अमेरिकन माणसाला चित्रीकरण करायचं होतं, शेवटी त्यानं एका नेपाळी साधूची छायाचित्रंच येतिची म्हणून प्रसिद्धही केली. मला सिक्कीममध्ये एक पाश्चात्त्य स्त्री भेटली. तिच्या सोबत दोन शेर्पा होते. ती हिमदंशानं (फ्रॉस्टबाइट) त्रस्त झालेली होती. ती म्हणाली की, ''हिममानव शोधणं हे तिच्या आयुष्याचं ध्येय आहे.'' तिने तीन वेळा प्रयत्न केले, परंतु दुर्दैवानं तिला एकही हिममानव भेटला नाही!

मी माझ्या बालपणापासून हिमालयाच्या पर्वतराजींमध्ये भटकत आहे. हिममानवाच्या कथा मी नेहमी ऐकत आलो आहे. परंतु हिममानव नावाची गोष्ट मी कधीही पाहिली नाही. हिमालयातील खेड्यांमधल्या आजीबाई आपल्या नातवंडांना हिममानवाच्या अद्‌भुतरम्य कथा सांगतात. मनुष्याची कल्पितकथा रंगवण्याची शक्ती जेवढी जुनी तेवढाच हिममानवही जुना आहे. जेव्हा दाट बर्फ पडलेलं असतं तेव्हा माणसाची दृष्टी धूसर होते. हिमालयात क्वचित आढळणारी पांढरी अस्वलं दिसली तर तीच दुरून हिममानव असल्याचा भास निर्माण करतात. ही अस्वलं फार उंच प्रदेशात राहातात आणि प्रवाशांचं अन्न चोरण्यात पटाईत असतात. त्यांच्या पाऊलखुणा लांब आणि माणसाच्या पावलांप्रमाणे असतात.

येति किंवा यति या शब्दाचा खरा संस्कृत अर्थ संन्यासी, परिव्राजक असा आहे. शंकराचार्यांच्या परंपरेत संन्याशांचे जे विशिष्ट वर्ग आहेत (उदा. भारती, आनंद, गिरी इ.) त्यांना यती म्हणतात. त्यांना हिममानव समजणं किती चूक आहे! यती ही माणसं आहेत, हिममानव नव्हेत!

अज्ञानाचं आवरण चित्तावरून दूर होईपर्यंत मनुष्य अज्ञानातच आणि भ्रमातच राहात असतो. विचारांना स्पष्टता नसते. भोवतालच्या जगातून मिळालेल्या माहितीचा अर्थ कसा लावायचा हे कळत नसतं. त्यामुळे असे भ्रमभास निर्माण होतात. शांग्रि-ला, हिममानव हे असे भ्रमभास आहेत. मनुष्याच्या कल्पनाशक्तीचे ते फसवे आविष्कार आहेत. माया हा वैश्विक भास आहे. अविद्या हे व्यक्तीचं तिच्या सोबतीच्या वस्तू आणि त्यांचं स्वरूप याबद्दलचं अज्ञान आहे. हिममानवाची मोठी पावलं हा सुद्धा कल्पना आणि दृष्टिभ्रम यांचा खेळ आहे. जेव्हा अस्वल बर्फातून वेगानं पळतात किंवा वर-खाली चढतात तेव्हा त्यांची पावलं मोठी दिसतात. माझं जे पाळलेलं अस्वल होतं त्याच्या पाऊलखुणा मला चकित करतात. त्या अगदी मोठ्या माणसांच्या पाऊलखुणांसारख्या दिसत.

अरेरे! सारं जग हे शेवटी भ्रमाच्या प्रभावाखालीच असतं. अजूनही भ्रमरूप हिममानव, भ्रमरूप शांग्रि-ला म्हणजे काल्पनिक नंदनवन आणि हिममानवाच्या पावलांचे ठसे यांचा वेडा शोध चालूच आहे. मी त्याला 'हिमपर्वतीय माया' म्हणतो. मी हिमालयात जन्मलो आणि वाढलो. ज्यांचा दंतकथांवर विश्वास आहे आणि जे अस्तित्वात नाही ते शोधण्यात ज्यांना आनंद वाटतो त्यांच्याविषयी मी काय बोलू? या पाऊलखुणा येतिच्या नाही, तर भ्रमाच्या आहेत. परमेश्वरच त्यांना योग्य मार्ग दाखवो.

गुहांमधील जीवन

हिमालयात काही गुहा आहेत की जिथं चार-पाचजण राहू शकतात. ज्यांना व्रतस्थ, संन्यस्त जीवनाची साधना करायची आहे, अशांसाठी त्या उपयुक्त आहेत. काही गुहा तर आश्रमवजा आहेत. अनेक आध्यात्मिक परंपरा तेथील साधक पुढे नेत आहेत. मी अशाच एका गुहेतल्या आश्रमात वाढलो. आमची उपासना – परंपरा सुमारे चार ते पाच हजार वर्षांपूर्वीची आहे. ती उत्तम रीतीनं चालत आली आहे. या परंपरेतील प्रारंभीचे गुरू कोण होते, ही परंपरा कोणी वाढवली या सर्व नोंदी तिथे आहेत.

आमचा आश्रम म्हणजे आत छोटे-छोटे कप्पे असलेली गुहा आहे. शतकानुशतकं या गुहेत खोदकाम झालं आहे. त्यामुळे त्या कप्प्यांचे आता कक्ष झाले आहेत. त्यात पुष्कळ साधक राहू शकतात. तिथं शतकानुशतकं राहाणाऱ्या साधकांनी ही गुहा राहायला सोयीची केली आहे. ती शांत आहे. पण आधुनिक सुखसोयी मात्र तेथे नाहीत. स्नानगृह, स्वयंपाकगृह या अन्य सुविधा नाहीत तरीही हा आश्रम अत्यंत उत्तम रीतीनं कार्यरत आहे.

औषधी वनस्पतींनी बनवलेला धूप गुहेत लावला जातो. तो सौम्यसर प्रकाशही देतो. ज्या वेळी तो जळत असतो त्या वेळी प्रकाश देतो. ज्या वेळी तो विझलेला असतो त्या वेळी सुगंध देतो. धूप बारीक करून त्याच्या चार इंच लांब आणि एक इंच व्यासाच्या कांड्या बनवतात. त्या चांगल्या जळतात, हलकासा प्रकाश देतात. ज्या वेळी त्या जळायच्या थांबतात त्या वेळी सुंदर वास सर्वत्र पसरतो. पाइन आणि देवदार वृक्षात एक नैसर्गिक डिंक असतो. त्यांच्या फांद्या मशाल म्हणून पेटवतात. गुहेत उबेसाठी अखंड धुनी पेटवून ठेवलेली असते. तिच्यात मोठमोठी लाकडं सारून ठेवलेली असतात. तो अग्नी सतत प्रज्वलित राहील याची काळजी साधक जागरूकतेने घेतात. उन्हाळ्यातच हिवाळ्यासाठी या लाकडांची बेगमी करून ठेवतात. उन्हाळ्यात नद्यांच्या तीरांवर पोषक वनस्पती उगवतात. वेगवेगळ्या प्रकारची आळंबी (मश्रूम्स), लिंगोरा आणि ओगल या वनस्पती तेथे भरपूर वाढतात. त्यांचा जेवणात उपयोग करतात. कंदमुळांचेही अनेक प्रकार आहेत. 'तरूर' आणि 'गेंदी' हे मुख्य प्रकार. इतर गोड रताळ्यांसारखी लागणारी मुळंही पुष्कळ असतात. साडे सहा हजार फुटांवरच्या गावांमध्ये बार्ली, बटाटा, गहू,

नंदादेवी हे हिमालयातील एक अतिसुंदर शिखर आहे.

चणे, मका इ. धान्यं होतात. त्यावर उत्तम निर्वाह होतो. प्रत्येक गावात उत्तम गरम अंथरूणं, पांघरूणं, गरम कपडे इ. मागावर तयार होतात. कुटिरोद्योगच म्हणा ना! त्यांचा उपयोग साधक करतात. आपल्या गुहेतूनच एक बारमाही, स्वच्छ पाण्याचा झरा वाहातो. नोव्हेंबर-डिसेंबरमध्ये जेव्हा त्याचं बर्फ होतं तेव्हा आम्ही ते वितळवून पाणी करून घेतो. 'मनाली' सारख्या काही ठिकाणच्या गुहांत मी काही काळ राहिलो होतो. तिथं ताजं पाणी सहजासहजी मिळत नसे. तीनचार मैलांवरून आम्हाला पाणी आणावं लागे.

आजही प्राचीन पद्धतीनं चालणारी गुरूकुलं हिमालयात आहेत. तिथं गुरुजी शिष्यांना विद्यादान करीत असतात. तिथले गुरू नैसर्गिक गुहांमध्ये राहातात आणि वेगवेगळ्या ठिकाणांहून आलेले साधक तेथे साधना करीत असतात. बरेचसे साधना करण्याची इच्छा आहे असं म्हणणारे साधक या आश्रमांपर्यंत पोहोचतच नाहीत. कारण हिमालयात असं काहीतरी आहे की ज्यांना खरी जिज्ञासा वा तळमळ नाही अशांपासून ते गुरुंचं रक्षण करतं. तयारीचे साधकच तेथे पोहोचू शकतात. एखादा घरातल्या प्रश्नांनी उद्विग्न होऊन हिमालयात आला किंवा निव्वळ गुरूला शोधण्याच्या कुतूहलापोटी आला तर तो इतक्या उंचीवर येऊच शकणार नाही. जेथे थोर महात्म्यांचं वास्तव्य आहे. अशी हिमालयाच्या उंच शिखरांच्या पोटात दडलेली स्थानं शोधायला जी जिद्द किंवा धैर्य लागतं तसं त्याच्याकडे नसतं.

आश्रमातलं शिक्षण पुष्कळसं प्रात्यक्षिक स्वरूपातलं असतं आणि त्याच्या वेळा ठरलेल्या असतात. साधकांना प्रात्यक्षिकाद्वारेच आपलं कौशल्य आणि झालेली प्रगती गुरूजींना दाखवावी लागते. काही वेळा तर मौनातूनच शिक्षण होतं. जेव्हा साधक प्रगतीचा

मोठा टप्पा पूर्ण करतो तेव्हा मार्गदर्शक विचारतात, 'तुम्ही जर सगळं आयुष्य इथं गुहेतच राहायचं ठरवलंत तर ज्यांना आध्यात्मिक मार्गदर्शनाची गरज आहे त्यांना मार्गदर्शन कोण करील?' परिणामत: बरेचसे विद्यार्थी काही वर्षं साधना झाल्यावर गुहेतून निघून बाहेरच्या जगात येतात.

आपलं जीवन प्रतिभासंपन्न, इतरांसाठी उपयुक्त असं झालं पाहिजे. पण त्यापूर्वी आपलं मन, वाणी आणि कृती यावर आपलं नियंत्रण असलं पाहिजे आणि आपल्यातल्या सुप्त क्षमतांची ओळखही आपल्याला झाली पाहिजे. गुहांमधील आश्रमात याबाबतचं शिक्षण झालं की साधकाचं जीवन उमलून येतं. अशाप्रकारे स्वत:वर स्वामित्व मिळवलेला साधक या जगात राहातो. पण या जगातले विकार नि प्रश्न यांचा त्याला स्पर्श होत नाही. तो कमलपत्राप्रमाणे निर्लेप-प्रसन्न राहातो.

भाग २

गुरुदेवांचं मार्गदर्शन

जीवनाच्या कळीचं फुलात रूपांतर होण्याचा काळ म्हणजे बाल्य आणि तारुण्य. अनेक लोकांच्या मतमतांतरांनी हे युवामन गोंधळून जाऊ नये म्हणून जपावं लागतं. कोवळं मन लवकर वळण घेतं. या वेळी योग्य प्रकारचं मार्गदर्शन, योग्य प्रकारचा संवाद आवश्यक असतो. पालकांनी या अर्ध उमलत्या वयात जर मुलांकडे नीट लक्ष दिलं तर मुलांचा विकास होतो. मनाच्या वृत्ती घडण्याचा हा नाजूक काळ फार महत्त्वाचा असतो.

देण्याचं वळण हवं

बहुतेक मुलं स्वभावत: स्वार्थी असतात. त्यांना दुसऱ्यांना काही द्यायला नको असतं. पण माझ्यावर मात्र उलटा म्हणजे देण्याचाच संस्कार झाला.

हिमालयात राहाताना मी रोज एकदाच जेवत असे. त्यात एक चपाती, थोड्या भाज्या आणि एक पेला दूध एवढ्या गोष्टी असत. एके दिवशी दुपारचा एक वाजला होता. मी हात धुवून जेवायला बसत होतो. भोजनापूर्वीची प्रार्थना म्हटली आणि घास घेणार इतक्यात माझे गुरुदेव आले. मला म्हणाले, 'थांब!' मी विचारलं, 'काय झालं?' गुरुदेव म्हणाले, 'एक वृद्ध स्वामी आले आहेत. त्यांना खूप भूक लागली आहे. त्यांना तू तुझं जेवण द्यायला हवंस.'

'छे! छे!' मी म्हणालो, 'ते स्वामी असले म्हणून काय झालं? मी नाही देणार माझं जेवण. मला पण भूक लागली आहे आणि उद्यापर्यंत मला जेवायला मिळणार नाही!' गुरुदेव म्हणाले, 'न मिळू दे. त्यानं काही तू मरत नाहीस. तुझं जेवण त्या स्वामींना दे. केवळ मी सांगतो आहे म्हणून देऊ नको तर प्रेमानं समर्पण कर.' मी कुरकुरत म्हणालो, 'इकडे मला भूक लागली आहे. जो माझं अन्न खाणार आहे त्याला मी ते प्रेमानं कसं देऊ?' ज्या वेळी माझं मन वळवायचा प्रयत्न व्यर्थ आहे असं गुरुदेवांच्या ध्यानी आलं तेव्हा शेवटी कडक स्वरात ते म्हणाले, 'माझी तुला आज्ञा आहे. तुझं अन्न त्या स्वामींना दे!'

तेवढ्यात ते वृद्ध स्वामी आत आले. त्यांना पांढरीशुभ्र दाढी होती. केवळ एक कांबळं, एक काठी आणि लाकडी खटावा एवढ्या वस्तूंसह ते हिमालयाच्या उंच भागात प्रवास करत होते. माझे गुरुदेव त्यांना म्हणाले, 'तुम्ही आलात याचा मला पण आनंद झाला आहे. या मुलाला तुम्ही आशीर्वाद द्याल का?'

मी उद्धटपणे म्हणालो, 'मला नको आहे तुमचा आशीर्वाद, मला भूक लागली आहे. मला अन्न हवं आहे.'

माझे गुरुदेव म्हणाले, 'बघ, हा तुझा दुर्बलतेचा क्षण आहे. आत्ता जर तुझं स्वत:वरचं नियंत्रण सुटलं तर तू जीवनाची लढाई हरशील. जा प्रथम त्यांचं चरण प्रक्षालन कर. त्यांना

प्यायला पाणी दे आणि मग तुझं जेवणाचं ताट त्यांना दे.'

गुरुदेवांनी सांगितलं त्याप्रमाणे मी केलं. पण मला ते आवडलं नाही. ते काय सांगताहेत त्याचा अर्थही मला कळला नाही. मी त्या वृद्ध स्वामींना बसायला आणि पाय धुवायला मदत केली आणि माझं जेवणाचं ताट त्यांच्यापुढे ठेवलं. नंतर मला कळलं की गेल्या चार दिवसांत त्यांच्या पोटात अन्नाचा कणही गेलेला नव्हता.

ते स्वामी जेवले आणि मला म्हणाले, 'देव तुझं कल्याण करो! अन्न समोर येईपर्यंत तुला भूक लागणार नाही, असा आशीर्वाद मी तुला देतो.'

त्यांचे शब्द आजही माझ्या कानात घुमत आहेत. त्याआधी ज्या लहानसहान गोष्टींचं मला आकर्षण वाटायचं ते आकर्षण पार नाहीसं झालं. खरोखरच अन्न पुढे आल्याशिवाय मला भुकेची जाणीव होईनाशी झाली.

स्वार्थीपणा आणि नि:स्वार्थीपणा, प्रेम आणि तिरस्कार यांच्यामध्ये अरूंद सीमारेषा आहे. ती ओलांडल्यानंर इतरांसाठी काम करण्यात आपल्याला आनंद वाटू लागतो. कुणाकडूनही कसलीही अपेक्षा राहात नाही. हा सर्वांत मोठा आनंद आहे. आत्मसाक्षात्काराच्या मार्गावरचा हा महत्त्वाचा टप्पा आहे. स्वार्थी मनुष्याला हा आनंद कधीच प्राप्त होत नाही. कारण तो आपल्या अहंकाराच्या संकुचित कक्षेतच फिरत असतो. नि:स्वार्थी मनुष्य आपल्या अहंकाराचा योग्य वेळी साधन म्हणून उपयोग करतो. श्रेष्ठ गोष्टी प्राप्त करण्यासाठी त्याचा उपयोग करतो. जगातील सर्व श्रेष्ठ स्त्री-पुरुषांच्यात एक समान गुणधर्म आपल्याला दिसेल, तो म्हणजे नि:स्वार्थता. नि:स्वार्थ कृती नसेल तर सर्व कर्मकांड आणि पुस्तकी पांडित्य व्यर्थ होय.

गुरुदेव शिष्याची परीक्षा घेतात

गुरुदेव नेहमीच शिष्याची परीक्षा घेतात. मला गुरुदेवांनी एका ठराविक वेळी नियमितपणे ध्यान करायला सांगितलं होतं. एकदा मी डोळे मिटून ध्यानाला बसलो होतो. त्या वेळी गुरुदेव माझ्या जवळ येऊन उभे राहिले. माझं ध्यान चांगलं लागलेलं नसावं नाहीतर ते जवळ आल्याचं मला कळलंच नसतं.

ते म्हणाले, 'उठून उभा राहा.' मी काहीच प्रतिक्रिया दिली नाही. त्यांनी विचारलं, 'तुला माझं बोलणं ऐकू येत आहे का? मी इथं उभा आहे हे तुला कळतंय ना?'

मी 'होय' म्हणालो. त्यांनी विचारलं, 'तू ध्यान करतो आहेस का?'

मी उत्तरलो, 'नाही.' त्यांनी विचारलं, 'मग तू उठून उभा का राहिला नाहीस?' मी तर ध्यानाचं नुसतं नाटक करत होतो. प्रत्यक्षात त्यांच्या अस्तित्वाची पूर्ण जाणीव मला होती.

गुरू नेहमीच अशा गोष्टींमधून शिष्याचा प्रामाणिकपणा आणि अनुशासन तपासत असतात. ते तुम्हाला परमार्थातलं एखादं रहस्य कानात सांगतील. आणखी दुसऱ्या शिष्यासाठी हळूच कानात एखादा गुरूमंत्र देतील. मग दोघांनाही एकदम म्हणतील, 'हे कुणाला सांगायचं नाही बरं का!'

मग स्वाभाविकच तुम्ही आणि तुमचा मित्र एकमेकांना आपल्याला कळलेल्या गुप्त गोष्टी सांगणारच! यावरून गुरुदेवांना कळतं की मोठी रहस्यं पोटात ठेवायला जी संयमशक्ती लागते ती तुमच्याजवळ नाही! मग ते म्हणतात, 'मी तुला सांगितलं होतं ना की ही गोष्ट कुणाला सांगायची नाही. मग का सांगितलीस?'

काही वेळा ते यापेक्षा कठोर परीक्षा घेतात. ते तुम्हाला सांगतील, 'इथं उभा राहा. मी सांगेपर्यंत इथून हलायचं नाही.' मग ते तीन दिवस येणारच नाहीत. गारठा आणि पावसात तुम्हाला उभं राहावं लागेल. अशा अनेक परीक्षा ते घेतात.

मनुष्याच्या आंतरिक शक्तीची परीक्षा व्हावीच लागते. त्यामुळे तो आत्मनिर्भर बनतो. गुरुदेव शिष्यांच्या परीक्षा अशासाठी घेतात की त्यांनी स्वयंअनुशासन आणि स्वावलंबन शिकावं. शिष्यांची प्रगती होते आहे की नाही हे पाहाण्यासाठी परीक्षा आवश्यक असतात. काही वेळा शिष्यांना आपल्याला लपलेल्या दोषांची जाणीव नसते. ती अशा परीक्षांमुळे होते.

अरण्यातला रात्रभरचा प्रवास

तनकपूरवरून नेपाळला जात असताना आम्ही अरण्यात राहिलो होतो. गुरुदेव म्हणाले, 'चला काहीतरी खाऊ या.' त्या वेळी रात्रीचे दोन वाजले होते. ते म्हणाले, 'तू तनकपूरच्या दुकानात जा, रानातल्या वाटेनं ते बारा मैलांच्या अंतरावर आहे.'

त्या वेळी आमच्याबरोबर आणखी एक स्वामी होते आणि त्यांचाही एक शिष्य होता. ते आमच्या गुरूंना म्हणाले, 'तुम्ही तुमच्या शिष्याला इतक्या रात्री कशाला पाठवता आहात? मी तर माझ्या शिष्याला पाठवलं नसतं.'

माझे गुरुदेव म्हणाले, 'काही बोलू नका. तुम्ही त्याला स्वामी बनवण्याच्याऐवजी लाडूबाई बनवता आहात. मी या शिष्याचं शिक्षण करतो आहे. त्यानं गेलंच पाहिजे.'

मग ते मला म्हणाले, 'बाळा इकडे ये, हा कंदील घे. त्यात पुरेसं तेल आहे. खिशात आगपेटी ठेव. ही काठी हातात ठेव. बूट घालून जा. धान्यदुकानात जा आणि तीन-चार दिवस पुरेल इतका शिधा घेऊन ये.' मी 'बरं' म्हणालो आणि निघालो.

त्या रस्त्यावर माझ्या समोरून कितीतरी वेळा वाघ आणि साप गेले. दोन्ही बाजूंना उंच हत्ती गवत माजलं होतं. त्या गवतामधून अनेक प्रकारचे आवाज येत होते. पण ते कसले ते मात्र कळत नव्हतं. तो छोटा कंदील घेऊन मी बारा मैल चालत दुकानात गेलो आणि शिधा विकत घेऊन सकाळी सातच्या सुमारास परत आलो.

गुरुदेवांनी विचारलं, 'काय, कसा आहेस?' मी त्यांना वाटेत काय काय पाहिलं ते सांगितलं. थोडं ऐकल्यावर ते म्हणाले, 'बरं, आता जेवण तयार करू या.'

आत्मसाक्षात्काराच्या मार्गावर निर्भयता हा एक आवश्यक सद्गुण आहे. जे नित्य निर्भय असतात ते धन्य होत. सर्व प्रकारच्या भयापासून मुक्त होणं हा परमार्थ मार्गावरचा महत्त्वाचा टप्पा आहे.

हिमालयातील एक साधू

पार करायची दुथडी भरून वाहाणारी नदी!

गुरूंना शिष्य पुष्कळ असतात, पण सत्शिष्य कमी असतात. पुष्कळ साधक माझ्या गुरूंना विनवत, 'मला आपला शिष्य करून घ्या.' ते त्यांची सेवा करत, भजनं म्हणत, अध्ययन करत, व्रतानुष्ठानं करत. आपण मन:पूर्वक साधना करतो हे त्यांना दाखवायचं असे. असे काही शिष्य माझ्या गुरुदेवांजवळ होते. एक दिवस गुरुदेवांनी सर्वांना बोलावलं. सर्व मिळून एकूण वीस साधक होते. 'चला.' ते म्हणाले. सर्व जण त्यांच्या मागोमाग दक्षिण भारतातील तुंगभद्रा नदीच्या काठी आले. तिला मोठा पूर आला होता. तो धोक्याचा होता. गुरुदेव म्हणाले, 'ही नदी जो पार करून जाईल त्याला मी शिष्य म्हणून स्वीकारीन.'

एक साधक म्हणाला, 'गुरुदेव, मी गेलो असतो पण मला थोडं काम पुरं करायचं आहे.' दुसरा साधक म्हणाला, 'मला पोहायला येत नाही.' मी काहीच बोललो नाही. गुरुदेवांनी सांगितल्यावर सरळ दुथडी भरून वाहाणाऱ्या नदीत उडी टाकली. मी पोहत नदी पार करत असताना गुरुदेव शांतपणे माझ्याकडे पाहात होते. नदी बरीच रूंद होती. तिच्यात मगर-सुसरी होत्या. मोठमोठ्या झाडांचे ओंडके प्रवाहाबरोबर खाली येत होते. पण मला त्यांची पर्वा नव्हती. माझं सर्व लक्ष गुरुदेवांनी जे आव्हान पुढे ठेवलं होतं त्याकडेच केंद्रित झालेलं होतं. मला आव्हानं स्वीकारायला आनंद वाटतो. आपल्या शक्तीची ती एक प्रकारे परीक्षाच असते. पोहोताना मला थकवा वाटला तर थोडा वेळ मी तरंगत होतो. पुन्हा हात मारीत होतो. अशा प्रकारे मी नदी पार करून गेलो. माझे गुरुदेव बाकी साधकांना म्हणाले, 'तो काही असं म्हणाला नाही की मी तुमचा शिष्य आहे. पण त्यानं नदीत उडी मारली.'

गुरुदेवांच्या जवळ असल्यानं त्यांच्या सामर्थ्याची मला ओळख होती. मी विचार केला, ''आपल्या शिष्यांनी नदी पार करून जावी अशी त्यांची अपेक्षा आहे. मी येथे आहे. मी ते करू शकतो. ते स्वत: तिथं उपस्थित असताना त्यात अवघड ते काय? मी ते का करू नये?'' माझी श्रद्धा आणि निश्चय दृढ होता.

आत्मसाक्षात्काराच्या मार्गावर श्रद्धा आणि निश्चय या दोन महत्त्वाच्या पायऱ्या आहेत. त्यांच्याशिवाय आत्मसाक्षात्कार हा शब्द कळू शकेल पण त्याची रोकडी प्रचिती येऊ शकणार नाही. श्रद्धेशिवाय बुद्धीच्या पातळीवरचं काही अध्यात्मज्ञान मिळवता येईल. पण आत्मस्वरूपाचा जो सूक्ष्मतिसूक्ष्म भाग, त्याचा अनुभव येणार नाही. निश्चय ही अशी गोष्ट आहे की सर्व निराशा, वैफल्य यांच्या पलीकडे ती घेऊन जाते.

निश्चय करण्यामुळे इच्छाशक्ती बळकट होते. आंतरिक जगतात आणि बाह्य जगतात यशस्वी होण्यासाठी इच्छाशक्ती लागते. शास्त्रांत म्हटलं आहे की संकल्प शक्तीसाठी अशक्य नावाची गोष्टच नाही. जगातल्या थोर नेत्यांनी जी महान कार्यं केली त्यामागे त्यांची पोलादी इच्छाशक्ती होती. या बळानेच असा नेता म्हणतो, ‘‘मी हे करीन. मला हे केलंच पाहिजे. हे करण्यासाठी आवश्यक ती सगळी साधनं माझ्याकडं आहेत.’’ अशाप्रकारे ही इच्छाशक्ती बलवत्तर राहिली, तिच्यात दुर्बलता आली नाही तर ईप्सित ध्येयापर्यंत मनुष्य जातोच जातो.

माझ्या गुरुदेवांना समिधा समर्पण

मी माझ्या गुरुदेवांना काय समर्पण केलं? वयाच्या पंधराव्या वर्षी माझी दुसरी दीक्षा झाली. त्या वेळी माझ्याजवळ काहीही नव्हतं. माझ्या मनात आलं, 'सगळे श्रीमंत लोक फळांच्या करंड्या, फुलं आणि दक्षिणा गुरुदेवांना अर्पण करतात. माझ्याजवळ तर त्यांना देण्यासारखं काहीच नाही.'

मी गुरुदेवांना विचारलं, 'गुरुदेव मी आपल्याला काय अर्पण करू?' ते म्हणाले, 'आण एक लाकडाची मोळी.'

मी विचार केला, ''कोणी आपल्या गुरूंना लाकडाची मोळी दिली तर ते त्याला ठोकूनच काढतील.'' पण तरी गुरुदेव म्हणाल्याप्रमाणे मी त्यांना मोळीच दिली. ते म्हणाले, 'तुझं चित्त, अंत:करण आणि प्राणांसह मला ही भेट दे.'

मी त्यांच्याकडे पाहिलं आणि मनात म्हटलं, 'हे चांगले ज्ञानी आहेत आणि आज असं का बोलताहेत?'

ते म्हणाले, 'तुझं अंत:करण आणि प्राण हीच मला समर्पण करण्यासाठी सर्वश्रेष्ठ गोष्ट आहे. लोक मला सोनं, चांदी, जमीनजुमला, घरं देऊ करतात. पण माझ्या दृष्टीनं त्यांची काहीही किंमत नाही.' माझ्या गुरुदेवांनी मला समजावून सांगितलं की, विशिष्ट वृक्षांच्या वाळलेल्या फांद्यांना समिधा म्हणतात. ज्याला आत्मज्ञान प्राप्त करून घ्यायचं आहे त्यानं समिधा हातात घेऊन लीनभावानं गुरूंकडे जायचं असतं. समिधा अर्पण करण्याचा अर्थ असा की ज्ञानाच्या अग्नीमध्ये माझ्यातील नकारात्मक गोष्टींना भस्म करा आणि माझ्या भूतकाळापासून मला मुक्त करा.

गुरुदेव म्हणाले, 'तू दिलेल्या या समिधा मी अग्नीत घालीन म्हणजे तुझ्या साधनेत तुझ्या पूर्वकर्मांची अडचण होणार नाही. आता भूतकाळात रेंगाळू नकोस. मी तुला नवा जन्म दिला आहे. आता वर्तमानकाळात जग आणि प्रकाशपथाचा यात्रिक हो.'

कित्येक लोक भूतकाळाबद्दलच विचार करत राहातात. त्यांना वर्तमानकाळात जगता येत नाही. हेच त्यांच्या दु:खाचं मूळ असतं.

एकाकिता

मला कधीच एकाकी वाटत नाही. ज्याला स्वत:च्या अंतर्यामीच्या पूर्णतेची जाण नसते त्याला एकाकीपणाचं भय वाटतं. आपण कुठल्या ना कुठल्या बाह्य गोष्टींवर अवलंबून असतो. कारण अंतर्यामी जे चैतन्य, जी परमात्मसत्ता वास करून आहे तिची आपल्याला ओळख नसते. आत्मसाक्षात्कार म्हणजे दुसरं तिसरं काही नसून आपल्या अंतर्यामीच्या पूर्णतेचा शोध आहे. तुम्ही मुळातच पूर्ण आहात. बाहेरच्या कुठल्याही गोष्टींची तुम्हाला पूर्णत्वाला पोहोचण्यासाठी आवश्यकता नाही. तुमच्या भोवती कशीही का परिस्थिती असेना, तुम्हाला एकाकी वाटता कामा नये.

एकदा मी आमच्या हिमालयाच्या गुहेच्या बाहेर उभा होतो. माझं वय त्या वेळी सोळा वर्षांचं होतं. मला दिसलं की दूरवरून काही लोक आमच्या गुहेच्या दिशेनं येत आहेत. तो भारतातील एका संस्थानाचा राजपुत्र होता आणि बाकी लोक त्याच्या समवेतचे होते. त्याचा सचिव, त्याचे संरक्षक वगैरे होते. राजपुत्र माझ्याकडे आला आणि उद्धटपणे म्हणाला, 'ए ब्रह्मचारी, मी तुझ्या गुरूला भेटायला आलो आहे!'

मीही त्याच्याच सुरात त्याला उत्तर दिलं, 'तुमची आणि त्यांची भेट होऊ शकणार नाही.'

राजपुत्राचे सचिव म्हणाले, 'तुला कळतंय का तू कोणाशी बोलतो आहेस ते?'

मी म्हणालो, 'मला त्याची पर्वा नाही. मी या गुहेचा रक्षक आहे. तुम्ही इथून निघून जा.' ते नंतरही अनेक वेळा माझ्या गुरुदेवांना भेटायला आले पण मी त्यांची भेट होऊ दिली नाही. माझ्या गुरुदेवांच्या ध्यानात कशानंच व्यत्यय मी येऊ देणार नव्हतो आणि असल्या उद्धट लोकांमुळे तर खासच नाही! मी गुरुदेवांना म्हणत असे, 'हे श्रीमंत लोक इतक्या दुरून-दुरून येतात. पण तुम्हाला त्यांची भेट घेणं रुचत नाही. असं चांगलं का?' गुरुदेव हसत आणि म्हणत, 'माझा परममित्र माझ्या आतच राहातो. मग या लोकांची भेट मी का घेऊ? हे लोक काही तळमळीचे साधक नाहीत. त्यांना काहीतरी संसारातलंच मागायचं असतं. कोणाला मूल हवं, तर कोणाला बढती हवी! त्यांना अध्यात्माची काही चव नाही. मग मी त्यांना भेटावं असं तू का म्हणतोस?'

ज्या वेळी राजपुत्राला कळलं की तो किती बडा माणूस आहे याच्याशी मला काही कर्तव्य नाही, त्या वेळी त्याची वृत्ती बदलली. तो नम्रपणे म्हणाला, 'ब्रह्मचारीजी, आपल्या गुरुदेवांचं दर्शन मला मिळू शकेल का?' मग मी त्याला गुरुदेवांकडे घेऊन गेलो. माझे गुरुदेव गुहेत स्वस्थ बसले होते.

राजपुत्राला आपण कसे नम्र आहोत नि पाश्चात्त्य रीतीरिवाज आपल्यात कसे मुरलेले आहेत हे दाखवायचं होतं. तो म्हणाला, 'महाराज आपण अगदी एकाकी दिसता.' यावर गुरुदेव म्हणाले, 'होय, तुम्ही आलात ना म्हणून. तुम्ही येण्यापूर्वी मी माझ्या हृदयात राहाणाऱ्या परममित्राच्या सहवासात आनंदात होतो. पण तुम्ही आल्यामुळे मला (मित्राच्या अभावी) एकाकी वाटत आहे.'

हे खरोखर सत्य आहे की आपल्या आत्म्याशी सख्य हे जीवनातलं परमसत्य. ज्यांना आत्म्याचा लाभ झाला ते कधीच एकाकी असू शकत नाहीत. कोणाच्या अभावानं आपल्याला एकाकीपणा जाणवतो? जे म्हणतात की आमचं तुमच्यावर प्रेम आहे किंवा आपल्याला ज्यांच्याबद्दल वाटतं की आपलं यांच्यावर प्रेम आहे ते. त्यांच्यावर आपण अवलंबून असतो आणि ते नसले की आपल्याला एकटेपणा जाणवतो. ज्या वेळी आपल्याला अंतर्यामीच्या आत्म्याचं ज्ञान होतं तेव्हा आपण बाह्य गोष्टींवर अवलंबून राहात नाही. इतर व्यक्तींशी असलेल्या नातेसंबंधांवर भरवसून राहाणं हे अज्ञानाचं लक्षण आहे. हे अज्ञान दूर केलं पाहिजे. जीवन जगणं म्हणजे परस्परसंबंधात राहाणं. ते अगदी अटळ आहे. पण ज्यांनी अंतरात्म्याशी मैत्री केली ते सर्वांवर प्रेम करतात. पण कोणावरच अवलंबून नसतात. त्यांना कधीही एकटेपणा जाणवत नाही. एकाकीपणा हा एक आजार

उंच पर्वतातील लाकडी ओंडक्यांचा आश्रम

आहे. आत्मसत्तेचं अस्तित्व सदैव जागवणं याचाच अर्थ एकटेपणाचा आनंद अनुभवता येणं.

राजपुत्रानं माझ्या गुरुदेवांकडून ही महत्त्वाची गोष्ट समजून घेतली आणि त्यावर तो चिंतन करू लागला. मग त्यानं ध्यानाचा अभ्यास सुरू केला. प्रत्येकाला त्यानं स्वत:च निर्माण केलेल्या दु:खामधून-एकटेपणातून मुक्त होणं शक्य असतं आणि जीवनाचा निखळ आनंद अनुभवता येतो हे त्या राजपुत्राला कळलं.

मायेचा विराट पडदा

एक दिवस मी माझ्या गुरुदेवांना म्हणालो, 'गुरुदेव, मी असं ऐकलं आहे की अविद्या आणि माया या एकच आहेत. पण माया म्हणजे काय?'

गुरुदेव नेहमी प्रत्यक्ष उदाहरणानं प्रत्येक गोष्ट समजावून देत. ते म्हणाले, 'उद्या सकाळी मी तुला दाखवतो की माया म्हणजे काय.'

त्या रात्री मला झोप आली नाही. मी स्वत:शी म्हणत होतो, 'उद्या मी मायेला भेटणार आहे.'

दुसऱ्या दिवशी सकाळी आम्ही नित्याप्रमाणं आह्निक आवरलं. मग आम्ही गंगेकडे स्नानासाठी निघालो. मग मला वाटलं की मायेला पाहाण्याच्या उत्सुकतेनं.. मायेवरचा पडदा दूर होणार या जिज्ञासेनं मी इतका वेडावलो आहे की आज मला ध्यान शक्य नाही.

आम्ही गंगेहून परत येत असताना एक वाढलेल्या झाडाचा बुंधा आम्हाला दिसला. गुरुदेव अगदी धावत धावत गेले आणि त्या बुंध्याला त्यांनी घट्ट मिठी मारली. इतक्या जलद धावताना मी त्यांना कधी पाहिलं नव्हतं.

त्यांनी मला हाक मारली, 'तू माझा शिष्य आहेस ना? मग मला मदत कर.'

मी म्हणालो, 'काहीतरीच काय बोलता? तुम्ही आजवर कितीतरी लोकांचे सहाय्यकर्ते झाला आहात आणि माझ्या मदतीची तुम्हाला काय गरज? काय झालंय आज तुम्हाला?' मला त्या बुंध्याजवळ जायची भीती वाटत होती. मला पण तो बुंधा पकडून ठेवील की काय असं वाटत होतं. मी विचार केला, 'या झाडानं मलाही पकडलं तर काय! कोणीतरी मोकळं असायला हवं ना?'

पुन्हा एकदा गुरुदेव ओरडले, 'अरे धाव! मला मदत कर. माझे पाय धर आणि या बुंध्यापासून मला ओढून काढ.' आत्ता मात्र मी जीव तोडून प्रयत्न करायला लागलो. पण मी त्यांना झाडाच्या बुंध्यापासून दूर करू शकलो नाही.

गुरुदेव पुन्हा म्हणाले, 'अरे, या झाडाच्या बुंध्याला मी जखडला गेलो आहे रे.' पुन्हा मी निकरानं प्रयत्न केला. पण व्यर्थ!

शेवटी मी माझा प्रयत्न थांबवला आणि गुरुदेवांना म्हणालो, 'हे कसं शक्य आहे?

झाडाच्या बुंध्याची सत्ता तुमच्यावर कशी चालेल? तुमचं हे काय चाललं आहे?'

त्यावर गुरुदेव हसू लागले. ते म्हणाले, 'अरे बाबा, हीच माया आहे!.'

गुरुदेवांनी मला शंकराचार्यांनी वर्णन केलेल्या अनादि विद्येबद्दल सांगितलं. ते म्हणाले, 'अविद्या म्हणजे अज्ञान. व्यक्तीचं अज्ञान. माया म्हणजे व्यक्तीचा भ्रम आणि विश्वाचा भ्रम. 'मा' म्हणजे 'नाही', 'या' म्हणजे 'जी', जी मुळातच अस्तित्वातच नाही ती माया. परंतु ती मृगजळाप्रमाणं असल्यासारखी भासते.

काही तज्ज्ञ म्हणतात की माया हा विश्वभ्रम आहे. परंतु माया ही विश्वाची जननी आहे. तंत्रशास्त्रात माया ही वैश्विक शक्ती मानलेली आहे आणि प्रत्येक जीवाच्या ठायी ती कुंडलिनी म्हणून राहात असते. ज्या वेळी आपण अद्वैताचं ध्यान करतो त्या वेळी कुंडलिनी नावाची सुप्त शक्ती जागृत होते आणि चेतनेच्या मस्तकातील केंद्रापर्यंत प्रवास करते. या शक्तीचं जागरण झालं की चेतनेचं श्रेष्ठ स्तर अनुभवता येतात. ज्यांच्यात ती कुंडलिनी जागृत नसते ते अज्ञानी आणि पशुवत जीवन जगणारे राहातात.'

मायेविषयीच्या विविध तत्त्वज्ञान शास्त्रांच्या भूमिका सांगून गुरुदेव म्हणाले, 'जे अस्तित्वात नाही ते अस्तित्वात आहे, असं आपण तनमनधनपूर्वक मानतो. त्या भ्रमाला माया म्हणतात. अशुभ शक्ती, राक्षस, पापयोनी, अविद्या वा माया यांच्यावर विचार करू नये. नाहीतर तुला चिंता आणि ताण होईल. काही अध्यात्मसाधक स्वत:ची प्रगती वेगानं होत नाही यासाठी जगाला दोषी धरतात. त्यामुळं साधनेत अडथळे निर्माण होतात. आपल्याला स्वत:चं सत्यस्वरूप, ईश्वरस्वरूप कळत नाही याचं कारण आपल्या जवळ प्रामाणिकपणा, तळमळ, श्रद्धा आणि सत्यविद्या यांचा अभाव असतो. आपण आपल्या दुर्बलता जगावर आरोपित करतो आणि म्हणतो की जगातल्या अमुक अमुक गोष्टी माझ्या साधनेत अडसर बनून राहिल्या आहेत.'

गुरुदेव मला म्हणाले, 'निर्लेपतेचा भाव दृढ कर. स्वत:च्या मनोव्यापाराचं तटस्थतेनं निरीक्षण करायची सवय लावून घे. आसक्तीमुळे मनुष्य बंधनात खोलवर अडकतो. आसक्ती आपल्याला दुर्बल करते, आपल्या डोळ्यांवर अज्ञानाचा पडदा घालते आणि सत्याचं स्वरूप पाहाणं आपल्याला अशक्य करून टाकते. मायेची मुळं आसक्तीत खोलवर रुतलेली आहेत. जेव्हा आपण एखाद्या गोष्टीवर आसक्त होतो आणि ती प्राप्त करण्याची उत्कट इच्छा आपल्याला घेरून टाकते. तो मायेचा उगम होय. ज्यांनी आसक्तीचा त्याग केला आहे आणि आपल्या इच्छेचा मोहरा आपल्या आध्यात्मिक प्रगतीकडे लावला आहे ते मायेच्या-भ्रमाच्या पाशातून मुक्त होतात. जेवढी आसक्ती कमी तेवढी आंतरिक शक्ती जास्त, जेवढी आंतरिक शक्ती जास्त तेवढं आपण आत्मसाक्षात्काराच्या ध्येयाच्या जवळ पोहोचतो. मर्त्यत्वाच्या पातळीवरून अमृतत्वाकडे उड्डाण करणाऱ्या पक्ष्याचे अभ्यास आणि वैराग्य हे दोन पंख आहेत. अभ्यास म्हणजे शाश्वत परमात्मसत्तेची सदैव जाणीव आणि वैराग्य म्हणजे अनासक्ती. जे या पंखांना मायाभ्रमाने कापून टाकत नाहीत ते पूर्णत्वाला पोहोचतात.

'पुष्कळांना आसक्ती आणि प्रेम यांच्यातला फरक कळत नाही. आसक्तीत स्वार्थ

असतो. स्वत:च्याच सुखाचा विचार असतो आणि प्रेमाचा दुरुपयोग असतो. आसक्तीत स्वामित्वभावना असते आणि आपल्या हव्या असलेल्या वस्तू मिळवण्याची धडपड असते. आसक्ती बंध उत्पन्न करते. प्रेम व्यक्तीला मुक्त करतं. योगी जेव्हा आसक्तीबद्दल बोलतात तेव्हा ते इतरांविषयी भावशून्यता म्हणत नसतात. ते सच्च्या आणि नि:स्वार्थ प्रेमाबद्दल बोलत असतात. अनासक्ती हे खरं तर प्रेमाचंच दुसरं नाव आहे. संसारात राहाणारे लोक आणि संन्यासी लोक दोघेही अनासक्तियोगाची किंवा प्रेमयोगाची साधना करू शकतात.'

गंगेच्या त्या वालुकामय तीरावर उभा राहून मी हे शिकलो की भ्रम हा आपण स्वत:च निर्माण केलेला असतो. माझ्या गुरुदेवांनी मला जाणीव करून दिली की विश्वभ्रम हा काय आहे आणि आत्मसाक्षात्काराच्या मार्गात आपणच भ्रमाचे अडसर कसे निर्माण करतो!

कटु सत्य, मधुर परिणाम

मला आठवतं की मी एकदा गुरुदेवांबरोबर प्रवास करीत होतो. एका गावातला स्टेशनमास्तर आम्ही चालत असताना आम्हाला भेटला आणि म्हणाला, 'महाराज, आपण मला काहीतरी साधना सांगा. मी ती निष्ठेनं करेन.'

माझे गुरुदेव म्हणाले, 'अरे याला काहीतरी साधना सांग.'

मी म्हणालो, 'उगाच एका मूर्खानं दुसऱ्याची दिशाभूल कशाला करायची? तुम्हीच सांगा ना त्याला काहीतरी!'

गुरुदेव त्याला म्हणाले, 'आजपासून खोटं बोलायचं नाही. हा नियम पुढचे तीन महिने पाळ.' रेल्वेचे बहुतेक कर्मचारी अप्रामाणिक असतात आणि लाच खातात. पण या माणसानं ठरवलं की तो लाच घेणार नाही आणि खोटं बोलणार नाही.

नेमके त्याच आठवड्यात त्यांच्या मुख्य कार्यालयाचे पर्यवेक्षक या माणसाच्या कार्यालयाची तपासणी करायला आले. ते हेतुपूर्वक जे प्रश्न विचारत होते त्याची प्रामाणिक उत्तरं या स्टेशनमास्तरने दिली. त्यामुळे तो आणि त्याचे सहकारी भ्रष्टाचार करत आहे असं उघड झालं. स्टेशनमास्तरसह त्याच्या सर्व लाच खाणाऱ्या सहकाऱ्यांवर खटला दाखल केला गेला. स्टेशनमास्तर स्वत:शी म्हणाला, 'गुरुदेवांच्या सांगण्यानुसार फक्त तेरा दिवस खोटं बोललो नाही, खरं बोललो तर एवढ्या संकटात सापडलो. आता तीन महिने कसे निभायचे देव जाणे!'

त्याची बायको मुलांसह त्याला सोडून गेली. पत्त्यांचा बंगला कोसळावा तसा त्याचा संसार महिन्याभरात कोसळला.

त्या दिवशी स्टेशनमास्तर अत्यंत दु:ख करत होता. आम्ही त्याच्यापासून तीनशे मैल दूर नर्मदा तीरावर होतो. माझे गुरुदेव एका झाडाखाली आराम करत होते. एकाएकी ते हसू लागले. ते म्हणाले, 'ज्या माणसाला मी सांगितलं होतं की खोटं बोलू नको तो आज तुरुंगात आहे.' मी म्हणालो, 'मग तुम्ही हसताय का?' ते म्हणाले, 'मी त्या माणसाला हसत नाही. जगाच्या मूर्खपणाला हसतो आहे.'

त्या स्टेशनमास्तरच्या कार्यालयातील बारा कर्मचारी एकत्र आले. तो सत्य बोलत

होता पण त्यांनी एकमतानं सांगितलं की हा खोटं बोलतो आहे. स्टेशनमास्तरला एकट्यालाच लाच घेतल्याबद्दल शिक्षा झाली. बाकी सर्व सुटले.

जेव्हा स्टेशनमास्तर कोर्टात आरोपी म्हणून उभा राहिला तेव्हा न्यायाधिशांनी विचारलं, 'तुझे वकील कुठे आहेत?'

स्टेशनमास्तर म्हणाला, 'मला वकील नको.'

न्यायाधीश म्हणाले, 'तुला कोणाची मदत नको आहे का?'

त्यावर तो म्हणाला, 'नाही. मला वकील नको आहे. मी सत्यच बोलणार आहे. तुम्ही मला कितीही वर्षं तुरुंगात ठेवलंत तरी चालेल. मी खोटं बोलणार नाही. मी इतर कर्मचाऱ्यांबरोबर भ्रष्टाचाराचा पैसा वाटून घेत होतो. मग मला एक महात्मा भेटले. ते मला म्हणाले की, काय वाटेल ते होऊ दे पण खोटेपणानं वागू नको. माझी बायको-मुलं मला सोडून गेली. माझी नोकरी सुटली. माझ्याजवळ पैसा नाही. मला कोणी मित्र नाहीत. मी तुरुंगात आहे. एका महिन्यात एवढ्या सगळ्या घडामोडी झाल्या. मला अजून दोन महिने सत्याची परीक्षा घ्यायची आहे. कायकाय होतं मला बघू दे. महाराज, आपण मला कैदेची शिक्षा द्या. मला त्याची पर्वा नाही.'

न्यायाधीशांनी कोर्टाला स्थगिती दिली. त्या माणसाला आपल्या कक्षात बोलावलं आणि विचारलं, 'ज्या महात्म्यांनी तुला खोटं बोलू नकोस म्हणून सांगितलं त्या महात्म्याचं नाव काय?' स्टेशनमास्तरनं नाव नाही पण वर्णन सांगितलं. ते अर्थात माझ्या गुरुदेवांचं होतं. योगायोगानं ते न्यायाधीश माझ्या गुरुदेवांचेच शिष्य होते. त्यांनी या माणसाला सोडून दिलं आणि म्हणाले, 'तू योग्य मार्गावर आहेस. हा सत्याचा मार्ग सोडू नकोस. मलाही तसंच करता आलं असतं तर बरं झालं असतं.'

तीन महिन्यानंतर तो मनुष्य निष्कांचन, निर्धन झालेला होता. बरोबर तीन महिन्यानंतर तो एका झाडाखाली बसला होता. तिथं त्याला एक तार मिळाली 'तुमच्या वडिलांची बरीच मोठी जमीन शासनानं ताब्यात घेतली आहे. भरपाई म्हणून तुम्हाला एक दशलक्ष रुपये देण्यात येणार आहेत.' त्यानं जाऊन ती रक्कम ताब्यात घेतली. ती जमीन दुसऱ्या प्रांतात होती आणि आपल्या वडिलांची अशी जमीन असल्याचं त्या स्टेशनमास्तरला माहीत नव्हतं.

त्याच्या मनात आलं, 'सत्य बोलायला लागून आता तीन महिने झाले आणि मला इतका लाभ झालेला आहे.' त्यानं ती रक्कम बायकोला आणि मुलांना दिली. ते म्हणाले, 'आम्हाला खूप आनंद झाला आहे. आम्ही तुमच्याकडे परत येतो.'

स्टेशनमास्तर म्हणाला, 'नको, सत्यभाषण आणि सत्यवर्तन करण्याचा एवढा लाभ मला तीन महिन्यात दिसला. आता माझ्या उर्वरित आयुष्यात मी सत्यानं वागलो तर काय होतं हे मला पाहायचं आहे.'

सत्य हेच मनुष्यजीवनाचं अंतिम ध्येय आहे. मनानं, वाणीनं, कृतीनं असत्याचा त्याग केला तर ते अंतिम ध्येय प्राप्त होऊ शकेल. आपली सद्सद्विवेक बुद्धीच आपल्याला खरं मार्गदर्शन करते. तिच्याविरुद्ध काही करू नये. तिच्या प्रकाशात चालावं.

इतरांना सांगता नि मला मात्र वगळता

एक दिवस मी माझ्या गुरुदेवांना म्हटलं, 'तुम्ही माझी फसवणूक करत आहात.' आपल्या स्वत:मध्ये उणिवा असतात. पण अहंकारामुळे दोष मात्र आपण दुसऱ्याला देतो.

गुरुदेव म्हणाले, 'काय झालं?'

मी म्हणालो, 'तुम्हाला वाटतं की मी कुकुलं बाळच आहे. म्हणून तुम्ही महत्त्वाच्या गोष्टी माझ्यापासून लपवून ठेवता.'

गुरुदेव म्हणाले, 'सांग बघू मी तुझ्यापासून काय लपवलंय ते?'

मी उत्तरलो, 'तुम्ही मला देवाचं दर्शन घडवून देत नाही. कदाचित तुम्ही देवाबद्दल सांगू शकत असाल. पण प्रत्यक्ष दाखवू शकत नसाल. तर तुमच्या शक्तीला मर्यादा आहेत हे तुम्ही कबूल केलं पाहिजे.'

गुरुदेव म्हणाले, 'मी तुला उद्या सकाळी देव दाखवीन.'

मी म्हटलं, 'अगदी नक्की का?'

ते म्हणाले, 'होय, अगदी नक्की... पण देव पाहाण्यासाठी तुझी तयारी आहे का?'

मी रोज झोपण्यापूर्वी ध्यान करीत असे. पण त्या रात्री मी इतका उत्तेजित झालो होतो की ध्यान करणं मला शक्य होईना. शिवाय मला वाटत होतं की एवीतेवी उद्या सकाळी देव दिसणारच आहे. मग ध्यान कशाला करायचं? मला रात्रभर उत्सुकतेपोटी झोप आली नाही.

सकाळी उठून मी माझ्या गुरुदेवांकडे गेलो. मी अंघोळसुद्धा केली नाही. 'गुरुदेव देवाचं दर्शन घडवणार आहेत. मग अंघोळ करण्यात कशाला वेळ घालवायचा?' असा मी विचार केला. तोंडावर थोडं पाणी मारलं. केस आवरले आणि गुरुदेवांकडे गेलो.

ते म्हणाले, 'असा आसनावर बैस.' मला वाटलं की हे आता मला देवाचं दर्शन घडवणार. मी काही फारसा विनम्र मुलगा नव्हतो. पण त्या दिवशी मला नम्रतेचं भरतं आलं. मी त्यांना अनेकवार प्रणाम केला. ते माझ्याकडं पाहात म्हणाले, 'हा काय चावटपणा चालला आहे? तुला झालंय तरी काय? एवढा प्रमाणाबाहेर भावुक का झाला आहेस?'

मी उत्तरलो, 'तुम्ही विसरलात की काय? तुम्ही मला देव दाखवणार आहात.'

ते म्हणाले, ‘ठीक आहे. तुला कसल्या प्रकारच्या देवाचं दर्शन घ्यायचं आहे?’

मी विचारलं, ‘म्हणजे त्यात प्रकार-बिकार असतात की काय?’

गुरुदेवांची विचारलं, ‘देवाबद्दल तुझी काय समजूत आहे? देवाची तुझी व्याख्या काय? मुळात मनात देवाबद्दलची काही निश्चित कल्पना नसतानाच लोक देव दाखवा, देव दाखवा असं म्हणत असतात. तुम्हाला एखाद्या गोष्टीचा शोध घ्यायचा आहे. पण नेमक्या कशाचा शोध आपल्याला घ्यायचा आहे हे जर स्पष्ट नसलं तर निव्वळ खटाटोप होईल. काहीच हाती लागणार नाही. मी तुला काहीतरी दाखवलं आणि हाच देव आहे असं म्हटलं तर तुझं समाधान होणार नाही. मी जर म्हटलं की तुझ्या आतच देव आहे, तरी तुला पटणार नाही. जर मी तुला देव दाखवला आणि तू म्हणालास की छे! हा कसला देव? मग मी काय करू? म्हणून तू तुझी देवाची कल्पना मला सांग. त्यानुसार मी तुला देवाचं दर्शन घडवीन.’

मी म्हणालो, ‘थोडं थांबा, मला विचार करायला वेळ द्या.’

गुरुदेव म्हणाले, ‘बाळा, देव तुझ्या विचाराच्या आवाक्यात येणार नाही. तू तुझ्या ध्यानाच्या आसनावर जाऊन बैस. ज्या वेळी तुझी तयारी होईल त्या वेळी मला सांग. तुला कुठल्याप्रकारे देवाचं दर्शन हवं आहे. याबाबत निश्चिती झाली की मला हाक मार. मी तुझ्याशी खोटं बोलत नाही. मी तुला देव दाखवीन. माझं कर्तव्यच आहे ते.’

मी आसनावर बसलो आणि देव कसा असेल याची कल्पना करू लागलो. मनुष्य देहाच्या आकृती पलीकडे माझी कल्पना पोहोचेना. वनस्पती विश्व, प्राणी विश्व, मानव विश्व अशा सर्व ठिकाणी माझं मन जाऊन आलं. माझ्या डोळ्यांसमोर मूर्ती आली एका रूपवान ज्ञानी महापुरुषाची, तो फार सामर्थ्यवान होता. मी स्वतःशी म्हणालो, ‘अरे, देव असाच दिसत असला पाहिजे.’ मग माझ्या लक्षात आलं की या विचाराला काही अर्थ नाही. जोवर माझ्या मनात स्पष्टता नाही तोवर मला देव कसा दिसेल?

शेवटी मी गुरुदेवांकडे गेलो आणि त्यांना म्हणालो, ‘दुःखातून जो आपली मुक्तता करतो आणि आनंद देतो असा देव दाखवा.’

गुरुदेव म्हणाले, ‘चित्ताचं संतुलन आणि शांती यामुळे दुःखाची निवृत्ती होते आणि आनंद लाभतो. पण ते संतुलन आणि शांती तुलाच मिळवावी लागेल.’

पुरेशी स्पष्टता नसेल तर देवाचा शोध घेणं अंधारात चाचपडण्यासारखं आहे. माझ्या ध्यानी आलं की मानवी मनाला मर्यादा आहेत. त्या मर्यादेतच त्याचं आकलन असतं. कोणाही मनुष्याला देव काय आहे ते सांगणं शक्य नाही किंवा त्याची मनानं कल्पना करू शकणार नाही. फार तर आपण असं म्हणू शकू की देव म्हणजे सत्य, देव म्हणजे शाश्वत सत्ता, चिरंतन प्रेमाचा स्रोत आहे. हे विश्व म्हणजे त्याचाच आविष्कार आहे. परंतु या सर्व अमूर्त कल्पना, देव पाहाण्याची इच्छा करणाऱ्या मानवी मनाचं समाधान करू शकत नाहीत. पण मग देव पाहायचा म्हणजे काय? ज्यांचा विश्वास आहे की देव ही कोणी समूर्त व्यक्ती आहे त्यांना तशा प्रकारची दर्शनं होऊ शकतात. पण खरं सांगायचं तर मानवी डोळ्यांनी देव पाहाणं अशक्य आहे. आपल्या स्वतःच्या अंतर्यामीच्या आणि

सर्वांतर्यामी असलेल्या आत्म्याचा अनुभव म्हणजे देवाचा साक्षात्कार.

ज्या वेळी एखाद्या साधकाला वाटतं की मला देव पाहायचा आहे. पण माझे गुरू तो मला दाखवत नाहीत, माझे गुरू मला जे हवं आहे ते देत नाहीत; त्या वेळी त्यानं हे लक्षात ठेवलं पाहिजे की ते गुरूंचं कर्तव्य नाही. गुरूंकडून आपण अवाजवी अपेक्षा तर करत नाही ना याचा विचार करावा. गुरूंकडे मागत बसण्यापेक्षा आपल्या आत योग्य ते परिवर्तन होत आहे की नाही ते पाहावं. देव आपल्या अंतर्यामीच आहे. पण त्याची रोकडी अनुभूती आल्याशिवाय तो कळत नाही. कोणीही कोणाला देव दाखवू शकत नाही. तो अनुभव ज्याचा त्यालाच घ्यावा लागतो. स्वतंत्रपणे त्याला स्वत:मधल्या आत्म्याची अनुभूती घ्यावी लागते म्हणजे मग सर्वांच्या ठायी असलेल्या परमात्म्याची अनुभूती त्याला येते. अज्ञानामुळे साधकाला वाटतं की देव ही एक व्यक्ती आहे. बाहेरच्या जगात ज्या व्यक्ती दिसतात त्यांच्याप्रमाणेच तो देवाला कल्पू लागतो. पण ते दर्शन सत्य नाही. ज्या वेळी त्याला कळतं की सत्य हेच परब्रह्म, देव आहे आणि वाणीनं, मनानं, कायेनं तो सत्याचं आचरण करू लागतो. तेव्हा देवाच्या स्वरूपाविषयीचं त्यांचं अज्ञान नष्ट होतं आणि त्याला सत्याचा म्हणजेच परब्रह्माचा म्हणजेच दैवाचा साक्षात्कार होतो.

शिस्त पाहिजेच!

मी रामगढच्या अरण्यात नेहमी जात असे कारण तिथं 'नान्तिन बाबा' राहायचे. त्यांच्याशी माझी मैत्री होती. नान्तिन म्हणजे बालक. ते वयाच्या सहाव्या वर्षापासून साधना करत होते म्हणून त्यांना नान्तिन बाबा म्हणायचे. ते संन्यासी असले तरी अवखळ होते. आम्ही गावामधल्या घरांमध्ये चोरून शिरायचो. जे मिळेल त्यावर ताव मारायचो आणि हळूच अरण्यात पळून जायचो. आमच्याविषयी गावातल्या लोकांना गूढ वाटे. कोणी म्हणत हे देवाचे अवतार आहेत तर कोणाला वाटे की ही मुलं म्हणजे भूतं आहेत!

त्या भागात नैनीतालच्या श्रीमंत लोकांच्या सफरचंदांच्या बागा होत्या. एक दिवस आम्ही आमचं राहाण्याचं ठिकाण सोडून एका झऱ्याच्या जवळ राहायला गेलो. तो झरा सफरचंदांच्या बागेतून वाहात असे. सायंकाळी आम्ही सरपण गोळा केलं. जंगल अधिकारी कुठे आग दिसली तर धावून जात. म्हणून आम्ही बागेतच जाळ केला. बागेच्या मालकाला वाटलं आम्ही सोनेरी सफरचंद आणि काही दुर्मिळ जातीची सफरचंदं चोरायला आलो आहोत. त्यानं आम्हाला पाहिलं होतं. तो फार चिक्कू-कंजूस होता. इतर बागायतदार जमिनीवर पडलेली सफरचंदं घ्यायला देत पण हा तेवढीसुद्धा सफरचंदं हातची जाऊ देत नसे. आम्हाला पाहून त्यानं रक्षकांना बांबूच्या काठ्या घेऊन बोलावलं. पाच माणसं आम्हाला मारायला काठ्या सरसावून आली. पण जवळ आल्यावर त्यांच्या लक्षात आलं की आम्ही चोर नव्हतो तर अरण्यात राहाणारे योगी होतो.

तीन महिन्यांनी मी जेव्हा गुरुदेवांकडे गेलो तेव्हा ते म्हणाले, 'तू मूर्खासारखं वागून मला अडचणीत आणतोस.'

मी म्हटलं, 'मी काहीही केलं नाहीये.'

पण ते पुढे म्हणाले, 'आई तान्ह्या मुलाला सांभाळते तसं तुला सांभाळायला लागतं. तू कधी मोठा होणार? कोणाच्या तरी मालकीच्या बागेत घुसायचं तुला काय कारण होतं?'

मी म्हणालो, 'जगातल्या सर्व गोष्टी देवाच्या आहेत. जे देवाची सेवा करतात त्यांनी त्या घ्यायला काय हरकत आहे?' यावर गुरुदेव म्हणाले, 'असं बोलणं म्हणजे शास्त्रांचा

हिमालयातील तोली गाव

सोयिस्कर अर्थ लावणं आहे. तुझा विचार नि वागणं दोन्ही सुधारायला हवं आहे.' त्यानंतर त्यांनी मला पुढील गोष्टी सांगितल्या.

१. अंतिम सत्ता (परब्रह्म) हे विश्वात सर्वत्र भरून आहे.

२. जगातल्या कुठल्याही गोष्टीविषयी मनात आसक्ती बाळगायची नाही. आध्यात्मिक प्रगतीसाठी ती साधनं आहेत हे जाणून घ्यायचं.

३. कोणाच्याही धनावर, मालमत्तेवर वा स्त्रीवर वासना जाऊ देऊ नये.

(मा गृध: कस्यस्विद् धनम्। – ईशावास्य उपनिषद)

गुरुदेव म्हणाले, 'उपनिषदांचं हे सांगणं तू विसरलास का? यापुढे तू जर संसारी माणसांना त्रास दिलास किंवा सामाजिकदृष्ट्या गुन्हा मानला जाईल अशी कोणती गोष्ट केलीस तर मी तुझ्याशी अजिबात बोलणार नाही.'

काही वेळा गुरुदेव माझ्याशी कट्टी करून (मौन धरून) मला शिक्षा करत. त्यांची नेहमीची सहज शांती आणि मला शिक्षा म्हणून असलेलं कठोर मौन यात फार फरक होता. त्यांच्या सहज मौनात खूप प्रेम आणि माझ्याविषयीचं वात्सल्य असे. पण या कठोर मौनात माझा धिक्कार असे. मला तो खूप जाणवे. मी त्या वेळी सोळा वर्षांचा होतो. अंगात शक्ती मुसमुसत होती. मी सदैव काहीतरी उपद्व्याप करी आणि त्यांना त्रास देई. ते म्हणत, 'बाबा, ही तुझी चूक नाही. पेरावं तसं उगवतं. माझ्या कर्माची फळं मी भोगतो आहे.' हे ऐकून मला फार दु:ख वाटे. मी त्यांना वचन देई की त्यांच्या आज्ञेबाहेर कधीही जाणार नाही. पण पुन्हा माझ्या व्रात्यपणाला सुरुवात होतच असे. काही वेळा समजूनउमजून मी बेजबाबदारपणे वागत असे. कधीकधी लक्ष नसल्यामुळे माझ्या हातून चुका होत. पण मी कितीही चुकीचा वागलो तरी या महात्म्यानं माझ्या चुका पोटात घालून माझ्यावर प्रेमच केलं.

मनुष्याला परिपक्वता आली की तो जीवनाविषयी विचार करू लागतो. आपली वाणी, विचार, कृती यांचे काय परिणाम होतील याविषयी जागृत होतो. आध्यात्मिक साधनेसाठी अखंड सावधानता लागते. अनुशासन हे बाहेरून लादलेलं असू नये. साधकांनी हे समजून घ्यावं की शिस्त आपल्या आध्यात्मिक प्रगतीसाठी आवश्यक आहे. ती जाणीवपूर्वक स्वीकारावी. लादलेली शिस्त फारशी उपयोगाची नाही. अमुक कर आणि अमुक करू नको. हे त्यातून कळेल. पण जीवन उमलतं कसं, स्वरूप उमगतं कसं हे त्यातून समजणार नाही.

शापामध्ये लपलेले आशीर्वाद

जेव्हाजेव्हा माझा अहंकार डोकं वर काढतो तेव्हातेव्हा मला हिसका बसतोच. हा माझा नेहमीचा अनुभव आहे.

माझे गुरुदेव सांगत होते, 'तू कितीही प्रयत्न कर पण जर तू तुझ्या अहंकाराला खतपाणी घातलंस, स्वार्थापोटी काही करायला गेलास तर तुला यश मिळणार नाही. हा माझा तुला शाप आहे.'

मी त्यांच्याकडे आश्चर्यानं पाहात राहिलो. काय म्हणताहेत हे?

ते पुढे म्हणाले, 'मी तुला असा वर देतो की जेव्हा तू नि:स्वार्थ बुद्धीनं, प्रेमानं, अहंकारविरहित वृत्तीनं काम करशील तेव्हा एक महाशक्ती तुझ्या पाठीशी उभी राहील आणि तुझ्या हातून उत्तम गोष्टी घडल्यावाचून राहाणार नाहीत.'

स्वार्थी माणूस सदैव स्वत:विषयी विचार करतो. स्वत:विषयी बोलतो. तो आत्मकेंद्रित असतो त्यामुळे दु:खी होतो. आत्मसाक्षात्काराकडे जायचा जवळचा मार्ग म्हणजे अहंकाराचा निरास करणं आणि त्या परमसत्तेपुढे पूर्णत: शरणागत होणं. संतमहात्म्यांचा सहवास आणि आपल्या अंतरात्म्याची जागती जाणीव यामुळं मायेची दलदल मनुष्य पार करून जातो. नि:स्वार्थतेमुळे अहंभावाची शुद्धी होते. अशुद्ध अहंभाव हा साधनेच्या आड येतो पण शुद्ध अहंभावामुळे आत्मा आणि अनात्मा यांच्यात फरक कळू शकतो. अहंकारी व्यक्तींची चेतना व्यापक विशाल होऊ शकत नाही. अहंकारामुळे जे स्वत:च्या भोवती संकुचित भिंती उभ्या करतात ते स्वत:साठी दु:खाच्या राशी निर्माण करतात. परंतु ज्यांना आपण आणि अन्य सर्व एकच आहोत अशी अद्वैत अनुभूती येते ते निर्भय आणि प्रसन्न असतात. जीवनाचा प्रत्येक क्षण ते आनंदात जगतात. असे जे नि:स्वार्थ, विनम्र आणि प्रेममय साधक असतात ते जगाचे परम हितकारी असतात.

भाग ३

रोकड्या प्रचितीचा मार्ग

ज्ञान विविध प्रकारे मिळू शकतं. पण प्रत्यक्ष अनुभूतीतून प्राप्त झालेलं ज्ञान हे सर्वश्रेष्ठ ज्ञान होय आणि त्याकडं नेणारा मार्ग हा सर्वश्रेष्ठ मार्ग होय. बाकी सर्व मार्ग अंशत: फल देणारे आहेत. आत्मसाक्षात्काराच्या मार्गावर शुद्धता, एकाग्रता आणि मनाचं नियंत्रण अत्यंत आवश्यक आहे. अशुद्ध मनाला भ्रमभास होतात. ते साधना मार्गातले अडथळे असतात. पण संस्कारित, अनुशासित मन हे अपरोक्ष – थेट अनुभूतीचं साधन असतं.

रोकडी प्रचिती हेच साधन

एकदा माझ्या गुरुदेवांनी मला समोर बसवून घेतलं. ते म्हणाले, 'तुझं काही शिक्षण झालं आहे का?'

मी त्यांच्याशी कशाही प्रकारे बोलत असे. गुरुदेव ही एक जागा अशी होती की जिथं मी मोकळंढाकळं, काय वाटेल ते बोलत असे. ते माझ्या मूर्खपणाला हसत असत. आताच्या प्रश्नाला मी उत्तर दिलं, 'अर्थातच माझं शिक्षण झालं आहे.'

गुरुदेवांनी विचारलं, "अस्सं? तू काय शिकलास नि तुला कोणी शिकवलं ते सांग बघू? आपली आई पहिली शिक्षिका असते. मग वडील, मग भाऊ-बहिणी, मग आपण खेळातल्या सवंगड्यांकडून शिकतो. शाळेतल्या शिक्षकांकडून शिकतो. मग ग्रंथाच्या लेखकांकडून शिकतो. तुम्ही किती का शिकलेले असा ना, कोणाच्या तरी मदतीशिवाय शिक्षण होत नाही. तुमच्याजवळ जे शिक्षणाचं संचित आहे ते इतरांकडून मिळालेलं आहे. आणि ज्यांच्याकडून तुम्ही शिकलात त्यांना कोणी बरं शिकवलं? तेसुद्धा आणखी कोणाकडून तरी शिकले. असं सगळं असून तू स्वतःचं शिक्षण झालंय, तू पंडित झाला आहेस असं कसं म्हणतोस? मला तुझी दया येते, कारण तू स्वतंत्रपणे काही शिकलेला नाहीस. तरी तुझं शिक्षण झालं आहे म्हणतोस. याचा अर्थ स्वतंत्रपणे शिकण्यासारखं जगात काही आहे हे तुला माहीतच नाही. इतरांच्या कल्पना या आपल्या कल्पना आहेत असं तू समजून चाललेला आहेस."

मी म्हणालो, 'जरा थांबा. तुम्ही काय म्हणता आहात त्यावर मला विचार करू द्या.' खरोखर मी जे शिकलो होतो ते सारं दुसऱ्यांचं होतं. त्यात माझं काहीच नव्हतं. ही गोष्ट धक्कादायक होती. तुम्ही स्वतःला माझ्या जागी उभं करून बघा. तुम्हालाही ही गोष्ट धक्कादायक वाटेल. ज्या ज्ञानावर आपण भरवसून चाललेलो असतो ते आपलं नसतंच. त्यामुळे त्याचा कितीही संग्रह केला तरी मनाला समाधान वाटत नाही. संपूर्ण ग्रंथालय तुम्हाला तोंडपाठ असलं तरीही समाधान वाटणार नाही.

'मग मला खऱ्या ज्ञानाची प्राप्ती कशी होईल?' मी विचारलं.

त्यावर गुरुदेव म्हणाले, 'बाहेरून आपल्याला जे ज्ञान मिळालं त्याबाबत आपण

प्रयोग करायचे असतात. सत्याचा आपण थेट अनुभव घ्यायला पाहिजे. मग आपली ज्ञानसाधना निर्णायक आणि आनंदाची झाली असं म्हणता येईल. प्रत्यक्ष प्रचितीविना सर्व ज्ञान व्यर्थ आहे. अप्रत्यक्ष ज्ञानानं माहिती मिळते, समाधान मिळत नाही. सत्याचा प्रत्यक्ष साक्षात्कार व्हावा म्हणून भूतकाळात अनेक महात्म्यांनी भगीरथ प्रयत्न केले. इतरांची मतं जाणून त्यांचं समाधान झालं नाही. सनातनी आणि पोथीनिष्ठ लोकांनी त्यांचा छळ केला. त्यांना सुळी दिलं कारण ते वेगळा विचार मांडत होते. पण या कशानंही ते डगमगले नाहीत.'

हे ऐकल्यापासून मी गुरुदेवांचा उपदेश प्रत्यक्षात आणण्याचा प्रयत्न करू लागलो. ज्ञानाच्या खरेपणाची कसोटी त्याच्या प्रत्यक्ष अनुभवात असते हे माझ्या ध्यानी आलं. आपण आपल्याला झालेलं ज्ञान तपासून घेण्यासाठी मित्रांकडे जातो. आपल्याला वाटतं की त्यांनी म्हणावं, 'होय तू म्हणतोस ते बरोबर आहे.' पण मित्रांची मतं ही सत्याची कसोटी होऊ शकत नाही. पुस्तकातून जे वाचतो त्यावरही आपल्याला गवसलेलं सत्य पारखून घेता येत नाही. आध्यात्मिक सत्यासाठी बाहेरच्या कोणाचीही साक्ष काढण्याची आवश्यकता नाही. जोवर तुमच्या मनात शंका आहे तोवर तुम्हाला सत्य ज्ञात झालेलं नाही. अपरोक्ष अनुभूती – रोकडी स्वयंप्रचितीच सत्य ज्ञानाच्या उगमाकडे आपल्याला घेऊन जाते.

सत्य ज्ञानानं दुःख दूर होतं

साधकासाठी आत्मनिर्भरता, स्वावलंबन हे फार महत्त्वाचं असतं. ज्या वेळी तुम्हाला अजूनच विविध अनुभूती येऊ लागतात, तेव्हा हा प्रश्न येतो आपल्याला गुरू हवा, मार्गदर्शक हवा. ही तर खरीच गोष्ट. अनुभवी व्यक्तींकडून, पुस्तकातून तुम्ही शिकू नका असं म्हणत नाही. पण मी असे काही महात्मे पाहिले आहेत की ज्यांना अक्षरही लिहिता येत नव्हतं. पण ज्या वेळी आम्हाला एखाद्या गहन सत्याचं आकलन होत नसे किंवा ग्रंथांमधला गूढभाग कळत नसे. त्या वेळी आम्ही त्यांच्याकडे जात असू आणि ते अगदी सहज उकल करत.

एकदा मी ब्रह्मसूत्रं शिकवत होतो. वैदिक वाङ्मयातला तो सर्वांत अवघड भाग आहे. जी सूत्रं मलाच नीट कळलेली नव्हती ती मी विद्यार्थ्यांना शिकवत होतो. त्यांना समाधान वाटतंय असं दिसत होतं. पण मला मुळीच समाधान नव्हतं. म्हणून मी सायंकाळी जेव्हा एका स्वामीजींकडे जायला सुरुवात केली. त्यांना स्वाक्षरीसुद्धा करायला येत नव्हती. पण त्यांचं ज्ञान खरोखर अद्वितीय होतं. ते म्हणत, 'ही संक्षिप्त सूत्रं थेट अनुभूती असल्याशिवाय तुम्हाला कळणार नाहीत.' मग त्यांनी मला परोक्ष (अप्रत्यक्ष) आणि अपरोक्ष (प्रत्यक्ष) अनुभूती यातला फरक सांगणारी एक गोष्ट सांगितली. ती मी तुम्हाला सांगत आहे.

एका गुरूंचा एक शिष्य होता. त्यानं गाय कधीच पाहिली नव्हती आणि तिचं दूधही कधी चाखलं नव्हतं. पण दूध हे प्रकृतीला फार चांगलं असतं हे त्याला माहीत होतं. त्यामुळे त्याला गाय शोधायची होती नि तिचं दूध काढून प्यायचं होतं. तो आपल्या गुरूंकडे गेला आणि म्हणाला, 'गुरुजी, तुम्हाला गाईबद्दल काही माहिती आहे का?'

गुरुजी म्हणाले, 'अर्थातच आहे.' शिष्यानं विनवणी केली, 'गाय कशी असते ते मला वर्णन करून सांगाल का?' मग गुरूजींनी वर्णन करण्यास सुरुवात केली, 'गाईला चार पाय असतता. ती एक गरीब पाळीव पशू आहे. ती अरण्यात सापडत

स्वामी राम उत्तरकाशी, हिमालय येथे

नाही. गावात असते. तिचं दूध शुभ्र नि प्रकृतीला फार हितकार असतं.' गाईचे कान आणि शेपटी कशी असते तेही त्यांनी सांगितलं.

एवढ्या वर्णनानंतर शिष्य गाईच्या शोधात निघाला. त्याला वाटेत गाईचा एक पुतळा दिसला. 'गुरूजींनी सांगितलेली गाय हीच दिसते!' असं तो स्वत:शी म्हणाला.

योगायोगानं जवळच्याच एका घराला रंग देणं चाललं होतं आणि तिथं एका बादलीत सफेदी (पांढरा रंग) ठेवली होती. शिष्यानं बादलीतला तो पांढरा द्रव पाहिला नि ठरवलं, 'हेच दूध असलं पाहिजे. सगळे लोक म्हणतात की हे तब्येतीला चांगलं असतं.' त्यानं सरळ तो पांढऱ्या रंगाचा द्रव पिऊन टाकला! तो भयानक आजारी पडला. त्याला रुग्णालयात जावं लागलं.

बरा झाल्यावर तो गुरूजींकडं गेला आणि रागानं म्हणाला, 'कसले गुरू तुम्ही?' गुरूजींनी विचारलं, 'का, काय झालं?' 'काय झालं म्हणून काय विचारता? तुम्ही गाईचं वर्णन साफ चुकीचं केलंत!'

'काय झालं?' गुरूजींनी पुन्हा विचारलं. मग शिष्यानं सर्व सांगितलं. गुरूजींनी विचारलं, 'तू स्वत: गाईचं दूध काढलंस का?' शिष्य म्हणाला, 'नाही.' गुरुजी म्हणाले, 'म्हणून तुला हा सगळा त्रास झाला!'

बऱ्याचशा बुद्धिवादी लोकांचा हाच प्रश्न असतो. त्यांच्या वाट्याला दु:ख येतं कारण त्यांना सत्याचं ज्ञान नसतं. त्यांना एकूण ज्ञान थोडंच असतं. तेही त्यांचं स्वत:चं नसतं. अर्धवट ज्ञान नेहमी धोक्याचं असतं. अर्धवट जाणलेलं सत्यही धोक्याचं असतं. अर्धवट सत्य हे सत्यच नव्हे. जाणते लोक नेहमी सत्याचं थेट दर्शन घेतात.

अक्षरही लिहिता न येणारा तो महात्मा माझ्या शंकांचं समाधान करू शकत असे. आत्मज्ञानी आणि सक्षम अशा गुरूंच्या मार्गदर्शनाखाली साक्षेपानं साधना केली तर अहंकाराचं प्रक्षालन होतं. केवळ ग्रंथांचं ज्ञान मनुष्याच्या अहंकाराचं पोषण करतं. तथाकथित बुद्धिवादी लोक वेगवेगळ्या ग्रंथातल्या माहितीचं संकलन करतात. आपण काय करीत आहोत हे तरी त्यांना कळतं का? ज्या अन्नाला अन्नमूल्य नाही असं अन्न पोटात भरण्यासारखं आहे, हे असं अन्न पोटात भरण्यानं तो स्वत: आजारी पडतो आणि इतरांनाही आजारी पाडतो. असे उपदेशक आपल्याला नेहमी भेटतात. त्यांचा उपदेश शिष्यांना गोड लागतो. परंतु थेट आत्मज्ञानी महात्म्यांकडून आलेलं जे शुद्ध ज्ञान असतं त्यामुळेच शिष्यांचं खरं समाधान होऊ शकतं.

सुखाचा मूलमंत्र

मंत्र हे एक अक्षर, शब्द किंवा शब्दांचा समुच्चय असतो. अत्यंत गाढ समाधीत थोर ऋषींना मंत्र स्फुरतात. आपण एकमेकांशी बोलतो तशा प्रकारची ही भाषा नव्हे. चेतनेच्या श्रेष्ठ स्तरावर असताना या मंत्रांची प्राप्ती होते आणि मग पूर्ण निस्तरंग अवस्थेकडे तो मंत्र घेऊन जातो. साधकाची चेतना जेवढी प्रगत असेल तेवढा त्या मंत्राचा नवीन-नवीन अर्थ त्याला उलगडत जातो. जाणिवेच्या श्रेष्ठतर मितींचं दर्शन मंत्रामुळे घडतं. पैसे घेऊन अशा अमोलिक मंत्रांचा विक्रय करणं ही दुर्दैवी, वेडेपणाची गोष्ट आहे.

मनुष्याप्रमाणेच मंत्रही विविध कोशांनी – स्तरांनी बनलेला असतो. स्थूल, सूक्ष्म, अतिसूक्ष्म असे ते स्तर असतात. ॐ चं उदाहरण घेऊ या. ॐ च्या तीन मात्रा जागृती, स्वप्न, सुषुप्ती या चेतनेच्या तीन अवस्थांच्या सूचक आहेत किंवा स्थूल, सूक्ष्म आणि अतिसूक्ष्म, या शरीराच्या निदर्शक आहेत. परंतु चौथी अवस्था किंवा मंत्राचं सर्वांत सूक्ष्म रूप हे निराकार, अनाद आणि अव्याख्य – व्याख्या करता येणार नाही असं आहे. साधकाला लक्ष्ययोगाची प्रक्रिया कळली की निराकार आणि अतिमानस या मंत्रसाधनेने प्राप्त होणाऱ्या जाणिवाही अनुभवाला येतील. मंत्र अत्यंत शक्तिशाली असतात. जणू संपृक्त झालेली अभीप्सा किंवा प्रार्थनाच म्हणा ना! जर मंत्राचं नित्यपठण केलं तर तोच आपल्याला साधनेत मार्गदर्शन करतो.

लोक ज्या प्रमाणे मौल्यवान वस्तूंचा संग्रह करतात, त्याप्रमाणे मी मंत्रांचा संग्रह करीत असे. आपल्याकडे असलेल्या मंत्रांपेक्षा श्रेष्ठ मंत्र आपल्याला मिळावा अशी त्यामागे अपेक्षाही असे. केव्हा केव्हा मी स्वत:च्या मंत्राची इतर साधकांच्या मंत्रांशी तुलना करीत असे आणि मग स्वत:शी म्हणत असे, 'माझा मंत्र त्याच्यापेक्षा चांगला आहे.' त्या काळी माझं मन अपरिपक्व होतं. असल्या विचारांना मी नंतर 'चक्रम अध्यात्म' म्हणू लागलो.

हिमालयात उत्तर काशी आणि हर्सिल यांच्या दरम्यान एक साधू राहात असत. मी त्यांना भेटायला गेलो तेव्हा माझ्या येण्याचा हेतू त्यांनी विचारला. मी म्हणालो, 'मला आपण मंत्र द्यावा.' 'तुम्हाला काही काळ थांबावं लागेल.' ते म्हणाले. जेव्हा पाश्चात्य लोक कोणाकडे मंत्र घ्यायला जातात तेव्हा त्यांच्याकडे वेळ नसतो. पैसा भरपूर असतो.

मी सुद्धा ही युक्ती वापरून पाहिली. मी म्हणालो, 'स्वामीजी, मी घाईत आहे.'

त्यावर ते शांतपणे म्हणाले, 'बरं तर. पुढच्या वर्षी या.' मी विचारलं, 'मी जर थांबायचं ठरवलं तर मला किती दिवस थांबावं लागेल?' ते म्हणाले, 'जोवर तुम्ही वाट पाहाणं आवश्यक आहे असं मला वाटतं तोपर्यंत.'

मी चिकाटीने थांबलो. एक दिवस, दोन दिवस, तीन दिवस. तरी त्यांनी मंत्र दिला नाही. चौथ्या दिवशी ते म्हणाले, 'आता मी तुला मंत्र देणार आहे. पण तू सदैव त्याचं स्मरण करशील असं वचन मला दे.' मी तसं वचन दिलं. ते म्हणाले, 'चल, गंगेवर जाऊ या.' गंगेच्या काठी अनंत साधकांनी तप केलं आहे. तिथे गुरूंनी शिष्यांना अनुग्रह दिले आहेत. मी नदीकाठी उभा राहिलो आणि म्हणालो, 'मी वचन देतो की हा मंत्र मी कधीही विसरणार नाही.' असं मी अनेकदा वचन दिलं. पण स्वामीजी काही मंत्र सांगेनात.

शेवटी ते म्हणाले, 'जिथे कुठे राहाशील तिथे आनंदाने राहा, हाच मंत्र आहे. सदैव आनंदी राहा. अगदी गजाआड गेलास तरी. जिथे तू राहात असशील ती जागा नरकवत असली तरी तिथे स्वर्ग निर्माण कर. माझ्या मुला, आनंदी वृत्ती ही बाह्य परिस्थितीवर अवलंबून नसते. ती तुम्ही स्वत: निर्माण केलेली असते. त्यासाठी मनुष्याच्या प्रयत्नांची आवश्यकता असते. स्वत:भोवती आनंदी वातावरण, स्वत:मध्ये आनंदी वृत्ती आपणच निर्माण करायची असते. माझे हे शब्द तू सदैव ध्यानी ठेव.'

मी ऐकत होतो. एकाच वेळी मला आनंदही होत होता आणि दु:खही होत होतं. स्वामीजी मला कुठला तरी जगावेगळ्या नादाचा मंत्र सांगतील अशी मला अपेक्षा होती. पण त्यांना व्यवहाराची अधिक जाण होती. त्यांनी दिलेला 'कुठल्याही परिस्थितीत आनंदी राहा' हा मंत्र मी माझ्या आयुष्यात नित्य स्मरणात ठेवला आणि त्याचा मला फार उपयोग झाला. सर्वत्र या मंत्रामुळे लाभ होतो हे माझ्या ध्यानी आलं. स्वामीजींनी जी आध्यात्मिक गुरुकिल्ली – संजीवक औषध मला दिलं ते खरोखर जीवनशक्तीचं पोषण करणारं होतं. किती साधे शब्द – 'सदैव आनंदी राहा.' पण जगण्यासाठी किती मोलाचे!

मधमाशांचा मंत्र

'आप्तमंत्र' नावाचा एक मंत्राचा प्रकार आहे. ज्या ऋषींनी तो दिलेला असतो त्याच्या स्वामित्वाचा तो असतो. मला असा एक मंत्र मिळाला, त्याची गोष्ट मी तुम्हाला सांगणार आहे.

हृषिकेशला नदीतीरापलीकडे एका लहानशा झोपडीत एक स्वामीजी राहात असत. त्यांच्याकडे जाण्यासाठी दोराच्या झुलत्या पुलावरून गंगा नदी ओलांडावी लागत असे. मी ज्या काळातली गोष्ट सांगतो आहे त्या काळात हृषिकेशला थोडेच लोक राहात असत. आमच्या घरांच्या छपरांवर गवत-पेंढा असं घातलेलं असे. कधीकधी रात्री जंगली हत्ती येत नि तो पेंढा खात. आम्ही घरात बसलेलो असायचो नि ते तीस-चाळीसच्या कळपानं यायचे. जवळजवळ अर्धी झोपडी ते खाऊनच टाकायचे. कधीकधी वाघही तिथं भटकत भटकत यायचे. तो जवळ जवळजवळ अरण्य भागच होता म्हणा ना!

माझ्या गुरुदेवांच्या सांगण्यावरून नदीपलीकडच्या त्या स्वामीजींच्याबरोबर मी राहिलो होतो. भल्या पहाटे स्वामीजी गंगेवर स्नानासाठी जात. मीही त्यांच्यासोबत जात असे. आपण जिथे राहात असू तिथल्या पद्धती आण पाळायच्या असं गुरुदेवांनी मला सांगितलं होतं. ध्यान झाल्यावर आम्ही जवळच्या झाडाची एक डहाळी तोडत असू. तिच्या दांड्याला ठेचून त्याचा ब्रश करून आम्ही दात घासत असू. हा रोजचाच कार्यक्रम होता. स्वामीजींचा एक शिष्य एका उंच झाडावर चढून एखादी कोवळी डहाळी खेचून तोडत असे.

एक दिवस स्वामीजी स्वतःच झाडावर चढले. एरवी नेहमी ते असं करत नसत. पण ते मला काहीतरी दाखवू इच्छित होते. त्यांचं वय सत्तरपेक्षा जास्त होतं. पण ते सहज चढले. झाडावर एक मधमाशांचं मोहोळ होतं. ती फांदी टाळायचा प्रयत्न तर त्यांनी केलाच नाही, उलट नेमक्या त्याच फांदीवर ते चढले. त्यांनी मधमाशांशी बोलायला सुरुवात केली. खालून मी ओरडलो, 'स्वामीजी, मधमाशांना धक्का लावू नका.' मी स्वतःचं डोकं झाकून घेतलं. कारण मला वाटत होतं की या माशा उसळल्या तर मलाही चावतील. त्या खूप मोठ्या नि भयंकर माशा होत्या. जर दहा-वीस माशा चावल्या तर तुमची धडगत नाही – मरण ठरलेलं.

हृषिकेशचे तार वाले बाबा

स्वामीजींनी मोहोळाजवळची डहाळी खेचली. पण मधमाशा हलल्या नाहीत. ते सुरक्षितपणे खाली आले आणि मला म्हणाले, ‘जा, तू स्वत:करता तिथून एक डहाळी तोडून आण.’

मी म्हणालो, ‘मला नको आहे ती! तिच्याशिवाय काम भागेल माझं.’ मग मी पुढे म्हणालो, ‘तुम्हाला जर मला वर पाठवायचंच असेल तर ज्या मंत्रानं तुम्ही स्वत:चं संरक्षण केलंत तो मंत्र मला सांगा.’ त्या काळात मला मंत्रांचं फार आकर्षण होतं. मला स्वामीजींचा मंत्र जाणून घ्यायचा होता. कारण मी त्याच्या साहाय्यानं काय अद्‌भुत गोष्ट करू शकतो हे मला लोकांना दाखवायचं होतं.

स्वामीजी म्हणाले, ‘तू प्रथम झाडावर चढ. मग मी तुला मंत्र सांगतो.’ मग मी झाडावर चढलो. मोहोळाजवळ पोहोचलो. स्वामीजी म्हणाले, ‘अजून जवळ जा. त्या माशांना सांग की आपण शेजारी-शेजारी राहातो आणि मी काही तुम्हाला त्रास देणार नाही. तुम्हीसुद्धा मला त्रास देऊ नका.’ मी स्वामीजींना म्हटलं, ‘स्वामीजी, हा काही मंत्र नव्हे!’

ते उत्तरले, ‘हे बघ, मी सांगतो तसं कर. मधमाशांशी बोल. तुझं तोंड त्या मोहोळाच्या अगदी जवळ ने. म्हणजे कुजबुजत्या स्वरात तू त्यांच्याशी बोलू शकशील.’ मी साशंकपणे विचारलं, ‘त्यांना हिंदी कसं काय कळेल?’ स्वामीजी म्हणाले, ‘त्यांना हृदयाची भाषा कळते. त्यामुळे त्यांना सर्व भाषा कळतात. तू सरळ बोल कसा त्यांच्याशी.’

मला साशंकता होतीच. तरी पण मी त्यांनी सांगितलं त्याचप्रमाणं केलं. आश्चर्याची गोष्ट म्हणजे मधमाशांनी माझ्यावर हल्ला केला नाही. मी स्वामीजींना विचारलं, ‘स्वामीजी, या माशा पाळलेल्या तर नव्हेत?’ ते हसले आणि म्हणाले, ‘हा मंत्र कोणालाही देऊ नको. तो फक्त तुझ्यापुरता आहे, हे कधीही विसरू नकोस.’

नंतर मी जरा जास्त लोकवस्ती असलेल्या गावांमधून गेलो. मी बहुधा गावाबाहेरच्या बागांमध्ये राहात असे. तिथं लोक मला भेटायला येत. मी तरुण आणि अप्रगल्भ होतो. जरा बढाया माराव्यात असं मला वाटे. मी सहज झाडावर चढत असे आणि मोहोळातून मध काढत असे. कधीही मला माशा चावल्या नाहीत. सर्वांना हे पाहून फार आश्चर्य वाटे.

मी पंजाबात भिवानी या गावी होतो तेव्हा एका सोनाराशी माझी चांगली ओळख झाली होती. त्यानं मला विनंती केली, ‘महाराज, मला मंत्र द्या.’ मला स्वामीजींनी जे सांगितलं होतं ते मी विसरलो. त्यांनी मला दिलेला मंत्र इतर कोणाच्या उपयोगाला येणार नव्हता. पण मी तो मधमाशांचा मंत्र सोनाराला सांगितला. तो झाडावर चढून मोहोळापर्यंत पोहोचला. त्यानं मंत्राचा उच्चार केला पण त्याचा काही उपयोग झाला नाही. त्याच्यावर शेकडो माशांनी हल्ला केला. तो झाडावरून खाली पडला. त्याला रुग्णालयात न्यावं लागलं. तीन दिवस तो बेशुद्ध होता. मला खूप काळजी वाटत होती. हा गेला तर काय करायचं? असं वाटत होतं. मी मनापासून त्याच्यासाठी प्रार्थना करत होतो.

तिसऱ्या दिवशी मला दिसलं की ज्यांनी मला मंत्र दिला होता ते स्वामीजी रुग्णालयात आले होते. मी चकित झालो. ते रागावून म्हणाले, ‘हे काय केलंस तू? स्वतःचं सामर्थ्य दाखवण्याच्या नादात तू जवळजवळ जीवच घेतलास त्या माणसाचा! तुला हा अखेरचा धडा आहे. हा माणूस उद्या सकाळपर्यंत बरा होईल. पण तुला दिलेला मंत्र मी काढून घेत आहे. तुला आता त्याचा काहीही उपयोग करता येणार नाही.’ त्या वेळेपासून मीही सावध झालो. काळजीपूर्वक वागू लागलो.

थोर महात्म्यांचे शब्द काही वेळा मंत्रासारखं काम करतात. तुम्हाला जर महात्म्यांनी काही सांगितलं तर त्यांचे शब्द हे मंत्रच समजा आणि त्यानुसार आचरण करा.

मंत्राचा दुरुपयोग

आश्रमांमधून काही पोथ्या अशा असतात की त्या वाचायला सक्त मनाई असते. आश्रमातील प्रमुख आचार्याशिवाय कोणालाही त्या वाचायला मिळत नाहीत. त्यांना 'प्रयोग शास्त्र' म्हणतात. त्यात फार प्रगत साधना सांगितलेल्या असतात.

माझे गुरुदेव म्हणत, 'त्या पोथ्यांमधले प्रयोग तू कधी करू नकोस.' पण मी हट्टी होतो. पोथ्यांमध्ये काय लिहिलं आहे याची मला फार उत्सुकता होती. माझं वय अठरा वर्षांचं होतं. मी निर्भय होतो आणि काहीसा बेजबाबदारही! मी स्वत:शी म्हणत असे, 'माझी साधनेत चांगली प्रगती झाली आहे. जर त्या पोथ्या वाचायच्याच नाहीत तर त्या लिहिल्या कशाला? त्यांचा काय उपयोग? त्या ग्रंथांमध्ये सांगितलेल्या साधनांचे प्रयोग मला करून पाहायचेच आहेत. जर काही चुकलं तर सांभाळायला माझे गुरुदेव समर्थ आहेतच की!'

आम्ही प्रवासाला निघालो होतो तेव्हा गुरुदेवांनी अशी एक पोथी त्यांच्या स्वत:ला वाचण्यासाठी बरोबर घ्यायला सांगितली होती. मला त्यांनी बजावलं होतं, 'तू ती पोथी उघडून वाचायची नाहीस.' मला खूप कुतूहल वाटलं. मी मनाशी ठरवूनच टाकलं, 'जेव्हा ते ही पोथी माझ्याजवळ ठेवून जातील नि मी एकटाच असेन त्या वेळी मी ही पोथी वाचीनच.'

एका सायंकाळी गंगातीरीच्या एका लहानशा घरी आम्ही पोहोचलो. माझे गुरुदेव आतल्या खोलीत विश्रांतीला गेले. मी मनात म्हटलं, 'हां, आता मला ही पोथी वाचायची संधी चालून आली आहे.' त्या घराला खिडक्या नव्हत्या. फक्त एक प्रवेशद्वार होतं. मी ते कुलूप घालून लावून घेतलं. रात्रभर ती पोथी वाचायची असं मी ठरवलं. चंद्राचं छान चांदणं पडलं होतं. मला वाचायला स्पष्ट दिसत होतं. ती पोथी कापडात गुंडाळून वरून दोऱ्यानं बांधलेली होती. ती सोडायला मला वेळ लागला. मग मी वाचायला सुरुवात केली. त्यात एक विशिष्ट साधना आणि तिचे परिणाम यांचं वर्णन केलेलं होतं.

तासभर वाचल्यावर मला वाटलं की आपण हा प्रयोग का करून पाहू नये? मी पोथी बाजूला ठेवली. त्यात लिहिलं होतं की हा प्रयोग केवळ अत्यंत प्रगत झालेल्या योग्यांनीच

करावा. कारण तो बरोबर झाला नाही तर त्यात फार मोठा धोका आहे. त्या तरुण वयात मला वाटत होतं की मी योगसाधनेत फार मोठी प्रगती केली आहे. म्हणून मी प्रयोगाला आरंभ केला. तो प्रयोग म्हणजे काही धार्मिक विधी विशिष्ट पद्धतीनं, विशिष्ट मंत्राचा उच्चार करीत करणं असा होता. त्यामुळे व्यक्तीची आंतरिक शक्ती आणि त्याच्या भोवतीच्या जगातल्या काही शक्ती जाग्या होतात.

पुस्तकात म्हटलं होतं की मंत्राचा उच्चार एक हजार एक वेळा करायचा. मी नऊशे वेळा त्याचा उच्चार केला पण काही झालं नाही. त्यामुळे मला वाटलं की या मंत्राचा काही उपयोग नाही. पण नऊशे चाळिसाव्या वेळी मंत्र म्हणताना मला जवळ एक प्रचंड आकाराची स्त्री दिसू लागली. तिनं लाकडं एकत्र करून चूल पेटवली. त्यावर एका मोठ्या भांड्यात पाणी उकळायला ठेवलं. तोवर माझा मंत्र नऊशे त्रेसष्ट वेळा म्हणून झाला होता. नऊशे सत्तर वेळा मंत्र म्हणून झाल्यावर मात्र मला जप मोजताच येईना. कारण जिकडून ती प्रचंड स्त्री आली तिथूनच एक प्रचंड माणूसही आला. प्रथम मला वाटलं की ठीक आहे. मंत्राचा परिणाम झालेला दिसतो आहे. मी आता एक हजार एक पर्यंत जप पूर्ण करीन. पण तो माणूस माझ्याच दिशेनं येऊ लागला. मी एवढा प्रचंड माणूस कधी पाहिलाच नव्हता. त्याच्या अंगावर एकही वस्त्र नव्हतं.

त्यानं त्या स्त्रीला विचारलं, 'काय गं, माझ्याकरता जेवायला काय केलं आहेस?'

त्या स्त्रीनं सांगितलं, 'माझ्याकडे तर काही नाही. तुम्ही काहीतरी आणून द्या. मग मी ते शिजवीन.'

त्या माणसानं माझ्याकडं बोट दाखवलं आणि म्हणाला, 'तो बघ मुलगा, तिथं बसला आहे. त्याचेच तुकडे करून शिजवत का नाहीस?'

हे एकून माझी दातखीळच बसली. जपाची माळ माझ्या हातून निसटून पडली. मी बेशुद्ध झालो. ज्या वेळी मी शुद्धीवर आलो तेव्हा माझे गुरुदेव माझ्या समोर उभे होते. त्यांनी माझ्या गालावर एक थप्पड दिली आणि म्हणाले, 'चल ऊठ! जागा हो!' मला क्षणभर जाग येई. मग मी म्हणे, 'तो राक्षस माझे तुकडेतुकडे करणार.' मग मी पुन्हा बेशुद्ध होई. असं तीन-चार वेळा झाल्यावर माझ्या गुरुदेवांनी मला सरळ लाथ घातली आणि ते उग्र स्वरात म्हणाले, 'चल ऊठ! हे सगळं कशासाठी केलंस? तेही मला कुलुपात बंद करून? मी तुला सांगितलं होतं ना या मंत्रांचा प्रयोग करायचा नाही म्हणून? आणि मूर्खा, तू मला गोत्यात आणलंस?'

या घटनेनंतर मंत्रांची शक्ती माझ्या लक्षात आली. जो मंत्र मला माझ्या गुरुदेवांनी दिला होता. त्याचाच मी जप करू लागलो. साध्यासाध्या गोष्टीसाठी मी त्या मंत्राची शक्ती वापरत असे. मी तरुण असताना माझ्याकडून मूर्खपणाच्या, वेडेपणाच्या अनेक गोष्टी घडल्या. पण अडचणीच्या प्रसंगातून बाहेर येण्यासाठी या मंत्रामुळे मला साहाय्य मिळालं. त्या मंत्रानं माझ्यात एक वेगळी जाणीवशक्ती निर्माण झाली.

आध्यात्मिक साधना आणि शुचिता यांच्याशिवाय जर मंत्राचा जप केला तर त्यामुळे मला जसे भ्रमभास झाले तसे भ्रमभास होतात. अशुद्ध आणि असंस्कारित, साधनारहित

मनाला भास होतात. जेव्हा मन शुद्ध आणि अंतर्मुख असतं तेव्हा मंत्र फार उत्तम काम देतात! मंत्राचा नीट अर्थ कळल्याशिवाय त्यातील भावाचा उदय होत नाही आणि तो उत्कट भाव असल्याशिवाय यांत्रिक रीतीनं मंत्रोच्चारण फारसं उपयोगाचं नसतं.

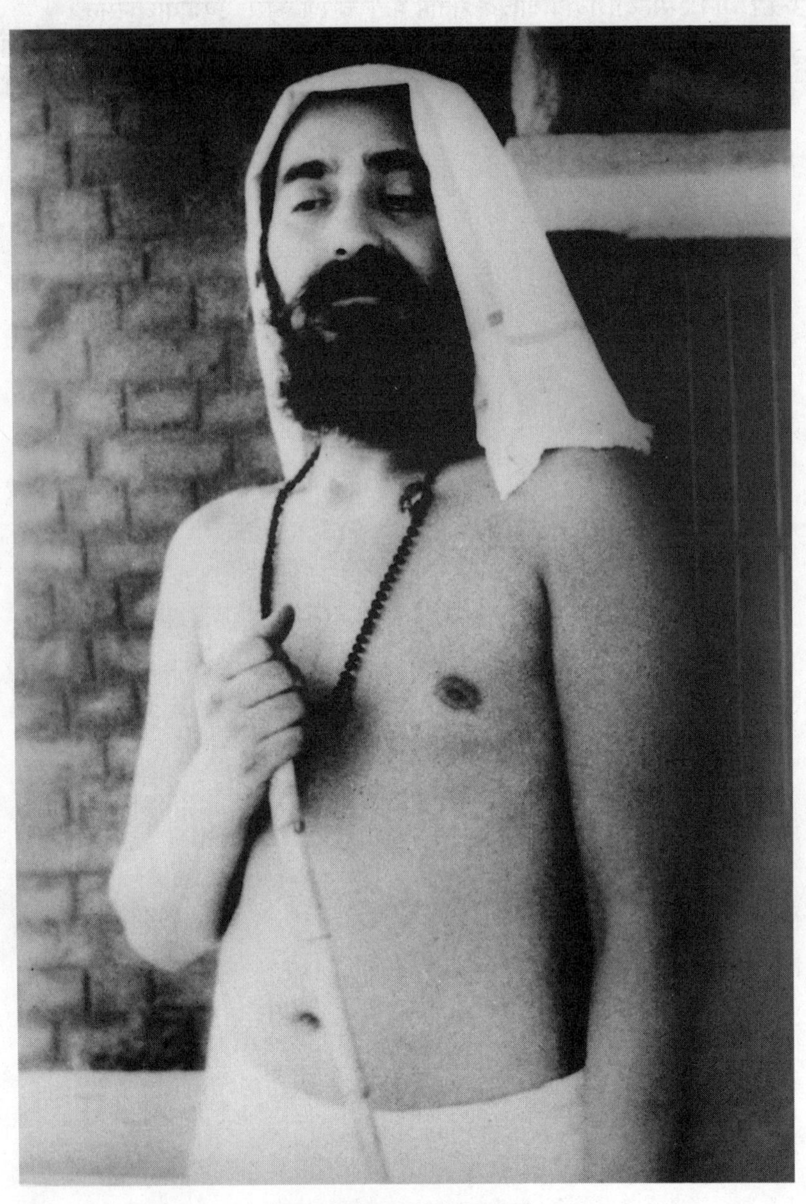

अयोध्येमध्ये स्वामी राम

मला मार बसतो!

माझ्या आंतरिक भावना, मनोव्यापार आणि भावना यांचं शांतपणं निरीक्षण करता यावं म्हणून काही काळ मी मौन पाळलं होतं. श्रीरामांच्या जन्मभूमीवर अयोध्या नगरीत सरयू नदीच्या तीरी मी राहात होतो. तिथल्या लोकांना माहीत होतं की मी मौनात आहे. त्यामुळे भिक्षा मागू शकत नाही. त्यामुळे ते दिवसातून एकदा मला जेवण आणून द्यायचे. ते उन्हाळ्याचे दिवस होते. माझ्या डोक्यावर छप्पर नव्हतं. अचानक एक दिवस ढगांचा गडगडाट झाला. वादळ झालं नि खूप पाऊस कोसळला. माझ्याजवळ अंगावर घ्यायला फक्त एक घोंगडी होती. त्यामुळे तशा पावसात आसऱ्यासाठी मी एका देवळात निघालो होतो. आधीच गडद अंधार होता. मी जेव्हा देवळाच्या मागच्या बाजूला ओसरीवर बसलो तेव्हा देवळाचे तीन रखवालदार बांबू घेऊन आले. त्यांनी विचारलं, 'काय रे, काय करतो आहेस?' त्यांना वाटलं की मी चोरच आहे! माझं मौन असल्यामुळे मी त्यांच्याशी बोलू शकत नव्हतो. त्यांनी आपल्या काठ्यांनी मला बेदम चोप द्यायला सुरुवात केली. त्या माराने मी बेशुद्ध होऊन खाली कोसळलो. देवळाचा पुजारी कंदील घेऊन आला. कोण माणूस देवळात घुसला आहे ते त्यानं कंदिलाच्या प्रकाशात पाहिलं. माझ्या डोक्यातून रक्त येत होतं. सर्व शरीरावर खूप जखमा झाल्या होत्या. पुजारी मला चांगला ओळखत होता. माझी ती भयंकर स्थिती पाहून त्याला धक्काच बसला. जेव्हा मी शुद्धीवर आलो तेव्हा देवळाचा पुजारी आणि तिघे रखवालदार आपल्या घोर चुकीबद्दल माझी पुन:पुन्हा माफी मागत होते. त्या दिवशी मला कळलं की घेतलेलं व्रत निभावणं ही काही सोपी गोष्ट नव्हे. मी स्वयंशिक्षण साधनेचे प्रयोग चालू ठेवले. पण शहरांमधून फिरणं मात्र बंद केलं.

साधनेच्या सर्व पद्धतींमध्ये श्रेष्ठ पद्धत म्हणजे स्वयंशिक्षण. स्वत:चे मनोव्यापार, वर्तन आणि वाणी यांचं सावधानतेनं निरीक्षण करणं. मी माझा संकल्पन दृढ ठेवला आणि स्वत:च्या भावना, विचार, वाणी आणि वर्तनाचा शोध घेत राहिलो. त्या काळात माझ्या ध्यानी आलं की मी माझं चित्त जसजसं शांत करण्याचा प्रयत्न करीत असे तसतसे माझ्या असंज्ञ मनातून विचारांचे बुडबुडे अवचित वर येत. मन आणि त्याच्या व्यापारांवर नियंत्रण करायचं असेल तर स्वत:चं निरीक्षण, विश्लेषण करणं, ध्यान करणं हे फार आवश्यक

आहे. स्वत:च्या मनावर नियंत्रण मिळवायला, माझ्या जागृत आणि असंज्ञ मनांच्या परस्परसंबंधांचा काळजीपूर्वक अभ्यास करायला मला बराच काळ लागला. कित्येकदा मला वाटायचं, 'आता माझ्या विचारांवर माझं नियंत्रण आहे. माझं मन माझ्या नियंत्रणाखाली आहे.' पण काही दिवसांनी माझ्या असंज्ञ मनातून एक बुडबुडा अगदी खोलातून वर येई आणि माझ्या जागृत मनाचा ताबा घेत असे. माझ्या वृत्तीवर आणि वागण्यावर तो परिणाम करत असे. कधीकधी मला निराशा येई. उदासिनता वाटे. पण नेमकी अशा वेळी कोणा जाणत्याची भेट होई आणि मार्गदर्शन मिळत असे.

साधकानं ध्यानसाधनेच्या पहिल्या काळात तरी खूप सावध असलं पाहिजे आणि दृढ राहिलं पाहिजे. विशेष काही दिसेल, अनुभवाला येईल अशी अपेक्षा त्यानं करता कामा नये. मला अनुभवी साधकांनी सांगितलं होतं की ध्यानाची काही झटपट यश देणारी पद्धती नाही. आजकालचे ध्यानसाधक साधलेल्या सुरुवातीलाच आपल्याला दिव्य अनुभव यावेत अशी अपेक्षा करतात. त्यांना जे काल्पनिक भ्रमभास होतात त्यांनाच ते आध्यात्मिक अनुभव समजतात. वास्तविक पाहाता त्यांच्या असंज्ञ मनाचीच ती निर्मिती असते. मग त्यांना वैफल्य येतं. त्यांचं मन असंतुलित होतं. एकतर ते ध्यान करायचं सोडून तरी देतात किंवा कुठल्यातरी धोकादायक पद्धतींचा अवलंब करू लागतात. ते त्यांच्या साधनेच्या प्रगतीला बाधक ठरतं.

तंत्रमार्गाची वैशिष्ट्यपूर्ण साधना

माझ्या एका गुरुबंधूंचे वडील मोठे विद्वान संस्कृत पंडित होते. ते पश्चिम बंगालमध्ये मेदिनीपूर येथे राहात. माझे गुरुबंधू अठरा वर्षांचे असताना त्यांच्या घरच्या लोकांनी त्यांना जबरदस्तीनं लग्नाला उभं केलं होतं. ही त्यांची नि माझी भेट होण्यापूर्वीची गोष्ट. त्यांचा विवाह संस्कार सायंकाळी होणार होता. ही गोष्ट त्यांच्या पथ्यावर पडली. हिंदु विवाहात वर आणि वधू अग्निदेवाभोवती सप्तपदी करतात. चवथ्या पावलाला आमचे हे गुरुबंधू विवाहमंडपातून बाहेर उडी मारून पसार झाले. लग्नाला जमलेल्या लोकांना काय घडतंय काही कळेना. त्यांनी गुरुबंधूंचा पाठलाग सुरू केला. पण ते त्यांच्या हाती लागले नाहीत. ते कित्येक दिवस पायी चालत राहिले. मग ते गंगेच्या किनारी पोहोचले आणि नदीतीरानं गुरूंचा शोध घेत ते पुढे चालत राहिले. सहा वर्षं ते फिरले. त्यांना विविध अनुभवांना सामोरं जावं लागलं. परंतु त्यांना काही गुरू भेटले नाहीत. शेवटी हिमालयात श्रीनगर येथे त्यांची आमच्या गुरुदेवांशी भेट झाली. त्यांना पाहाताच गुरुदेवांनी वात्सल्यभरानं त्यांना हृदयाशी धरलं. जणू त्यांची आधीपासूनच ओळख होती! आमचे गुरुबंधू आमच्या गुरुदेवांजवळ तीन महिने राहिले. नंतर त्यांना गंगोत्रीला जायला सांगितलं. तिथं आम्ही एकत्र राहिलो.

एक दिवस ते आपल्या गावाबद्दल, मेदिनीपूरबद्दल सांगू लागले. ते म्हणाले, 'तुम्ही जर माझ्या गावी गेलात तर माझ्या कुटुंबाला सांगा की मी संन्यास घेतला आहे आणि हिमालयात राहात आहे.' थोड्याच काळात मला मेदिनीपूरला जाण्याचा योग्य आला. जिच्याशी माझ्या गुरुबंधूंचं लग्न व्हायचं होतं ती मुलगीही मला भेटली. ती त्यांची वाट पाहात होती. मी तिला सांगितलं की तिचा विवाह संस्कार अपुरा राहिला. तिनं आता दुसऱ्या सुयोग्य वराशी विवाह करावा. माझा हा सल्ला ऐकून ती म्हणाली, 'तुम्ही आणि तुमचे गुरुबंधू ईश्वराची नव्हे तर सैतानाची उपासना करत आहात.' तिला राग अनावर झाला होता.

मी त्या गावाबाहेरच्या माझ्या झोपडीकडे गेले. त्या भागात तंत्रसाधना विशेष प्रचलित आहे. घरोघरी कालीमातेची उपासना चालते. मी तंत्रशास्त्राबद्दल पुष्कळ ऐकलं होतं.

काही पुस्तकंही वाचली होती. पण तंत्रसाधनेचा प्रत्यक्ष प्रयोग करून दाखवणाऱ्या अधिकारी व्यक्तीच्या मी शोधात होतो. म्हणजे मग मला त्या शास्त्राच्या पद्धतीविषयी मनात शंका राहिली नसती. माझ्या गुरुबंधूंच्या चुलतभावाने माझी एका मुस्लिम तांत्रिकाशी भेट करून दिली. ते ब्याण्णव वर्षांचे होते. आमच्या पहिल्या भेटीत आम्ही तीन तास बोललो. ते त्या भागात मौलवी म्हणून प्रख्यात होते. कुराणाचा त्यांचा चांगला अभ्यास होता आणि मशिदीतील प्रार्थनांचं संचालन ते करत.

दुसऱ्या दिवशी मौलवीजींनी मला गावाबाहेरच्या एका तळ्यापाशी नेलं. त्यांनी बरोबर एक कोंबडीचं पिल्लू आणलं होतं. त्यांनी त्या पिल्लाच्या गळ्यात दोराचं एक टोक बांधलं आणि दुसरं टोक एका केळीच्या झाडाच्या बुंध्याला बांधलं. त्यांनी मला शांत बसून काय होतं ते पाहायला सांगितलं. मी लक्षपूर्वक पाहात होतो. ते काहीतरी पुटपुटत होते आणि घेवड्याच्या बिया त्या दोरावर टाकत होते. कोंबडीच्या पिल्लानं थोडी फडफड केली आणि ते निपचित झालं. मौलवी म्हणाले, 'हे पिल्लू, आता मेलं आहे.'

माझ्या मनात आलं, 'किती वाईट गोष्ट ही! ही काळी शक्ती, काळी जादू आहे.' मौलवींनी ते पिल्लू मेलेलं असल्याची खात्री करून घेण्यास मला सांगितलं. मी विचारलं, 'मी या पिल्लाला थोडा वेळ पाण्याच्या खाली ठेवू का?' त्यांनी संमती दिली.

मी पाच मिनिटांहून अधिक वेळ पिल्लाला पाण्याखाली ठेवलं आणि नंतर वर काढलं. माझ्या समजुतीप्रमाणं पिल्लू मेलेलं होतं. नंतर त्या मौलवींनी आधीच्या प्रमाणेच मंत्र पुटपुटत दाणे फेकले आणि त्या पिल्लाला जिवंत केलं. हे पाहून मी चांगलाच दचकलो. ते म्हणाले, 'आता या दोराचं एक टोक तुझ्या कमरेला बांध आणि एक या केळीच्या झाडाला बांध.'

परंतु तसं करण्याऐवजी त्या मौलवींना आणि त्यांच्या कोंबडीच्या पिल्लाला तिथंच सोडून मी गावाकडे पळत सुटलो. मी थांबलो तेव्हा मला धाप लागली होती. गावकऱ्यांना कळेना की मी इतक्या वेगानं धावत का आलो. मी त्यांना सांगायचा प्रयत्न केला की ते वृद्ध मौलवी मला मारू पाहात होते. पण त्यावर कोणाचाच विश्वास बसेना. कारण गावातील सर्व लोक त्यांना साधुतुल्य व्यक्ती म्हणून मान देत. मी स्वत:शी म्हणालो, 'मी हे गाव सोडून जाणं बरं. असल्या चमत्कारांच्या नादी लागण्यापेक्षा मी माझ्या साधनेचा मार्ग चोखाळायला हवा.'

तिथून मी कलकत्त्याला गेलो. न्यायमूर्ती आर. पी. मुखर्जी यांच्याकडे मी काही दिवस राहिलो. मी त्यांना माझा विलक्षण अनुभव सांगितला आणि विचारलं, 'मला हा सगळा भास तर झाला नाही?' ते म्हणाले, 'नाही. हा भास नाही. अशा गोष्टी घडतात.' नंतर मी काही महात्म्यांनाही या चमत्काराबद्दल विचारलं पण त्यांना त्याचं स्पष्टीकरण देता आलं नाही. परंतु बंगालमध्ये असे प्रकार फार आढळतात असं त्यांनी सांगितलं. जेव्हा मी ही गोष्ट माझ्या गुरुदेवांना सांगितली तेव्हा ते हसले आणि म्हणाले, 'ठीक असे अनुभव घ्यायलाच पाहिजेत. मात्र तो प्रयोग तू कधी करू नकोस. जी साधना तुला सांगितली आहे तीच तू कर.'

मी पाहिलेला प्रकार ही काही खरी तंत्रसाधना नव्हे तर मूळ तंत्रशास्त्रातून निर्माण झालेली एक शाखा आहे. मनाची शक्ती खूप प्रकारे वापरता येते. जर जीवनाचं ध्येय दृष्टीपुढे सुस्पष्ट नसेल तर मनाच्या शक्तींचा वापर इतरांना त्रास देण्यासाठी केला जाऊ शकतो. पण अशा प्रकारे मन:शक्तींच्या केलेल्या दुरुपयोगामुळे साधकाचा घात होऊ शकतो. आजही अशा नकारात्मक तंत्र शक्ती वापरणारे लोक आहेत. परंतु त्यापैकी एखाद्याजवळ खरोखर अशी शक्ती असते. बाकी नव्याण्णव जण तर जादूचे खेळच करत असतात!

पुष्कळ चोऱ्या केल्या आहेस तू!

तरुण वयात मला चमत्कारांचं आकर्षण होतं. एकदा मी एका माणसाला खिळ्यांच्या बिछान्यावर झोपलेलं पाहिलं. मी त्याला म्हणालो, 'मला पण असं करायचं आहे. तू मला शिकवशील का?' तो म्हणाला, 'जरूर शिकवीन. पण प्रथम तू माझ्याकरिता भिक्षा मागितली पाहिजेस. मला पैसे आणून दिले पाहिजेस. तुझ्याकडचे सगळे पैसे मला देण्याचं तू वचन देशील तर मी तुला ही विद्या शिकवीन!'

अशा प्रकारचे लोक एकामागून एक असे कितीतरी भेटले. ते सर्व एकमेकांचा मत्सर करीत. ते म्हणत, 'तो ना, त्याला काहीच येत नाही. मी तुला त्याच्यापेक्षा चांगलं शिकवीन.' एकाजवळ एक लांब लोखंडी सुई होती. आपल्या दंडातून तो ती आरपार खुपसत असे. तो म्हणे, 'बघ, रक्त येतंय का? मी तुला ही विद्या शिकवतो म्हणजे तू ती लोकांना दाखवून पैसे मिळवू शकशील. पण तू माझा शिष्य व्हायला पाहिजेस आणि जो पैसा तुला मिळेल त्यातला काही भाग तू मला दिला पाहिजेस.'

त्याला सोडून मी आणखी एका माणसाकडे गेलो. बऱ्याच लोकांना त्याच्याविषयी आदर होता. त्याला लोक इतकं का मानतात. हे मला जाणून घ्यायचं होतं. मला वाटायचं, 'याच्याजवळ काय खास विद्या आहे बरं? तो ज्ञानी आहे का? तो योगी आहे का?' एकदा त्याच्याभोवती बरेच लोक जमले होते. मी त्यांना जाऊ दिलं. मी एकटाच त्याच्या जवळ उरलो. त्यानं मला विचारलं, 'सर्वात आरामशीर, श्रीमंत हॉटेल कुठलं ते माहीत आहे का तुला?' मी म्हणालो, 'लंडनमधलं द सॅव्हॉय हॉटेल असं आहे.'

तो म्हणाला, 'तू मला शंभर रुपये दे. मग त्या हॉटेलमधलं काहीतरी रूचकर अन्न मी तुला आणून देईन.' मी त्याला शंभर रुपये दिले आणि माझ्या समोर एक चवदार अन्नाची बशी आली. ते अन्न बरोबर त्या सॅव्हॉय हॉटेलच्या रेस्टॉरंटमधल्या सारख्याच चवीचं होतं. मग मी जर्मनीतील हॅम्बर्गमधलं काही अन्न मागवलं. मी त्याला सत्तर रुपये दिल्यावर ते अन्न माझ्यापुढे हजर झालं. त्याबरोबर बिलसुद्धा होतं.

मला वाटलं की गुरुदेवांकडे कशाला जायचं? या माणसाजवळच राहावं. इथे माझ्या सगळ्या गरजा पुरवल्या जातील आणि कटकट नाही, मी शांतपणे ध्यान नि स्वाध्याय करू

शकेन.

मग त्या माणसानं विचारलं, 'कसल्या प्रकारचं मनगटी घड्याळ तुला हवं आहे?' मी म्हणालो, 'माझ्याकडे एक चांगलं घड्याळ आहेच.' पण तो म्हणाला, 'असू दे. मी तुला आणखी चांगलं घड्याळ देतो.' आणि त्यानं घड्याळ पुढं ठेवलंदेखील. ते स्वित्झर्लंडमध्ये तयार झालेलं होतं. मी मनात म्हटलं, 'हा माणूस वस्तू निर्माण करत नाही. त्याला अशी जादू येते की कुठूनही कुठेही तो वस्तू उचलून आणू शकतो.'

दोन आठवड्यांनी मी त्याच्याकडे गेलो आणि त्याला प्रणाम केला. मी त्याला तेलानं चांगलं मालिश करून दिलं आणि भोजन तयार करण्यासाठी मदत केली. त्यामुळे तो खूष झाला. त्याला अवगत असलेली विद्या तो मला शिकवू लागला. मी ती विद्या शिकून तिचे प्रयोग करू लागलो. ते मी इतके केले की आमच्या मठातल्या एका स्वामींनी येऊन एक चपराक देऊन मला म्हटलं, 'हे काय करतो आहेस तू?' त्यांनी मला गुरुदेवांकडे नेलं. गुरुदेव म्हणाले, 'खूप चोऱ्या केल्या आहेस तू?' मी विचारलं, 'चोऱ्या कसल्या?'

ते म्हणाले, 'तू मिठाईची इच्छा करतोस आणि कोणातरी हलवायाच्या दुकानातून ती तुझ्याकडे येते. दुकानातून ती अदृश्य होते. हलवायाला कळत नाही की मिठाई कुठे गेली?' मला ते काय म्हणत आहेत हे ध्यानी आलं. पुन्हा मी असं कधी करणार नाही असं वचन मी गुरुदेवांना दिलं.

मग मला आणखी एक माणूस भेटला. दिल्लीतल्या शिवणयंत्र विकणाऱ्या एका दुकानात तो विक्रेता म्हणून काम करत होता. मी त्याला त्या हाजीची आणि त्याच्या शक्तीची गोष्ट सांगितली. तो विक्रेता म्हणाला, 'जर त्याने माझ्या दुकानातलं सिंगर कंपनीचं शिवणयंत्र त्याच्याकडे नेऊन दाखवलं तर मी त्याला जगातला सर्वात श्रेष्ठ माणूस मानीन आणि आयुष्यभरासाठी त्याचं शिष्यत्व पत्करीन.'

मग आम्ही दोघंही त्या हाजीकडे गेलो, त्याला सिंगर यंत्र आणण्याची विनंती केली. तो म्हणाला, 'लगेच आणतो.' आणि खरोखरच त्यानं ते शिवणयंत्र आमच्यापुढे आणून उभं केलं. मग त्या विक्रेत्याला काळजी वाटायला लागली की दुकानातल्या लोकांच्या हे लक्षात येईल की एक यंत्र गायब आहे! त्याच्यावर चोरीचा आरोप येण्याचीदेखील शक्यता होती. हाजीनं ते यंत्र परत पाठवण्याचा प्रयत्न केला पण त्याला ते जमलं नाही. 'माझी सिद्धी (अतींद्रिय शक्ती) गेली!' म्हणून तो रडू लागला.

तो विक्रेता परत गेला तेव्हा जाताना यंत्र घेऊन गेला. मध्यंतरी दुकान व्यवस्थापकाच्या ध्यानात आलं होतं की शिवणयंत्र गायब आहे. त्यांनी पोलिसात तक्रार दिली होती. या विक्रेत्याजवळ ते शिवणयंत्र आहे असं पोलिसांना कळलं. त्यांनी त्याच्यावर गुन्हा दाखल गेला. न्यायालयात त्यानं हाजीची गोष्ट सांगितली. पण कोणाचाही त्याच्यावर विश्वास बसला नाही. विक्रेत्याला शिक्षा झाली.

असे अनेक अनुभव मला आले. काही वेळा मी माझ्या गुरुदेवांना डिवचून अवमानकारक रीतीनं म्हणत असे, 'बघा, त्या लोकांजवळ तुमच्यापेक्षा जास्त शक्ती आहेत. मी आता त्यांचंच शिष्यत्व पत्करणार आहे.' गुरुदेव म्हणत, 'खुशाल जा. तुझी

प्रगती व्हावी. तू श्रेष्ठ व्यक्ती व्हावंस ही माझी इच्छा आहे. त्यासाठी माझंच शिष्यत्व स्वीकारलं पाहिजे असं काही नाही.'

नंतर माझ्या ध्यानी आलं की बऱ्याचशा चमत्कार वाटणाऱ्या गोष्टी जादूचे प्रकार असतात. जिथे जादू नसते, खरोखर असे चमत्कार घडतात तिथे नकारात्मक मंत्रविद्या असते. पतंजली योग सूत्रांच्या तिसऱ्या भागात वेगवेगळ्या सिद्धीची वर्णनं आहेत. पण या सिद्धी साधनामार्गातील अडथळे मानल्या जातात. त्याच्यामुळे आत्मसाक्षात्कार होत नाही. दहा लाखात एखाद्याजवळ सिद्धी असतातही. पण मला असं आढळून आलं आहे की सिद्धी असणारी माणसं लोभी, अहंकारी आणि अज्ञानी असतात. सिद्धीची प्राप्ती करण्यासाठी करायची साधना वेगळी आणि आत्मदर्शनासाठी करायची साधना वेगळी. बुद्ध, ख्रिस्त आणि इतर महात्म्यांकडूनही काही वेळा चमत्कार घडले आहेत. पण ते उत्स्फूर्त होते आणि त्याला काही विशेष कारण होतं. काहीतरी सनसनाटी करायचं म्हणून ते केलेले नव्हते.

योगाच्या मार्गावर चालताना सिद्धीच्या शक्यता सामोऱ्या येतात. कुठल्याही सिद्धीची अपेक्षा नसताना एखाद्या साधकाला काही सिद्धी प्राप्त होऊ शकतात. पण आत्मसाक्षात्कार हे जीवनाचं लक्ष्य आहे हे ज्याला कळलं तो सिद्धीचा दुरुपयोग कधीच करत नाही. कारण असं करणं हे साधकाच्या पतनाला कारणीभूत होतं.

चोरी हा सामाजिक आणि नैतिक गुन्हा आहे. जादूला योगशास्त्रात काही स्थान नाही. सिद्धी किंवा अतींद्रिय शक्ती अवश्य असतात पण त्या महात्मेच पेलू शकतात.

मुखातून अग्नी फेकणारे स्वामी

माझी भेट एका अशा स्वामींशी झाली की ते मुखातून अग्नी बाहेर फेकत असत. ती ज्वाळा कित्येक फूट दूर जात असे. ते खरोखरच असं करू शकतात का हे पाहाण्यासाठी मी त्यांची परीक्षा घेतल. ते फॉस्फरस किंवा तत्सम पदार्थ तोंडात निर्माण करत नाहीत ना हे पाहाण्यासाठी मी त्यांना तोंड स्वच्छ धुवायला सांगितलं. माझ्या मित्रांनाही तपासणी करायला सांगितलं. पण तो फसवणुकीचा प्रकार नव्हता असं ध्यानी आलं. मी मनाशी म्हटलं, 'या स्वामींची माझ्या गुरुदेवांपेक्षा जास्त आध्यात्मिक प्रगती झालेली दिसते.'

ते स्वामी म्हणाले, 'तू तुझ्या गुरुजींजवळ राहून तुझा वेळ नि शक्ती व्यर्थ वाया घालवत आहेस. तू माझ्याबरोबर ये. मी तुला काही मौलिक विद्या देईन. तोंडात अग्नी कसा निर्माण करायचा हे मी तुला शिकवीन.'

त्यांच्या सांगण्याने मी इतका भारावलो की खरोखरच माझ्या गुरूंना सोडण्याचा मी निश्चय केला. मी माझ्या गुरुदेवांकडे गेलो आणि म्हणालो, 'तुमच्यापेक्षा प्रगत गुरू मला भेटला आहे. मी त्याचं शिष्यत्व स्वीकारणार आहे.'

गुरुदेव म्हणाले, 'अवश्य स्वीकार. मला आनंदच आहे. मी तुला सुखात पाहू इच्छितो. तुझे नवीन गुरू काय करतात?' मी म्हणालो, 'ते मुखातून अग्नी काढतात. ते फार सामर्थ्यवान महात्मे आहेत.' माझे गुरुदेव म्हणाले, 'तू मला त्यांच्याकडे घेऊन चल.'

दुसऱ्या दिवशी आम्ही दोघे त्या स्वामींकडे गेलो. ते स्वामी तेवीस मैल दूर पर्वतराजीत राहात होते. तिथे पोचायलाच आम्हाला दोन दिवस लागले. जेव्हा आम्ही स्वामींकडे पोहोचलो तेव्हा त्यांनी माझ्या गुरुदेवांना विनम्र नमस्कार केला!

मी चकित झालो. मी गुरुदेवांना विचारलं, 'आपण यांना ओळखता?' गुरुदेव म्हणाले, 'अर्थातच. काही काळापूर्वी हे आपला आश्रम सोडून गेले. ते कुठे लपलेत त्याचा शोध मला आत्ता लागला.'

गुरुदेवांनी त्यांना विचारलं, 'तू इथं काय करतो आहेस?' ते स्वामी म्हणाले, 'महाराज, मी मुखातून अग्नी काढण्याची विद्या शिकलो आहे.'

ज्या वेळी माझ्या गुरुदेवांनी स्वामींच्या मुखातून निघालेली ज्वाळा पाहिली तेव्हा ते सौम्यसे हसले आणि मला म्हणाले, 'त्याला विचार की ही विद्या मिळवायला त्याला किती काळ लागला?' स्वामींना आपल्या सिद्धीचा गर्व होता. ते म्हणाले, 'ही सिद्ध मिळवायला मला वीस वर्षं तप करावं लागलं.'

मग माझे गुरुदेव म्हणाले, 'एक आगकाडी एका क्षणात एवढा अग्नी प्रज्वलित करू शकते. तू तोंडातून अग्नी काढायची सिद्धी मिळवण्यासाठी वीस वर्षं वाया घालवलीस? मूर्ख आहेस तू. बेटा, हे खरं ज्ञान नव्हे. तुला खरोखरच महात्म्यांची भेट घ्यायची असेल तर ते कुठे राहातात ते मी तुला सांगेन. जा आणि प्रत्यक्ष अनुभव घे.'

नंतर मला कळलं की या सर्व सिद्धी म्हणजे साधनामार्गावरचे मैलाचे दगड होत. या सर्वांचा अध्यात्माशी काही संबंध नाही. प्रत्यक्ष प्रयोगानं आणि अनुभवानं मला हे नंतर कळलं की सिद्धींना खरोखर काही महत्त्व नाही. उलट त्यांच्यामुळे साधनामार्गात गंभीर अडचणी उपस्थित होतात. काही वेळा विशेष शक्ती प्राप्त झाल्यावर तुम्हाला भविष्यातल्या गोष्टी आधीच कळू लागतात. तुम्ही इतरांना भविष्य सांगू लागता. पण यामुळे साधनेपासून तुमचं चित्त विचलित होतं. तसं होऊ देऊ नका. आजवर अनेक लोकांनी सिद्धीच्या मागे लागून आपला वेळ नि शक्ती वाया दवडली आहे. तरीही कुणाला सिद्धी मिळवण्यासाठी तप करायचं असेल तर ते करोत बापडे! पण त्यामुळे आत्मसाक्षात्कार होणार नाही. आत्मसाक्षात्कार ही अगदी वेगळीच गोष्ट आहे.

एक विलक्षण योगी

आध्यात्मिकतेची एक महत्त्वाची खूण म्हणजे नि:स्वार्थता. जर एखाद्या आध्यात्मिक व्यक्तीच्या जीवनात हा गुण आपल्याला दिसला नाही तर तो आध्यात्मिक नव्हे. नीम करोली बाबा नावाचे एक प्रख्यात महात्मे होते. ते नैनीतालला राहात. माझ्या लहानपणीच त्यांनी आपल्या स्नेहाने मला जिंकलं होतं. ते कधी इथे तर कधी तिथे. अर्धे इथे तर अर्धे तिथे असत. कोणी त्यांना भेटायला गेलं की ते म्हणत, 'आता मी तुम्हाला भेटलो. तुम्ही मला भेटलात. आता जा.. जा.. जा..!' असं बोलायची त्यांची पद्धत होती.

एकदा आम्ही एकत्र बसून बोलत असताना भारतातील सर्वात श्रीमंत गृहस्थ त्याच्यांकडे आले. त्यांच्या हातात महाराजांना अर्पण करण्यासाठी नोटांची बंडलं होती. ते म्हणाले, 'महाराज, हे आपल्यासाठी आणलं आहे.'

बाबांनी त्या नोटा जमिनीवर पसरल्या आणि त्यावर ते बसले नि म्हणाले, 'गादी म्हणून यावर बसणं काही सुखाचं वाटत नाही. माझ्याकडे काही धुनी नाही. नाहीतर या जाळल्या असत्या, म्हणजे ऊब मिळाली असती. तुझ्या या नोटा माझ्या काहीच कामाच्या नाहीत. मी यांचं काय करू?'

तो गृहस्थ म्हणाला, 'महाराज, हे पैसे आहेत!' बाबांनी ते पैसे त्याला परत दिले आणि त्यातून थोडी फळं आणायला सांगितली. श्रीमंत गृहस्थ म्हणाला, 'महाराज, इथे जवळ बाजार नाही.' बाबा म्हणाले, 'मग तू हे पैसे आहेत असं कसं म्हणतोस? ज्यांचा फळं आणण्यासाठी उपयोग नाही त्याला पैसा कसा म्हणू?'

मग बाबा म्हणाले, 'तुला माझ्याकडून काय हवं आहे?' तो गृहस्थ म्हणाला, 'मला डोकेदुखीचा त्रास आहे.' बाबा म्हणाले, 'तो तूच निर्माण केला आहेस. मी तुझ्यासाठी काय करू?' गृहस्थ म्हणाला, 'महाराज तुम्ही मला मदत करा.'

बाबा म्हणाले, 'बरं, आता तुझी डोकेदुखी जाईल. पण तू लोकांना डोकेदुखी होऊन बसशील. तू इतका श्रीमंत होशील की तुझ्या समाजातले लोक तुझ्यामुळे हैराण होतील.' आणि खरोखरच तो गृहस्थ आजही त्याच्या समाजाला डोकेदुखी होऊन बसला आहे.

जगात थोडं स्वास्थ्यपूर्वक जगण्यासाठी पैशांची आवश्यकता असते हे खरं पण आवश्यकतेपेक्षा जास्त पैसा मिळाला की तो डोक्याला ताप देतो हेही खरं. पैशांचा अवाजवी संचय करणं हे पाप आहे. कारण त्यामुळे आपण कोणाला तरी पैशांपासून वंचित करत असतो. त्यामुळे समाजात विषमता निर्माण होते.

नीम करोली बाबांचं प्रभु रामचंद्रांवर अत्यंत प्रेम नि भक्ती होती. ते नेहमी काही मंत्र पुटपुटत पण तो कोणाला कळत नसे. आजही उत्तर भारतात अनेक लोक त्यांची पूजा करतात. ते असताना लोक त्यांच्याभोवती गर्दी करत. त्यांना थोडासाही विसावा घेऊ देत नसत. ते एका पर्वतावरून दुसऱ्या पर्वतावर किंवा एका गावाहून दुसऱ्या गावाला चालले तर लोक सोबत येत. त्यांचं वर्तनही मोठं लोकविलक्षण असे.

मला त्यांच्यासोबत असताना काही गमतीचे, आनंदाचे अनुभव आले आहेत. तुमचा त्यावर विश्वासही बसणार नाही. पण जे अमेरिकन मित्र त्यांना भेटले आहेत त्यांना मी काय म्हणत आहे ते कळेल. कोणी बाबांना भेटायला गेलं की ते म्हणत, 'अमुकअमुक झाडाखाली बसून त्या अमुकअमुक माणसासमोर तू माझी निंदा करत होतास नाही का?' ते बरोबर तारीख आणि वेळसुद्धा सांगत. मग ते म्हणत, 'आता मला भेटलास ना तू? आता जा.. जा.. जा..!' आणि ते सर्वांगावरून कांबळं ओढून घेत.

एकदा एक औषध विक्रेता तालीतालवरून मालीतालकडे काही औषधी चूर्ण घेऊन चाललेला होता. तो नीम करोली बाबांचा भक्त होता म्हणून वाटेत तो त्यांच्या दर्शनाला थांबला. मीही तिथे होतो.

बाबा म्हणाले, 'मला खूप भूक लागली आहे. हे तू काय घेऊन चालला आहेस?' तो म्हणाला, 'बाबा, हे आर्सेनिक म्हणजे विष आहे. थांबा, मी तुम्हाला काहीतरी खायला घेऊन येतो.' परंतु बाबांनी ते चूर्ण त्याच्या हातातून ओढून घेऊन मूठभर खाल्लं. मग त्यांनी एक पेलाभर पाणी मागितलं. औषध विक्रेत्याला वाटलं की हे आता विषबाधेनं मरणार. पण दुसऱ्या दिवशी ते चांगले ठणठणीत होते.

भोवताली काय चाललंय याचं बाबांना भान नसे. कोणी विचारलं की बाबा, जेवलात का? तर ते कधी होय म्हणत, कधी नाही. तुमचं चित्त जर जेवणात नसेल तर दिवसातून कितीही वेळा खाल्लं तरी तुम्ही उपाशीच असता. त्यांच्याबाबत असं होई. पाच मिनिटांपूर्वी त्यांनी खाल्लेलं असे. पण नंतर ते म्हणत, 'मला आत्ता भूक लागली आहे.' कारण आपण खाल्लं आहे याची जाणीवच त्यांना नसे. कोणी त्यांना म्हणे, 'आपण आत्ताच जेवण केलं आहे.' मग ते लगेच म्हणत, 'ठीक आहे. मला भूक नाहीये.'

मी जर त्यांना सांगितलं नाही की, तुमचं जेवण झालं आहे तर ते पुन्हा पुन्हा जेवू शकत. एकदा मी ठरवलं की हे किती वेळा जेवतात पाहू या तरी! त्या दिवशी वेगवेगळ्या लोकांकडे ते एकूण चाळीस वेळा जेवले. आम्हाला त्यांच्या या सिद्धीविषयी कुतूहल वाटे, हे त्यांना माहीत होतं. जो कोणी समोर अन्न ठेवेल त्याचं सहज ग्रहण ते करीत.

लोक त्यांना विचारत, 'महाराज, आपण जेवाल का?' त्यावर ते 'होय' म्हणत. दिवसभर जेवणाचा कार्यक्रम चालू राही. शेवटी मी येत असे आणि म्हणत असे, 'आता

पुरे झालं तुम्ही पुरेसं खाल्लं आहे.' त्यावर ते म्हणत, 'होय का, मी पुरेसं खाल्लं आहे?' मी म्हणे, 'होय.' मग तेही खाणं पुरं करत.

अत्यंत उच्च आध्यात्मिक अवस्थेत साधक बालकवत् होऊन जातो. व्यावहारिक गोष्टींकडे त्याचं चित्त नसतं. परंतु सत्याची जाणीव मात्र निरंतर असते.

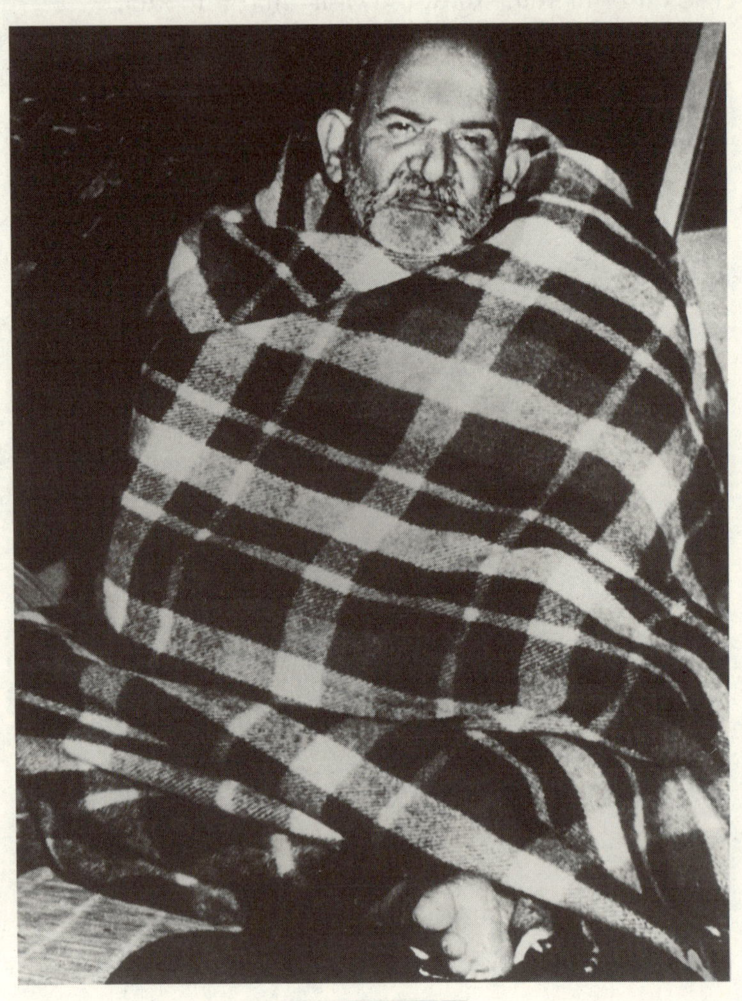

नीम करोली बाबा

माझ्या मातृरूप गुरू

मी आसाममध्ये एकदा माताजींना भेटायला गेलो होतो. त्या महान योगिनी होत्या. त्यांचं वय शहाण्णव वर्षांचं होतं. आसामच्या प्रख्यात कामाख्या शक्तिपीठाच्या जवळच त्या राहात. ते स्थान भारताच्या अगदी दूरच्या कोपऱ्यात आहे. अनेकांना तिथे जाण्याची जाण्याची इच्छा असते. पण थोडेच लोक तिथे पोहोचू शकतात. मी कलकत्त्याहून गुवाहाटीला गेलो. नंतर पायी कामाख्या पीठाला गेलो. अंधारात, अडखळत, ठेचकळत मी सायंकाळी उशीरा मंदिरात पोहोचलो. मंदिराजवळ तीन-चार छोटी लाकडी घरं होती. मला मंदिराच्या पुजाऱ्यांनी एका घराच्या दुसऱ्या मजल्यावर राहायला जागा दिली. योगायोगाने त्याच घरात या प्रसिद्ध योगिनी राहात होत्या. माझ्या खोलीला बऱ्याच चिरा नि छिद्रं होती. त्यातून उंदीर नि साप सहज ये-जा करत होते. परिस्थिती भयंकर होती आणि मला काय करावं ते कळत नव्हतं. इकडेतिकडे सापडलेल्या फडक्यांचे बोळे कोंबून मी भोकं बुजवण्याचा प्रयत्न करत होतो. मी त्या ठिकाणी दोन महिने राहिलो. प्रारंभीचे माझे तिथले अनुभव आश्चर्यकारक, धक्कादायक होते. शेवट-शेवटचे मात्र मोठे सुखद होते.

त्या योगिनी दिवसा खोलीबाहेर पडत नसत. त्यांच्या या व्रताला एकोणीस वर्षं झाली होती. विसावं चालू होतं. परंतु पहाटे तीन वाजता त्या अत्यंत नियमितपणे मंदिरात येत. त्याचप्रमाणे मध्यरात्रीही येत. पहिले चार दिवस रात्रीच्या वेळी मी खोलीत असे. पाचव्या रात्री मात्र मी मंदिरात गेलो. चांदणी रात्र होती. मंदिराच्या दाराशी पोचल्यावर आतून मला मंत्र म्हणण्याचा आवाज आला. त्या वृद्ध योगिनी एकट्याच आत बसल्या होत्या. बाजूला दिवटी तेवत होती. त्यांना जेव्हा बाहेर कोणी असल्याची चाहूल लागली तेव्हा त्या मोठ्या आवाजात ओरडल्या, ‘कोण आहे बाहेर? आत येऊ नका. आलात तर प्राणांना मुकाल. मी शक्तिमाता आहे. इथून निघून जा.’

मला अत्यंत भीती वाटली. पण त्या लहानशा देवळात काय चाललंय याची जिज्ञासाही होती. मी हळूच डोकावून पाहिलं आणि त्या माझ्या दिशेनं धावून आल्या. त्या पूर्णत: वस्त्रविहीन होत्या. जणू हाडांची मोळी. पण त्वचा मात्र तेजस्वी – लखलखीत! त्यांचे

डोळे अग्नीकुंडाप्रमाणे धगधगत होते. त्या गरजल्या, 'जा चालता हो. मी काय करते ते पाहातोस होय?' मी नम्रपणे त्यांना प्रणिपात केला. त्या शांत होतील असं मला वाटलं. पण त्यांनी मला छडीचा प्रसाद दिला आणि तेथून हाकलून लावलं. मी माझ्या खोलीत परतलो.

दुसऱ्या दिवशी माताजींनी मला खोलीत बोलावून घेतलं आणि त्या माझ्याशी बोलू लागल्या. मी म्हणालो, 'मला आपले आशीर्वाद हवे आहेत.' त्या थोडा वेळ स्तब्ध राहिल्या. मग त्यांनी माझं टोपणनाव उच्चारलं. ते माझ्या गुरुदेवांखेरीज कोणालाच माहीत नव्हतं. त्यांनी मला जवळ घेतलं. मांडीवर झोपवलं. मला काय घडतंय हे कळत नव्हतं. पण जर सातवा स्वर्ग म्हणून काही असेल तर तिथं मी होतो. इतकं सुख अनुभवलं.

माझ्या माथ्यावर हातानं थोपटत त्यांनी मला आशीर्वाद दिला. 'तुझ्या साधना मार्गात काही अडथळे येतील. पण तू ते पार करून जाशील. माझा तुला आशीर्वाद आहे.' मी म्हणालो, 'मी इथे काही दिवस राहू इच्छितो.' त्यांनी संमती दिली.

मी या माताजींना – गुरूंना विचारलं की, 'पहाटे तीन वाजता आपण मंदिरात काय करता?' त्या म्हणाल्या, 'मी शक्तिपूजा करते. त्या वेळी आणि मध्यरात्री मला माझ्याजवळ कोणी असायला नको असतं.' रात्री बारा ते दोन आणि पहाटे तीन ते साडेचार कोणीही मंदिरात जात नसे.

माताजींनी रोज सायंकाळी अर्धा तास त्यांच्याबरोबर असायला मला परवानगी दिली. माझ्या गुरुदेवांसमोर बसल्यावर जशी माझी चेतना वर उठत असे तशीच माताजींसमोर बसल्यावरही उठत असे. मनोमन मी त्यांना माझ्या मातृगुरू म्हणून मानलं होतं. मला त्यांना पुष्कळ प्रश्न विचारावेसे वाटत. पण त्या मौन राहायला सांगत. त्यांनी सांगितल्याप्रमाणे मी करत असे आणि माझ्या प्रश्नांची उत्तरं प्रत्यक्ष शब्दसंवादाशिवायच मला मिळून जात. मौन हा खरोखर सर्वात प्रभावी असा शिकविण्याचा प्रकार आहे. अत्यंत श्रेष्ठ अवस्थेतील गुरूशिष्याला मौनातूनच ज्ञान देतात.

माताजी वृद्ध होत्या पण आध्यात्मिक शक्तीनं अत्यंत संपन्न होत्या. त्यांची इच्छाशक्ती जबरदस्त होती. त्या जे बोलतील ते खरं होत असे. हे मी अनेकदा पाहिलं आहे. जेव्हा त्यांच्याकडे कोणी काही प्रश्न घेऊन येई तेव्हा अगदी मोजकं बोलत. उदा. 'जा.', 'काम होईल.', 'आशीर्वाद.', 'शक्तिमातेची प्रार्थना करा.' एवढं बोलून त्या खोलीत निघून जात.

माताजी रात्री केव्हाच झोपत नसत. ध्यानस्थितीमध्येच त्या रात्रभर बसलेल्या असत. हे कळल्यावर त्यांच्या दाराच्या फटीतून मी रात्री त्यांच्याकडे पाहात बसे. अशा तीन रात्री आणि तीन दिवस मी निरीक्षण केलं. पण त्यांनी जमिनीला पाठ लावलेली मी पाहिली नाही.

एक दिवस मी त्यांना म्हणालो, 'माताजी, तुम्ही जरा आडव्या झालात तर तुमच्या पाठीला मी हळुवार मालिश करून देईन. मग तुम्हाला गाढ झोप लागेल.'

यावर माताजी हसू लागल्या आणि म्हणाल्या, 'झोप? बाबा, माझ्यासाठी झोप नाही.

आळस आणि निद्रा यांच्या मी पलीकडे आहे. निद्रेविना निद्रेचा आनंद मी घेत असते. त्यासाठी मला पाठ टेकावी लागत नाही. जिला योगनिद्रेचा आनंद नित्यच आहे, ती सूकर निद्रा (डुकराची झोप) का बरं घेईल?'

मी म्हणालो, 'ही सूकर निद्रा काय असते?'

माताजी म्हणाल्या, 'डुकरं वाजवीपेक्षा जास्त खातात. त्यामुळे ती लगेच घोरू लागतात. मला नवल वाटलं की इतकी झोप त्यांना येतेच कशी?' माताजींनी पूर्ण निद्रा प्रक्रिया मला समजावून सांगितली. त्यांनी विचारलं की, जागृतीतून स्वप्नस्थितीत आणि स्वप्नस्थितीतून गाढ झोपेत – सुषुप्तीत मनुष्य कसा जातो हे तुला माहीत आहे का? मला अर्थातच ते माहीत नव्हतं. त्यांनी मला पद्धतशीर, नेमकेपणानं सारं शिकवलं. त्यानंतर मला माण्डूक्य उपनिषदातील तीन अवस्थांचा जागृती, स्वप्न, सुषुप्ती यांचा खरा अर्थ कळला आणि चौथी अवस्था जी तुरीया – जिला परमावस्था म्हणतात तिचाही बोध झाला. उपनिषदांमध्ये माण्डूक्य उपनिषद हे सर्वात महत्त्वाचं आणि कळायला अवघड मानलं जातं. माताजींनी मला या चार अवस्थांबद्दल जे सांगितलं ते मी टिपून ठेवलं. माझ्या दैनंदिनीची सत्तर पानं या निरूपणानं भरली आहेत. माताजी सावकाश पण स्पष्ट बोलत. त्यात चुका किंवा पुनरावृत्ती नसे. माण्डूक्य उपनिषदावर माताजींनी शास्त्रशुद्ध भाष्य केलं. त्या वेळी माझ्या बुद्धीला ते समजलं. पण खरं समजलं ते या चारही अवस्थांमध्ये अवधान स्थिर ठेवण्याचा अभ्यास झाल्यावर.

अडीच महिने असे गेले. निरोप घेण्याचा दिवस आला. मला फार उदास वाटत होतं. पण माताजी म्हणाल्या, 'या माझ्या शरीरात आणि व्यक्तिमत्त्वात जी आईची प्रतिमा आहे तिच्यामध्ये गुंतू नको. मी जगन्माता आहे. मी सर्वत्र आहे. माझ्या मर्त्य अस्तित्वापलीकडे आणि त्याच्यावर तुझ्या चेतनेला घेऊन जा.' मी अश्रुभरल्या डोळ्यांनी माताजींकडे पाहात होतो. त्या पुढे म्हणाल्या, 'भिऊ नकोस, मी तुझ्यासोबत आहे.' मी माताजींचा निरोप घेतला आणि हिमालयातल्या माझ्या निवासात परत आलो. माझे गुरुदेव माताजींविषयी अत्यंत गौरवानं बोलत होते. माताजी बारा वर्षांच्या असताना त्या मंदिराजवळ राहायला आल्या आणि वयाच्या एकशे एकाव्यावर्षी तिथंच त्यांनी आपल्या नश्वर देहाचा त्याग केला.

कालातीत योगी

देवराह बाबा उत्तर प्रदेशाच्या पूर्व भागात नेहमी वास्तव्याला असतात. परंतु दर उन्हाळ्यात ते काही महिने हिमालयातील तीर्थक्षेत्रांचं दर्शन घेण्यासाठी येतात. सगळे म्हणतात की ते फार वृद्ध आहेत. डॉ. राजेंद्रप्रसाद हे भारताचे पहिले राष्ट्रपती – त्यांच्याकडून मी ऐकलं आहे की देवराह बाबा दीडशेहून अधिक वयाचे आहेत. डॉ. राजेंद्र प्रसाद लहान होते तेव्हा त्यांचे पिताजी त्यांना देवराह बाबांकडे घेऊन गेले होते. त्या वेळीदेखील बाबा अगदी वृद्ध होते. मला ही गोष्ट राष्ट्रपतींनी सांगितली त्या वेळी त्यांचं वय सत्तरहून अधिक होतं. त्यांच्या या गोष्टीमुळे माझी जिज्ञासा खूपच वाढली. ज्या वेळी बाबा हृषिकेशला येतील त्या वेळी आपण त्यांचं दर्शन घ्यायचं असं मी ठरवलं. बद्रीकेदारला जाताना बाबा हृषिकेशला थोडं थांबत असत. तिथं आमची भेट होऊ लागली. बाबा जिथे जात तिथे त्यांच्यासाठी एक पाइनवुडची झोपडी बनवली जात असे. ते कधीकधी वृक्षांच्या ढोलीतही राहातात. ते चांगले सुदृढ वाटतात. त्यांचं वय सत्तरीच्या आसपास वाटतं. ते फार वैराग्यसंपन्न आहेत तरीही मृदु आहेत पण शिष्यांना त्यांना स्पर्श करण्याची परवानगी नाही. ते कधीकधी भक्ती आणि दिव्य प्रेम या विषयांवर व्याख्यान देतात. उत्तर प्रदेशात ते फार विख्यात आहेत. त्यांच्या दर्शनासाठी फार मोठे समुदाय गोळा होतात. त्यांचा शिष्यवर्गही फार मोठा आहे आणि पोलीस तसेच शासकीय अधिकारीही त्यांचे आशीर्वाद घेण्यासाठी येतात. दर बारा वर्षांनी भरणाऱ्या कुंभमेळ्याला ते असतात. १९७४ ला हरिद्वार येथे जो कुंभमेळा होता त्यात माझ्या काही अमेरिकन विद्यार्थ्यांनी त्यांचं दर्शन घेतलं आहे.

बाबांच्या दीर्घायुष्याचं रहस्य जाणून घेण्याचा मी प्रयत्न केला. योगाची काही विशिष्ट साधना ते रोज करतात. फळं आणि भाज्या एवढाच आहात ते घेतात. दीर्घायुषी करणाऱ्या अनेक योगप्रक्रिया आहेत. साधकाला ज्या मानवतील त्या साधना ते करू शकतात.

माझ्याशी बोलताना बाबा म्हणाले, 'आनंद ही मनुष्याची सर्वश्रेष्ठ संपदा होय. संतुलन – नियमितता फार आवश्यक आहे. प्राणायामाच्या प्रगत पद्धतींचा अभ्यासदेखील फार महत्त्वाचा आहे. कालातीत जगता येण्यासाठी प्राणायामाची साधना पाहिजे.'

देवराह बाबा म्हणजे प्रेमाची साक्षात प्रतिमाच आहेत.

कालातीत योगी, देवराह बाबा

भाग ४

लीनतेचं शिक्षण

खऱ्या अर्थानं लीनता अंगी बाणवणं ही आत्मसाक्षात्काराच्या मार्गावरची एक पायरी आहे. लीनवृत्ती असल्यानं आपण काहीच गमावत नाही आणि खूप काही मिळवत असतो. हा दैवी गुण मिळवण्यासाठी आपल्या इच्छाशक्तीला बळ मिळतं ते प्रार्थना आणि ध्यानचिंतन यांच्यामुळे.

अहंकार आणि दंभ हे व्यर्थ होत

हिमालयातील तुंगनाथ नावाच्या एका पवित्र क्षेत्री माझे गुरुदेव काही काळ राहिले होते. त्यांना भेटायला जाताना मी वाटेत कर्णप्रयाग नावाचं तीर्थक्षेत्र आहे तिथं थांबलो होतो. त्या क्षेत्रातील मंदिराजवळ प्रभातस्वामी नावाचे एक थोर, प्रसिद्ध महात्मा राहात. त्यांना भेटायला मी गेलो. मी त्या वेळी संन्यासाश्रमाचं शिक्षण घेत होतो. आमच्या परंपरेप्रमाणे मी त्यांना नमस्कार केला. ते एक चौपदरी घडी केलेल्या कांबळ्यावर बसले होते. काही गावकरी त्यांच्यापुढे बसलेले होते. त्यांच्या शेजारचं आसन ते मला देतील अशी माझी अपेक्षा होती. भारताच्या ग्रामीण भागात संन्याशांना लोक प्रणाम करतात, सन्मान देतात. त्यामुळे माझा अहंकार फुलला होता. माझ्याप्रमाणेच संन्यासश्रमाचं शिक्षण चालू असलेल्या इतर संन्याशांचाही अहंकार फुलत असे.

प्रभात स्वामींना माझी समस्या कळली. ते स्मितमुखानं म्हणाले, 'यावं, आपण आसन ग्रहण करावं.'

मी त्यांना विचारलं, 'आपलं कांबळं थोडं पसरून घालाल का? म्हणजे मी त्यावर आपल्या शेजारी बसू शकेन.' मी जसा आग्रहाने म्हणू लागलो तसे ते माझ्याकडे पाहून हसू लागले. शेवटी मी तीव्रतेनं विचारलं, 'तुम्ही मला तुमच्या शेजारी बसू का देत नाही?' मी चांगलाच अहंकारी आणि अशिष्ट झालो होतो.

प्रभात स्वामींनी योगवासिष्ठातला राम-हनुमान संवाद सांगितला. ते म्हणाले, 'आत्मभावानं आपण एकच आहोत पण तूर्त, व्यवहारतः तुम्ही अजून दास आहात आणि मी तुमचा स्वामी आहे.' आधुनिक माणसाला कशाचीही प्राप्ती झाल्याशिवायच आपण स्वामी झालो आहोत असा भ्रम होतो.

त्यांनी मला पुढे सांगितलं, 'एकदा एक अधिकारी पुरुष व्यासपीठावर बसून अनेक लोकांना उपदेश करत होते. त्यांना भेटायला एक फार प्रतिष्ठित माणूस गेला. परंतु त्याला इतर सर्वसामान्य लोकांप्रमाणे, शिष्यांप्रमाणेच वागणूक मिळाली. त्यानं त्या महापुरुषांना विचारलं, 'गुरुदेव, मी याच व्यासपीठावर आपल्याबरोबर बसू का?'

त्यावर महापुरूष म्हणाले, 'तुम्हाला शिष्याची भूमिकाही आली पाहिजे आणि गुरूची

भूमिकाही आली पाहिजे.’

त्या गृहस्थांनी विचारलं, ‘शिष्याची भूमिका काय असते?’

महापुरुष म्हणाले, ‘शिष्य स्वच्छता करतो, सेवा करतो, भांडी घासतो, स्वयंपाक करतो, स्वत:ची शुद्धी करतो, गुरूंची सेवा करतो.’

त्या गृहस्थांनी विचारलं, ‘आणि गुरू काय करतात महाराज?’

महापुरुष उत्तरले, ‘गुरू शारीरिक श्रमांची कामं करत नाहीत. ते उपदेश देतात.’

त्या गृहस्थानं विचारलं, ‘शारीरिक श्रमांची कामं केल्याखेरीज मी गुरू होऊ शकणार नाही काय? या कामांचा आणि उपदेश करण्याच्या कौशल्यांचा काही संबंध नाही.’

महापुरुष म्हणाले, ‘तुम्ही हे सारं न करताच गुरू बनलात तर त्यात तुमचंही अहित आहे आणि इतरांचंही अहित आहे. प्रारंभीच तुम्हाला कळायला हवं की अध्यात्ममार्गावर इतर काहीही चालतं पण अहंकार नाही.’

साधक आणि त्याची ज्ञानग्रहणाची प्रक्रिया यांच्यात अहंकार हा एखाद्या पडद्यासारखा येऊन उभा राहातो. मनुष्य अहंकेंद्रित झाला की तो गुरूंशी खऱ्या अर्थानं संवाद साधू शकत नाही, त्याची विवेकबुद्धी जागी राहात नाही. म्हणून तो गुरूंच्या सूचना समजून घेऊ शकत नाही. अशा अहंकाराचा निरास व्हायला खूप तप, व्रतं करावी लागतात. स्वत:मध्ये परिवर्तन घडवून आणावं लागतं. पण ते केलं नाही तर अहंकार ज्ञानाचा नाश करतो.

माझा फुगलेला अहंकार

पावसाळ्यात चार महिन्यात संन्यासी प्रवास करत नाहीत. त्या काळात लोक त्यांच्याकडे येतात आणि विविध आध्यात्मिक ग्रंथांचं अध्ययन करतात. जरी माझं संन्यास आश्रमाचं शिक्षण चालू होतं तरी मी रोज अध्यापन करत असे. विद्यार्थी हे अध्यापकासाठी विविध प्रश्न निर्माण करतात. पहिली गोष्ट म्हणजे ते त्याला मनामध्ये खूप उच्च स्थान देतात. त्यामुळे संवादाला मर्यादा येते. माझ्या विद्यार्थ्यांनी माझ्यासाठी एक उच्चासन बनवलं होतं. तिथं बसण्याची मला विनंती करण्यात आली. खूप जण माझं प्रवचन ऐकतात. याचा मला आत्यंतिक अभिमान वाटे. ज्या वेळी या क्षेत्रात तुम्ही नवखे असता आणि नाव नि कीर्तीची अभिलाषा चित्तात असते तेव्हा असं होतं. जेवढे अनुयायी जास्त तेवढा साधू अहंकारी बनत जातो.

माझ्या श्रोत्यांमध्ये एक स्वामी होते. त्यांना तितकंसं ज्ञान नाही अशी माझी समजूत होती. माझ्या प्रवचनाच्या वेळी ते शांतपणे कोपऱ्यात बसलेले असत. प्रत्यक्षात ते अतिशय ज्ञानी होते पण ते मला माहीत नव्हतं. मी अतिशय कळकळीने डोळ्यात पाणी आणून देवाची रोज प्रार्थना करीत असे, ‘देवा, मला ज्ञान दे. माझा साहाय्यकर्ता हो देवा!’ या प्रार्थनेला प्रतिसाद म्हणून की काय देवानं या स्वामींना माझ्याकडे पाठवलं, आणि मी काय केलं? मी माझी लुंगी त्यांना धुवायला देत असे. दिवसभर ‘तुम्ही हे करा, ते करा.’ अशी फर्मानं मी त्यांना सोडत असे. ते माझ्यासोबत दोन महिने होते आणि मग माझे डोळे उघडण्याचा दिवस आला.

एका सकाळी आम्ही दोघंही गंगातीरावर बसलो होतो. दात घासताना मी म्हणालो, ‘जा, माझ्यासाठी थोडं पाणी घेऊन या.’ त्यांनी ठरवलं की माझ्या अहंकाराला टाचणी लावायची वेळ आलेली आहे. ते म्हणाले, ‘चालू द्या तुमचं दात घासणं!’ एवढं झाल्यावर माझी शुद्धबुद्ध हरपली.

दोन दिवसांनी कोणीतरी मला गंगातीरी पडून राहिलेलं पाहिलं. माझा चेहरा भयंकर सुजला होता. ब्रश माझ्या हातून खाली पडला होता. पण बोटानं मी सतत माझे दात घासत होतो. ते करताना मी शुद्धीवर नव्हतो. मग माझे गुरुदेव माझ्यापुढे येऊन उभे

राहिले. ते म्हणाले, 'ऊठ.' मी कसेबसे डोळे उघडले. पण मी डोकं उचलू शकत नव्हतो. ते खूप जड झालं होतं. माझ्या हिरड्या सुजल्या होत्या आणि जबडा उघडता येत नव्हता.

मग माझ्या गुरुदेवांनी सांगितलं, 'ते स्वामी फार थोर महात्मा आहेत. देवानंच त्यांना तुझ्याकडे पाठवलं. देवाघरच्या माणसांशी लीनतेनं वागलं पाहिजे हे तुला कळत नाही. आता तरी तू धडा शिकला असशील. पुन्हा ही चूक करू नको. आता उठून उभा राहा. आकाशाकडे पाहा आणि चालायला सुरुवात कर.'

मी निषेधपूर्वक म्हणालो, 'आकाशाकडे पाहून चाललो तर मी ठेचकाळेन, पडेन.' मग गुरुदेव म्हणाले, 'मग मान खाली घालून चाल म्हणजे तू चालताना अडखळणार नाहीस. जीवनातल्या या खडतर, धोक्याच्या मार्गावरून चालताना तुला नम्रता शिकलीच पाहिजे. नम्रता नसेल तर तू शिकणार नाहीस. तुझ्या प्रगतीला खीळ बसेल.'

अध्यात्माच्या मार्गावरून चालताना नम्रता-लीनता अत्यंत आवश्यक आहे. अहंकार अडथळे निर्माण करतो. त्यामुळे विवेकबुद्धी नाहीशी होते. विवेक जर प्रखर नसेल तर बुद्धी योग्यप्रकारे काम करणार नाही. विचारांना स्पष्टता राहाणार नाही. गढूळ, चंचल मन हे आत्मदर्शनाच्या मार्गावरचं चांगलं साधन होऊ शकत नाही.

वैराग्य असलं पाहिजे, कर्मशीलता असली पाहिजे. या दोन्हींच्या संगमातच जीवनाचं साफल्य गवसत असतं. चैतन्याच्या सागरात अहंकार विरघळून जावा याची काळजी घेतली पाहिजे. अंत:करणाच्या कुठल्या तरी अंधाऱ्या कोपऱ्यात अहंकार डोकं वर काढत नाही ना याकडे सावध लक्ष दिलं पाहिजे. अहंकार अनंत प्रकारे काम करतो. त्याच्या अभिव्यक्तीही अनंत असतात. प्रेममय कर्म आपल्याला शाश्वत आनंदाची खूण दाखवतं.

आंतरिक गुणसंपदेची जोपासना

एकदा मी काश्मीरमध्ये श्रीनगर येथे होतो. तिथे एका ख्यातनाम विद्यापीठामधील तत्त्वज्ञानाचे विभागप्रमुख मला भेटले. ते वेदान्ताचे उत्तम जाणकार होते. ते मला म्हणाले, 'आपल्या प्रश्नांची उत्तरं मला देता आली तर मला आनंद वाटेल.'

म्हणून मी त्यांना पुढील प्रश्न विचारले, 'उपनिषदांमध्ये पुष्कळदा परस्परविरोधी विधानं आलेली दिसतात. एका ठिकाणी म्हटलं आहे की ब्रह्म एकमेव अद्वितीय आहे. दुसरीकडे म्हटलं आहे की सर्व काही ब्रह्म आहे. तिसरीकडे म्हटलं आहे की जग माया आहे, ब्रह्मच एक सत्य आहे. चौथ्या ठिकाणी म्हटलं आहे की बाह्यत: दिसणाऱ्या सर्व विविधतेमागे एकच शाश्वत सत्य आहे. या सर्व परस्परविरोधी वाक्यांचा मेळ घालायचा कसा?'

ते म्हणाले, 'एका संन्याशाच्या या प्रश्नांना कशी उत्तरं द्यायची हा मला प्रश्न पडला आहे. तुम्ही आद्य शंकराचार्यांच्या परंपरेतील संन्यासी होण्याचं शिक्षण घेत आहात. तुम्हालाच या प्रश्नांची उत्तरं माझ्यापेक्षा चांगली माहीत आहेत.'

मी अनेक विद्वान लोकांना भेटलो परंतु कोणीच माझं समाधान करू शकलं नाही. त्यांनी मला विविध उपनिषदांवरील भाष्यं वाचायला सांगितली. पण हे अंतर्विरोध कसे मिटवावेत हे कोणी सांगू शकलं नाही. शेवटी मी हिमालयात १३५ मैल दूर उत्तर काशी येथे एक स्वामीजी होते त्यांच्याकडे गेलो. त्यांचं नाव विष्णु महाराज असं होतं. ते नेहमी दिगंबर, निर्वस्त्र स्थितीत असत. जवळ काही कपडे वा अन्य गोष्टी बाळगत नसत. त्यांना मी म्हणालो, 'मला उपनिषदांतील काही गोष्टी समजून घ्यायच्या आहेत.'

ते म्हणाले, 'प्रथम प्रणाम करा. असला फुगलेला अहंकार घेऊन तुम्ही उपनिषदांबद्दल विचारता आहात. तुम्हाला ती सूक्ष्म सत्यं कशी कळतील?'

मला कोणापुढे प्रणाम करणं आवडत नसे म्हणून मी तसाच परत आलो. त्यानंतर अनेकांना मी उपनिषदांबद्दल विचारलं. ते म्हणत, 'तुम्ही विष्णु महाराजांकडेच जा. इतर कोणी तुमच्या प्रश्नांना उत्तरं देऊ शकणार नाही.' मला माहीत होतं की त्यांना जाणीव होती माझ्या अहंकाराची. त्या अहंकाराची परीक्षा घेण्यासाठी ते म्हणाले होते, 'प्रणाम

अमरनाथ, काश्मीर येथील शेषनाग सरोवराच्या तीरावरील साधू

करा, मग तुमच्या प्रश्नांची उत्तरं देतो.' मी इतर संन्याशांकडून उत्तरं मिळवण्याचा खूप प्रयत्न केला, पण सर्व जण मला विष्णु महाराजांकडेच जायला सांगत.

रोज मी ते राहात असलेल्या गंगातीरीच्या गुहेकडे पावलं वळवत असे. मी विचार करी, 'बघू तरी काय उत्तरं देतात हे माझ्या प्रश्नांची!' परंतु पुन्हा एकदा 'प्रणाम करा' प्रकरण उद्भवेल या भयानं मी तसाच परत जात असे.

एक दिवस त्यांनी मला त्यांच्या गुहेच्या जवळपास फिरताना पाहिलं. ते म्हणाले, 'या बसा. तुम्हाला भूक लागली आहे का? माझ्याबरोबर जेवता का?' ते अतिशय प्रसन्न, उदार वृत्तीचे होते. त्यांनी मला खाऊपिऊ घातलं. मग ते म्हणाले, 'आता तुम्ही जा. तुमच्यासाठी आज मी याहून जास्त वेळ देऊ शकत नाही.'

मी म्हणालो, 'मी मनात काही प्रश्न घेऊन आलो आहे. खाद्यपेय मला कुठेही मिळेल. पण मला आध्यात्मिक अन्न हवं आहे.'

ते म्हणाले, 'त्यासाठी तुमची सिद्धता झालेली नाही. मनोमन तुम्ही माझी परीक्षा घेऊ इच्छित आहात. तुमच्या प्रश्नांची उत्तरं मी देऊ शकतो की नाही हे तुम्हाला पाहायचं आहे. तुम्हाला खरोखर ज्ञानाची जिज्ञासा नाही. ज्या वेळी तुमची सिद्धता होईल त्या वेळी तुम्ही माझ्याकडे या, मी तुमचं समाधान करीन.'

दुसऱ्या दिवशी माझी वृत्ती बदलली होती. मी नम्र झालो होतो. मी त्यांच्याकडे जाऊन म्हणालो, 'महाराज, काल रात्रभर मी स्वत:ची सिद्धता केली आहे. आता आपण मला ज्ञान द्यावं.'

मग त्यांनी मला शिकवायला सुरुवात केली. माझ्या सर्व शंकांचं निरसन त्यांनी केलं.

त्यांनी सांगितलं की, दर्शनी परस्परविरोधी वाढणाऱ्या उपनिषद वाक्यांमध्ये वस्तुत: विसंगती नाही. उपनिषत्कालीन ऋषी गाढ समाधी अवस्थेत असताना त्यांना स्फुरलेली ही सत्यं आहेत. परमात्मतत्त्वाकडूनच ती त्यांना प्राप्त झालेली आहेत. ते म्हणाले, 'एखादा साधक जेव्हा अभ्यासाला सुरुवात करतो, साधनेला आरंभ करतो तेव्हा त्याच्या लक्षात येतं की हे दृश्य जग परिवर्तनशील आहे. पण त्यामागचं सत्य अपरिवर्तनीय – शाश्वत आहे. त्याच्या लक्षात येतं की हे भासरूपात्मक जगत सदैव बदलत आहे. म्हणून ते सत्य नाही. त्यामागे एक शाश्वत सत्ता (अस्तित्व) आहे. ते बदलत नाही. दुसऱ्या टप्प्याला जेव्हा त्याला सत्याचं ज्ञान होतं तेव्हा त्याला कळतं की सत्य एकच आहे. सत्य सर्वत्र भरून आहे. भ्रम वा भास नावाची गोष्टच नाही. सीमित आणि असीम अस्तित्वात ते एक सत्यच सर्व व्यापून आहे. याहून वरच्या चेतनेच्या स्तरावर साधक जातो तेव्हा त्याला अनुभव येतो की एकमेव अद्वितीय ब्रह्मच केवल आहे. ज्याला माया किंवा आभास म्हणतात. ती सुद्धा त्या अद्वय ब्रह्माचीच अभिव्यक्ती आहे.

समर्थ जाणकाराकडून जे उपनिषद शिकलेले नाहीत त्यांना उपनिषदांमध्ये परस्परविरोध आहे. असं भासतं. जाणकार अधिकारी अभ्यासकाला अनुभवाच्या विविध पातळ्या, चेतनेचे विविध स्तर आणि तेथील अनुभूती याबद्दल नीट समजावून सांगतो. चेतनेच्या, जाणिवेच्या भिन्न भिन्न पातळ्या आहेत. त्यात परस्पर विसंगती नाही. श्रेष्ठ सत्याकडून श्रेष्ठतम सत्याकडे प्रवास आहे. सामान्य मनाला किंवा बुद्धिवादी मनाला उपनिषद कळणार नाहीत. त्यासाठी अंत:प्रज्ञेची, अंतर्ज्ञानाची आवश्यकता आहे.'

माझ्या गुरुदेवांनी मला जे ज्ञान दिलेलं होतं ते दृढ करण्यासाठी मी हेतुत: प्रश्न विचारत होतो. जे प्रश्न नम्रतेशिवाय, खऱ्या जिज्ञासेशिवाय विचारले जातात त्यांची उत्तरं जाणते महात्मे देत नाहीत. केवळ लीनतेनेच अनेक प्रश्नांची उकल होते. विष्णु महाराजांनी मला वादविवादांच्या भूमिकेवरून वर उचललं आणि सूक्ष्म प्रश्नांची उकल करण्यासाठी अंत:प्रज्ञेची धारा वाहाती करावी लागते हे शिकवलं.

मला वाटलं की मी पूर्णत्व पावलो!

तरुणपणी मला वाटायचं की मला पूर्णत्वाची प्राप्ती झाली आहे आणि आता आणखी स्वाध्याय वा साधना करण्याची मला आवश्यकता नाही. मला अध्यात्माचं बौद्धिक ज्ञान जास्त होतं आणि ते मी इतरांना शिकवत असे. त्यामुळे मला वाटायचं की भारतात माझ्याइतका 'पोहोचलेला' प्रगत स्वामी दुसरा नाही! जेव्हा मी माझ्या गुरुदेवांना स्वत:विषयीचं हे 'उच्च' मत सांगितलं तेव्हा ते माझ्याकडे रोखून पाहात म्हणाले, 'काय पिऊन वगैरे तर आला नाहीस ना? हे काय बोलतो आहेस?' मी त्यांना सांगितलं की तसं नाही. खरोखरच मला असं वाटतं आहे. त्या वेळी ते काहीच बोलले नाहीत.

नंतर काही दिवसांनी त्यांनी हा विषय पुन्हा काढला, 'तू अजून बाळ आहेस. फार तर महाविद्यालयात जाणं ठाऊक आहे तुला. अजून चार गोष्टींवर तू प्रभुत्व मिळवायला हवं आहेस. ते मिळवलंस तर थोडंसं काही तुला कळलं असं मी म्हणेन.'

'ईश्वरप्राप्तीची इच्छा जरूर असावी. परंतु स्वार्थीपणानं स्वत:करिता काही मिळवण्याची इच्छा धरू नये. क्रोध, काम आणि आसक्ती यांचा त्याग कर. रोज नियमित ध्यानाभ्यास कर. या चार गोष्टी तुला जमल्या तर यथावकाश तू पूर्णत्वास जाशील.'

त्यांनी मला काही ऋषींची भेट घ्यायला सुचवलं. ते म्हणाले, 'या महात्म्यांशी तू अत्यंत नम्रतेनं वागलं पाहिजेस. तू जर हट्टीपणा करशील, आक्रमकपणे वागशील तर तुला त्यांच्याकडून ज्ञान मिळणार नाही. ते शांतपणे डोळे मिटून बसतील. ध्यानात मग्न होतील. तुझ्याकडे पाहाणारसुद्धा नाहीत.' गुरुदेवांनी हे सर्व सांगितलं. कारण माझा हट्टी आणि उतावीळ स्वभाव त्यांना माहीत होता.

विविध संप्रदायांमधील साधू महात्म्यांची यादीच त्यांनी मला दिली. ते सर्व माझ्या गुरुदेवांचे मित्रच होते आणि ते मलाही ओळखत होते. कारण ते जेव्हा गुरुदेवांकडे येत तेव्हा मी तेथे असे. मी फार खोडकर होतो. मी त्यांना त्रास देत असे. काही वेळा मी भोवती आहे हे त्यांना कळावं म्हणून वस्तूही इकडेतिकडे फेकत असे. जेव्हाजेव्हा ते येत तेव्हातेव्हा ते गुरुदेवांना म्हणत, 'हा मुलगा आहे अजून तुमच्याकडे?'

प्रथम मी एका महात्म्यांकडे गेलो. ते मौनसाधनेबद्दल विख्यात होते. लौकिक

गोष्टींबद्दल ते पूर्णत: उदासीन होते. भोवताली काही का घडेना, ते मान वर करून पाहात नसत. त्यांच्याकडे जाताना मी जवळपासच्या गावकऱ्यांशी बोलत होतो. त्यांनी सांगितलं, 'ते कोणाशी बोलत नाहीत. कोणाकडे पाहात नाहीत. ते काही खातही नाहीत. गेले तीन महिने ते एका ठिकाणी बसले आहेत ते उठलेलेच नाहीत. असा मनुष्य आम्ही कधी पाहिला नाही.' काही संत अजगर वृत्तीने राहातात. म्हणजे अजगर जसा सुप्त स्थितीत दीर्घकाळ राहातो तसं हे संत लोक ध्यानस्थितीत कित्येक महिने अचल राहातात.

मी जेव्हा या मौनी संताकडे गेलो तेव्हा ते डोंगरावर एका वटवृक्षाखाली शिलेवर पहुडलेले होते. त्यांचे डोळे मिटलेले होते. जणू सर्व विश्वाचेच ते स्वामी अशा रूपात ते होते. शरीरावर एकही वस्त्र नव्हतं. उन्हाळा, हिवाळा, पावसाळा तीनही ऋतुत ते तसंच राहात. त्यांची त्वचा हत्तीच्या त्वचेसारखी जाड, कोणत्याही हवामानात टिकाव धरणारी झाली होती. त्यांच्याजवळ काहीच नव्हतं पण ते आत्मतृप्त होते.

प्रथम मी त्यांना जेव्हा अशाप्रकारे पहुडलेलं पाहिलं तेव्हा माझ्या मनात आलं, 'यांना थोडीतरी लज्जा-संकोच नको होता का?' पण माझ्या गुरुदेवांनी मला त्यांच्याकडे पाठवलं होतं. माझा वेळ वाया जाऊ नये याची काळजी त्यांनी घेतलेली असणारच. शिवाय मी फक्त त्यांचं शरीर पाहात होतो. त्यांची खरी ओळख मला अद्याप व्हायची होती. मी त्यांच्या चरणांना स्पर्श केला. थोर माणसांकडे गेल्यावर त्यांना चरणस्पर्शपूर्वक प्रणाम करण्याची भारतात पद्धत आहे. नंतर ते महात्मे आपल्याला आशीर्वाद देतात.

पण या संतांना बाह्य स्पर्शाची जाणीव नव्हती. ते वेगळ्याच स्थितीत होते. मी दोनतीनदा म्हणालो, 'प्रणाम. आपण कसे आहात?' त्यांनी उत्तर दिलं नाही. कसलीही हालचाल नव्हती. काही उत्तर नव्हतं. मग मी त्यांच्या पावलांना हळुवार मालिश करायला सुरुवात केली. जेव्हा आमचे गुरू थकून जात तेव्हा आम्ही असं करत असू. मला वाटलं त्यांना बरं वाटेल. पण त्यांनी मला सरळ लाथ मारली! ती इतकी जबरदस्त होती की मी डोंगरउतारावरून सरळ गडगडत खाली आलो आणि खालच्या तळ्यात पडलो. मी झाडांवर, खडकांवर ठेचाळलो. सर्व अंगावर जखमा झाल्या. मला चीड आली. 'त्यांनी असं करण्याचं कारण काय? मी तर आदरानं त्यांच्याकडे आलो होतो. त्यांच्या पावलांना मालिश करत होतो तर त्यांनी मला लाथ मारावी? हे साधूच नव्हेत. आता मी यांना धडा शिकवतो. यांचे दोन्ही पायच तोडून ठेवतो! मला त्यांनी जी शिक्षा दिली त्याच्या दुप्पट शिक्षा मी त्यांना देतो.' मला खरोखर बदला घ्यायचा होता. मला वाटलं की त्यांना धडा शिकवण्यासाठीच माझ्या गुरुदेवांनी मला त्यांच्याकडे पाठवलं आहे.

जेव्हा मी संतापानं धुमसत टेकडी चढून परत वर आलो तेव्हा ते उठून बसले होते आणि हसत होते, 'कसा आहेस बेटा?'

मी म्हणालो, 'मी कसा आहे? तुम्ही मला लाथ मारलीत. टेकडीवरून खाली ढकललंत आणि आता विचारता की कसा आहेस? वा!'

ते म्हणाले, 'तुझ्या गुरुदेवांनी तुला चार गोष्टी प्राप्त करून घ्यायला सांगितल्या. त्यापैकी एक तर तू आत्ताच गमावलीस. तुला रागावर विजय मिळवता आला का ते

पाहायला मी तुला लाथ मारली. आता तुझ्या डोक्यात संताप जेवढा चढला आहे की तुला काहीही शिकणं शक्य नाही. तुझं डोकं शांत नाही. तू अत्यंत अपरिपक्व मुलगा आहेस. तुझे गुरुजी एवढे निःस्वार्थ बुद्धीने तुला अध्यात्म ज्ञान देत आहेत, ते घेण्याची पात्रता नाही. तू माझ्याकडून काय शिकणार? माझ्याकडून काही शिकण्यासाठी तुझी तयारीच झालेली नाही. जा, चालता हो.'

आजवर कोणीच माझ्याशी या प्रकारे बोललं नव्हतं. मी जेव्हा त्यांच्या बोलण्यावर विचार करू लागलो तेव्हा त्यातील सत्यता मला पटली. मी सर्वस्वी क्रोधाच्या आहारी गेलो होतो.

त्यांनी मला विचारलं, 'आपण संतांच्या पायाला स्पर्श का करतो माहीत आहे?' त्यांनी चार सुंदर पार्शियन पंक्ती म्हणून दाखवल्या. त्यांचा अर्थ असा होता – 'संत आपलं उत्कृष्ट जीवन ईश्वराच्या चरणकमली अर्पण करतात. सामान्य लोक आपल्याला चेहऱ्यावरून ओळखतात. पण संतांची मुखमुद्रा ही भगवंताची मुखमद्रा झालेली असते. ती गवसत नाही. म्हणून लोक चरणांवर नतमस्तक होतात. संतांचे चरण फक्त आपण पाहू शकतो.'

ते म्हणाले, 'संतांना चरणस्पर्श करताना एवढी लीनता मनात पाहिजे. तुझ्या जवळ ती नाही म्हणून तुला येथून जावंच लागेल.' माझ्या डोळ्यातून अश्रू वाहात होते.

मी स्वतःशी म्हणालो, 'काही दिवसांपूर्वी मी स्वतःला पूर्णत्वाप्रत पोहोचलो, असं समजत होतो पण ते खरं नाही.' मग मी त्या संतांना म्हणालो, 'महाराज, मी ज्या वेळी अहंकाराचा विराम करीन तेव्हा आपल्याकडे परत येईल.' आणि मी निघालो.

जीवनातील सर्व आघात आपल्याला काहीतरी शिकवत असतात. जेव्हा केव्हा ते येतील तेव्हा त्यांच्याकडून आपण शिकावं. कारण हे आघात म्हणजे शापाचं बाह्यरूप असलेले आशीर्वादच असतात. भगवान बुद्ध म्हणतात, 'जाणत्या माणसासाठी वाईट असं काही नसतं. जीवनातील प्रत्येक संकट ज्याच्यासाठी विकासाचा रस्ता खुला करत असतं. पण हे समजून त्या संकटाचा उपयोग करण्याइतकी सुज्ञता त्याच्याकडे पाहिजे.'

मग मी आणखी एका स्वामींकडे गेलो. मी ठरवलं होतं की काय वाटेल ते झालं तरी आपण चिडायचं नाही. त्यांची सुंदर बागायती होती. मला ती खूप आवडली. ते म्हणाले, 'मी तुला ती बागायती दिली तर तुला आवडेल का?' मी म्हणालो, 'अर्थातच आवडेल.'

ते हसले आणि म्हणाले, 'तुझ्या गुरुदेवांनी तुला कुठेही आसक्ती ठेवू नको म्हणून सांगितलं होतं ना? आणि तू तर या बागायतीवर लगेचच मन जडवून बसलास!' मी फार शरमिंदा झालो. माझं मन क्रोध आणि आसक्ती यांच्यात अडकलेलं होतं. त्यांच्या वर उठण्याकडे मनाचा कल नव्हता.

मग मला आणखी एका स्वामींकडे पाठवण्यात आलं. त्यांना मी येणार हे माहीत होतं. वाटेत एक झरा होता. तिथं आम्ही हात, पाय धूत असू. त्यांनी तिथे थोडीशी सोन्याची नाणी ठेवून दिली. मी तिथं थांबलो तेव्हा मला तीन नाणी दिसली. मनात क्षणभर विचार आला की आपण ही घ्यावीत. त्यानुसार मी ती उचलून कनवटीला

लावलीदेखील. पण नंतर मला वाटलं की ही नाणी आपली नाहीत. आपल्याला त्यांची काय गरज आहे? ती घेणं योग्य नव्हे, म्हणून मी ती परत ठेवून दिली.

जेव्हा मी त्या स्वामींकडे गेलो तेव्हा ते रागावलेले दिसले. मी त्यांना प्रणाम केला तेव्हा ते म्हणाले, 'तू ती नाणी का घेतलीस? अजून तुला सोन्याची लालसा आहे? चालता हो. तुला येथे जागा नाही.'

मी म्हणालो, 'पण मी ती परत ठेवून दिली.'

त्यावर ते म्हणाले, 'ती नंतरची गोष्ट आहे. प्रथम तुझ्या मनात सोन्याविषयी आसक्ती निर्माण झाली. तू ती नाणी घेतलीस हे सत्य आहे.'

या सर्व संतांकडे मला जो अनुभव आला त्यामुळे मला पुस्तकी ज्ञान आणि अनुभूतीजन्य ज्ञान यातला यातला फरक कळू लागला. माझ्या स्वत:च्या दुर्बलता माझ्या ध्यानी आल्या. त्याचा मला त्रास होऊ लागला. अखेर मी माझ्या गुरुदेवांकडे परत आलो. त्यांनी विचारलं, 'तू काय शिकलास?'

मी म्हणालो, 'मला पुस्तकी ज्ञान आहे. पण माझं आचरण मात्र त्या ज्ञानानुसार नाही.'

गुरुदेव म्हणाले, 'सर्व विद्वान लोकांचा हाच प्रश्न असतो. त्यांना आपल्या ज्ञानाचा गर्व असतो. आता ते ज्ञान आचरणात कसं आणायचं हे मी तुला शिकवतो.'

माणूस पुष्कळ गोष्टी पुस्तकात वाचतो पण त्या दैनंदिन आचरणात कशा आणायच्या हे त्याला कळत नाही. पण तसं जर झालं नाही तर ज्ञान बुद्धीच्या कक्षेतच मर्यादित राहातं. काय करायचं, काय करायचं नाही हे आपल्याला सगळ्यांना ठाऊक असतं. पण ते वृत्तीत-वर्तनात कसं आणायचं, तसं वागायचं कसं ते कळत नाही. खरं ज्ञान बोलण्यातून नव्हे तर असण्यातून-वागण्यातून व्यक्त होतं.

साधनेने पूर्णता

मी एकदा प्रवचनात जीवन आणि मृत्यू या विषयी बोलत होतो. एक स्वामी शांतपणे श्रोत्यांमध्ये येऊन बसले. मला वाटलं की ते नवागतांपैकी आहेत त्यामुळे मी त्यांना तशीच वागणूक दिली. ज्या वेळी इतर सर्व श्रोते काळजीपूर्वक टिपणं घेत असत त्या वेळी ते नुसते हसत असत. स्मितपूर्वक पाहात असत. त्याचा मला राग येई. मी शेवटी त्यांना विचारलं, 'तुम्ही माझं विवेचन ऐकत असता ना?'

ते म्हणाले, 'तुम्ही तर नुसते बोलता आहात. मी खरोखर जीवन आणि मृत्यू यावर स्वामित्व मिळवलं आहे. पाहायचं असेल तर एका मुंगीला घेऊन या.'

कोणीतरी मुंगी काय, एक मोठा मुंगळाच घेऊन आलं. स्वामींनी त्याचे तीन तुकडे करून ते वेगवेगळे ठेवले. मग डोळे मिटून ते स्तब्ध बसले. काही क्षणांनी ते तीन तुकडे एकमेकांजवळ सरकले. त्यातून एक जिवंत मुंगळा तयार झाला आणि तो तुरूतुरू चालू लागला. स्वामींनी संमोहन केलं नव्हतं याबद्दल माझी खात्री होती.

स्वामीजींसमोर आपण अगदी क्षुद्र आहोत असं मला वाटलं. माझ्या विद्यार्थ्यांसमोरही मी लहान ठरलो होतो. कारण जीवन आणि मृत्यूविषयी मी नुसताच बोलत होतो. प्रत्यक्षात त्यावर माझी काहीच सत्ता नव्हती. जे पुस्तकात होतं तेवढंच मी सांगत होतो. मी स्वामींना विचारलं, 'आपण ही विद्या कुठे शिकलात?' ते म्हणाले, 'तुमच्या गुरुदेवांनीच ती मला शिकवली.'

मग मला माझ्या गुरुदेवांचा राग आला. मी ताबडतोब त्यांच्याकडे गेलो. मला पाहून ते म्हणाले, 'काय झालं? पुन्हा एकदा तू क्रोधाला तुझ्यावर स्वार होऊ दिलंस? तुझ्या उग्र भावनांचा तू आजही दास आहेस.' मी विचारलं, 'तुम्ही इतरांना वेगवेगळ्या विद्या शिकवता मला मात्र शिकवत नाही. असं का?'

त्यांनी माझ्याकडे रोखून पाहिलं आणि म्हणाले, 'मी तुला कित्येक गोष्टी शिकवल्या आहेत पण तू त्यांचा सराव, साधना करत नाहीस. हा काही माझा दोष नव्हे. या सर्व गोष्टी पुस्तकी ज्ञानाने मिळत नाहीत. त्यासाठी साधना करावी लागते. पियानोबद्दल सर्व माहिती आहे पण वाजवलेलाच नाही, मग संगीत कसं निर्माण होईल? प्रत्यक्ष अनुभवावाचून पढिक ज्ञान व्यर्थ आहे. साधनेमुळे प्रत्यक्ष अनुभूती येते आणि अनुभूतीजन्य ज्ञान हेच खरं ज्ञान होय.

फुलांच्या दरीतला महात्मा

हिमालयातील फुलं आणि पर्यावरण यासंबंधी फारसं काही साहित्य उपलब्ध नाही. तरी मला जे मिळालं ते मी वाचलं. एका ब्रिटिश लेखकांनी 'हिमालयातील फुलांच्या दऱ्या' या नावाचं पुस्तक लिहिलं आहे. ते वाचून एक उत्कट इच्छा माझ्या मनात निर्माण झाली. हिमालयात ऱ्होडोडेन्ड्रॉन आणि इतर फुलं विपुलतेनं आढळतात. पण मला फुलांच्या दोन दऱ्यांपैकी एक दरी पाहायची फार इच्छा होती.

फुलांच्या दऱ्यांच्या परिसरात नेहमी फिरणारे एक महात्मा मला चांगले माहीत होते. ते ऐंशी वर्षांचे होते. ते निरोगी नि ताकदवान होते. पण जरासे वेगळ्याच वृत्तीचे होते. त्यांच्या खांद्यावर नेहमी एक जड कांबळं असे. त्याचं वजन ऐंशी ते शंभर पौंड असेल. तुम्हाला वाटेल की यांचं कांबळं इतकं जाड नि जड कसं झालं? तर सर्वत्र भटकताना वाटेत जो कपडा मिळेल त्याचं ढिगळ ते त्या कांबळ्याला जोडत. अशी हजारो ठिगळं त्या कांबळ्याला जोडलेली होती. ते त्याला 'गुदारी' असं म्हणत आणि लोक त्यांना 'गुदारी बाबा' म्हणजे 'गोधडी बाबा' म्हणत.

मी त्यांना जेव्हा फुलांची दरी दाखवण्याची विनंती केली तेव्हा ते म्हणाले, 'तुला जर खरोखर फुलांची दरी पाहायची असेल आणि माझ्या मागोमाग यायचं असेल तर ही गोधडी तू सांभाळली पाहिजेस.'

मी कबूल झालो. पण ती गोधडी अंगावर घेतल्यानंतर त्या वजनानं मी अडखळू लागलो. ते म्हणाले, 'चांगला तगडा तरुण माणूस दिसतोस नि इतका दुबळा कसा?' त्यांनी ती गोधडी सहज उचलली आणि म्हणाले, 'बघ, किती हलकी आहे ही गोधडी.' मग त्यांनी ती परत माझ्या खांद्यावर दिली. माझ्या गुरुदेवांना ते ओळखत होते. म्हणूनच फुलांच्या दरीकडे जाताना बरोबर येण्यासाठी त्यांनी मला परवानगी दिली होती.

बाबा चालताना म्हणाले, 'फुलांच्या दरीतून जाताना कोणाचीही स्मृती शाबूत राहात नाही. खास करून वसंत ऋतूत फुलांचा बहार असताना! तुझ्यासारख्या नाठाळ पोरांना सरळ करायला इथेच आणलं पाहिजे. जे विद्वत्तेचा भाव आणून आमच्याशी वाद करत बसतात त्यांना त्यांची जागा दाखवून देण्यासाठी हे ठिकाण योग्य आहे.'

मी म्हणालो, 'मी तर तुमच्या मागून चाललो आहे ना?'

ते म्हणाले, 'पण तू सदैव वाद घालतोस, सांगितलेलं लक्षपूर्वक ऐकत नाहीस. तुझ्या बौद्धिक ज्ञानाचा तुला फार अभिमान आहे. मला लिहिता-वाचता येत नाही. तू माझ्याहून जास्त शिकलेला आहेस. पण मी मनावर नियंत्रण करू शकतो.'

मी म्हणालो, 'माझंही मनावर नियंत्रण आहे.' ते म्हणाले, 'बघू या की.'

मी म्हणालो, 'महाराज, प्रथम माझ्या खांद्यावरची जड गोधडी कृपा करून उचला ना! मला ती घेऊन जाणं जड होतंय.' ते चुकचुकत म्हणाले, 'अरेरे! कसली ही आजकालची तरुण मुलं!'

त्यांनी माझ्याकडून गोधडी घेतली आणि तिच्याशी बोलायला सुरुवात केली, 'अगं माझे गोधडीबाई, तुझ्याबद्दल कोणाला काही माहीत नाही. कुणालाच माहीत नाही की तू जिवंत गोधडी आहेस?' मी चमकून बाबांकडे पाहिलं, 'यांना वेड तर लागलं नाहीये?'

दुसऱ्या दिवशी सकाळी एक जपानी भिक्षु आम्हाला येऊन मिळाला. त्याला सुद्धा फुलांची दरी पाहायची खूप उत्सुकता होती. त्यालाही वाटलं की गुदारी बाबा जरासे चक्रम असावेत! तो मला म्हणाला, 'रामा, हा माणूस इतकं जड ओझं घेऊन का चालला आहे हे माहीत आहे का तुम्हाला?' आम्ही एकमेकांशी गप्पा मारू लागलो. एकमेकांचे अनुभव परस्परांना सांगू लागलो.

जपानी भिक्षुला एकट्याने फुलांच्या दरीत जायला भय वाटत होतं. कोणीतरी त्याला सांगितलं होतं की एकट्यानं फुलांच्या दरीत गेलं तर माणसाला सर्व गोष्टींचा विसर पडतो. आपण काय पाहातो आहोत हे कळेनासं होतं. ज्ञानेंद्रियं आणि जाणिवा यांच्यात मेळ राहात नाही. प्रवासी लोक सगळ्या गोष्टी विसरून नुसते स्वत:शी हसत बसतात. तो

फुलांची दरी

म्हणाला की, हे बाबा या भागातल्या वाटा खडानूखडा जाणतात. त्यामुळे ते मार्ग दाखवायला योग्य व्यक्ती आहेत.

दुसऱ्या दिवशी जपानी भिक्षु उठला तो थंडी आणि तापानं थरथरतच. ब्रह्मदेशातल्या जंगलांमध्ये तो राहिला होता. त्याला हिवताप झाला होता. १०३° ते १०४° ताप होता. नाडी फार जलद चालत होती. बाबा त्याला म्हणाले, 'तू याला सांगत होताच ना गुदारी बाबा चक्रम आहे म्हणून! तुला माझ्या गोधडीची जिवंत शक्ती पाहायची आहे? तुला दुखण्यातून बरं व्हायचं आहे? मग गुढघ्यांवर बस, नम्र हो.' बाबांनी गोधडी जपानी भिक्षुच्या अंगावर घातली.

जपानी भिक्षु म्हणाला, 'मी लहान चणीचा आहे. गोधडी फार जड आहे. तिच्याखाली मी चेपटून जाईन!'

बाबा म्हणाले. 'चूप राहा.' थोड्या वेळानं त्यांनी ती गोधडी काढून घेतली तर काय आश्चर्य! गोधडीला कापरं भरलं होतं. बाबा म्हणाले, 'तुझा ताप कुठे पळाला?'

भिक्षु म्हणाला, 'बाबा, आता माझ्या अंगात ताप नाही!'

बाबा म्हणाले, 'ही गोधडी फार प्रेमळ आणि उदार मनाची आहे. तिने तुझा ताप घेतला.' मग ते माझ्याकडे पाहून म्हणाले, 'याचा ताप कायमचा बरा व्हावा असं तुला वाटतं का?'

मी म्हणालो, 'होय बाबा.'

बाबा म्हणाले, 'हा मला चक्रम म्हणतो. मग मी याला मदत का करावी?'

मी उत्तरलो, 'संत प्रेमळ आणि थोर हृदयाचे असतात. ते नेहमी क्षमा करतात.'

बाबा हसून म्हणाले, 'मी त्याचा ताप बरा करणार आहे.' आम्ही पुढे पंधरा दिवस आराम केला. जपानी भिक्षुला परत ताप आला नाही.

बद्रीनाथच्या बाहेरच्या बाजूला नऊ मैलांवर एक पाऊलवाट आहे. ती फुलांच्या दरीकडे जाते. तिथे सिखांचा एक गुरूद्वारा आहे. आम्ही तिथे पंगतीत जेवलो. या गुरूद्वाराचे लोक गुदारी बाबांना चांगलं ओळखत होते. दिवसभर आम्ही गुरूद्वारात विश्रांती घेतली आणि नंतरच्या दिवशी हेमकुंडाच्या दिशेने फुलांची दरी पाहाण्यासाठी आम्ही निघालो.

जिथवर दृष्टी जाईल तिथवर बहरलेली फुलंच दिसत होती. पहिले काही तास सर्वेंद्रियांना अपार सुख आणि मनाला विलक्षण स्फूर्ती वाटत होती. पण हळूहळू आपली स्मृती हरवू लागली आहे असं मला वाटू लागलं. पाच-सहा तासांनी बाबांनी मला विचारलं, 'अरे, तुझं नाव सांग मला.'

पण मी आणि तो भिक्षू स्मरण हरवून बसलो होतो. आम्हाला आमची नावं आठवेनात. फक्त अस्तित्वाची जाणीव होती आणि आपल्या सोबत दोन व्यक्ती आहेत एवढं कळत होतं. त्या फुलांचा गंध एवढा उत्कट होता की आम्ही आमची विचारशक्ती हरवून बसलो होतो. जणू संज्ञेला बधिरता आली होती. आम्ही एकमेकांशी निरर्थक काहीतरी बोलत होतो. एक आठवडा आम्ही त्या फुलांच्या दरीत होतो. बाबा आमची मस्करी करत होते. ते म्हणत होते, 'तुमचं शिक्षण, तुमची तरुणपणाची ताकद हे सारं व्यर्थ होय!' काहीही

असो तो काळ अतीव आनंदात गेला.

जेव्हा आम्ही त्या फुलांच्या दरीतून बाहेर आलो तेव्हा बाबा आम्हाला म्हणाले, 'फुलांच्या उत्कट सुगंधामुळे तुम्ही आनंदाच्या धुंदीत होतात. ते काही ध्यान नव्हे. मारिजुआना किंवा हशीश यांच्यासारख्या मादक द्रव्यांचा जो माणसावर परिणाम होतो तोच फुलांच्या मादक गंधाचा होतो. त्यांना वाटतं की आपली समाधी लागली आहे. माझ्याकडे पाहा, माझ्यावर फुलांच्या वासाचा परिणाम झालेला नाही. हा! हा! हा! तुम्ही महाविद्यालयात गेलात, पुस्तकं वाचलीत, इतरांची मतं तुम्हाला आपली वाटायला लागली. आज तुम्हाला उत्तम संधी मिळाली. अपरोक्ष म्हणजे थेट ज्ञान आणि तथाकथित अनुकरणातून आलेलं ज्ञान यांच्या मधला फरक तुम्हाला कळला. जे दुसऱ्यांची मतं आपली मानतात ते स्वतःचे अनुभव वा मत प्रगट करू शकत नाहीत. मुलांनो, माहितीचा साठा म्हणजे ज्ञान नव्हे. बरं समजा तुम्हाला अपरोक्ष – थेट ज्ञानाचं महत्त्व कळलं तरी ते मिळवण्यासाठी मनावर नियंत्रण लागतं. ते तरी तुमच्याकडे कुठे आहे? तुम्हाला मिळालेलं शिक्षण फार वरवरचं आहे. काही शिस्त, अनुशासन असल्याखेरीज मनावर नियंत्रण येऊ शकत नाही. मनावर नियंत्रण आल्याखेरीज थेट परमात्म्याचा अनुभव येणं शक्य नाही.'

जपानी भिक्षु तिथून बोधिगयेला गेला. मी बाबांपाशी आणखी पंधरा दिवस राहिलो. ते त्या भागात मुक्त संचार करत आणि सर्व यात्रेकरू त्यांना ओळखत असत. जो संन्यासधर्माचं शिक्षण घेतो त्याने जीवनातील प्रवाह, वळणं समजून घेण्यासाठी आणि थेट अनुभूती प्राप्त करून घेण्यासाठी गुदारी बाबांसारख्या महात्म्यांच्या सान्निध्यात राहाणं महत्त्वाचं असतं.

भाग ५

भयावर विजय

भीती हा साधकाचा सर्वात मोठा शत्रू आहे. हा राक्षस साधकाच्या आतच राहातो. निर्भयता ही मुक्तीच्या मार्गावरची पहिली पायरी आहे.

राक्षस

माझे एक गुरुबंधू आणि मी एक दिवस तीस मैल पर्वतराजीतून चालून केदारनाथ पलीकडे दोन मैलावर असलेल्या एका ठिकाणी विसाव्याला थांबलो. मी खूप थकून झोपी गेलो. पण अति थकव्याने स्वस्थ झोपही लागू शकत नाही. फार थंडी होती. माझ्याकडे पांघरायला कांबळं किंवा घोंगडी नव्हती. म्हणून स्वत:भोवती हात लपेटून मी पडलो होतो. मला स्वप्नं सहसा पडत नाहीत. आत्तापर्यंतच्या आयुष्यात मला तीन-चार वेळाच स्वप्नं पडली आहेत आणि ती खरी झाली आहेत. त्या रात्री मला स्वप्न पडलं की एक राक्षस आपल्या ताकदवान हातांनी माझा गळा आवळत आहे. माझा जीव गुदमरू लागला.

मला श्वास घ्यायला त्रास होत आहे हे माझ्या गुरुबंधूंना कळलं. ते माझ्या जवळ आले. त्यांनी मला उठवलं. मी म्हणालो, 'कोणीतरी माझा गळा दाबत होतं.' त्यांनी माझ्या लक्षात आणून दिलं की माझे स्वत:चेच हात माझ्या गळ्याभोवती होते.

ज्याला तुम्ही भूत वा राक्षस म्हणता तो तुमचाच एक भाग असतो. अज्ञानामुळे भूत-राक्षस वगैरे कल्पना रूढ झाल्या आहेत. मनुष्याचं मन हा मोठा जादूगार आहे. ते एक मोठं आश्चर्य आहे. आपल्या इच्छेप्रमाणं ते देव, साधु, राक्षस अशी रूपं घेऊ शकतं. मन हे आपला मित्र वा शत्रू बनू शकतं. आपल्यासाठी स्वर्ग वा नरक निर्माण करू शकतं. आपल्या असंज्ञ मनात अनेक प्रवृत्ती लपलेल्या असतात. परमार्थ मार्गावर चालताना प्रारंभी या सर्व प्रवृत्ती नीट माहीत करून घेणं हे साधकाच्या हिताचं असतं.

जागृती आणि गाढ झोप यांच्या मधली स्वप्नं ही एक स्वाभाविक अवस्था आहे. जेव्हा इंद्रियं बाह्य पदार्थांची अनुभूती घेत नसतात तेव्हा मन असंज्ञ मनातील आठवणी जाग्या करतं. आपल्या सर्व सुप्त इच्छा असंज्ञ मनात लपलेल्या असतात. त्यांच्या पूर्तीची त्या वाट पाहात असतात. या सुप्त इच्छाच स्वप्नांचं रूप धारण करून येतात. स्वप्नांचं विश्लेषण करून आपण आपल्या अदृश्य व्यक्तिमत्त्वाचा थांग लावू शकतो. काही वेळा असं विश्लेषण मन:शारीर व्याधी दूर करायला उपयोगी पडतं. ध्यानाच्या साहाय्याने आपण जाणीवपूर्वक पूर्वस्मृती दृष्टीपुढे आणून त्यांचं नेहमीसाठी विसर्जन करू शकतो.

स्वप्नांचे अनेक प्रकार आहेत. आनंददायी आणि वेदनादायी स्वप्नं ही आपली

केदारनाथमधील एक पायवाट

नित्याच्या अनुभवाची गोष्ट आहे. या खेरीजही दोन प्रकारची स्वप्नं असतात. त्यापैकी एक म्हणजे पुढे घडणाऱ्या घटनांची भाकितं करणारी स्वप्नं आणि दुसरी म्हणजे भयस्वप्नं. भाकित स्वप्न काही वेळा आपल्याला मार्गदर्शक ठरतात. वैफल्यातून आलेल्या तीव्र वेदनेमुळे भयस्वप्नं पडतात. खूप थकव्यामुळे किंवा अपचनामुळेही भयस्वप्नं पडू शकतात.

कोणीही दिवसा उजेडी राक्षसाला पाहिल्याचं माझ्या ऐकिवात नाही. माझे गुरुबंधू एका दृष्टांताने माझी समजूत काढत होते. 'अंधारात दोरखंड हा सापासारखा दिसतो. दूरवरचं मृगजळ पाण्यासारखं दिसतं. धूसरता, अस्पष्टता ही भासाला कारण होते. खरोखर राक्षस अस्तित्वात असतात का? सर्वत्र, सर्वगामी आणि सर्वज्ञ असं एकच एक चैतन्य आहे. मग सैतानाच्या किंवा राक्षसाच्या अस्तित्वाला जागाच कुठे आहे? ज्यांना धर्म म्हणजे काय हे नीट कळलेलं नाही ते एका बाजूला ईश्वर आणि दुसरीकडे सैतान असं द्वैत निर्माण करतात. नकारात्मक विचार करणारं मन हा आपल्या आत लपलेला सर्वात मोठा सैतान आहे. नकारात्मकतेचं रूपांतर सकारात्मकतेत किंवा दिव्य दर्शनात करणं हे मनुष्याला शक्य आहे. स्वर्ग आणि नरक हे मानवनिर्मित आहेत. सैतानाचं भय ही मानवी मनाला जडलेली व्याधी आहे. तिचं माणसाच्या मनातून निराकरण केलं पाहिजे.'

मी भूत आहे अशी समजूत

हिमालयाच्या पायथ्याशी नैनीतालचं जंगल आहे. तिथं मी काही काळ राहात होतो. तिथून मी समुद्रसपाटीपासून ६००० फुटांवर असलेल्या एका छोट्या खेड्यात येत असे. कोणीही योगी किंवा स्वामी आले की लोक आशीर्वाद घ्यायला धावतात तसे माझ्याही मागे धावत. माझी साधना निर्वेधपणे करायला उसंत मिळावी म्हणून भेटीला येणाऱ्यांना मी टाळत असे. ब्रिटिश लोकांची एक स्मशानभूमी तेथे होती. ती जागा शांत आणि नेटकी ठेवलेली होती. थंडीपासून संरक्षण करण्यासाठी मी कांबळ्याच्या कापडाचा एक लांब पांढरा कुडता घालत असे आणि रात्री त्या स्मशानभूमीत ध्यानाचा अभ्यास करत असे.

एका रात्री त्या भागात गस्त घालणारे दोन पोलीस त्या स्मशानभूमीतून चालले होते. त्यांच्या हातातील विजेऱ्यांचे झोत इकडेतिकडे टाकत कोणी भुरटा त्या जागेत घुसलेला नाही ना हे ते दोघे पाहात होते. एका ब्रिटिश अधिकाऱ्याच्या प्रशस्त थडग्यावर मी ध्यानाला बसलो होतो. माझ्या डोक्यासह पूर्ण शरीरावर पांढरी घोंगडी होती. थोड्या अंतरावरून पोलिसांनी माझ्या दिशेनं दिव्याचे झोत टाकले. त्यांना थडग्यावर संपूर्ण शुभ्र वस्त्रानं अवगुंठित अशी मानवी आकृती दिसली. ते पोलीस स्टेशनला गेले. तिथल्या अधिकाऱ्यांना त्यांनी सांगितलं की ख्रिस्ती स्मशानभूमीत त्यांनी भूत पाहिलं. ही अफवा संपूर्ण शहरात पसरली. लोक घाबरून गेले.

पोलीस प्रमुख दुसऱ्या दिवशी रात्री बरेच सशस्त्र पोलीस घेऊन त्या स्मशानभूमीत आले. त्यांनी माझ्यावर झोत टाकले. पण मी गाढ ध्यानात होतो. त्यामुळे मी हललो नाही. पोलिसांनी आपली रिव्हॉल्व्हर्स काढली. सर्वांना वाटत होतं की मी भूतच आहे. रिव्हॉल्व्हरच्या गोळ्या भुताच्या शरीरातून जातात का ते त्यांना पाहायचं होतं. पण पोलीस प्रमुख म्हणाले, 'आपण एकदा त्या भुताला हाकारू या. कदाचित ते भूत नसेल, एखादा माणूसही असेल.' ते जवळ आले आणि थडग्याला वेढा देऊन उभे राहिले. मी बसलेलो होतो. पण पांढऱ्या घोंगडीच्या आत काय आहे हे त्यांना दिसत नव्हतं. त्यांनी हवेत एक गोळी मारली. कशामुळे तरी मला ध्यानातून जाग आली. घोंगडी बाजूला करून मी त्यांना

विचारलं, 'तुम्ही इथे माझ्या साधनेत व्यत्यय का आणता आहात? तुम्हाला कोण हवं आहे?' सुदैवानं पोलीस प्रमुख मला चांगलं ओळखत होते. ते ब्रिटिश होते. त्यांनी माझी क्षमा मागितली. गस्त घालणाऱ्या पोलिसांना रोज रात्री गरम चहा देण्याचा हुकूम केला. अशाप्रकारे स्मशानभूमीत भूत आहे अशी जी अफवा उठली होती तिचा खुलासा झाला.

मि. प्यूस हे पोलीस प्रमुख माझ्याकडे नियमितपणे येऊ लागले. त्यांना ध्यान शिकायचं होतं. एक दिवस त्यांनी मला विचारलं की, 'मनुष्याच्या मनात जे भय असतं त्याचं नेमकं स्वरूप काय?' मी म्हटलं की, 'विविध प्रकारचं भय मनुष्याला छळत असतं पण मरणाचं भय हे फार खोलवर मुळं असलेलं असतं. स्वसंरक्षणाची भावना विविध प्रकारच्या भ्रमभासांना जन्म देते. सतत विविध प्रकारचं भय मनुष्याचा पाठलाग करत असतं. त्याचं मानसिक संतुलन बिघडतं. तो तऱ्हेतऱ्हेच्या कल्पना करू लागतो. त्याला तसतसे भास होऊ लागतात. पुन्हापुन्हा तेच चिंतन करून तो ही प्रक्रिया दृढ करतो. भय हा मनुष्याचा सर्वांत मोठा शत्रू आहे.

मि. प्यूस यांना भुतांची फार भीती वाटत असे. त्यांनी मला विचारलं की, 'मी भूत पाहिलं आहे का?' मी म्हटलं, 'मी भुतांचा राजा पाहिला आहे. तो म्हणजे माणूस. जोवर कल्पनेने निर्माण केलेल्या गोष्टींशी माणूस तन्मय होतो तोवर तो स्वत: भूतच असतो. ज्या दिवशी त्याला आपल्या खऱ्या स्वरूपाची जाणीव होईल त्या वेळी तो सर्व भयापासून मुक्त होईल.'

हळूहळू आणखीही काही लोक माझ्याकडे येऊ लागलो. माझे मित्र मि. प्यूस यांनी काही कारणाने राजीनामा दिला आणि ते ऑस्ट्रेलियाला गेले. मीही ते शहर सोडून अल्मोऱ्याच्या पर्वतीय भागात गेलो. उगाच भयाच्या दडपणाखाली जगण्यात काही अर्थ नाही. आयुष्यात प्रत्येक पावलाला भय छळत असेल तर जगण्यात आनंद नाही, या निष्कर्षाला मी आलो. भयापासून पळ काढल्यानं आपण भयाचं बळ वाढवत असतो. अध्यात्म मार्गात भय आणि आलस्य हे दोन मोठे शत्रू आहेत.

सापांचं भय

मला कशाचं भय वाटत असे ते मी तुम्हाला सांगणार आहे. माझ्या तरुणपणी मी अगदी निर्भय होतो. गंगेला पूर आला असला तरी मी सहज पोहून नदी पार करत असे. अरण्यांमध्ये भटकताना मला वाघांची भीती वाटत नसे. पण सापांना मात्र मी फार भीत असे. सापांची नि माझी अनेकदा भेट झाली. त्यांच्या विषयीची भीती मी लपवून ठेवत असे. त्याबद्दल मी माझ्या गुरुदेवांनादेखील सांगितलं नव्हतं.

सप्टेंबर १९३९ मध्ये माझे गुरुदेव आणि मी हृषिकेशला आलो होतो. आम्ही वीरभद्रला निघालो होतो. वाटेत एका ठिकाणी आम्ही थांबलो. त्याच ठिकाणी आज माझा आश्रम आहे. पहाटेच्या वेळी आम्ही गंगेवर स्नानासाठी गेलो. त्यानंतर तिथेच ध्यानासाठी बसलो. त्या वेळी सलग दोन ते तीन तास ध्यानासाठी मी बसू शकत असे. सकाळी साडेसातच्या सुमारास मी डोळे उघडले तर समोर मोठा नाग होता. तो फणा काढून उभा होता. माझ्यापासून दोन फुटांवर तो अगदी स्तब्धपणे थांबला होता आणि माझ्याकडे पाहात होता. मला भयंकर भीती वाटली. मी पटकन डोळे मिटून घेतले. काय करावं ते मला समजेना. पुन्हा काही क्षणांनी मी डोळे उघडले. नाग हललेला नव्हता. मी पटकन उडी मारली आणि धावत सुटलो. काही अंतरावर गेल्यानंतर मी वळून पाहिलं तर नाग वळणं घेत जवळच्या झुडपांकडे निघाला होता.

मी गुरुदेवांना काय झालं ते सांगितलं. ते हसले आणि म्हणाले, 'कोणाला एकाला ध्यान करताना पाहिलं की पाहाणारे प्राणीही स्तब्ध होतात. हा निसर्गनियम आहे.'

आणखी एकदा माझ्या विविध साधना झाल्यानंतर मला सापाचा भयावह अनुभव आला. मला दक्षिण भारतात जायला सांगितलेलं होतं. दक्षिण भारत हे भारतीय संस्कृतीचं माहेरघर मानलं जातं. एका संध्याकाळी खूप थंडी आणि पाऊस होता म्हणून मी एका देवळात आश्रयाला गेलो. प्रथम ते म्हणाले, 'तुम्ही तर संन्यासी आहात. तुम्हाला आश्रय कशाला लागतो?'

मग देवळातून एक स्त्री आली. ती म्हणाली, 'या, मी तुम्हाला निवारा दाखवते.' ती मला एका सहा चौरस फुटाच्या शाकारलेल्या झोपडीत घेऊन गेली. तिथं एक हरिणाजित,

एक शाल आणि एक लुंगी होती. झोपडीत दिवा नव्हता. पण बाहेरून थोडा उजेड येत होता. थोड्याच वेळात एक नाग माझ्यापाशी सरपटत आला. समोर येऊन उभा राहिला. मग बाजूने आणखी एक आला. पाहाता पाहाता अनेक नाग झोपडीत येऊन उपस्थित झाले. मला कळलं की आपण नागाच्या देवळात आलो आहोत. परिस्थिती भयंकर होती आणि मी खूप घाबरलो होतो. ती स्त्री जणू मी खरोखर संन्यासी आहे किंवा नाही याची परीक्षा घेत होती. खरं तर माझं संन्यासधर्माचं शिक्षण चालू होतं. मला वाटलं, 'इथून तरी मी आणखी कुठे जाणार? जर मी इथून निघून गेलो तर परत ती स्त्री कोणा संन्याशाला भिक्षा घालील का? काय वाटेल ते होवो, मला इथे राहिलंच पाहिजे. माझा मृत्यू झाला तरी चालेल पण संन्यासव्रतांचा महिमा उज्जवल राहिलाच पाहिजे.'

मग मी विचार केला, 'ती स्त्री काही आत्मसाक्षात्कारी वाटली नाही तरी ती या झोपडीत येऊ शकली. मग मीही कुठलाही त्रास न होता इथे का राहू शकणार नाही?' मला गुरुदेवांचे शब्द आठवले. मी स्वत:शी म्हणालो, 'मी जर अविचल राहिलो तर नाग मला काय करतील? त्यांना हवं असतं ते काहीच माझ्याजवळ नाही.' मी त्या रात्री अगदी शांत स्तब्धपणे पुढे पाहात बसून राहिलो. माझं ध्यान झालं नाही. मी नागांचंच जणू ध्यान करत बसलो.

हे दोन अनुभव आल्यानंतरही माझं सर्पभय कायमच राहिलं. तरुण संन्यासी म्हणून खूप लोक, शासकीय अधिकारीसुद्धा मला प्रणाम करत आणि मी त्यांना आशीर्वाद देत असे. पण अंतर्यामी सर्पभय तसंच होतं. मी माझ्या विद्यार्थ्यांना ब्रह्मसूत्रं शिकवायचो. ती निर्भयतेची सूत्रं आहेत पण माझ्या अंतरी भय होतंच. मी बुद्धीच्या, विचाराच्या साहाय्याने ते भय काढून टाकायचा आटोकाट प्रयत्न केला. पण त्यामुळे ते अधिकच होऊ लागलं. त्यामुळे प्रश्न निर्माण होऊ लागले. मी ध्यानाला बसलो की डोळे उघडून भोवती पाहात असे. जिथे कुठे जाईन तिथे साप तर असणार नाही ना अशी मला शंका वाटे. कुठेही अनपेक्षित आवाज आला की तिथे सापच असेल असं वाटे. शेवटी मी स्वत:ला सांगितलं, 'तुला मृत्यू आला तरी चालेल पण सर्पभयातून तुला मुक्त झालंच पाहिजे. तुझ्या आध्यात्मिक प्रगतीत तो अडथळा आहे. हे भय उरात धरून इतरांना निर्भयता शिकवणं हा दंभ आहे. लोकांना तुझ्याविषयी प्रेम, आदर आहे. ते मार्गदर्शनासाठी तुझ्यावर अवलंबून आहेत. पण अशा स्थितीत तू त्यांना मार्गदर्शन कसं करू शकशील?'

मी माझ्या गुरुदेवांकडे गेलो. त्यांनी न सांगताच माझा प्रश्न ओळखला, 'तुला सापांची भीती वाटते होय ना?'

'जर तुम्हाला हे जाणवत आहे तर त्यातून मुक्त होण्याचा मार्ग तुम्ही मला का सांगितला नाही?' मी फुरंगटून विचारलं. ते म्हणाले, 'मी तुला का सांगावं? तू मला विचारलंस तरी का? माझ्यापासून तुझं भय तू लपवत होतास.' खरं तर मी गुरुदेवांपासून काही लपवून ठेवत नसे पण ही गोष्ट मात्र मी त्यांना सांगितली नव्हती.

मग त्यांनी मला अरण्यात नेलं. ते म्हणाले, 'उद्या सकाळपासून सायंकाळपर्यंत आपण मौन पाळायचं. सकाळी साडेतीनला उठून तू पानं-फुलं गोळा करायला जायचंस.

आपण एक विशेष पूजा करणार आहोत.'

दुसऱ्या दिवशी मी पत्रीचा मोठा ढीग गोळा केला. अंधारात मी तो ढीग उचलला तेव्हा त्यात एक नाग असल्याचं माझ्या ध्यानी आलं. तो माझ्या हातात होता. आता सुटका नव्हती. काय करावं मला सुचेना. मी इतका घाबरलो की आपण आता कोसळून पडू असं मला वाटलं. माझे हात कापू लागले. गुरुदेव तिथेच होते. ते म्हणाले, 'आता तो ढीग इकडे..' मी भयाने थरथरत होतो. ते शांतपणे म्हणाले, 'तो नाग तुला चावणार नाही.' परंतु माझ्या असंज्ञ मनातून भयाची लाट वर उसळली. माझं मन मला सांगू लागलं, 'तू साक्षात मृत्यू हातात घेतला आहेस.' माझा गुरुदेवांवर विश्वास होता. परंतु भयाची भावना त्यापेक्षा बलवत्तर होती.

गुरुदेव म्हणाले, 'तू सर्पांवर प्रेम का करू शकत नाहीस?'

मी ओरडलो, 'प्रेम? एखादा माणूस भीतीच्या दडपणाखाली असताना प्रेम कसं करेल?' व्यावहारिक जगात ही सहज दिसणारी गोष्ट आहे. ज्या व्यक्तीचं आपल्याला भय वाटतं त्याच्यावर प्रेम करणं आपल्याला शक्य होत नाही. तुमच्या असंज्ञ मनात त्या व्यक्तीबद्दलची भीती सदैव जागी असते. भीतीचं कारण आपल्या असंज्ञ मनातच वाढत असतं.

माझे गुरुदेव म्हणाले, 'पाहिलंस का, नाग हा किती सुंदर प्राणी आहे! तो सर्वत्र फिरतो पण किती स्वच्छ, नेटका असतो! आपण माणसं स्वच्छ राहू शकत नाही म्हणून आपल्याला रोज अंघोळ करावी लागते. सर्प हा जगातला सर्वात स्वच्छ प्राणी आहे.'

मी म्हणालो, 'तो स्वच्छ असतो पण धोकादायकही असतो.'

गुरुदेव म्हणाले, 'माणूस सर्पापेक्षा अस्वच्छ आणि विषारी असतो. तो इतरांना जखमी करू शकतो. त्यांची हत्या करू शकतो. क्रोध आणि इतर नकारात्मक भावनांचं विष तो रोज भोवतीच्या लोकांवर फेकत असतो. सर्प कधीच असं करत नाही. स्वतःच्या संरक्षणासाठीच फक्त तो चावतो.'

गुरुदेव पुढे म्हणाले, 'तू गाढ झोपलेला असतोस तेव्हा तुझी बोटं तुझ्या डोळ्यात घुसतात का? तुझे दात तुझ्या जिभेचा चावा घेतात का? आपल्या सर्व अवयवांना जाणीव असते की आपण एकाच देहाचे अवयव आहोत. ज्या वेळी सर्व प्राणीमात्रांबाबत आपली अशीच भावना राहील त्या वेळी आपण त्यांना भिणार नाही.'

गुरुदेव बोलत असताना नाग माझ्या हातातच होता. पण माझं भय हळूहळू कमी होत होतं. मी स्वतःशी म्हणत होतो, 'जर मी सापाला मारत नाही तर साप मला का मारील? साप उगाच कारण नसताना कोणाला चावत नाहीत. मग मला त्यांनी का चावावं? मी काही कोणी वेगळी व्यक्ती नाही.' हळूहळू माझं मन ताळ्यावर आलं. या अनुभवानंतर माझं सापांचं भय गेलं.

प्राणी फार संवेदनशील असतात. त्यांना दुसऱ्यांच्या मनात तिरस्कार आहे की प्रेम हे लगेच कळतं. जर समोरच्या माणसाचा आपल्याला त्रास देण्याचा हेतू नाही हे त्यांना कळलं तर तेही शांतपणे, मित्रत्वाने वागू लागतात. हिमालयाच्या दऱ्याखोऱ्यातल्या

प्राण्यांची ही प्रवृत्ती मी वर्षानुवर्षं पाहात आलो आहे. ते रात्री खेड्यांच्या जवळ येतात आणि पहाटे अरण्यात निघून जातात. मनुष्यप्राण्यांच्या जवळ जावं असं त्यांना वाटतं पण मनुष्याच्या हिंसक स्वभावाची त्यांना भीती वाटते. मनुष्यप्राणी स्वार्थ, आसक्ती आणि तिरस्काराच्या आहारी जाऊन आपला सहज स्वभाव हरवून बसतो. त्यामुळे प्राण्यांना त्याची भीती वाटते. स्वत:च्या संरक्षणासाठी ते माणसावर हल्ला करतात. मनुष्य जर प्राण्यासोबत ऋजुतेने वागायला शिकला तर प्राणी त्याच्यावर हल्ला करणार नाहीत. वाल्मीकी ऋषी, सेंट फ्रॅन्सिस आणि बुद्ध प्राण्यांवर प्रेम कसं करीत, हे मला आठवत असे आणि मीही तसंच वागण्याचा प्रयत्न करीत असे.

भयातून असुरक्षिततेचा जन्म होतो. त्यामुळे मानसिक संतुलन बिघडतं. त्याचा आपल्या वर्तनावर परिणाम होतो. भयगंड मनुष्याच्या आयुष्याचा ताबा घेतो. शेवटी मनोरुग्णालयात जायची वेळ येऊ शकते. भीतीच्या भावनेचा शोध घेतला तर ती कल्पनेवर आधारलेली असते असं लक्षात येतं. कल्पनेतून प्रत्यक्षात अस्तित्वात नसलेल्या पण अगदी खऱ्या असणाऱ्या गोष्टींचा जन्म होतो. भयामुळे धोका निर्माण होतो हे खरं आहे. मनुष्याने या स्व-निर्मित धोक्यांपासून स्वत:ला वाचवलं पाहिजे. आपल्याला पडणारी सर्व स्वप्नं केव्हा ना केव्हा खरी होत असतात. खरोखर भीतीच संकटांना निमंत्रण देते. आपल्याला वाटतं की ते उलट आहे – म्हणजे संकट भीतीला जन्म देतं – पण तसं नसतं. कल्पनेतून उद्भवणारा भीती हा सर्वांत भयंकर रोग आहे. माझा अनुभव आहे की सर्व भय आणि संभ्रम हे प्रत्यक्ष अनुभवामुळे दूर होतात.

योगसूत्रांच्या प्रारंभी पाच यम आणि पाच नियम सांगितले आहेत. समाधीपर्यंतच्या अंतरंगसाधनापर्यंत जाण्यासाठी ती पूर्वतयारी आहे. त्यातलं पहिलं आहे अहिंसा. अहिंसा म्हणजे कोणालाही न दुखवणं, कोणाचीही हत्या न करणं. स्वार्थ आणि अहंकार यामुळे मनुष्याची संवेदनशीलता कमी होते. नैसर्गिक प्रेरणा हरवते. नैसर्गिक प्रेरणा ही एक मोठी शक्ती आहे. अंहिसेच्या उदात्त मार्गावर ती साहाय्यकारी होते.

मी भारतातील पर्वतराजी आणि अरण्यं यात खूप फिरलो आहे. पण कोणा स्वामी, साधू वा योग्यावर जंगली जनावरांनी हल्ला केला असं मला कधीही ऐकायला मिळालं नाही. जंगली प्राणी किंवा घसरणारे हिमकडे यापासून स्वत:चं संरक्षण करण्याचा प्रयत्न हे महात्मे कधीच करत नाहीत. त्यांच्या आंतरिक शक्तीमुळे ते निर्भय असतात. जो निर्भय आहे तोच व्यक्तिचेतनेच्या मर्यादा ओलांडून वैश्विक चेतनेशी एकरूप होऊ शकतो. कोणकोणाची हिंसा करणार? आत्मा शाश्वत आहे. शरीर नश्वर आहे. ते कधी ना कधी मातीला मिळणारच आहे. हिमालयाच्या अंकावर राहाणाऱ्या भिन्न भिन्न संप्रदायांच्या साधू-महात्म्यांची हीच दृढ श्रद्धा आहे.

वाघाच्या गुहेत

एकदा मी ताराई भवर या भागातून नेपाळच्या दिशेने पर्वतीय भागातून एकटाच चाललो होतो. नेपाळची राजधानी काठमांडू येथे मला जायचं होतं. रोज मी वीस ते तीस मैल पायी प्रवास करत असे. सूर्यास्त झाल्यावर मी शेकोटी पेटवी आणि ध्यान करत बसे. रात्रीची विश्रांती झाल्यावर पहाटे चारच्या सुमारास मी परत चालायला सुरुवात करीत असे ते दहा वाजेपर्यंत. मग एखाद्या ओढ्याच्या जवळ विश्रांती घेऊन परत दुपारी तीन-साडेतीनला चालू लागे ते सायंकाळी सातपर्यंत. मी अनवाणीच चालत असे. एक व्याघ्राजित, एक कांबळं आणि एक कमंडलू माझ्याजवळ असे.

एक दिवस सायंकाळी सहा वाजता मला बरंच थकल्यासारखं वाटू लागलं. म्हणून जवळच्या रस्त्यापासून सुमारे दोन मैल असलेल्या गुहेत एक डुलकी काढावी असा विचार माझ्या मनात आला. त्या गुहेत मी गेलो. तिथे ओल होती म्हणून मी खाली कांबळं पसरलं. मी जरा लवंडलो तर तीन वाघाच्या पिल्लांनी माझ्यावर उडी घेतली. ती बारीक-बारीक आवाज करत माझ्या अंगावर नखं लावू लागली. त्यांना भूक लागली होती. त्यांना वाटलं की मी त्यांची आई आहे. म्हणून दूधासाठी लुचत होती. बारा-पंधरा दिवसांचे ते छावे होते. काही वेळ मी त्यांना थोपटत स्वस्थ पडून राहिलो. जेव्हा मी उठलो तेव्हा त्यांची आई – वाघीण गुहेच्या दारात उभी होती. मला प्रथम भीती वाटली की ही आता माझ्या अंगावर येणार आणि हल्ला करणार. पण दुसऱ्याच क्षणी माझ्या मनात विचार आला, 'तिच्या बाळांना काही मी त्रास देत नाहीये. ती जर दारातून दूर झाली तर मी इथून निघून जाईन.' मी माझं कांबळं आणि कमंडलू उचलला. आई वाघीण गुहेच्या दारातून जरा बाजूला झाली आणि मी बाहेर गेलो. मी पंधराएक यार्ड दूर गेल्यावर ती शांतपणे आपल्या बाळांजवळ गेली.

अशा अनुभवामुळे भीतीपासून मुक्त होण्यास आणि सर्व जीवमात्रांमधील – प्राणी आणि मनुष्यातील ऐक्य जाणून घ्यायला मदत होते. हिंसा आणि भय यांचा वास जनावरांना चटकन येतो. तो आला की ते उग्र आणि स्वसंरक्षणाला सज्ज होतात. पण प्राण्यांशी मैत्री झाली तर ते अत्यंत स्नेहशील असतात, माणसांचं रक्षण करतात. संकटकाळात एक

माणूस दुसऱ्याची साथ सोडेल पण प्राणी माणसांची साथ सोडत नाहीत. सर्व प्राण्यांमध्ये स्व-संरक्षणाची प्रेरणा अत्यंत बलवत्तर असते. परंतु प्रेमासाठी आत्मसमर्पण करण्याची त्यांची प्रेरणा माणसांपेक्षा जास्त असते. त्यांची मैत्री ही भरवशाची असते.

आपण माणसं आपल्याभोवती तटबंद्या उभारतो आणि आपला अंतरात्मा आणि इतरांचा अंतरात्मा यांचा स्पर्श गमावून बसतो. परस्परसंबंधात प्राण्यांमध्ये असते तशी उपजत संवेदनशीलता जर आपण परत मिळवू शकलो तर आत्मसाक्षात्काराचा मार्ग आपल्यासाठी सुलभ होईल.

नेपाळ प्रवासातील स्वामी राम

भाग ६

संन्यास पथावर

संन्यास मार्ग हा धारदार पात्यावरून चालण्यासारखा आहे. काही भाग्यवंतांसाठी तो आहे; सर्वांसाठी नाही. संन्यास मार्गावरून चालण्यासाठी अनासक्ती आणि आत्म्याचं ज्ञान या दोन आवश्यक गोष्टी आहेत.

संपूर्ण अस्तित्वच नेत्ररूप आहे

सुमारे दोन वर्षं श्रीनगरच्या जवळ राहाणाऱ्या एका स्वामींकडे मी नियमितपणे जात असे. मी त्यांची सेवा करत असे. ते बोलतील म्हणून वाट पाहात असे. पण ते क्वचितच डोळे उघडत. त्यांचं नाव हरि ओम् महाराज असं होतं. संपूर्ण दोन वर्षांच्या काळात त्यांनी एकदाही माझ्याकडे पाहिलं नाही! एक दिवस मी माझ्या गुरुदेवांना म्हटलं, 'मला त्या स्वामींचा अगदी कंटाळा आला आहे. एखाद्या ओंडक्याकडे वा शिलेकडे जावं असं त्यांच्याकडे गेल्यावर वाटतं.'

माझे गुरुदेव म्हणाले, 'असं म्हणू नकोस. तुला जरी जाणीव नसली तरी ते तुला निःसंशय पाहातात.'

मी म्हणालो, 'ते मला कसे पाहातील? त्यांचे डोळे तर मिटलेले असतात.'

त्या दिवशी मी हरि ओम् महाराजांकडे गेलो तेव्हा ते हसू लागले आणि मला म्हणाले, 'मी लाकडी ओंडका किंवा शिळा वाटतो ना तुला? तुला कळत नाही का की मी आत इतका आनंदात असतो की मला डोळे उघडून पाहायची गरजच वाटत नाही. सौंदर्य आणि ऐश्वर्य बाहेर कशाला पाहू? लोकांना बाह्य गोष्टी पाहून जे अर्धअपुरं सुख मिळतं त्यात मला गोडी वाटत नाही. म्हणून मी डोळे मिटून बसतो. ते शाश्वत सौंदर्य पाहायचं असेल तर इंद्रियांची शक्ती फार मर्यादित आहे. तुला ते मनाच्या डोळ्यांनीच पाहावं लागेल. सर्वसामान्य लोक सामान्य वस्तूंचं मर्यादित – सामान्य सौंदर्यच पाहू शकतात.'

त्यांचे हे विलक्षण शब्द मला प्रेरणा देऊन गेलं. नंतर मी त्यांना भेटायला गेलो तेव्हा त्यांनी आपले डोळे हलकेसे उघडले. त्या वेळी वाटलं की कसलंसं रसायन त्या डोळ्यांमधून भरभरून ओसंडत आहे. त्यांच्या अंतर्यामीचा आनंदच त्यांच्या डोळ्यांमधून ओसंडत होता.

ते गीतेतला एक संस्कृत श्लोक म्हणत होते,

या निशा सर्व भूतानां तस्यां जागर्ति संयमी ।
यस्यां जाग्रति भूतानि सा निशा पश्यतो मुनेः ।।

त्यांनी मला समजावून सांगायला सुरुवात केली, 'रात्रीचा काळ हा फार उत्तम असतो,

पण त्या काळातील शांती आणि स्तब्धता यांचा कसा उपयोग करून घ्यायचा ते थोड्यांनाच माहीत असतं. तीन प्रकारचे लोक रात्री जागे असतात. योगी, भोगी आणि रोगी. योगी ध्यानातला आनंद अनुभवतो, भोगी इंद्रियसुखांचा अनुभव घेतो आणि रोगी त्याच्या कायावेदनेमुळे जागा असतो. तिघेही जागे असतात पण जो ध्यानात असतो त्याचं खरं हित होत असतं. भोगी हा क्षणभर सुख अनुभवतो. त्या अनुभवाची पुनरावृत्ती करत तो सुखाचा क्षण लांबवण्याचा प्रयत्न करतो. परंतु दुर्दैवाने ते कधीच शक्य होत नाही. उलट ध्यानातील सुख मात्र प्रगाढ शांतीमध्ये परिणत होतं. ती शांती शाश्वत, प्रविचल असते.'

बाबा पुढे म्हणाले, 'डोळे अजाणतेपणे मिटलं जाणं, त्या वेळी चेतनाही रिक्त असणं याला झोप म्हणतात. डोळे जाणीवपूर्वक मिटणं हा ध्यानाचा भाग आहे. योगी डोळे मिटतो तेव्हा तो स्वतःच्या मनाला इंद्रियसंवेदनांपासून अलग करतो. सुखदुःखादि द्वंद्वांपासून तो मुक्त राहातो. त्याचे बाहेरचे डोळे मिटतात तेव्हा अंतर्यामीची दृष्टी उघडते. सामान्य माणसं दोन छोट्या डोळ्यांनी जगातील वस्तू पाहात असतात. पण तुला ठाऊक आहे की माझं समग्र अस्तित्व म्हणजेच एक डोळा झाला आहे?'

एका नर्तिकेसंबंधीचा अनुभव

माझे गुरुदेव मला नेहमी म्हणायचे, 'हे संपूर्ण जग म्हणजे आपल्या शिक्षणासाठी उभी केलेली रंगभूमी आहे. तू प्रत्येक गोष्टीतून शीक. केवळ माझ्यावर अवलंबून राहू नको.' एकदा ते मला म्हणाले, 'बेटा, तू दार्जिलिंगला जा. तिथे गावाबाहेर एक ओढा आहे. त्या ओढ्याजवळ एक स्मशानभूमी आहे. आता मी तुला एक साधना शिकवणार आहे. काय वाटेल ते झालं तरी एकेचाळीस दिवस त्या स्मशानभूमीत तू ही साधना करायची आहेस. तुझं मन तुला अनंत प्रकारे त्या साधनेपासून परावृत्त करायचा प्रयत्न करील. पण ते स्थान आणि ती साधना तू अजिबात सोडता कामा नयेस.' मी म्हणालो, 'होय गुरुदेव.'

पुष्कळ लोकांना असल्या जागांची भीती वाटते. स्मशानं वगैरेबद्दल त्यांच्या चमत्कारिक कल्पना असतात. मला मात्र त्याची फिकीर नव्हती. मी तिथं जाऊन राहिलो. एका झोपडीत मी राहिलो होतो आणि स्वयंपाकासाठी चूल पेटवायचो. मी त्या वेळी विद्यापीठात शिकत होतो. उन्हाळ्याची सुट्टी असल्यानं सलग एकेचाळीस दिवस ही साधना करणं मला शक्य होतं. मी म्हटलं, 'वा! सुट्टीचा हा चांगला उपयोग होईल.'

गुरुदेवांनी सांगितलेली साधना मी एकोणचाळीस दिवस केली पण काही विशेष अनुभव आला नाही. नंतर मात्र एका विचारानं माझ्या मनावर जोरदार पगडा बसवला, 'काय हा तुझा मूर्खपणा! या एकाकी जागी तू निव्वळ वेळ वाया घालवत आहेस. जगाशी तुझा संबंध तुटला आहे. तरुणपणाचा हा उत्तम काळ तू वाया घालवत आहेस.'

माझ्या गुरुदेवांनी सांगितलं होतं, 'लक्षात ठेव. एकेचाळिसावा दिवस तुला खात्रीनं प्रगतीच्या काही खुणा दाखवणार आहे. त्यापूर्वी साधना सोडू नको. कसलाही मोह होऊ देऊ नको. तुझं मन भुलावण घालील त्याला भुलू नको.'

मी म्हणालो, 'मी वचन देतो. कुठल्याही परिस्थितीत साधना सोडणार नाही.' आता एकोणचाळिसाव्या दिवशी माझं मन एकापेक्षा एक कारणांची मालिका मांडत, मी साधना सोडावी असं सांगत होतं. मी विचार केला, 'दोन दिवसांनी असं काय जगावेगळं घडणार आहे? एकोणचाळीस दिवस काहीही घडलेलं नाही. तू तुझ्या मित्रांना आश्वासन दिलं

होतंस की साधनेतल्या अनुभवांबद्दल लिहीन. पण तू एकसुद्धा पत्र लिहिलेलं नाहीस. भुतांमध्ये राहातो आहेस तू! हा कसला गुरूंचा उपदेश? त्यांनी तुला असली साधना करायला का सांगावं? ते खरे सद्गुरू नसले पाहिजेत?' मी ते स्थान सोडायचा निर्णय घेतला.

मी बादलीभर पाणी आणून चूल विझवली. ज्या झोपडीत राहात होतो ती झोपडी मोडून टाकली. रात्री गारठा होता म्हणून मी लोकरी शाल पांघरली आणि गावाच्या दिशेने निघालो. वाटेत मी वाघांचा आवाज ऐकला. एक स्त्री गात आणि नृत्य करत होती. त्या गीताचा अर्थ असा होता, 'जीवनाच्या घड्यात अगदी थोडंच तेल उरलं आहे आणि रात्र तर सुदीर्घ अंधारी आहे.' ती याच ओळी आळवून-आळवून म्हणत होती. मी चमकलो. तबल्याचा आवाज जणू मला म्हणत होता, 'धिक्! धिक्! धिक्कार असो. हे तू काय केलंस!'

मला अतिशय लाज वाटली. मी स्वत:शी विचार करू लागलो, 'मी हे शेवटचे दोन दिवस पूर्ण का करू नये? असाच मी गुरुदेवांकडे मी गेलो तर ते म्हणतील, तू सांगितलेली साधना पूर्ण का केली नाहीस? रोप चांगलं वाढायच्या आधीच तू फळाची अपेक्षा करतोस?' मग मी स्मशानभूमीकडे परतलो. उरलेली दोन दिवसांची साधना पूर्ण केली. एक्केचाळिसाव्या दिवशी त्या साधनेचं जे फळ अपेक्षित होतं ते मला मिळालं. गुरुदेवांनी असं होईल म्हणून आधीच सांगितलं होतं.

साधना पूर्ण झाल्यावर मी पुन्हा शहरात गेलो आणि त्या गायिकेच्या घरी जाऊन तिची भेट घेतली. ती अत्यंत देखणी नर्तिका होती. काही लोक तिला गणिका समजत, म्हणजे देहविक्रय करणारी मानव. एक तरुण स्वामी तिच्या घराकडे येत आहे हे पाहून ती ओरडून म्हणाली, 'थांबा, येथे येऊ नका! चुकीच्या ठिकाणी आला आहात तुम्ही. ही तुमची जागा नव्हे!' पण मी शांतपणे पुढे जातच राहिलो. तिनं दार लावून घेतलं. दाराशी एक मिशावाला मजबूत दारवान होता. त्याला तिनं सांगितलं की यांना आत येऊ देऊ नको. तोही ओरडून म्हणाला, 'अरे तरुण बैराग्या, ही तुझी जागा नव्हे!'

मी म्हणालो, 'मी केवळ त्यांना भेटायला आलो आहे. त्या मला मातेसमान आहेत. त्यांनी मला फार मदत केली आहे. त्यांचा मी कृतज्ञ आहे. त्यांनी आपल्या गाण्यातून मला सावध केलं नसतं तर मी माझी साधना पूर्ण करू शकलो नसतो. मी स्वत:ला दोषी ठरवलं असतं आणि अपराधाची जाणीव आयुष्यभर वागवली असती.' हे ऐकल्यावर तिने दार उघडलं. तिला प्रणाम करून मी म्हणालो, 'तुम्ही मला माझ्या आईसारख्या आहात.'

जे घडलं होतं ते मी तिला सांगितलं. आम्ही थोडा वेळ बोललो. तिला मी माझ्या गुरुदेवांविषयी सांगितलं. जेव्हा मी जायला उठलो. तेव्हा ती म्हणाली, 'तुमच्या आईप्रमाणे पवित्र राहायचं वचन मी तुम्हाला देते. मी दाखवून देईन की मी केवळ तुमची नव्हे तर अनेकांची आई होऊ शकते. तुमच्याकडून ही प्रेरणा मी घेतली आहे.'

दुसऱ्या दिवशी ती वाराणसीला निघून गेली. वाराणसी हे फार मोठं विद्याक्षेत्र आहे. ती गंगेत एका नौकेत राहू लागली. सायंकाळी ती किनाऱ्यावर उतरत असे आणि नामस्मरण

करत असे. हजारो लोक त्या सत्संगात सहभागी होत. तिने आपल्या नौकेवर लिहून ठेवलं होतं, 'मला साध्वी समजू नका. मी एक गणिका होते. माझ्या पावलांना स्पर्श करू नका.' ती कोणाकडेही डोळ्याला डोळे भिडवून पाहात नसे. कुणाशी बोलतही नसे. कुणाला तिच्याशी बोलावंसं वाटलं तर ती म्हणे, 'येथे माझ्याजवळ बसा आणि हरिनाम घ्या.' कुणी विचारलं की, तुम्ही कशा आहात? तर ती उत्तर देई, 'राम...' तुम्ही विचारलंत की, तुम्हाला काही हवं आहे का? काही आणू का? त्यावर ती म्हणे, 'राम...' याहून अधिक काही नाही.

एकदा तिच्यासमवेत हरिनाम घेणाऱ्या पाच-सहा हजार लोकांच्या समुदायाला ती म्हणाली, 'मी उद्या सकाळी जाणार आहे. हे निष्प्राण शरीर गंगेत सोडून द्या, म्हणजे ते माशांसाठी खाद्य होईल.' मग ती मौन झाली. दुसऱ्या दिवशी तिने आपलं नश्वर शरीर सोडून दिलं.

ज्या वेळी आध्यात्मिक जागृती होते त्या वेळी मनुष्याचं व्यक्तिमत्त्व पूर्णत: बदलून जातं. त्याचा भूतकाळ जणू पुसून जातो. काही महान संतांचा भूतकाल मलिन होता, असं आपल्याला वाचायला मिळतं. उदाहरणार्थ सेंट फ्रॅन्सिस हे भूतकाळात दुराचारी होते. त्यांचं त्या वेळचं नाव सोल (Saul) असं होतं. दमास्कसकडे जात असताना अचानक त्यांची अंत:प्रज्ञा जागृत झाली. ते अंतर्बाह्य पालटून गेले. आपल्याकडे रामायणाचे कर्ते ऋषी वाल्मीकी यांची अशीच कथा आहे. आपण कितीही क्षुद्र वा पापी असलात तरी स्वत:ची निंदा करू नका. तुम्हाला तुमचं व्यक्तिमत्त्व बदलून टाकायची संधी असतेच. खरा साधक सत्य जाणतो आणि सर्व दु:ख आणि पाश यातून मुक्त होतो. आध्यात्मिक जागृती ही एका क्षणात होऊ शकते. ती तुम्ही स्वेच्छेने घडवून आणू शकता.

एका खुनी माणसाचं झालेलं परिवर्तन

हिमालयात चार प्रसिद्ध तीर्थक्षेत्रं आहेत : गंगोत्री, जम्नोत्री, केदारनाथ आणि बद्रीनाथ. मैदानी प्रदेशातील शहरांमधून आणि खेड्यांमधून जून ते सप्टेंबर या काळात महिन्या-दोन महिन्यांसाठी यात्रेकरू हिमालयात येतात. भारतातली ही प्राचीन परंपरा आजही चालू आहे. पर्वतराजींमधल्या रस्त्यांवर तुम्हाला अनेक प्रकारचे साधक, तापस भेटतात. माझ्या मित्रांसह एकदा मी यात्रेला निघालो होतो तेव्हा मला साधारण पंचावन्न वर्षांचा एक साधू भेटला. उत्तर प्रदेशातील बांदा जिल्ह्यातून तो आला होता. तो अत्यंत नम्र, शांत आणि संयत वृत्तीचा होता. तो आमच्या बरोबर प्रवास करू लागला. आम्ही नेहमीचे रस्ते सोडून जवळच्या मार्गाने जायचा प्रयत्न करायचो. रात्री आम्ही गुहेत राहात असू. चूल पेटवून आम्ही बटाटे भाजत असू. तेवढंच एक अन्न तिथं उपलब्ध होतं. त्या साधूकडे काहीच नव्हतं. तो ही आमच्याबरोबर बटाटे खात असे. जेवणापूर्वी आम्ही प्रार्थना म्हणत असू,

'ब्रह्मार्पणं ब्रह्महविः ब्रह्माग्नौ ब्रह्मणा हुतम् ।
ब्रह्मैव तेव गन्तत्यं ब्रह्मकर्म समाधिना ।।'

अशा गोष्टी ईश्वराशी अनुसंधान राखायला फार उपयोगी पडतात. सहज बोलताना त्या साधूने ही कथा आम्हाला सांगितली.

तो साधू जेव्हा अठरा वर्षांचा मुलगा होता तेव्हा त्याचे वडील आणि त्यांच्या गावातले एक जमीनदार यांचा जमिनीवरून तंटा झाला. साधूच्या वडिलांचा गावकऱ्यांनी मत्सरापोटी खून केला. मत्सर हा अहंकाराच्या गर्भात वाढतो. आसक्ती आणि स्वार्थ यामुळे त्याचं पोषण होतं. हा मुलगा (साधू) त्या वेळी दुसरीकडे शिकायला होता. घरी आल्यावर त्याला कळलं की आपल्या वडिलांची हत्या झाली आहे. त्याने पाच लोकांचा खून करून वडिलांच्या हत्येचा बदला घेतला. मग तो हिमालयात पळून गेला. साधू महात्म्यांच्या चरणांशी राहिला. सततची तीर्थयात्रा आणि सत्संग यामुळे तो स्वतःला अपराधभावनेतून मुक्त करण्याचा प्रयत्न करू लागला. ज्या साधूंजवळ तो राहिला त्यांच्यापुढे त्याने आपल्या पापाची कबुली दिली. पापक्षालनार्थ विविध तप साधना त्याने केल्या. छत्तीस वर्षं तो

बद्रीनाथ आणि केदारनाथ वाटेवरचे, देवप्रयाग

पर्वतराजीत राहिला. आपण पोलिसांच्या स्वाधीन व्हावं असा विचार त्याच्या मनात अनेकदा आला. आता सर्वत्र तो नागाबाबा म्हणून ओळखला जाऊ लागला होता. त्याच्याजवल साधी लुंगीदेखील नव्हती. अनेकवेळा लोक सरळसरळ बोलत की यांनी पूर्वी गुन्हे केले आहेत. पण त्यांनी स्वत:मध्ये परिवर्तनही घडवून आणलं आहे. तो साधू म्हणे, 'होय, मी पूर्वी खून केले आहेत. पण आता मी वेगळा माणूस बनलो आहे.' हिंदू, सूफी, बौद्ध आणि ख्रिश्चन ग्रंथांमधून अशाप्रकारच्या परिवर्तनांची वर्णनं आली आहेत.

आम्ही त्या साधूशी बोलत होतो. शेवटी आम्ही अशा निष्कर्षाला आलो की त्याने पोलिसांकडे जावं, गुन्हा कबूल करून न्यायालयासमोर उभं राहावं. म्हणून दुसऱ्या दिवशी आमच्याबरोबर पुढे तीर्थयात्रेला न येता तो आपल्या पूर्वीच्या गावाकडे निघाला. तो पोलिसचौकीत गेला आणि आपली सारी कथा त्याने पोलिसांना सांगितली. त्यांनी त्याला न्यायालयासमोर दाखल केलं. पण न्यायमूर्तींनी पोलिसांना विचारलं, 'या माणसावरचं आरोपपत्र कुठे आहे? त्याच्यावर काय आरोप आहेत?' पोलिसांनी छत्तीस वर्षांपूर्वी घडलेल्या गुन्ह्याची हकीगत न्यायमूर्तींना सांगितली. पण याबाबतचा काहीही लेखी पुरावा वा नोंदी त्यांच्याकडे नव्हत्या. न्यायमूर्तींनी त्याला काही प्रश्न विचारले. आत्तापर्यंतचं आयुष्य तो कसा जगला आहे हे विचारलं आणि त्याला सोडून दिलं. तो साधू परत हिमालयात आला.

गुन्हेगारांचं मानसशास्त्र सांगतं की सर्व गुन्हे हे एका विशिष्ट असंतुलित मन:स्थितीत केले जातात. कायद्याने आपलं काम केलंच पाहिजे असं माझं मत आहे. पण गुन्हेगारांना सुधारायची संधी नको का? त्यांचं मानसिक परिवर्तन करण्याचा प्रयत्न करायला नको

का? लोक मानसिक रुग्णतेमुळे गुन्हे करतात की आपण त्यांना गुन्हे करायला भाग पाडतो? या दोन्ही गोष्टी नीट पडताळून पाहायला हव्यात. गुन्हेगारांना जर काही आध्यात्मिक साधना शिकवल्या तर इतरांच्या जीवनाचं मोल जाणायला ते शिकतील. गुन्हेगारी प्रवृत्ती हा जर एक रोग मानला तर त्यावरचा उपायही शोधून काढता येईल. जगातल्या सर्व देशांमधील तुरूंगांमध्ये ते कैदी खितपत पडलेत त्यांची स्थिती आणि आपलं स्वातंत्र्य, मोकळेपणाचा आनंद यातलं अंतर जाणवून मन खेदानं भरून जातं. कैद्यांची ही केवढी शोकांतिका! त्यांना स्वत:ला सुधारण्याची, निरोगी जीवन जगण्याची संधी देणं, त्यांना मदत करणं मला फार महत्त्वाचं वाटतं.

अजून मानवजात सुसंस्कृत व्हायची आहे. जिथे मुक्त शिक्षण, विनाशुल्क वैद्यकीय सेवा, समता आणि सर्व लोकांना समान न्याय आहे, असा जगात एकही देश नाही. मनुष्याच्या सर्व गरजा भागवील आणि सुसंस्कृत होण्याच्या मार्गावर त्याला पुढे पाऊल टाकायला अनुकूल वातावरण निर्माण करील अशा समाजाची निर्मिती आपल्याला करायची आहे.

अनासक्तीचा धडा

माझ्या गुरुदेवांनी मला सर्व काही दिलं. पण मी त्यांना काहीही देऊ शकलो नाही.

त्यांचे भक्त त्यांना इतके पैसे देत की त्या पैशांचं काय करावं हे त्यांना कळत नसे. मी त्यांच्या वतीने ते पैसे कोणाकोणाला देत असे आणि मीही जरूरीनुसार खर्च करत असे.

एकदा मी गुरुदेवांना म्हणालो, 'मला मुंबईला जायचं आहे.' ते म्हणाले, 'जा, तुला किती पैसे लागतील ते घेऊन जा.' मी पाच हजार रुपये घेतले. त्यातून मी वेगवेगळ्या वस्तू खरेदी केल्या. त्यात तीन ग्रामोफोन्स होते. गुरुदेव म्हणाले, 'वा रे पठ्ठ्या, वाजव आता तिन्ही ग्रामोफोन्स एकाच वेळी!' मी त्याप्रमाणे लावले तर आवाजांचा नुसता गोंधळ झाला, काही नीट ऐकू येईना.

लोभ आणि लालसा यांचं कधी समाधान होत नाही. वस्तूंचा संग्रह करण्याची इच्छा वाढतच जाते. त्याची परिणती दुःखाच्या भोवऱ्यात अडकण्यात होते. परंतु याबाबतीत मनुष्य अज्ञानी असतो. ते अज्ञान देवळात जाणं, चर्चमध्ये पूजा करणं, प्रवचनं ऐकणं किंवा यज्ञयाग करणं यामुळे दूर होत नाही. शतकानुशतके माणूस आपल्या आसक्तीची पूर्ती करण्यामागे धावत आहे. तरी तो अशांत आणि दुःखी आहे. परमतत्त्वाचं थेट ज्ञान प्राप्त करून घेणं हाच आसक्ती आणि त्यातून निर्माण होणारे गुंते सोडवण्याचा एकमेव मार्ग आहे.

आवश्यकतेपेक्षा जास्त गोष्टींचा संग्रह करणं हा साधकाच्या मार्गातला अडथळा आहे. वेळ आणि शक्ती यांचा त्यात अकारण व्यय होतो. अंतर्जागृतीच्या मार्गावरून साधकाला चलित कोण करतं? आपल्या आवश्यकता काय आणि चैन कशाला म्हणायचं यातला फरक न कळणं ही गोष्ट साधकाला घातक ठरते. ज्या वेळी भौतिक सुखाच्या मागे धावणाऱ्या मनाचा मोहरा आत्मिक सुखाच्या दिशेनं बदलतो, आत्मजागृतीकडे वळतो तेव्हा हीच इच्छा मोक्षाचं साधन बनते, आत्मसाक्षात्काराला साहाय्यकारी होते.

एका साध्या दृष्टांताने हे समजू शकेल. मेणबत्तीची छोटी ज्योत वाऱ्यानं विझू शकते. पण त्या ज्योतीला सांभाळून तिचा स्पर्श अरण्यातल्या लाकडाला घडवला तर अरण्यात वणवा पेटू शकतो. वाऱ्याची झुळूक मेणबत्तीला विझवते पण वणव्याला साहाय्यकारी

होते. त्याचप्रमाणे जेव्हा साधक स्वत:वर भ्रमनिरासाची बंधनं घालून इच्छेचा मोहरा परमतत्त्वाकडे लावतो, तेव्हा ती इच्छा बलवत्तर होते. सर्व तथाकथित प्रतिकूलतांचं रूपांतर अनुकूलतांमध्ये होतं. आपल्याला परमार्थ मार्गात जे अडथळे करतात ते खरोखर अडथळे नसतात. आपली दुर्बलता आणि ऐहिक गोष्टींना आपण जे अवाजवी महत्त्व देतो, त्यामुळे आपल्यापुढे अडचणी निर्माण होतात. आसक्ती हा सर्वाधिक मोठा अडथळा आपणच तयार केलेला असतो. अनासक्ती बाणवल्यामुळे आत्मसाक्षात्काराचा मार्ग सुलभ होतो.

आपल्या मार्गातील अडचणी दूर करण्याचे चार उपाय आहेत. पहिला उपाय म्हणजे उपभोगवस्तू मिथ्या आहेत, त्यांचं खरोखर अस्तित्व नाही हे कळणं. पण सामान्य लोकांना ते कळायला कठीण असतं, ऐहिक जगातल्या सर्व गोष्टी ही साधनं आहेत, साध्य नव्हेत, हे ध्यानी घेणं हा दुसरा मार्ग आहे. मग त्या गोष्टी अडथळे बनून राहात नाहीत. या मार्गावर मुख्य प्रश्न असतो तो वृत्तीत आणि दृष्टीत बदल होण्याचा. ज्याने आपली पाहाण्याची दृष्टी बदलली. तो संकटांचं संधींमध्ये रूपांतर करू शकतो. तिसरा मार्ग आहे कर्मयोगाचा. आपली कर्मं नि:स्वार्थतेने आणि कुशलतेने करणं आणि त्याचा लाभ इतरांना देणं हा तो मार्ग होय. असा माणूस स्वभावत: अनासक्त बनतो आणि जीवनाचा सागर लीलया पार करून जातो. चौथा उपाय आहे संपूर्ण शरणागतीचा. असा साधक म्हणतो की, ज्याला मी माझं म्हणतो ते सर्व देवाचं आहे. अशाप्रकारे तो अनासक्ती योग साधतो. हा उपाय दिसायला सोपा दिसला तरी प्रत्यक्षात करायला अवघड आहे.

माझे गुरुदेव माझ्या चुका सांगण्याच्याऐवजी मला या गोष्टीची जाणीव करून देत की मनुष्याच्या हातून ज्या चुका होतात. त्याच्या दुर्बलता आहेत त्यामुळेच त्याला परिवर्तनाची संधीसुद्धा आहे. मी माझ्या चुकांसंबंधी विचार करत असे आणि मग स्वत:मध्ये परिवर्तन कसं घडवून आणायचं याचं चिंतन करत असे. गुरुदेव 'तू अमुक कर किंवा करू नकोस' असं कधी सांगत नसत. पण ते दिशा दाखवून देत. त्यावरून मी एकटाच मार्गक्रमणा करीत असे.

'एकला चलो रे!' हा माझा मंत्र होता.

आधी जगाचा अनुभव घ्या, मग त्याचा त्याग करा!

मला तरुणपणी भारीभारी कपडे घालण्याचा वाईट षौक होता. मी स्वत: बाजारात जाऊन उंची कपडा खरेदी करत असे. मग शिंप्याकडे जाऊन मापाप्रमाणे पाहिजेत तसे कपडे शिवून घेत असे. कपड्याच्या रंगाला जुळणारा टाय नि रूमालदेखील वापरत असे. आमच्या गुरुदेवांच्या इतर शिष्यांना माझ्या वागण्याचं कोडं पडे. ते गुरुदेवांकडे माझ्या चैनीच्या सवयीबद्दल तक्रारही करत. जवळ जवळ पाच वर्षं मी असा ऐषाराम केला. पण माझ्या गुरुदेवांनी त्यांची काहीही दखल घेतली नाही. माझ्या वाढीसाठी आवश्यक असा धडा मी शिकत होतो. मी जेव्हा असा थाटमाट करून गुरुदेवांच्या पुढे उभा राहात असे. त्या वेळी ते म्हणत, 'तुझी अभिरूची चांगली नाही.' मी निषेध करत म्हणायचो, 'पण गुरुदेव, हा बाजारातला सर्वोत्तम कपडा आहे.'

माझा हा कपड्यांबाबतचा उत्साह एक दिवस संपून गेला. मग साधा कुडता-पायजमा घालून मी गुरुदेवांकडे गेलो. ते पसंतीदर्शक मान हलवून म्हणाले, 'छान दिसतोस!' जगातल्या मौल्यवान गोष्टींची चव मला माहीत व्हावी आणि त्यांची निरर्थकताही मला कळावी, त्यासंबंधी विचार करून मग त्यांचा त्याग करावा असं त्यांना वाटत असे.

साधं जीवन आणि श्रेष्ठ विचार यातून जीवनाचं खरं सौंदर्य प्रकट होतं. ही सौंदर्यसृष्टी विकसित व्हायला वेळ लागतो. पण त्यानंतर जीवनाला एक आगळंच सौंदर्य आणि ऐश्वर्य प्राप्त होतं. उत्तमोत्तम कपडे आपली कुरूपता झाकू शकत नाहीत. फॅशनेबल राहाणीत खरं सौंदर्य निर्माण करण्याची ताकद नसते. बाह्य सौंदर्यावर भर देण्यापेक्षा आपण आंतरिक सौंदर्य विकसित करण्याचा प्रयत्न केला पाहिजे. त्याचं तेज असं असतं की कोणाच्या नजरेपासून ते लपून राहू शकत नाही.

संन्यास हा अग्निमय पथ आहे. ज्यांनी ऐहिक वासनांचं भस्म केलं त्यांनाच त्यावरून चालता येईल. ऐहिक जगतातील हानी आणि लाभामुळे काही साधक इतके विचलित होतात, निराश होतात की त्यांना स्मशान वैराग्य येतं. सारं सोडून द्यावंसं वाटतं. काही वेळा बाहेरची परिस्थिती अनुकूल असते. पण त्यांच्या चित्तातलं अस्थैर्य ते जातील तिथं

त्यांच्यासोबत येतं. निराशा, हाव, लोभ, तिरस्कार आणि प्रेम. तसाच क्रोध नि मत्सरही फार चिवट असतो. आध्यात्मिक साधनेशिवाय त्यांच्यावर मात करणं शक्य नसतं. निराश नि अतृप्त जीव संन्यासमार्गावर चालू शकत नाहीत. गुहेत बसायचं नि संसाराचे विचार करत राहायचं, ही दुर्दैवाची गोष्ट होय.

माझ्या गुरुदेवांना वाटत होतं की इतर चार मुलांप्रमाणेच माझं बालपण नैसर्गिक रीतीने जावं, तारुण्यही हसतंखेळतं असावं. त्या काळात मी उत्तम गाड्या विकत घेत असे नि वर्षातून दोनदा विकूनही टाकत असे. भारतातल्या कोणत्याही राजपुत्राच्या तोडीचं जीवन मी जगत असे. माझ्या अनेक मित्रांना, नातेवाइकांना आणि पोलीस खात्यातल्या लोकांनाही प्रश्न पडे की एवढं ऐषारामी आयुष्य जगण्यासाठी याच्याकडे पैसा येतो कुठून? त्याचं रहस्य असं होतं की माझे गुरुदेव मला लागेल तितका पैसा देत. ते स्वत:करता काहीही घेत नसत की वापरत नसत. ज्या वेळी या चैनीचं, ऐषारामाचं खरं मूल्य मला कळलं तेव्हा मी शांत झालो. मग माझं चित्त ध्यानात स्थिर होऊ लागलं. सुप्त काम हा फार धोकादायक असतो. ध्यानाच्या वेळी तो उफाळून येतो. आत्मसाक्षात्काराच्या इच्छेआड भौतिक सुखांची इच्छा येत असते.

माझे गुरुदेव एकदा म्हणाले, 'चल, आपण गंगेच्या तीरी जाऊ. मी तुला काही शिकवू इच्छितो.' मी विचारलं, 'काय शिकवायचं आहे?' ते म्हणाले, 'तू हिमालयात का राहातोस?' मी म्हणालो, 'आध्यात्मिक साधनेसाठी.' 'तुला आध्यात्मिक साधना का करायची आहे?' त्यांनी विचारलं, 'आत्मसाक्षात्कार व्हावा म्हणून.'

माझे गुरुदेव म्हणाले, 'मग तू जगातल्या गोष्टींची आस का धरतोस? तुला जगाची आवश्यकताच काय? गुहेत राहायचं आणि जगातल्या गोष्टींचं चिंतन करायचं याचा अर्थ तुझ्या मनात काही सुप्त इच्छा लपलेल्या आहेत. ही एक अशी डोकेदुखी आहे की स्वयंसंयमनाखेरीज ती बरी होत नाही. स्वयंसंयमनातून आत्मशिक्षण होतं, आत्मशिक्षणातून थेट, अपरोक्ष अनुभूती येते. अपरोक्ष अनुभूतीमुळे चेतनेच्या कथा विस्तारतात. अशी व्यापकता येणं हाच जीवनाचा हेतू आहे.'

हे खरं आहे की ऐहिक जगातील मोह, आकर्षणं फार जबरदस्त असतात. पण आत्मसाक्षात्काराची ज्वलंत इच्छा साधकाला त्याच्यावर मात करण्याची शक्ती देते आणि त्या मोहांपासून दूर ठेवते.

रत्नं की निखारे?

माझ्या गुरुदेवांनी मला ऐहिक जगाचा त्याग करून स्वामी व्हायला कधी सांगितलं नाही, आग्रह केला नाही. अनुभवांनी मी स्वत: निर्णय घ्यावा असं त्यांना वाटे. ते मला म्हणायचे, 'तुला माझ्याकडून जे शिकायचं आहे ते शिक. पण तू स्वतंत्रपणे प्रगती कर. जेव्हा तुला माझी गरज असेल त्या वेळी मी आहेच.' ज्या वेळी मी त्यांना प्रश्न विचारी त्या वेळी ते म्हणत, 'तू थकलास की काय? पुन्हापुन्हा माझ्याकडे प्रश्न घेऊन काय येतोस? मी तुला प्रश्न कसे सोडवायचे ते शिकवीन. तुझ्या प्रश्नांची उत्तरं तू शोधली पाहिजेस.'

गुरुदेवांनी माझ्यापुढे ऐहिक गोष्टींचे मोह ठेवले. त्यात मी गुंतलो का हे पाहिलं. ते म्हणाले, 'जा की बाहेर, एखादा मोठा अधिकारी हो. तू जर मलाच चिकटून राहाशील. माझ्याच बरोबर राहाशील तर ते चांगलं नाही. तू ऐहिक जगात स्वत:ची जागा निर्माण करावीस असं मला वाटतं. तुला मी संपत्तीची कधी ददात पडू देणार नाही.' मी त्यांना म्हटलं, 'गुरुदेव, मला ते सारं नको आहे.'

त्यांनी मला विचारलं, 'नक्की का?' आणि मग त्यांनी जे काही केलं त्यावर तुमचा विश्वास बसणार नाही. ते मला पर्वतराजीत घेऊन गेले आणि मला विचारलं, 'तुला रत्नं आवडतात, खरं ना?' ते खरंच होतं. कोणत्याही सुंदर वस्तू मला अतिशय आवडत. त्यांना माझी सुप्त इच्छा माहीत होती. ते म्हणाले, 'हे बघ, काय आहे.' माझ्या समोर त्यांनी तेजस्वी रत्नांचा ढीग ठेवला. मी आश्चर्याने पाहात राहिलो. तो ढीग खरा आहे की भास आहे असा मला प्रश्न पडला. ते म्हणाले, 'हा भास नव्हे, ही खरी रत्नं आहेत. वाटलं तर उचलून पाहा. घे ती. तुझ्यासाठीच आहेत ती. ती घेतलीस तर तू भारतातला सर्वात श्रीमंत मनुष्य होशील. बरं बाबा, आता मी जातो. मला खूप दूरवर हिमालयात जायचं आहे.'

माझ्या डोळ्यांतून अश्रुधारा वाहू लागल्या. मी विचारलं, 'आपण मला आपल्यापासून दूर करता आहात का? आपल्याला असं सुचवायचं आहे का की मी ही रत्नं घेऊन आपल्याला विसरून जावं? मला ती नको आहेत. मला आपल्याबरोबर राहायचं आहे.'

मग ते मला म्हणाले, 'तुला माझ्याबरोबर राहायचं असेल तर तिकडे बघ, ती उचं ज्वाला दिसते का?' मी पाहिलं तर मोठमोठ्या ज्वालांची एक भिंतच मला दिसू लागली. मी स्तिमित झालो. ते म्हणाले, 'तू त्या ज्वाला ओलांडून गेलास तर तू माझा शिष्य होऊ शकशील. तू कशाची निवड करशील? ऐहिक सुखं मिळावीत ही इच्छा बलवत्तर आहे की आत्मज्ञानाचा प्रकाश हवा आहे?'

मी म्हणालो, 'ऐहिक मोहात अडकण्यापेक्षा मी ज्वालांतून जाणं पसंत करीन. माझा पुनर्जन्म व्हायला हवा आहे. दुसरा मार्गच नाही.' अशाप्रकारे मी संन्यास मार्गाचा स्वीकार केला.

संन्यासधर्माचं आचरण म्हणजे धारदार पात्यावरून चालण्यासारखं आहे. प्रत्येक पावलाला पतनाची भीती आहे. स्वार्थी वृत्ती ही या मार्गावरची सर्वात कठीण अडचण आहे. जे निर्भय आहेत, जे मोह आणि आकर्षणांपासून मुक्त आहेत तेच या पथावरून चालू शकतात. ज्याने आपल्या सर्व हक्कांचा मोहरा केवळ आत्मसाक्षात्काराची इच्छा बलवत्तर करण्याकडे लावला आहे त्यांनाच या मार्गावर यश मिळतं.

थोडेच साधक संन्यास मार्गाचा स्वीकार करतात. सर्वसामान्य साधकांसाठी हा मार्ग नाही. पण संन्यस्त जीवनातला आनंद ज्यांनी अनुभवला ते धन्य होत. कर्म मार्गसुद्धा तितकाच उपयोगी आहे. साधक जर आपलं कर्म कुशलतेने, नि:स्वार्थतेने करत असेल, जगात राहूनही कमलपत्राप्रमाणे अलिप्त वृत्तीने सर्व ऐहिक गोष्टींच्या वर राहू शकत असेल तर त्यालाही आत्मसाक्षात्कार होईल. संन्यास मार्ग आणि कर्म मार्ग हे भिन्न असले तरी त्यांचं ध्येय एकच आहे, ते म्हणजे आत्मसाक्षात्कार.

'स्वामी' झाल्यानंतरचे पहिले दिवस

मला ज्या दिवशी संन्यासदीक्षा झाली त्या दिवशी माझे गुरुदेव मला म्हणाले, 'स्वामी होण्याकरिता भिक्षा मागावी लागते हे माहीत आहे ना तुला?' मी गोंधळून त्यांच्याकडे पाहिलं.

ते म्हणाले, 'तुमच्यातला अहंकार तुम्हाला सांगतो की मी कुणाच्या मदतीशिवाय स्वतंत्र जगू शकतो. या अहंकाराची शुद्धी करावी लागते. नम्रता शिकल्यानेच ती शुद्धी होते. मी तुला गरीब लोकांकडे भिक्षा मागायला पाठवीन. मग तुला कळेल की तू कोण आहेस?' मी म्हणालो, 'बरं, ठीक आहे.'

नंतर जे काही झालं ते मी कधीही विसरू शकणार नाही. मी तब्येतीने मजबूत होतो आणि भगवं रेशमी वस्त्र ल्यायलो होतो. भिकारी काय रेशमी वस्त्रांत असतो? मी मस्त बेफिकिर फिरत होतो. योगशास्त्र सांगतं की सरळ उभं राहावं, वाकून चालू नये, पण मग लोकांची समजूत होते की तुम्ही गर्विष्ठ आहात. मी दुसऱ्या दिवशी सकाळी भिक्षा मागायला बाहेर पडलो. एक बाई गाईची धार काढत होती. तिनं मडकं तिच्या गुढघ्यात पकडलं होतं नि गात-गात धार काढत होती.

मी म्हणालो, 'नारायण हरि!' आपण आलो आहोत हे सूचित करण्यासाठी स्वामी असं म्हणतात. ती माझा आवाज ऐकून इतकी दचकली की मडकं तिच्या पायातून निसटलं नि फुटलं! 'अरे देवा!' मी मनात म्हणालो.

ती बाई भडकली. तिनं रागारागानं ओरडायला सुरुवात केली, 'असला धष्टपुष्ट माणूस भीक मागतो? अरे, देशाला तुझं ओझं नि तुला स्वत:लाही तुझं ओझं! कोणी शिकवलं तुला भीक मागायला? एकीकडे रेशमी कपडे घालायचे नि एकीकडे भीक मागायची? वा रे वा!'

मी फार शरमिंदा झालो. मी तिला विनवलं, 'कृपा करून मला शिव्या देऊ नका.'

ती म्हणाली, 'हा हंडा परंपरेने आमच्या घरात होता. माझ्या सासूबाईंनी तो मला दिला होता. तुझ्यामुळे तो फुटला! अरे बांडगुळा, जा माझ्या दृष्टी पुढून चालता हो!' तिचा त्या मडक्यावर इतका जीव होता की ती माझ्यावर शिव्यांचा भडिमार करतच राहिली.

संन्यास घेतल्यानंतर स्वामी राम

मी गुरुदेवांकडे परत आलो. ते मला रोज विचारत असत, 'बेटा, तू जेवलास का?' त्या दिवशीही ते नेहमीप्रमाणे विचारतील असं मला वाटलं. पण त्यांनी विचारलं नाही. दिवसभर मी चुपचाप होतो. तेही बोलले नाहीत. ते तसे मितभाषीच होते. सायंकाळी मी तक्रारीच्या सुरात म्हटलं, 'आज तू जेवलास का असं तुम्ही मला विचारलं नाही.'

ते म्हणाले, 'मी विचारलं नाही कारण तू आता स्वामी झाला आहेस.'

मी म्हणालो, 'असं का म्हणता?'

ते म्हणाले, 'स्वामी हा स्वत:चा स्वामी असतो आणि त्याच्या साऱ्या गरजांचाही स्वामी असतो.'

मी म्हणालो, 'मी असा स्वामी झाल्यामुळे तुम्ही यापुढे माझी काळजी घेणार नाही?'

गुरुदेव म्हणाले, 'आता तूही स्वामी आणि मीही स्वामी. आपल्यात फरक काय राहिला? तुला स्वामी व्हायचं होतं ना? आता तू स्वत:ची काळजी घ्यायला शीक. माझ्या कुबडीची तुला काय गरज?'

मी फार उदास झालो आणि विचार करू लागलो. आता मला स्वतंत्रपणे जगणं आवश्यक होतं. मी म्हणालो, 'मी आज शपथ घेतो की मी कधीही भीक मागणार नाही. काय वाटेल ते होवो. देवाची इच्छा असेल तर मी जगेन आणि ध्यान करीन. पण कधीही हात पसरणार नाही.'

गुरुदेव म्हणाले, 'तुला तुझ्या शपथेला चिकटून राहायचं असेल तर राहा. तो तुझा निर्णय आहे. तू स्वामी आहेस.'

तर अशी शपथ घेऊन मी गंगातीरी गेलो. तिथे लोक मला भेटायला येऊ लागले. सर्वांना वाटलं की माझी काळजी कोणी तरी घेत आहे. पुष्कळजण फुलं घेऊन येत, प्रणाम करत. पण फळं किंवा खाद्यपदार्थ घेऊन कोणीच येत नसे. सुमारे तेरा दिवस मला कोणीही विचारलं नाही की तुम्ही काही खाल्लं आहे का? मी इतका अशक्त झालो होतो की चालण्यासाठी कष्ट होऊ लागले. मी स्वत:शी म्हणू लागलो, 'कुठून दुर्बुद्धी सुचली आणि मी स्वामी झालो!'

तेरा दिवसांनंतर मी अश्रू ढाळू लागलो. मी जगन्मातेची प्रार्थना करू लागलो, 'मी संन्यास मार्गावर श्रद्धेनं चालण्याची शपथ घेतली आहे आणि मला भाकरीचा एक चतकोर मिळू नये?' अचानक मला गंगेच्या पाण्यातून एक हात वर येताना दिसला. त्या हातात अन्नाने भरलेला वाडगा होता. तो हात माझ्या जवळ आला. एका स्त्रीचा आवाज मला ऐकू आला, 'घे हे तुझ्यासाठी आहे.' मी तो वाडगा घेतला आणि त्यातील अन्न खाऊ लागलो. मी भरपूर खाल्लं तरी त्या वाडग्यातील अन्न संपेचना.

मी तीन वर्षं तो वाडगा जवळ बाळगला. मी त्यातलं अन्न अनेकांना वाटत असे. पण तो भरलेलाच राही. त्यात कितीही मिठाई घातली तरी तो भरत नसे. माझ्याकडे येणाऱ्या हजारो लोकांनी ही गोष्ट पाहिली आहे. ते त्या वाडग्यात दूध घालत. कितीही दूध घातलं तरी तो वाडगा भरत नसे. मी तर त्या वाडग्याचा दासच झालो होतो. लोक माझ्याकडे अध्यात्मज्ञान घेण्यासाठी येईनासे झाले. जे येत त्यांना तो जादूचा वाडगा पाहायचा असे.

माझे गुरुदेव म्हणाले, 'तो वाडगा गंगेत विसर्जित कर.' मी त्यांच्या सांगण्याप्रमाणे केलं.

परमार्थ पथावर देव तुमच्या समोर अनेक प्रलोभनं ठेवतो. जेव्हा तुम्ही सर्व प्रलोभनांचा त्याग करता तेव्हाच तुम्हाला साक्षात्कार स्थितीपर्यंत पोहोचता येतं. जेव्हा लहान मूल रडत असतं तेव्हा आई काय करते? प्रथम त्याच्या पुढे गोळी, बिस्किट किंवा खाऊ ठेवते. तरी मूल रडत राहिलं तर ती एखादी बाहुली देते. पण या कशालाही न बधता मूल रडत राहिलं तर ती येऊन त्याला उचलून कडेवर घेते. ती त्याला विविध प्रलोभनं दाखवते. मगच त्याला जवळ घेते. आत्मसाक्षात्काराच्या मार्गावरती असंच होत असतं.

संन्यासी व्यक्तीने भिक्षा मागणं आवश्यक आहे. पण इतरांनी ती मागितली तर ते अपमानित होतात. मी पाहिलं आहे की जे केवळ सर्वशक्तिमान ईश्वराच्या कृपेवर अवलंबून असतात त्यांना देव जेवायला चार घास आणि निवारा देतोच. माझी आयुष्याच्या अंतापर्यंत हीच दृढ श्रद्धा राहील की ईश्वर हीच माझी संपत्ती. त्याच्याखेरीज इतर कशावरही अवलंबून राहाण्याने माझा विनाश ओढवेल. माझा देवसखा सदैव माझ्यापुढे चालत असतो आणि माझ्या ज्या गरजा असतील त्या तो पूर्ण करत असतो.

सततचा छळ

ऋषिकेशपासून पाच मैलांवर गंगातीरी एका झोपडीत राहून मी साधना करत होतो. त्या वेळी माझं वय एकवीस वर्षांचं होतं. मी एकटाच राहात असे त्यामुळे तिथल्या लोकांची अशी समजूत झाली होती की मी मोठा साधुपुरुष आहे. तुम्ही लोकांपासून दूर राहिलात, चमत्कारिक प्रकारचे कपडे घातलेत, जवळ थोड्या पोथ्या ठेवल्यात (त्या तुम्ही वाचलेल्या नसल्या तरी चालेल) आणि आल्यागेल्याकडे दुर्लक्ष केलंत की लोकांना वाटतं की तुम्ही नक्कीच फार थोर स्वामी असाल!

दिवसभर लोक मला भेटायला येत. मला स्वत:च्या साधनेलादेखील वेळ मिळत नसे. सकाळपासून रात्रीपर्यंत लोक माझ्याकडे येत, प्रणाम करत. फुलं, फळं नि मिठाई आणून देत. काही वेळ मला त्याचा आनंद वाटला. पण नंतर कंटाळा येऊ लागला. मला वाटलं, 'हे सगळं काय चाललंय? उगाच वेळ वाया जातो आहे यात!' मग मी आलेल्या लोकांवर रागवायला सुरुवात केली.

लोकांना वाटलं, 'हे स्वामी आहेत. मग ते रागावणं कसं शक्य आहे? आपल्याला टाळण्यासाठी रागाचं नाटक करताहेत झालं!' मग ते आणखीनच जास्त संख्येने येऊ लागले. मला आणखीच वैताग आला. माझी शक्ती आणि समतोल ढळला. मी त्यांना शिव्या देऊ लागलो. पण ते म्हणत, 'महाराज, तुमच्या शिव्या आम्हाला फुलासारख्या वाटतात. ते आशीर्वाद आहेत.' शेवटी ती जागा सोडून मला पळून जावं लागलं. मी स्वत:शी म्हणालो, 'मला रागावर विजय मिळवलाच पाहिजे.'

अनेक संन्याशांबाबत असं होतं. त्यांच्याकडे येणारे लोक त्यांच्या साधनेत सारखा व्यत्यय आणतात. संन्याशांनी हे शिकलं पाहिजे की आपण असं राहावं की ज्यामुळे लोक आपल्याकडे आकर्षित होणार नाहीत आणि साधनेत व्यत्यय येणार नाही. एरवी साधूला सतत छळायला लोक कमी करत नाहीत. लोकांना वाटतं की साधूसंन्यासी हे सामान्य लोकांहून वरच्या पातळीचे लोक आहेत. भारतात 'स्वामी' म्हणजे सर्व शक्तिमान, सर्व आजार बरे करणारे, वैद्य, प्रवचनकार सर्व काही! त्यामुळे स्वामी लोक अशा परिस्थितीत सापडतात की त्यात सामान्य माणसाचं डोकंच फिरून जाईल! लोकांना हे कळत नाही की

काही संन्याशांनी हा मार्ग नुकताच स्वीकारलेला असतो. काही जण या मार्गावर थोडे पुढे गेलेले असतात आणि फारच थोडे आत्मसाक्षात्काराच्या अंतिम ध्येयापर्यंत पोहोचलेले असतात. परंतु हे फरक न कळल्याने सामान्य माणसं सर्व संन्यासी – साधूंना सारखंच मानतात आणि त्यांच्याकडून वेगवेगळ्या अपेक्षा करतात. त्यामुळे स्वामींचाही गोंधळ उडतो, त्यांना त्रास होतो आणि लोकांच्याही मनात गोंधळ निर्माण होतो आणि त्यांनाही त्रास होतो.

या सगळ्या गोंधळातून स्वत:ला वेगळं काढणं सोपं नाही. जेव्हा मी प्रामाणिकपणे लोकांना सांगत असे की माझी साधना अद्याप व्हायची आहे, माझ्या जवळ तुम्हाला सांगण्यासारखं काही नाही, कृपा करून मला एकटं राहू द्या. ते या शब्दांचा त्यांना वाटेल तो अर्थ लावत असत आणि मला अधिकच चिकटत असत. दूरवर अरण्यात राहात होतो तेव्हाही लोक माझ्या साधनेत व्यत्यय आणत. कधीकधी वैतागलो की मी मला वाटायचं कुठून आपण स्वामी झालो!'

आत्मसाक्षात्कारासाठी भगवी वस्त्रं स्वीकारली पाहिजेत असं नाही. सतत अवधानपूर्वक मनोव्यापारांचं वर्तन नि वाणीचं नियंत्रण करणं ही साधना आहे. स्वामी होणं हे किती विलक्षण आणि खरेखुरे स्वामी होणं तर त्याहूनही किती विलक्षण!

गारगोट्यांच्या ढिगावर

तुम्ही परमार्थ मार्गावरील साधक असाल आणि ती साधना करायचं तुमच्या मनात असेल तर सतत लोक तुमच्याकडे येण्यामुळे त्या साधनेत व्यत्यय येईल. तरीपण भारतात अशी पद्धत आहे की संन्याशाने त्याला विचारलेल्या प्रश्नांची उत्तरं दिलीच पाहिजेत. कितीतरी लोकांना वाटतं की स्वामींजवळ जीवनातल्या सर्व दु:खांवर उत्तरं आहेत. काही लोकांची दु:ख केवळ त्यांच्या श्रद्धेमुळे दूर होतात. अशा गोष्टी चढवून वाढवून सांगितल्या जातात आणि प्राथमिक स्तरावर असलेला साधकदेखील दु:ख दूर करणारा म्हणून प्रसिद्धीला येतो. मग तो बिचारा आपली साधना पूर्ण करू शकत नाही, त्याला आपल्या ध्येयाचंही विस्मरण होतं. तो आपला वेळ आणि आयुष्य वाया घालवतो. शेवटपर्यंत त्याला आत्मसाक्षात्कार होतच नाही. यातून सुटायचं असेल तर सर्वोत्तम उपाय म्हणजे नावगाव लपवून, अज्ञात राहून साधना करणं. असे कित्येक योगी आहेत की ते पूर्णत्वाप्रत गेलेले आहेत. पण ते लोकांना कळू नये म्हणून ते वेड्याप्रमाणे वागण्याचा बहाणा करतात. म्हणजे मग लोक त्यांना त्रास देत नाहीत.

एका स्वामींची गोष्ट मला माहीत आहे. लोक त्यांच्यापुढे अन्न आणि पैसे आणून ठेवत. लोकांनी तसं करू नये, आपल्याला त्रास देऊ नये अशी त्या स्वामींची इच्छा होती. त्यांनी एक पाटी लावली 'ज्या कुणाचं माझ्यावर प्रेम असेल, मला काही द्यावं असं वाटत असेल त्यानं एक गारगोटी द्यावी.' लोकांना वाटलं की या स्वामींना गारगोट्या आवडतात. मग त्यांनी स्वामींना गारगोट्या द्यायला सुरुवात केली. त्यांच्या मनात येतील त्या गारगोट्या रस्त्यावरून उचलून ते स्वामींसाठी घेऊन येत. शेवटी गारगोट्यांचा प्रचंड ढीग जमला आणि स्वामी त्यावर राहू लागले. लोक त्यांना 'कंकरिया बाबा' म्हणू लागले. कंकर म्हणजे दगड. पण या युक्तीमुळे त्यांना पुरेसा एकांत मिळू लागला.

मग ते स्वामी लोकांना अनाकलनीय अशी एक भाषा बोलू लागले. कोणी त्यांच्याकडे आलं की ते म्हणायचे, 'इ् इ् इ् इ् इ्!' मी प्रथम गेलो तेव्हा ते हेच म्हणाले. पण एकदा मुद्दाम मी त्यांना रात्री भेटायला गेलो. ते एकटेच होते. ते म्हणाले, 'लोकांनी मला त्रास देऊ नये म्हणून मी एक नवीन भाषा शोधून काढली आहे. या भाषेत माझ्याशी कोणी

बोलूच शकत नाही.'

या स्वामींनी मला शिकवलं की लोकांना आपल्याला त्रास देता येणार नाही अशा पद्धतीनेच राहायचं. मनुष्याच्या अहंकाराचे अनेक चेहरे असतात. एकाच व्यक्तीत अनेक व्यक्तिमत्त्व राहात असतात. काहींची आपल्याला ओळख असते. त्यांचं विश्लेषण आपण करू शकतो. बरीचशी आपल्याला अपरिचित असतात. स्वामींचं असं मत होतं की जगात देवाच्या नावावर खरोखर अहंकाराचीच पूजा चाललेली असते.

आपल्यात एक 'कच्चा मी' असतो. त्याला अंतर्मुख करून स्वरूपाची जाणीव करून दिली की हळूहळू त्याचं रूपांतर 'पक्क्या मी' मध्ये होतं. 'कच्चा मी' साधकाला हैराण करतो, 'पक्का मी' साधकाला उपयुक्त असतो.

पथावरील प्रलोभनं

आत्मदर्शनाच्या मार्गावर कशी प्रलोभनं असतात याबद्दलची एक गोष्ट मला एका स्वामींनी सांगितली.

एक तरुण माणूस संन्यासदीक्षा घेऊन स्वामी बनला. त्याच्या गुरूंनी त्याला तीन गोष्टींपासून दूर राहायला सांगितलं : कांचन, कामिनी आणि कीर्ती.

तो माणूस नदी ओलांडत असताना त्याला दिसलं की पलीकडच्या तीरावरील वाळू धुतली जात आहे आणि त्या खाली लपलेले सोन्याच्या मोहरा भरलेले घडे दिसू लागले. त्याला वाटलं 'मी तर संन्यासी आहे, मला या धनाचा उपयोग नाही. पण याचा उपयोग करून एक चांगलं मंदिर बांधता येईल.' मग तो काही बांधकाम कंत्राटदाराकडे गेला. त्याने त्यांना एक चांगलं मंदिर या पैशांतून बांधायला सांगितलं. ते एकमेकांना म्हणू लागले, 'या संन्याशाला एवढा पैसा काय करायचा आहे? चला त्याला या नदीत बुडवू आणि हे पैसे वाटून घेऊ.'

त्यांनी त्या संन्याशाला बुडवलंच होतं पण देवाच्या कृपेने तो वाचला. त्यानं निश्चय केला, 'काय वाटेत ते होवो. पैशाला स्पर्श करायचा नाही.' तो दूर अरण्यात जाऊन राहिला. कोणी त्याला भेटायला आलं तर म्हणायचा, 'तुमच्याजवळ पैसे असले तर ते दूर ठेवा. मगच माझ्याकडे या.'

तिथे एक स्त्री आली. तो म्हणाला, 'माझ्या जवळसुद्धा फिरकायचं नाही.' ती म्हणाली, 'महाराज, रोज थोडंसं खायला ठेवून मी निघून जात जाईन.' पण रोज ती थोडी त्याच्या जवळ येई. स्वामींना वाटलं की, ही स्त्री सज्जन आहे. हिला माझ्याकडून आत्मज्ञान हवं आहे. म्हणून ही माझी काळजी घेत आहे.

एक दिवस ती स्वामींसोबत ठेवायला एक मांजर घेऊन आली. स्वामींसाठी आणलेलं अन्न ते मांजर खात असे. म्हणून स्वामी म्हणाले, 'रोज या मांजरासाठी थोडं दूध लागेल.' ती बाई एक गायच घेऊन आली. स्वामी म्हणाले, 'या गायीची देखभाल कोण करणार?' ती स्त्री म्हणाली, 'मी करीन की.' स्वामींनी मान्यता दिली.

मग ती स्वामींची खूपच सेवा करू लागली. शेवटी ते एकत्र राहू लागले. त्यांच्यापासून

तिला एक मूल झालं. एक दिवस स्वामी त्या मुलाचं संगोपन करत असताना त्यांचे एक गुरुबंधू स्वामी तिथे आले. ते म्हणाले, 'हे तुझं काय चाललं आहे?'

स्वामींच्या ध्यानी आलं की आपण संसारात गुरफटून गेलो आहोत. त्यांच्या डोळ्यात अश्रू आले. ते आणखी घोर अरण्यात तप करायला निघून गेले. खूप साधना झाल्यावर त्यांना काही सिद्धी प्राप्त झाल्या.

एकदा जवळच्या एका गावातला एक खेडूत त्यांच्याकडे आला. त्यांना प्रणाम करून म्हणाला, 'स्वामीजी, तुम्ही थोर साधू आहात आणि करुणामय आहात. मी गरीब आहे. माझ्या मुलांना चार घास खायला देऊ शकत नाही.' स्वामीजी म्हणाले, 'माझ्या दाढीतला हा केस घे. तुझ्या घरातल्या कपाटात ठेव. उद्या तुझं कपाट पैशानं भरलेलं असेल. पण ही गोष्ट कोणाला सांगू नको.'

हा खेडूत जेव्हा घरी गेला तेव्हा त्याने आपल्या बायकोला हे गुपित सांगितलं. तिने ते आणखी दहा जणांना सांगितलं. लवकरच ही बातमी वाऱ्यासारखी सर्वत्र पसरली. शेकडो लोक स्वामीजींच्या दाढीचा केस घेण्यासाठी धावत आले. त्यांचा चेहरा रक्तबंबाळ झाला.

पुन्हा एकदा तो साधक ही सारी माया सोडून कठोर साधना करण्यासाठी निघाला. तो महत्त्वाचा धडा शिकला होता. कांचन, कामिनी आणि कीर्ती यांच्या मागे जाण्याचे परिणाम त्याला कळले होते.

ज्या स्वामींनी ही गोष्ट मला सांगितली ते म्हणाले, 'हा धडा तू कधी विसरू नको. तू स्वत: तर यातून शीकच पण तुझ्यासारखेच या मार्गावर चालणारे जे इतर साधक आहेत त्यांनाही सांग.'

लग्न करावं का?

मी भारताच्या उत्तर भागात, उत्तर प्रदेश नावाच्या प्रांतात होतो. तिथे सायंकाळी लोक मला भेटायला येत. मी उपनिषदांवर प्रवचनं करीत असे. एकदा इंग्रजी विषयात एम.ए. केलेल्या एका मुलीने माझी भेट मागितली. प्रत्यक्ष भेटीत ती आग्रहाने सांगू लागली की मी तिचा आधीच्या जन्मीचा पती आहे. ती दोन तास बोलत होती आणि शेवटी तिनं मला हे मान्य करायला लावलं की अशी काही गोष्ट असू शकेल. मी कुणाशीही अशा व्यक्तिगत बाबतीत इतका वेळ संवाद केला नव्हता. तिने माझं मन वळवायचा प्रयत्न केला की या जन्मीही आपण पती-पत्नी होऊ. मग मी तिच्या आईशी बोललो. तिनेही या कल्पित कथेवर विश्वास प्रकट केला. ती मुलगी जे बोलत होती ते इतकं चित्ताकर्षक होतं आणि मीसुद्धा इतका अजाण होतो की तिच्याबरोबर जीवन जगणं कसं असेल याचा मी विचार करू लागलो. मी तिला सांगितलं की माझ्या गुरुदेवांनी अनुमती दिली तर मी तुझ्याशी लग्न करू शकेन. मी आयुष्यात प्रथमच आणि एकदाच कोणाच्यातरी समवेत जीवन जगण्याचा विचार केला. मला माझी आध्यात्मिक वृत्ती साधना सोडायची नव्हतीच. ती मुलगी एका कुलीन, प्रतिष्ठित घराण्यातली होती. तिचे अनेक भाऊ, मामा, काका शासनात अधिकाराच्या जागांवर काम करत होते. ते सर्व मला तिच्याशी लग्न करण्याचा आग्रह करत होते.

जवळ जवळ एक वर्ष मी विवाह विचाराच्या प्रबळ छायेत होतो. खरोखर तो माझ्या आयुष्यातला दुर्दैवी काळ होता. मला निराशा येई, उदासीनता वाटे. पण मी त्या मुलीच्या आणि तिच्या कुटुंबाच्या प्रभावाखाली होतो आणि काय करावं ते मला उलगडत नव्हतं. त्या अनुभवानं मला कळलं की आत्मदर्शनासाठी संन्यास मार्गाने निघालेल्या साधकाला विषयविकार किती बेचैन करू शकतात. या मार्गावर अनेक विघ्नं येतात पण गुरुकृपा आणि ईश्वरकृपा साधकाला या प्रलोभनांवर मात करण्याची शक्ती देतात.

शेवटी मी माझ्या गुरूंकडे गेलो. निर्णय आपणच द्या, असं त्यांना सांगितलं. त्यांनी माझ्या जीवनाचं नियंत्रण कधी केलं नाही पण योग्य वेळी योग्य सल्ला मात्र अवश्य दिला. मी त्यांच्याशी चर्चा, वाद करत असे, पण शेवटी त्यांचंच म्हणणं मानत असे. याबाबतीत

ते मला म्हणाले, 'तू एक गोष्ट करायला घेतली आहेस आणि ती अद्याप पूर्ण केलेली नाहीस. संसारातील सहवास, सुख आणि आध्यात्मिक साक्षात्कार यांचा तौलनिक विचार करून तू संन्यासाचा मार्ग स्वीकारलास, आता तू संसारातील मोहाला बळी पडून तू परत संसारात येऊ इच्छित आहेस. सध्या तुझ्याभोवती जे वातावरण आहे त्याच्या प्रभावाखाली राहाशील तर पुन्हा संन्यास मार्गावर येण्यासाठी आणि आत्मसाक्षात्कार करून घेण्यासाठी तुला कित्येक जन्म लागतील.' त्यांनी निर्णय माझ्यावरच सोपवला. पण त्यांच्या बोलण्याचा आशय ध्यानी घेऊन हा निर्माण होत असलेला संसारबंध तोडून टाकून संन्यास मार्गातच स्थिर राहाण्याचा निर्णय मी घेतला.

आत्मप्राप्तीचे दोन सर्वज्ञात मार्ग आहेत. एक संन्यास मार्ग आणि एक कर्म योगाचा मार्ग. माझा संन्यास मार्ग होता. या दोन मार्गात श्रेष्ठ किंवा कनिष्ठ असं काही नाही. संसारात राहून कर्म करीत साधना करण्याच्या मार्गाला मी तुच्छ लेखत नाही. कुटुंबात राहून साधना करणाऱ्यांना मी कमी मानत नाही. उपजीविका करीत परमार्थाची साधना करायला खूप वेळ लागतो. संन्यास मार्गात अध्यात्मसाधनेला भरपूर वेळ मिळतो. पण अन्न, वस्त्र, निवारा साधे नि मर्यादित असतात. संन्यासी हा गृहस्थावरच निर्वाहासाठी अवलंबून असतो. साधक कोणत्या मार्गाने जातो हे महत्त्वाचं नाही. स्वीकृत मार्गात किती प्रामाणिकपणे, निष्ठेने, सत्याने आणि श्रद्धेने चालतो हे महत्त्वाचं आहे.

माझ्या आयुष्यात घडलेली ही घटना मला काही उणेपणा देऊन गेली. कारण स्वामी आणि योगी यांच्याकडून लोकांच्या फार उंच अपेक्षा असतात. जणू ते देवच आहेत अशी त्यांची श्रद्धा असते. भारतात संन्यासी लोक समाजापासून दूर राहातात, ते ऐहिक गोष्टींचा संग्रह करत नाहीत. ते उपजीविकेसाठी व्यवसाय-नोकरीही करत नाहीत. मला या मार्गावर कित्येक जण भेटले आहेत की या अपेक्षांना आपण पुरे पडतो हे दाखवण्यासाठी ते दंभाचा आश्रय करतात. काही पाश्चात्य मानसशास्त्र ब्रह्मचर्याला मानसिक विकृती मानतात. ज्याला त्याला आपलं मत मांडण्याचं स्वातंत्र्य आहेच. मी एवढंच म्हणतो की दंभ हा साधना मार्गातील मोठा अडथळा आहे. ब्रह्मचर्यपालन करत असताना आंतरिक व्यक्तिमत्त्वबदलाकडे जर लक्ष दिलं नाही नाही तर स्वभावात काही विकृती निर्माण होण्याची शक्यता असते.

अन्न, लैंगिक सुख, निद्रा, स्व-संरक्षण या मूलभूत आणि बलवत्तर प्रेरणा आहेत. यापैकी प्रत्येक प्रेरणेचा मानवी जीवन व्यवहारावर सखोल परिणाम होत असतो. लैंगिक प्रेरणेच्या बाबत बोलूही नये अशा प्रकारचे निषेध आपल्या संस्कृतीत का आहेत? योगशास्त्रात सर्व प्रेरणांचा मोहरा आध्यात्मिक विकासाच्या दिशेने लावणे शक्य आहे, असं म्हटलं आहे. ज्यांना या प्रेरणांचं नियंत्रण आणि उत्रयन करता येत नाही. त्यांनी त्यांचं योग्य प्रमाणात समाधान करत संसारात राहावं. संन्यासापेक्षा तंत्रमार्ग त्यांना अधिक उपयोगी आहे. निसर्गप्रेरणांचं यथायोग्य समाधान आध्यात्मिक अनुभूतींमध्ये परिणत कसं करायचं हे तंत्रशास्त्र सांगतं.

जे संन्यासमार्गी आपल्या शिष्यांना दमन करायला लावतात, अत्यंत कठोर

अनुशासनात ठेवतात. त्यांच्यामुळे बरेच प्रश्न निर्माण होतात. अप्रामाणिकता आणि दंभ वाढतो. अशा प्रकारचं लादलेलं अनुशासन योग्य आहे का? या प्रेरणांबाबत ज्यांच्या आत आणि बाहेर संघर्ष असतात असे लोक परमार्थ मार्गासाठी सिद्ध झालेले नाहीत, असं समजलं पाहिजे.

नर्मदा नदीच्या तीरावर साधनामग्न स्वामी राम

आध्यात्मिक श्रेष्ठता हासुद्धा एक दंभ

मी पुन्हा एकदा संन्यास मार्गाने जाण्याचा दृढ निश्चय केला आणि त्यानंतर मला काहीसं अपराधी वाटत होतं तेव्हा माझ्या गुरुदेवांनी मला नर्मदातीरी तप करण्याचा सल्ला दिला. नर्मदा मध्यभारतातून वाहाते. ओंकारेश्वराच्या जवळ खेरीघाटच्या तीस मैल दक्षिणेला घनदाट अरण्य आहे. तिथे एकांतात साधना करायला गुरुदेवांनी सांगितलं. तिथल्या नदीप्रवाहात मोठमोठे मगर आहेत. सकाळी आणि सायंकाळी ते नदीच्या काठी वाळवंटात येऊन लोळतात. मी नदीतीरी सहा महिने राहिलो. कोणाचाही व्यत्यय नव्हता. माझ्याकडे एक कमंडलू, घोंगडी आणि दोन लुंग्या होत्या. सहा मैलांवर एक गाव होतं. तिथले लोक मला दिवसातून एकदा दूध आणि चपाती आणून देत. ते सहा महिन्यांचं तीव्र शारीर आणि मानसिक तप हा माझ्या जीवनातील संस्मरणीय काळ होता.

एकदा शिकाऱ्यांची एक मोठी टोळी नदीकिनारी आली. मी वाळवंटात अनेक मगर भोवती असताना ध्यान करत होतो. काही तर माझ्यापासून अगदी थोड्या अंतरावर होते. शिकाऱ्यांनी माझ्या नकळत माझे फोटो घेतले आणि ते वृत्तपत्रांकडे पाठवून दिले. थोड्याच काळात माझ्याबद्दलच्या वार्ता वृत्तपत्रांत येऊ लागल्या. त्या वेळी करवीरपीठचे शंकराचार्य आपल्या उत्तराधिकाऱ्याच्या शोधात होते (आद्य शंकराचार्यांनी भारताच्या चार टोकांना चार पीठं स्थापन केली आणि पाचवं त्यांनी अखेरचे दिवस जिथे व्यतीत केले त्या ठिकाणी स्थापलं. या पाच पीठांचे शंकराचार्य भारतीय अध्यात्मजगताचं नेतृत्व करतात असं मानलं जातं. मानाने ते ख्रिस्ती परंपरेतील पोपच्या प्रतिष्ठेचे असतात.) करवीर पीठाच्या शंकराचार्यांनी काही पंडितांना माझ्या दिनचर्येचं दुरून निरीक्षण करायला सांगितलं. ते रात्री जवळच्या खेड्यात मुक्काम करायचे. दिवसभर माझ्या कार्यक्रमाचं निरीक्षण करायचे. माझ्याबद्दल त्यांनी इतर लोकांकडूनही काही माहिती मिळवली. माझं काही काळ निरीक्षण करून, माझ्याबद्दल पुरेशी माहिती गोळा करून झाल्यावर मी करवीर पीठाचं शंकराचार्यपद भूषवावं अशी ते मला विनंती करू लागले. त्या वेळचे पीठाचार्य डॉ. कुर्तकोटी होते. ते अत्यंत विद्वान होते. सर्वज्ञात संस्कृत पंडित होते. गीतारहस्य या ग्रंथाचे लेखक आणि स्वातंत्र्योत्सुक भारताचे नेते लोकमान्य बाळ गंगाधर टिळक यांच्याशी त्यांचा गाढ स्नेह

होता. मला डॉ. कुर्तकोटींकडे नेण्यात आलं. त्यांच्या मनात माझ्याविषयी प्रेम निर्माण झालं. मग मी माझ्या गुरुदेवांकडे गेलो आणि शंकराचार्य पद स्वीकारण्याबाबत त्यांची अनुमती घेतली. अठरा दिवसांच्या भव्य समारंभानंतर जगद्गुरू शंकराचार्यांचा उत्तराधिकारी म्हणून मला महाभिषेक झाला. मला जगाच्या कानाकोपऱ्यातून हजारो लोकांची अभिनंदन पत्रं आली. त्यात पोप आणि अन्य धर्मनेत्यांचीही पत्रं होती. माझ्यासाठी तो विलक्षण अनुभव होता. सहा महिने पूर्ण एकांत आणि मौन. त्यानंतर हा भव्य सोहळा! मी त्या वेळी तीस वर्षांचा होतो आणि माझ्यावर फार मोठं दायित्व सोपवण्यात आलं होतं.

डॉ. कुर्तकोटी धार्मिक-सामाजिक परिवर्तनाच्या विचाराचे होते. त्यांनी देशातील राजकीय, सामाजिक व धार्मिक नेत्यांबरोबर झालेल्या त्यांच्या पत्रव्यवहाराच्या धारिण्या (फाइल्स) माझ्या हाती सोपवल्या. विविध धार्मिक-सामाजिक-आध्यात्मिक गटांबरोबर माझ्या चर्चा झाल्या. मला पुष्कळ प्रवास करावा लागे. प्रवचनं द्यावी लागत. त्यातून वेळ मोकळा मिळाला तर भेटायला लोकांची रीघ असे. सकाळ-संध्याकाळ लोक येत, आशीर्वाद मागत. मला हे सारं अवघड होऊन बसलं होतं. मला कसलंही स्वातंत्र्य नव्हतं. मी विचार केला 'मला सतत लोकांना आशीर्वाद द्यावे लागतात. माझ्या साधनेसाठी मला वेळच नाही, हे योग्य नव्हे.'

मी मुळीच आनंदात नव्हतो. माझी विवेकबुद्धी मला सांगत होती, 'यासाठी तुझा जन्म नाही. ऊठ! इथून निघून जा!' आणि दोन वर्षांनी मी तेथून अक्षरश: पळून गेलो. माझ्या खिशात एक पैसा नव्हता! मी मोठ्या प्रासादात राहात होतो, माझ्या एकट्यासाठी कित्येक गाड्या होत्या आणि पळून गेल्यावर मी निष्कांचन झालो. अंगावरच्या कपड्यांखेरीज माझ्याजवळ काही नव्हतं! हिमालयात जाण्यासाठी मी त्या दिशेने जाणाऱ्या रेल्वेगाडीत तिसऱ्या दर्जाच्या डब्यात बसलो. माझ्या जवळ तिकीट नव्हतं. गाडीतल्या लोकांना असं वाटलं असणार की मी कोणाचे तरी कपडे चोरले आहेत. कारण माझ्या अंगावर शंकराचार्यांचा मौल्यवान पोशाख होता. कंडक्टरने मला पुढच्या स्टेशनवर उतरून जायला सांगितलं. मला स्वत:चं नाव सांगायचं नव्हतं. तिकिटाशिवाय प्रवास करण्याचा गुन्हा मी कधीच केला नव्हता. मी फक्त मस्तक झुकवलं आणि म्हणालो, 'धन्यवाद! माझ्यावर गुन्हा दाखल न केल्याबद्दल.' शंकराचार्यांचे अनुयायी आणि चाहते यांना माझं असं तिथून जाणं शंकराचार्यांच्या प्रतिष्ठेला, सन्मानाला साजेसं झालं नाही असं वाटलं. मी माझ्या जबाबदाऱ्या टाळून गेलो असंही त्यांना वाटलं. पण तिथे मी कधीही आनंदात नव्हतो. त्या जागी मी फिरून कधीही पाऊल टाकलं नाही.

जेव्हा मी गुरुदेवांकडे परतले तेव्हा ते म्हणाले, 'पाहिलंस स्वामी झालेल्या माणसाकडे प्रलोभनं कशी धावत येतात ते? आध्यात्मिक माणसाला जणू खाऊन टाकण्याचा प्रयत्न जग करत असतं. पण आता तुला कसलीच बाधा होणार नाही. श्रेष्ठ पदं, संस्थेतील स्थान आणि संन्यासधर्म या सर्व गोष्टींचा अनुभव तू घेऊन चुकला आहेस. आध्यात्मिक नेत्यांकडून लोकांच्या फार अपेक्षा असतात. लोकांचा उद्धार करण्यासाठी, त्यांना आत्मज्ञान देण्यासाठी तुला जे शक्य असेल ते अवश्य कर. पण आपला मार्ग कधीही सोडू नको.'

स्वामी राम, करवीरपीठाचे शंकराचार्य (१९४९–१९५१)

एक दुर्दैवी प्रयोग

माझ्या परिचयाचा एक माणूस गवत कापत असे आणि गुरांचं खाद्य म्हणून ते विकत असे. अशाप्रकारे तो उपजीविका करत असे. त्याला वाटायचं, 'स्वामी राम काही उद्योग न करता मजेत राहातात. जिथे ते जातात तिथे लोक पायघड्या घालतात, त्यांना फुलं देतात, राहायला घरं देतात. लोक त्यांची सेवा करतात, त्यांना जेवू घालतात. त्यांच्या सर्व गरजा पूर्ण करतात. स्वामी होणं फार चांगलं असलं पाहिजे.'

त्याने आपल्या बायकोला म्हटलं, 'सहा महिने मी स्वामी होण्याचं सोंग करणार आहे.' ती कुरकरली, 'पण मला संसार चालवायला पैसे लागतात. तुम्हाला पोराबाळांचा विचार नको करायला?' तो म्हणाला, 'मला लोक जे पैसे देतील ते मी तुला देईल, मग तर झालं?'

त्याने थोडे पैसे जमवले. संन्याशाची कफनी वगैरे शिवून घेतली. ते घालून तो संन्यासी म्हणून फिरू लागला. पहिले तीन दिवस त्याला तुम्ही जेवलात का म्हणून कोणी विचारलं नाही. माझ्याकडे पुष्कळ लोक येत होते. ते फुलं-फळं अर्पण करत होते. त्यातलं मी काहीच घेत नव्हतो. पण हे पाहून त्याला खूप अपमान वाटला. (मला कोणी काही दिलं तर ते मी इतरांना देतो. अशाप्रकारे मी ऋणमुक्त असतो. ते प्रेमाने देतात. मी ते इतरांना देण्यातून माझं प्रेम व्यक्त करतो.) सात दिवसांनी त्याचं वजन खूप कमी झालं आणि पैसे तर काहीच मिळाले नव्हते.

रात्री तो गुपचुप बायकोकडे येई. ती म्हणाली, 'किती मूर्ख तुम्ही! तुम्ही आधी बऱ्यापैकी पैसे मिळवत होतात. आता तर काहीच मिळवत नाही. निदान त्या स्वामीजींकडे जा आणि त्यांच्या यशाचं रहस्य त्यांना विचारा!'

तो स्वामींच्या वेशातच माझ्याकडे आला. मी म्हटलं, 'स्वामीजी असे पुढे या.' तो म्हणाला, 'मला आपल्याशी काही खाजगी बोलायचं आहे.' मी बाकीच्यांना थोडा वेळ बाहेर थांबण्याची विनंती केली. मग तो मला म्हणाला, 'मला आपल्या यशाचं रहस्य सांगा.' मी म्हटलं, 'मला तर आपण यशस्वी आहोत याची जाणीव नाही. कोणत्या दृष्टीने मी यशस्वी आहे असं तुम्हाला वाटतं?'

तो म्हणाला, 'न मागता तुम्हाला पैसे मिळतात. तुम्हाला हे घर आहे. तुमच्यासाठी गाडी घेऊन गाडीचालक उभे असतात. खूप लोक तुमच्याकडे येऊन बसतात. हे सारं कसं होतं?' मी त्याला म्हणालो, 'ज्या वेळी या साऱ्या गोष्टी मला हव्याहव्याशा वाटत होत्या तेव्हा त्या मला मिळाल्या नाहीत. ज्या दिवशी मी ठरवलं की मला या गोष्टी नको आहेत. त्या दिवसापासून त्या मला मिळू लागल्या.'

स्वामी विवेकनंदांनी सांगितलेली एक गोष्ट आपण ध्यानात ठेवली पाहिजे 'दैव हे चंचल वारांगनेसारखं असतं. जेव्हा तुम्ही त्याच्या मागे धावता तेव्हा ते तुम्हाला हुलकावण्या देतं. पण ज्या वेळी तुम्हाला त्यात रस नाही असं त्याला कळतं तेव्हा ते तुम्हाला शोधत, तुमचा पाठलाग करत येतं.'

संसारातले मोह

एकदा एका सुशिक्षित तरुणाने संन्यास घ्यायचं ठरवलं. स्वामी किंवा साधूसंन्यासी कसे बोलतात, कसे वागतात हे त्याने पाहून ठेवलं होतं. कुठलीही साधना किंवा तप न करता संन्यासधर्माचा वेष नि बाह्य आचार त्याने उचलला.

एक दिवस तो माझ्या उत्तरकाशीच्या आश्रमात आला आणि काही दिवस तिथे राहाण्याची अनुमती मागू लागला. जेव्हाजेव्हा तो माझ्याशी बोलत असे तेव्हातेव्हा त्याची नजर माझ्या मनगटी घड्याळावर खिळलेली असे. कोणीतरी मला तो ओमेगा क्रोनोमीटर भेट म्हणून दिला होता. ज्यावर या साधूचं मन गेलं होतं ती घड्याळ ही वस्तू साधी असावी की महाग असावी या विषयी मी कधीच विचार केला नाही. ती निव्वळ सोय होती. ज्या ज्या वेळी आम्ही बोलत असू त्या त्या वेळी तो त्या घड्याळाचा विषय काढतच असे. तो म्हणे, 'केवढं हे सुंदर घड्याळ! किती आकर्षक याची बनावट! किती नेमकेपणाने हे वेळ दाखवतं!'

तीन दिवसांनी मी त्याला म्हणालो, 'हे बघ मित्रा, मी काही कामाकरिता गंगोत्रीला चाललो आहे. तोवर तू माझं हे घड्याळ सांभाळशील का?' मी माझं कांबळं उचललं, खडावा घातल्या आणि त्या पाहुण्याचा निरोप घेतला. मला माहीत होतं की माझी पाठ वळते न वळते तोवर हा माणूस आश्रमातून घड्याळासह पसार होणार आहे. मला खरोखर गंगोत्रीला जायचं नव्हतं. पण हा माणूस काय करतो ते मला पाहायचं होतं. खरोखरच तो घड्याळ घेऊन निघून गेला. नंतर माझ्या परिचयाच्या व्यक्तींनी घड्याळ दिसत नाही म्हणून चौकशी केली. मी म्हणालो की, कोणीतरी ते वापरत आहे. मला त्याची मुळीच फिकीर नव्हती.

योगयोगाने सहा महिन्यांनी या तरुण माणसाची आणि माझी हरिद्वार रेल्वे स्थानकावर गाठ पडली. तो अवघडला नि पळून जाण्याचा प्रयत्न करू लागला. तो मला म्हणाला, 'महाराज, मी फार भयंकर चूक केली आहे.' मी म्हणालो, 'तू माझं काही नुकसान केलेलं नाहीस. पण तू जे केलंस ते तुला चुकीचं वाटत असेल तर पुन्हा तसं करू नकोस.'

मग माझ्या लक्षात आलं की त्याच्या हातात घड्याळ नव्हतं. मी त्याला विचारलं की

गंगोत्री येथील मंदिर

घड्याळ कुठे आहे नि कसं चाललं आहे. तो म्हणाला, 'मी ते घड्याळ विकलं. मला पैशांची गरज होती.'

काही काळाने ते घड्याळ माझ्याकडे परत आलं. कारण माझ्या एका शिष्याने ते ओळखलं होतं. त्याने ते विकत घेऊन मला परत केलं. मग मी पुन्हा त्या तरुण माणसाला शोधून काढलं आणि त्याला ते घड्याळ दिलं. मी म्हणालो, 'या घड्याळाचा तुला उपयोग असेल तर ते जरूर तुझ्याकडे ठेव.' प्रथम तो अविश्वासाने माझ्याकडे पाहातच राहिला. नंतर त्याच्या ध्यानी आलं की अशा गोष्टींकडे पाहाण्याचा एक अगदी वेगळाच दृष्टिकोन असू शकतो. या प्रसंगाचा त्याच्यावर एवढा परिणाम झाला की नंतर मी साधना करण्यासाठी एका आश्रमात जाण्याविषयी त्याला सुचवलं. तिथे तो गेला. तो आता अगदी वेगळाच माणूस झाला आहे.

स्वत:मधल्या अनेक प्रवृत्तींचा माणसं स्वीकार करू शकत नाहीत. त्या गोष्टी आपल्यात असता कामा नयेत. अशा इच्छा, असे संघर्ष असणं योग्य नव्हे हे त्यांना कळतं. पण त्यातून त्यांना मुक्त होता येत नाही. त्यांना सामोरं जाण्याची त्यांची तयारी नसते. ते आपलं खरं स्वरूप इतरांपासून लपवून ठेवतात, मुखवटे धारण करतात. दंभाचा आश्रय घेतात. एखाद्या व्यक्तीपाशी तरी आपण संपूर्ण मोकळं असलं पाहिजे. स्वत:चे दोष त्याच्यापुढे मांडता आले पाहिजेत. आत दाबून ठेवलेल्या, अस्वस्थ करणाऱ्या गोष्टी त्या व्यक्तीपुढे आपल्याला खुल्या करता आल्या पाहिजेत. अशा गुप्त गोष्टींमुळे आपल्या आध्यात्मिक प्रगतीत अडथळा निर्माण होतो. स्वत:च्या ज्या गोष्टींचा स्वीकार आपण करू शकत नाही त्या आपण इतरांवर लादतो. त्यांच्या ठिकाणी त्या आरोपित करतो. ध्यानामध्ये आपण या गोष्टींना हळुवारपणे वर यायला अवसर देत असतो. त्यांच्यात न गुंतता आपण त्यांचं तटस्थ निरीक्षण करू शकतो. अशाप्रकारे ध्यान आपल्या जीवनात संतुलन आणू शकतं.

जे घरदार-संसार सोडून संन्याशाचा मार्ग पत्करतात, त्यांच्यात पूर्वजन्मींचे खोल रुजलेले वासनांचे संस्कार असतात. मनावर आध्यात्मिक संस्कारांचं सिंचन काळजीपूर्वक करावं लागतं. म्हणजे मन धुतलं जातं. आधीच्या वासना जाऊन आध्यात्मिक अभीप्सा त्यांची जागा घेते. यासाठी स्वयंअनुशासनाची आवश्यकता असते. अलीकडे बरेच आध्यात्मिक मार्गदर्शक शिष्यांना स्वयंअनुशासनाचे धडे देण्यापूर्वीच अध्यात्म नि ध्यान शिकवतात. न नांगरलेल्या जमिनीत बी पेरण्यासारखी ही गोष्ट आहे. अध्यात्मपथावर स्वयंअनुशासन म्हणजे स्वत:च्या भावना, कल्पना, इच्छा यावर नियंत्रणही अत्यावश्यक गोष्ट आहे. तुम्ही संन्यासधर्म स्वीकारता का स्वीकारत नाही ही तितकी महत्त्वाची गोष्ट नाही. खरी महत्त्वाची गोष्ट आहे की जीवनात, चित्तात अनुशासन आणण्याची तुमची तयारी आहे की नाही? आपलं आंतरिक जीवन आणि बाह्य जीवन यांच्यात सुसंवाद असला पाहिजे, सेतू असला पाहिजे. त्या सेतूचा आधार – पाया म्हणजे स्वयंशासन. नुसती ध्यानाची तंत्रं लोकांना आकर्षित करतात पण त्यांनी स्वत:ला उत्तम रीतीने अनुशासित करायला शिकलं पाहिजे.

दोन नंगे साधू

मी गंगोत्रीकडे चाललेलो असताना उत्तरकाशीला राहिलो होतो. ते ठिकाण हिमालयाच्या अंतर्भागात आहे. मी तेखल्याच्या दिशेने सकाळी दोन-तीन मैल फिरायला जात असे. माझं राहाण्याचं ठिकाण आणि तेखला यांच्या मधल्या रस्त्यावर गंगा नदीच्या काठी दोन नंगे साधू एका लाकडी घरात दोन स्वतंत्र खोल्यांमध्ये राहात असत. ते साधारण पासष्ट वर्षांचे विधुर होते. त्यांना लिहायला-वाचायला येत नव्हतं. त्यांच्याजवळ साधा कमंडलूदेखील नव्हता. मी त्या दोघांना ओळखत होतो. ते प्रसिद्ध होते पण त्यांच्या विद्वत्तेबद्दल किंवा योगज्ञानासाठी नव्हे. इतक्या थंडीत ते वस्त्रांशिवाय राहू शकतात या गोष्टींसाठीच लोक त्यांना मानत. प्रत्यक्षात त्यांच्या मनात क्रोध, संताप आणि मत्सर ठासून भरलेला होता. एकमेकांचाही ते द्वेष करत.

एका छान उजळ सूर्यप्रकाश असलेल्या दिवशी मी तेखल्याकडे चाललो होतो. हे दोघे आपल्या चटया उन्हात वाळवण्यासाठी टाकताना मला दुरून दिसले. अधूनमधून चटयांमधली ओल काढून टाकण्याकरिता ते असं करत. मी जसा त्यांच्या जवळ गेलो तेव्हा ते एकमेकांशी झोंबताना मला दिसले. अटीतटीच्या कुस्तीत जसे मल्ल एकमेकांना झोंबतात तसे हे दोन वृद्ध नंगे साधू इरेसरीने भांडत होते. मी मध्ये पडलो, 'हे काय चाललं आहे?' ते एकमेकांपासून दूर झाले. एकजण चिडीने म्हणाला, 'हा माझ्या चटईवर उभा राहिला? स्वत:ला काय समजतो हा? हा काय जगातला सर्वात बडा संन्यासी आहे?'

मला हा मोठा धक्का बसला होता. त्यामुळे मी अंतर्मुख झालो आणि संन्यासमार्गाबद्दल विचार करू लागलो. मला असं वाटलं की माणूस जमीन, पैसे, नातेवाईक, पती, मुलं सर्वांचा त्याग करील पण कीर्तीचा त्याग करणं त्याला सर्वात कठीण आहे. त्याच्या अहंकाराची शुद्धी होणं कठीण आहे आणि त्याची तृप्ती सर्वस्वी आत्मसाक्षात्काराच्या दिशेने प्रवाहित होणं अवघड आहे. आत्मसाक्षात्कारासाठी एक वेगळंच नवं मन तयार व्हावं लागतं. त्याशिवाय संन्यास हा निराशाजनक, दु:खद होऊ शकतो. जीवनाचा अंतिम हेतू उमगल्याशिवायच संन्यास घेतला तर त्या संन्याशाच्या मनात गोंधळ राहातो आणि त्याला पूज्य समजणाऱ्या त्याच्या शिष्यांच्याही मनात गोंधळ राहातो. सामान्य लोक

संन्याशांना आदर्श मानत असतात. पण मला असे कितीतरी गृहस्थाश्रमी लोक माहीत आहेत की ते संन्याशांपेक्षा फार श्रेष्ठ मनोभूमिकेवर आहेत. बाह्य वेषापेक्षा आंतरिक स्थितीच खरोखर महत्त्वाची असते.

संसारात राहूनही संसाराच्या वर

दर्शनी पाहाता भारतात असं दिसतं की काही संन्याशांसाठी त्यांनी प्रत्यक्ष काम न करताही त्यांचा योगक्षेम चालेल अशी व्यवस्था असते. पण प्रत्यक्षात तसं नसतं. बहुतेक सर्व साधू संन्याशांना जाहीर छळाला तोंड द्यावं लागत असतं. लोकांना वाटतं की स्वामी म्हणजे माणूस नव्हे. लोक त्यांच्याकडून अतिमानवी अपेक्षा करतात आणि त्यांच्या साधनेतही व्यत्यय आणतात. लोक त्यांच्याकडे येतात आणि म्हणतात, 'अमुकअमुक ठिकाणी तुम्ही प्रवचन करायला आलंच पाहिजे', 'माझ्यासाठी तुम्ही वेळ काढलाच पाहिजे', 'या माणसाला आजारातून तुम्ही बरा केलाच पाहिजे' इत्यादी.. इत्यादी. लोकांच्या या अपेक्षा जर स्वामींनी पूर्ण केल्या नाहीत तर ते म्हणतात, 'हा तर ढोंगी साधू आहे!' भारतात अशी सार्वत्रिक समजूत आहे की स्वामींना अन्न आणि झोप यांची आवश्यकता नसते. त्यांनी या गरजांवर मात केलेली असते. एखादी व्यक्ती संन्यासी आहे त्यामुळे तिने झोपता कामा नये, अन्न घेता कामा नये. त्याच्याकडे पैसे असता कामा नयेत आणि थंडी असली तरी त्याने ब्लँकेट घेता कामा नये. लोकांच्या अशा खुळ्या समजुती असतात आणि त्यानुसार आम्हा संन्याशांना वागावं लागतं. झोप, आहार या सगळ्या गोष्टींची किंमत देऊन! स्वामी होणं सोपी गोष्ट नव्हे. लोक चांगल्या भावनेने पण सतत साधूंचा छळ करत असतात.

भारतात एखादा साधू संन्यासी गावात आला की ढोल ताशे वाजणार, मोठमोठ्याने हरिनामाचा गजर होणार. कित्येकदा मी पायी मैलोन्मैल चालतो मग सायंकाळी थकून जातो आणि मला विश्रांती घेण्याची संधी रात्रीच असते. शिवाय मला रात्री शांत ध्यान करायचं असतं. पण लोक रात्री येतात नि भजन करत बसतात. त्यांना मी जायला सांगितलं तर म्हणतात, 'बाबा, तुम्ही ऐकावं म्हणून आम्ही भजन करीत आहोत.' मग मी भोवताली भजन, ढोल, तबला इ. चा दणदणाट चालू असताना झोपायला शिकलो. लोक भजनात डोळे मिटून घ्यायचे, मी झोपेत डोळे मिटायचो.

कोणीकोणी लोक झोपेत चालतात हे तुम्ही ऐकलं असेल पण आणखी एका प्रकारचं झोपेत चालणं असतं ते तुम्हाला माहीत नसेल. मी जसा भोवताली काय वाटेल ते चालो,

तसाच झोपायला शिकलो. तसाच सर्व गोष्टींकडे दुर्लक्ष करून चालायला शिकलो. जणू झोपेतच चालत राहायचं.

काय घडायचं ते घडो, आपण आपला संकल्प सोडायचा नाही असा दृढनिश्चय करा. एकदा तुमचा निश्चय झाला की कसलेही अडथळे आले तरी तुम्ही तुमच्या मार्गावर चालत राहाल. तुमचं चित्त अविचल राहील. दृढसंकल्प फार महत्त्वाचा असतो. तुमच्या भोवती चाललेल्या गोष्टी तुम्ही बदलू शकत नाही. तुमच्या भोवतीचं जग, समाज हा तुम्हाला अनुकूल होईल अशी अपेक्षा करू नका. तुमच्याकडे सामर्थ्य आणि दृढसंकल्प असेल तर जीवनाच्या यात्रेत तुम्ही यशस्वी रीतीने पुढे जाल.

जिन खोया तिन पाया

एक साधू महाराज होते. ते मधून मधून आपल्या शिष्याकडे राहायला जात. शिष्याचं संपूर्ण कुटुंब त्या स्वामीजींचे भक्त होतं. त्यांना स्वामीजींविषयी प्रेम आणि पूज्यभाव होता कारण ते अत्यंत शिस्तबद्ध जीवन जगत आणि ते अत्यंत आध्यात्मिक वृत्तीचे होते. ते नेहमी सूर्योदयापूर्वी उठत आणि तासन्‌तास ध्यानस्थ असत.

पण एक दिवस सकाळी अंधार असतानाच ते ओरडले, 'अरे माझं जेवण आणा.' शिष्य म्हणाला, 'स्वामीजी, ही आपली स्नानाची वेळ आहे.' स्वामीजी म्हणाले, 'ते काही सांगू नकोस. फक्त जेवण आण. मला खूप भूक लागली आहे.' त्यांनी जेवण केलं. मग ते स्नानाला गेले. त्यानंतर ते शौचाला गेले आणि नंतर परत झोपी गेले.

त्यांचं सगळं उलट-सुलट चाललेलं पाहून घराला मोठा धक्का बसला. घरातले लोक म्हणाले, 'आज यांना बहुतेक काहीतरी झालं आहे. यांचं डोकं फिरलं आहे.' गृहलक्ष्मी म्हणाली, 'आपले गुरुदेव फार थोर आहेत. त्यांच्यासाठी आपण काहीतरी केलं पाहिजे.' म्हणून त्यांनी डॉक्टरांना बोलवलं. त्यांना सांगितलं, 'त्यांच्याशी औषधाबद्दल बोलू नका. तुमच्याकडे शिकायला आलो आहे असं म्हणा. त्यांच्याशी नम्रतेने वागा.'

डॉक्टर्स आले. त्यांना पैसे दिलेले असल्याने त्यांनी शिष्याची भूमिका चांगली वठवली. ते म्हणाले, 'गुरुदेव, आपण कसे आहात?' पण ते स्वामीजी काही बोलेनात, ते हलेनात. डॉक्टर्सना वाटलं की हे कोमात आहेत. एकाने त्यांच्या पापण्या उचलून पाहिल्या. पण काही हालचाल नव्हती. दुसऱ्याने नाडी पाहिली तर ती अगदी मंद चाललेली होती. एक डॉक्टर दुसऱ्याला म्हणाला, 'हे फार काळ जिवंत राहातील असं वाटत नाही.' तिसऱ्या डॉक्टरने स्टेथोस्कोप लावून पाहिला तर हृदयाचे ठोकेही मंद झाले होते. तो म्हणाला, 'यांचं हृदय बंद पडण्याच्या मार्गावर आहे.' घरातली गृहिणी अश्रू ढाळू लागली. कारण तिला वाटत असे की स्वामीजी हे आपले पारमार्थिक पिता आहेत.

शेवटी मला बोलवण्यात आलं. मी आल्यावर ते उठून बसले. मी विचारलं, 'स्वामीजी, काय झालं?'

ते म्हणाले, 'काही नाही. असं का बरं विचारता?'

मी म्हणालो, 'सर्व जण चिंता करीत आहेत.'

ते म्हणाले, 'मी दोन गोष्टींसाठी ध्यान करत असे. पण आज माझे आई-वडील गेले आहेत. मी सुतकात आहे. मी ध्यान करत नाही.' त्यांचं बोलणं फार गूढ वाटत होतं.

मी म्हणालो, 'तुमचे आई-वडील गेले? तुम्ही तर स्वामी आहात, आई-वडिलांशी आता तुमचा काय संबंध?'

'छे! छे!' ते म्हणाले. 'अहो, तुम्हालाही आईबाप आहेत. ते गेले की तुम्हाला कळेल!' ते पुढे म्हणाले, 'आसक्ती ही माझी आई होती. क्रोध हे माझे वडील होते. आता ते दोघेही गेले. त्यामुळे मी आता मुक्त आहे. करायचं, मिळवायचं असं काही राहिलेलं नाही.'

ज्या वेळी ध्यान हा तुमचा स्वभाव बनून जाईल तेव्हा तुमच्याकडून आसक्ती, क्रोध आणि अहंकार यांचा आपोआप त्याग होईल. मग तुम्हाला आसनस्थ होऊन ध्यान करण्याची आवश्यकता राहाणार नाही. सारं जीवनच ध्यानमय होऊन जाईल.

भाग ७

विविध साधना पथांवरचे अनुभव

(हा भाग स्वामीजींच्या दैनंदिनीतून संकलित करण्यात आला आहे)

विविध साधना पथांचं अनुभवजन्य ज्ञान तुम्हाला तुमच्या धारणा दृढ करायला उपयोगी पडतं. जेवढं तुम्हाला अधिक ज्ञान होईल तेवढं तुम्ही अधिक शिकायचं टाळता. तुमची विवेकबुद्धी जेव्हा तीक्ष्ण होईल तेव्हा तुम्ही तुमच्या मार्गावरून नि:शंकपणे चालू लागाल.

एक ख्यातनाम स्त्री संत

नान्तिन बाबा आणि मी असे आम्ही दोघे तरुण साधक नानीतालच्या लारिया कांता नावाच्या अरण्यभागात राहात होतो. त्या वेळी माझं वय सोळा वर्षांचं होतं. त्या वेळी सुख्यात स्त्री संत भारतातील थोर आध्यात्मिक विभूती श्री आनंदमयी माँ त्यांच्या पतींसह यात्रेला निघाल्या होत्या. ते दोघे जरी एकत्र प्रवास करत होते तरी रूढ अर्थाने ते पती-पत्नी नव्हते. परस्पर संमतीने त्यांनी वैराग्य स्वीकारलं होतं आणि ब्रह्मचर्य व्रत स्वीकारून ते राहात होते. दोघांचीही वयं चाळिशीत होती आणि ते दोघे पूर्णत: ईश्वर समर्पित होते. यात्रेमध्ये त्यांच्यासोबत शिष्यांचा मोठा मेळा होता. ते मानस सरोवरापासून कैलासाची यात्रा करायला निघाले होते. कैलास हे शिखर गौरीशंकर (एव्हरेस्ट)च्या जवळ आहे. गौरीशंकर हिमालयातील सर्वात उंच शिखर आहे. या ठिकाणची तीर्थयात्रा सर्वश्रेष्ठ मानली जाते आणि यात्रा मार्गावर विविध परमार्थिक विभूतींचं – महात्म्यांचं दर्शन व्हावं अशी आस यात्रेकरूंना असते.

आनंदमयी माँ ना कळलं की येथे दोन तरुण संन्यासी (आम्ही) आहेत. तेव्हा कैलास पर्वतावर जाताना त्या आम्हाला भेटायला आल्या. दोन महिन्यांनंतर यात्रा पूर्ण करून त्या कैलासाहून परत येत होत्या. तेव्हाही त्या नानीतालला आल्या. त्या वेळी आमची भेट झाली. त्यांच्या सायंकाळच्या सत्संग सभेला आम्ही गेलो होतो. माताजी प्रेमभक्ती मार्गाच्या उपासक होत्या आणि त्यांच्या विशाल श्रोतृसमुदायला त्या नियमितपणे मार्गदर्शन करीत.

आत्मसाक्षात्काराचे अनेक मार्ग आहेत. परंतु योगशास्त्रानुसार सहा प्रमुख मार्ग आहेत. त्यापैकी भक्ती हा एक आहे. भक्तिपंथ म्हणजे शरणता. त्यात संगीताला फार महत्त्व असतं. भक्तियोग हा आत्मसमर्पण, ईश्वराविषयी परम पूज्यभाव आणि भूतमात्रांविषयी करुणा यांवर आधारलेला असतो. नम्रता, ऋजुता, साधेपणा, प्रामाणिकपणा हे या मार्गात आवश्यक गुण मानले जातात. या मार्गात भावनेची सर्व शक्ती देवाच्या दिशेने संक्रमित केली जाते. एकत्र भजन-सत्संग करताना, ईश्वराविषयी बोलताना या मार्गातील साधकांच्या डोळ्यांत अश्रू उभे राहातात. तत्त्वज्ञानाच्या दृष्टीने या पथावर भक्त आपली व्यक्तिचेतना ईश्वरतत्त्वात लीन करत नाही. द्वैत ठेवून देवाचे आपण दास आहोत असा मधुरभाव भक्त स्वीकारतो. देवाच्या अगदी निकट असणं म्हणजे समीपता. ही या संप्रदायात मुक्ती मानली

जाते. मुक्ती म्हणजे ईश्वरीय चेतनेच्या प्रदेशात ईश्वराच्या अत्यंत निकट राहाणं. या मार्गाचा अंगीकार खूप लोक करतात, पण त्याचं मर्म सर्वांना कळतं असं नाही. भक्तिमार्ग अवघड आहे. केवळ अंध भक्ती करणाऱ्यांना तो उमजणार नाही.

ज्ञान योग हा ज्ञानाचा मार्ग आहे. बुद्धीच्या साहाय्याने ईश्वर तत्त्व जाणून घेण्याचा हा मार्ग आहे. या मार्गात रूढ अर्थाने जिला बुद्धी म्हणतात तिचा फारसा उपयोग नसतो. थोर महात्म्यांकडून, ज्ञानी गुरूंकडून पूर्ण अवधानपूर्वक अध्यात्म श्रवण करणं, ऐकलेल्या तत्त्वावर विचार-चिंतन करणं आणि त्या मननातून मुक्ती प्राप्त होणं म्हणजे ज्ञानयोग. यासाठी तीक्ष्ण – अग्रबुद्धीची – प्रज्ञेची आवश्यकता असते. हा मार्ग धारदार पात्यावरून चालण्यासारखा आहे. या मार्गावर अनुशासनपूर्वक चाललं नाही तर अहंकार घात करू शकतो. सदैव संतसमागम, मनन-चिंतन आणि अनासक्ती या ज्ञानमार्गावरच्या आवश्यक गोष्टी आहेत.

नि:स्वार्थ कर्मावर ज्यांची श्रद्धा आहे त्यांच्यासाठी कर्मयोग हा मार्ग आहे. ईश्वर सर्वांच्या हृदयात राहातो. आपली कर्मं त्याला अर्पण करावीत. कुशलतापूर्वक केलेलं निष्काम कर्म हे कर्म आणि कर्मफलाचा बंध या चक्रातून साधकाला मुक्त करतं. मुक्ती मिळण्यासाठी कर्म योगाचं ज्ञान आवश्यक असतं. ज्यामुळे कर्मबंध निर्माण होणार नाही अशी कर्मं करणं आणि त्याला यथार्थ ज्ञानाची जोड असणं. यामुळे साधक मुक्तीचं ध्येय गाठू शकतो आणि जन्म-मरणाच्या फेऱ्यातून मोकळा होऊ शकतो.

कुंडलिनी योगात शरीर, मज्जासंस्था, शक्तीच्या प्रवाहांच्या दिशा यांचं बरंच ज्ञान आवश्यक असतं. मनुष्याच्या शरीरातली विविध कार्य आणि आंतरिक अवस्था यांचं नियंत्रण कसं करायचं ते साधकाला शिकावं लागतं. मेरुदंडाच्या तळाशी सुप्त असलेली कुंडलिनी किंवा प्राणशक्ती साधनेने जागी करावी लागते आणि सुषुम्नेतून ती सहस्त्रार नावाच्या सर्वात वरच्या मस्तकातल्या चक्रात न्यावी लागते. तिथे शक्तीचं शिवाशी मीलन होतं. (सुषुम्ना ही अत्यंत सूक्ष्म नाडी आहे. तिच्यातून प्राणशक्ती प्रवास करते. सुषुम्ना खुली झाल्याशिवाय कुंडलिनी किंवा प्राणशक्ती मस्तकात चढू शकत नाही. चक्रं ही मनुष्याच्या सूक्ष्म शरीराला गती देणारी असतात. शक्ती ही जगन्माता आहे. ती विश्वाची निर्माती आहे. ती वैश्विक शक्ती मनुष्य देहात कुंडलिनी म्हणून काम करत असते. मूलाधारातून ती मस्तकातील सहस्त्रार चक्राकडे गतिमान करण्याची साधना कुंडलिनी संप्रदायाचे साधक करतात.)

राजयोग हा अत्यंत सुरचित असा अष्ट अंगांनी युक्त मार्ग आहे. क्रमश: या आठ अंगांचा अभ्यास साधकाला समाधी स्थितीपर्यंत म्हणजे विश्वचेतनेशी एकरूप होण्याच्या स्थितीपर्यंत घेऊन जातो. हा मार्ग अत्यंत समावेशक, सुगठित आणि प्रगत आहे. तो स्वत:मध्ये कर्म, भक्ती, ज्ञान, कुंडलिनी अभ्यास आणि ज्ञान या सर्वांना सामावून घेतो. राजयोगाचं तत्त्वज्ञान सांख्यदर्शनावर आधारलेलं आहे.

श्री विद्या हा सर्व मार्गांमध्ये श्रेष्ठ मार्ग आहे. यात व्यक्तिचेतना आणि विश्वचेतना यांचं परिपूर्ण ज्ञान साधकाला होतं. फारच थोडे भाग्यवंत या मार्गाचे उपासक असतात. हा

प्रत्यक्ष साधनेचा मार्ग आहे. पण त्यासाठी तत्त्वज्ञानाची उत्तम बैठक आवश्यक असते. कोणी नुसत्या पुस्तकी ज्ञानाच्या आधाराने या मार्गावर चालण्याचा प्रयत्न करील तर ती फार वेळ खाणारी गोष्ट होईल आणि त्यात मोठे धोकेही आहेत. या मार्गाच्या साधनेसाठी समर्थ सद्गुरूंची आवश्यकता असते. तंत्र मार्गातील तत्त्वं आणि इतर तत्त्वज्ञानांचीही सखोल जाण साधकाला जरूरीची असते. अत्यंत श्रेष्ठ अनुभूतीच्या महात्म्यांनी या मार्गावरून वाटचाल केली आहे.

नान्तिन बाबा आणि मी श्री आनंदमयी माँच्या सत्संग सभेला गेलो होतो. माताजींचे शिष्य हिंदी आणि बंगाली भाषेत भजनं गात होते. आम्हाला ती भजनं आवडली. पण त्यात आम्ही समरसून गेलो नाही. आम्ही थोड्या तटस्थतेने निरीक्षण करत होतो. आम्हा दोघांचाही कल ध्यानमार्गाकडे होता आणि आम्ही राजयोग, ज्ञानयोगाचे उपासक होते. परंतु अन्य संप्रदाय मार्गांचं गुणग्रहण आम्ही करू शकत होतो. एखादा साधक विशिष्ट मार्गाने साधना करीत असला तरी त्याने इतर मार्गांचा तिरस्कार केला पाहिजे असं नाही. तरीही माताजींचे एक शिष्य आमच्याकडे आले आणि भक्तिमार्गच कसा श्रेष्ठ आहे हे ते आम्हाला पटवून देऊ लागले आणि आम्हीही भक्तिमार्गच स्वीकारावा असा आग्रह धरू लागले.

त्यांनी विचारले, ‘‘आपण भजनात सहभागी का होत नाही?’’ मी त्यांना म्हटले, ‘‘जे घोडे रथ ओढतात त्यांना ते ओढल्यामुळे आनंद मिळत नाही. परंतु ‘रथीं’ना, जो रथात आरूढ झालेला आहे त्याला प्रवासाचा आणि शांत राहून साक्षीभावाने पाहाण्याचा आनंद घेता येतो. जो माणूस प्रत्यक्ष कृतीत सहभागी होतो त्याला ती पाहाणाऱ्या माणसाइतका आनंद मिळत नाही. काही भजन गातात, तर काही जण मनात चिंतन करतात. आम्हाला इतर कुणाहीपेक्षा अधिक आनंद मिळत आहे. आम्ही भक्तिमार्गाचे अनुयायी नाही, असं आपल्याला का वाटतं?’’

अज्ञानापोटीच तो शिष्य उग्रपणे – आक्रमकपणे म्हणत होता की, भक्तिमार्ग हाच एकमेव मार्ग आहे. आमच्या संवादाला वादाचं स्वरूप आलं. शेवटी आनंदमयी माँ मध्ये पडल्या. त्या म्हणाल्या, ‘‘या दोन संन्याशांबरोबर वाद घालू नकोस. प्रथम मनुष्याने आपली आंतरिक सिद्धता किती हे समजून घ्यावं आणि मग आपल्याला योग्य असेल त्या मार्गाने साधना करावी. भक्तीचा मार्ग हा मूढ भक्तीचा मार्ग नव्हे. भक्ती म्हणजे शरणता, संपूर्ण समर्पण आणि ईश्वरासंबंधी अनन्य प्रेम. हा हृदयाचा मार्ग आहे पण तो बुद्धीशी विरोधात नाही. बुद्धी जीवनाचे अनेक प्रश्न सोडवण्यासाठी साहाय्यकारी होत असते. अनेक संप्रदायांमध्ये भक्ती हा आवश्यक भाग असतोच. जो ज्ञानयोगी आहे त्यालाही भक्तीशिवाय आत्मसाक्षात्कारापर्यंत जाता येत नाही. भक्तीचा मार्ग सोपा वाटतो, साधा वाटतो म्हणून बरेच लोक भक्तीकडे वळतात. पण भक्तिमार्ग सोपा नाही. स्वत:चं कोडकौतुक टाकून देऊन किंबहुना स्वत:च्या अस्तित्वाची जाणीवही बाजूला सारून एका ईश्वराचंच अस्तित्व सत्य आहे असं मानणं म्हणजे भक्ती. जे थरथर कापतात, अश्रु ढाळतात, भावनावश होतात आणि चमत्कारिक वर्तन करतात त्यांना भक्तिमार्गाचे अनुयायी

आनंदमयी माँ, अल्मोरामध्ये

म्हणता येणार नाही. मन नि:स्तब्ध, शांत करता आलं तरच सर्व मार्गांचं मर्म कळू शकतं, त्यापूर्वी नाही. मनाची शुद्धी अत्यावश्यक आहे. मन, वर्तन आणि वाणी यांना सुनियंत्रित ठेवण्यानेच ती येऊ शकते. वादविवाद करणं हे पांडित्याचं चिन्ह आहे पण स्वरूपस्थितीचं चिन्ह नाही.''

माताजींचं ते मर्मस्पर्शी बोलणं मला आजही आठवतं. मी त्यांना विचारलं, ''तुमचा मार्ग हा इतर मार्गापेक्षा श्रेष्ठ आहे. जो तुम्ही करता तोच अधिकृत परमार्थ आहे हे खरं का? या मार्गाखेरीज अन्य मार्गाने जाणारे आपला वेळ वाया घालवत आहेत असं वाटतं का?''

माताजी म्हणाल्या, ''भक्तिमार्ग माझ्या प्रवृत्तीला मानवणारा आहे. पण म्हणून तुम्ही स्वीकारलेला मार्ग तुम्ही सोडण्याची आवश्यकता नाही. ज्यांना योग्य मार्गदर्शन करणारे गुरू भेटत नाहीत ते आपली साधना पद्धती बदलत राहातात, ते गोंधळलेले असतात. असा गोंधळलेला साधक कोणत्याच मार्गावरून चालायला पात्र नसतो. साधकांनी मार्गदर्शक वा गुरू स्वीकारताना त्याला तपासून घेतलं पाहिजे. त्याच्याकडे नि:स्वार्थता, सत्यवादिता, प्रामाणिकपणा, मनोनियंत्रण, वर्तन आणि वाणी याबाबतचं अनुशासन हे आहे का ते पाहिलं पाहिजे.''

काही साधक आदर्शवादी असतात. एखादा साधनामार्ग आपल्याला योग्य होईल की नाही याचा विचार न करताच त्याचा अंगिकार ते करतात. त्यांना जे पाहायची इच्छा असते तेच ते पाहातात. त्यामुळे त्यांचं खरं शिक्षण होत नाही. त्यांच्या मतानुसार ते ज्या मार्गाने चाललेले असतात त्या मार्गाविषयी त्यांच्या मनात आसक्ती निर्माण होते. ते अहंकारी आणि धर्मांध होतात. लोकांशी भांडणं करू लागतात. काही साधकांचा न्यूनगंड त्यांच्याभोवती मर्यादांची कुंपणं उभी करतो. ज्ञानाचे दरवाजे बंद करतो. त्यामुळे ते आत्मकेंद्रित, अहंकारी आणि मोकळा संवाद करू न शकणारे असे होतात.

माताजींनी आमच्या धारणा पक्क्या केल्या. ज्या तत्त्वांना धरून आम्ही चाललो होतो त्यांच्यावरची आमची निष्ठा दृढ केली. त्या म्हणाल्या, ''आध्यात्मिक ग्रंथांचा अभ्यास चांगला, उपयोगी असतो. पण सत्संगाशिवाय हे ग्रांथिक ज्ञान अहंकार उत्पन्न करतं. जो ज्ञानी मनुष्य सत्संग (भजन) करतो तो ऋजु, नम्र आणि संवादशील राहातो. सर्वांना तो प्रिय वाटतो.''

''जे परमार्थमार्गावर नव्याने आलेले असतात ते आपल्या मार्गाची श्रेष्ठता इतरांना दाखवून देण्यासाठी उत्सुक असतात. पण या मार्गावर जे पुढे गेलेले आहेत त्यांना सहजच कळतं की सर्व साधनामार्ग शेवटी एकाच साध्यापर्यंत पोहोचतात, ते म्हणजे आत्मसाक्षात्कार. कुठलाही मार्ग श्रेष्ठ किंवा कनिष्ठ नाही. साधकाने कोणताही मार्ग स्वीकारावा. पण मनाचे व्यापार साक्षित्वाने पाहाणं, त्यात आपली गुंतवणूक होऊ न देणं ही खरी महत्त्वाची गोष्ट आहे.'' त्या आपल्या पतींच्या डोळ्यांकडे एकटक पाहात होत्या. माताजींचे डोळे भक्तीच्या अमृताने काठोकाठ भरून ओसंडत होते. आम्ही माताजींना मन:पूर्वक प्रणाम केला. मग मी ज्या एकांत ठिकाणी राहात असे तिथे परत गेलो.

हृदय तळहाती, भिजली नेत्रांची पाती

शतकानुशतकं या भारतभूमीत हिंदू, ख्रिश्चन, मुस्लिम, सिख, पारशी आणि सुफी संप्रदायाचे लोक गुण्यागोविंदाने एकत्र नांदत आहेत. भारत ही जणू संस्कृतींची संगमभूमी आहे. जो कोणी भारतात येतो तो या संगमात सुस्नात होतो. भारतीय संस्कृतींचा हा इतिहास आहे. भारतीय उपखंडातील लोक स्वभावतः शांतिप्रिय आहेत. पण परकीय आक्रमकांनी येथील विविध धार्मिक संप्रदायामध्ये परस्परांविषयीची तेढ पेरली. 'फोडा आणि झोडा' ही त्यांची कुटिलनीती होती.

जगातील सर्व भागांमधून सुफी संप्रदायाचे साधक भारतातील सुफी संतांना आदरांजली वाहण्यासाठी येतात. आजही सुफी साधक भारताला आपलं माहेरघर मानतात. सुफी पंथ हा मुस्लिमांमधील एक उपपंथ आहे. तो प्रेमप्रधान आहे. मी ज्या सुफी संतांना भेटलो त्यातील सर्वश्रेष्ठ संत एक स्त्री होती. ती दिल्लीपासून १२० मैलांवर आग्र्याला राहात होती. आग्रा ताजमहालासाठी प्रसिद्ध आहे. ताजमहाल हे जगातल्या सात आश्चर्यांपैकी एक आहे.

या सुफी माताजी एका लहानशा दर्ग्यात संपूर्ण निर्वस्त्र स्थितीत राहात. (दर्गा हे मुस्लिम फकीरांचं राहाण्याचं आणि प्रार्थनेचं ठिकाण असतं.) मी हिमालयातून या माताजींना भेटायला आग्र्याला गेलो होतो. त्या वेळी त्या त्र्याण्णव वर्षांच्या होत्या. रात्री त्या कधीच झोपत नसत. मी त्यांना 'बिबीजी' म्हणजे आई म्हणत असे. त्या मला 'बेटा' – बाळ असं म्हणत. मी आग्र्याच्या मुक्कामात नियमितपणे रात्री बारा ते एकच्या दरम्यान बिबीजींकडे जात असे. माझ्या त्यांच्याकडे रात्री जाण्याबद्दल बरी वाईट चर्चा होऊ लागली. काही लोकांना वाटू लागलं की माझं मानसिक संतुलन बिघडलं आहे! अनेक विद्वान लोक आणि लष्करी अधिकारीही बिबीजींकडे येत. कर्नल जे.एस. खैरा हे त्यांचे अत्यंत भक्त होते. बिबीजींविषयी हिंदूंना आणि सर्वच धर्मीयांना श्रद्धा होती. पण शहरातील काही लोकांना त्यांचं गूढ वागणं कळत नसे. त्यांच्याकडे जे लोक जात त्यांच्यावर त्या करुणेचा वर्षाव करीत. बिबीजींकडे येणाऱ्या भक्तांविषयी त्यांना अपार करुणा वाटे. पण व्यावहारिक जगाविषयीची त्यांची अलिप्तता लक्षणीय होती. त्या म्हणत, 'ऐहिकात रमलेले जीव

धान्य आणि नाण्यांनी हंडे कसे भरायचे हे चांगलं जाणतात. पण हृदयाचं पात्र भरून प्रभुपुढे ठेवणं फारच थोड्यांना जमतं.'

एका रात्री बिबीजी मला म्हणाल्या, 'बेटा, तुझी ईश्वराशी भेट होणं सोपं आहे.' मी विचारलं, 'कोणत्या मार्गाने?' त्या म्हणाल्या, 'या ऐहिक जगतापासून आपलं मन अलिप्त करायचं आणि केवळ त्या प्रियतमाशी जोडून ठेवायचं. इतकं ते सोपं आहे. तुझं इह (जीव) त्या सर्वेशाला अर्पण कर. मग काही करायचं – मिळवायचं शिल्लक राहात नाही.'

मी म्हणालो, 'बिबीजी, हे कसं करायचं?' त्यांनी मला जे सांगितलं ते मी शब्दश: तुम्हाला सांगत आहे.

'जेव्हा मी माझ्या प्रियतमाला भेटायला गेले तेव्हा ते म्हणाले, 'माझ्या मंदिराच्या द्वारात कोण उभं आहे?' मी म्हणाले, 'मी आपली प्रेमिका आहे स्वामी.' त्यावर त्यांनी विचारलं, 'याला पुरावा काय?' मी म्हणाले, 'मी माझं हृदय तळहाती घेऊन आले आहे. माझ्या डोळ्यात अश्रूंचा नजराणा आहे.' प्रभू म्हणाले, 'तुझी भेट मी स्वीकारतो. कारण मीही तुझ्यावर प्रेम करतो. तू माझी आहेस. जा नि त्या दर्ग्यात राहा.' बिबीजी म्हणाल्या, 'बेटा, तेव्हापासून मी या दर्ग्यात राहाते. मी रात्रंदिवस प्रभूंची वाट पाहाते. चिरंतन कालपर्यंत मी त्यांची प्रतीक्षा करत राहीन.'

मला एका महापुरुषाचे शब्द आठवले 'जीवनाच्या या विषवृक्षाला दोनच फळं आहेत. अमृतत्वाचं चिंतन आणि संतांचा समागम.'

काही वेळा बिबीजींच्या डोळ्यांतून अत्यंत प्रखर प्रकाशाचे झोत येत आहेत असं मला दिसे. त्या नेहमी दिव्य आनंदात असत. तो आनंद, त्यांचं नि:शेष आत्मसमर्पण आणि परमात्म्याविषयीची अथांग प्रीती यांचा फार मोठा प्रभाव माझ्यावर पडला. त्या म्हणत, 'हृदय हा सागर आहे. त्यातल्या शिंपल्यात ज्ञानाचा मोती आहे. खोलवर सूर मार म्हणजे तो मोती मिळेल.'

एक दिवस हसत हसत बिबीजींनी आपलं नश्वर शरीर सोडून दिलं. आम्ही बारा जण त्यांच्याभोवती होतो. एखाद्या वाऱ्यासारखा प्रकाश त्यांच्या देहातून निघून जाताना आम्ही पाहिला. तो त्यांच्या हृदयातून निघून विजेसारखा आकाशात लीन होऊन गेला. बिबीजी माझ्या हृदयात नित्य विराजमान आहेत. मी त्यांचं अतिशय प्रेमाने, आदराने स्मरण करतो.

कर्म हाच कर्ता

उरिया बाबा किंवा उडिया बाबा या संताबद्दल मी खूप ऐकलं होतं. ते अत्यंत विद्वान आणि आत्मज होते. ते वृंदावनात राहात. माझ्या गुरुदेवांनी मला या संतांच्या सान्निध्यात राहायला पाठवलं होतं. त्यांच्या एका भक्ताची नि माझी चांगली ओळख होती. ते मला वृंदावनला त्यांच्याकडे घेऊन गेले. ज्या वेळी मी तिथे पोहोचलो तेव्हा शेकडो लोक बाबांच्या दर्शनासाठी तिष्ठत होते. मी आल्याचं त्या शिष्यानं बाबांना सांगितलं. त्यांनी त्या शिष्याला मला आत घेऊन यायला सांगितलं. ते उत्तर भारतातील महान स्वामी पुरुष म्हणून ओळखले जात. लहानखुऱ्या चणीचे हे महात्मा साधारण पासष्टीचे होते. संपूर्ण देशभर त्यांचे अनेक अनुयायी होते. ते माझ्याशी अतिशय प्रेमाने, वात्सल्याने बोलत होते.

सायंसंध्या करण्यासाठी आम्ही यमुना नदीच्या तीरावर जात असू. एका सायंकाळी मी त्यांना विचारलं, 'ऐहिक जगाचा त्याग करणं श्रेष्ठ की या जगात राहाणं श्रेष्ठ? कोणता योग्य मार्ग आहे?' त्या दिवसांत मी कर्म सिद्धांताचा अभ्यास करत होतो. कर्म म्हणजे कार्य-कारण भाव. कर्म आणि त्याचं फल या द्वयीतून सुटका करून घेणं फार कठीण असतं हे मला माहीत होतं.

संभाषणाच्या ओघात बाबा मला म्हणाले, "सर्व मानवांनी ऐहिकापासून संन्यास घेणं आवश्यक नसतं. कारण संन्यासमार्गावर चालणं कठीण असतं. कुठल्याही ऐहिक गोष्टींचा त्याग करण्याचीही आवश्यकता नाही. कारण मुळात त्या गोष्टी माणसाच्या स्वामित्वाच्या नसतातच. म्हणून वस्तूंचा त्याग करण्याची आवश्यकता नाही. तर त्यांच्याबाबत जी स्वामित्वभावना असते तिचा त्याग करणं आवश्यक असतं."

"तुम्ही संसारात राहाता की संसाराबाहेर हे महत्त्वाचं नाही. सांसारिक गोष्टींबाबतची आसक्ती दु:खाला कारण होते. जो कोणी प्रामाणिकपणे अनासक्ती योगाचं आचरण करील तो कर्मबंधातून मुक्त होईल. कर्मयोगात कर्तव्यांचा त्याग नसतो पण ती नि:स्वार्थपणे नि कुशतलेने करायची असतात. संन्यासी सांसारिक गोष्टींचा त्याग करून त्यांच्यापासून दूर निघून जातो. पण त्यासाठी काही कर्तव्यकर्मं करावीच लागतात. तसेच जे गृहस्थाश्रमी

संसारात राहातात, त्यांनाही कर्तव्यकर्मं करावीच लागतात. जे कर्मफलांचा आस्वाद घेतात, त्यांचा उपयोग करतात ते मोठ्या अडचणीत सापडतात. स्वत:च निर्माण केलेल्या या कर्मबंधातून कसं मुक्त व्हायचं हे त्यांना कळत नाही. जर सर्व आसक्ती, सर्व स्वामित्व भावना यांचा त्याग केला नाही तर संन्यासमार्गावर मनुष्याला दु:खाचा सामना करावा लागतो. जर गृहस्थाश्रमी माणसाने अनासक्तीचा अभ्यास केला नाही, स्वार्थ आणि स्वामित्वभावनेचं शिक्षण केलं, तर त्यालाही दु:खाला सामोरं जावं लागतं.''

''मनुष्य जीवनाचं लक्ष्य म्हणजे मुक्ती किंवा आत्मसाक्षात्कार हे प्राप्त करून घ्यायचं असेल तर तुम्ही संन्यासी असा वा गृहस्थाश्रमी असा. तुमची कर्तव्यं तुम्हाला पार पाडावीच लागतात. हे दोन्ही भिन्न वाटणारे मार्ग मनुष्याला मुक्तीकडेच घेऊन जातात. एक मार्ग त्यागाचा आहे. दुसरा मार्ग आसक्तीवर विजय मिळवायचा आहे.''

बाबा पुढे म्हणाले, ''कर्माचा नियम सर्वांना सारखाच आहे. आपल्या असंज्ञ मनात आपले पूर्वसंस्कार खोलवर रूजलेले असतात. हे सुप्त संस्कार संकल्पांचे वा विचारांचे बुडबुडे निर्माण करतात आणि आपल्या वाणीतून, वर्तनातून प्रकट होतात. या संस्कारांपासून आपली चेतना मुक्त करणं शक्य आहे. पूर्वस्मृती या संस्कारांमध्ये रुजलेल्या असतात. ज्ञानाच्या अग्नीत पूर्वसंस्कारांचं भस्म केलं तर त्यांनी निर्माण केलेल्या कर्मबंधातून मनुष्य मुक्त होतो. सुंभ जळला तरी पीळ असल्यासारखा दिसतो. पण तो पीळ नसतो. जळलेल्या दोरात बांधण्याची शक्ती नसते. त्याप्रमाणे अंतर्मनातील सुप्त संस्कार ज्ञानाच्या अग्नीने भस्मसात झाले की पुन्हा रुजून येण्याची त्यांची क्षमता संपून जाते. कॉफीच्या बिया भाजल्या की त्यातून कॉफीची रोपं निर्माण होऊ शकत नाहीत. तसं हे आहे. संस्कारांमध्ये दोन प्रकार आहेत. काही संस्कार अध्यात्म साधनेला पूरक असतात, काही संस्कार साधनेला अडसर होणारे असतात.''

''अनासक्ती हा पूर्वसंस्कारांचं दहन करणारा तेजस्वी अग्नी आहे. संन्यासी व्यक्ती ऐहिकाचा त्याग करते त्यामुळे तिला जे लाभ होतात तेच अनासक्ती योग आचरणाऱ्या गृहस्थाश्रमी व्यक्तीलाही होतात. संन्यासी ऐहिक जगाबाहेर राहून आत्मज्ञान प्रगत करतो. गृहस्थाश्रमी या जगात राहून आत्मज्ञानी होतो.''

''अनासक्ती याचा अर्थ तुटकपणा, प्रेमशीलतेचा अभाव नव्हे. खरं तर अनासक्ती आणि प्रेम हे एकच आहेत. आसक्ती मनुष्याला बांधते, अनासक्ती माणसाला मुक्त करते. अनासक्त गृहस्थाश्रमी माणसाला मनुष्यजीवनाचा हेतू काय याचं सदैव भान असतं. तो आपली कर्मं नि:स्वार्थ बुद्धीनं करतो. त्याचं अनासक्त कर्म हेच त्याच्या मुक्तीचं साधन होतं. संन्यासधर्मी साधकही जीवनाच्या हेतूचं सदैव स्मरण ठेवतो आणि आत्मसाक्षात्कारापर्यंत प्रवास करतो. अनासक्ती आणि वैराग्य यामुळे चित्ताला व्यापकता येते. जेव्हा साधक व्यक्तिचेतना व्यापक करायला शिकतो किंवा ती विश्वचेतनेशी एकरूप करतो तेव्हा तो कर्मबंधातून मुक्त होतो.''

''अशा जीवनमुक्त मनुष्याला इतरांच्या मुक्तीचा मार्ग दाखवण्याचा अधिकार येतो. मग तो जनात असेल किंवा वनात असेल. कर्मबंधामुळे जे विकार-व्याधी निर्माण होतात

त्यापासून सामान्य माणसांना मुक्त करण्याची शक्ती त्याला येते. तो इतरांच्या नकारात्मक कर्मफलाचा निरास करून त्यांना संजीवन देतो. परंतु हे शुभकर्मही त्याला चिकटत नाही. तो त्याच्या वर असतो. खरा ज्ञानी गुरू हा स्वत:चा स्वामी असतो आणि त्याचा जगात मुक्त संचार असतो. कुंभाराचं मडकं करून झालं तरी त्याचं चाक काही काळ फिरत राहातं. परंतु ते मडकी तयार करू शकत नाही. त्याप्रमाणे मुक्त व्यक्तीच्या जीवनात चक्र काही काळ चालू राहातं. पण ते त्याच्यासाठी बंध निर्माण करत नाही. त्याचं कर्म हे कर्माविना कर्म – म्हणजे बंधाविना कर्म असतं. जेव्हा शिष्य आत्मज्ञानाच्या मार्गावर अनासक्तीच्या साहाय्याने चालू लागतो तेव्हा त्याच्या गुरूलाही त्याला मार्गदर्शन करणं सुलभ जातं आणि एक दिवस अंतिम मुक्तीची पहाट त्याच्या जीवनात उजाडते.''

मी बाबांना म्हटलं की, व्याधी निवारण्याची शक्ती असलेल्या ज्या विभूती त्यांनी पाहिल्या आहेत त्याबद्दल त्यांनी कृपया सांगावं. ते म्हणाले, ''संजीवक शक्ती देणं (हीलिंग) किंवा व्याधीनिवारण हे तीन स्तरांवर असतं. शारीरिक, मानसिक आणि आत्मिक. मनुष्याचं अस्तित्व या तीनही पातळ्यांवर आहे. ज्याच्या जवळ संजीवक शक्ती (हीलिंग) देण्याची आध्यात्मिक क्षमता आहे त्याने त्याचा व्यवसाय करू नये. नाही तर त्यांचं मन आणि इच्छाशक्ती त्याला ऐहिकाच्या जाळ्यात पकडतात. जे मन एकाग्र नाही, विखुरलेलं आहे आणि ऐहिकात गुंतलेलं आहे ते संजीवक शक्ती द्यायला योग्य नाही. ज्या क्षणी माणूस स्वार्थी बनतो त्या क्षणी त्याचं मन खाली उतरतं आणि ऐहिक वासनांच्या गर्तांमध्ये धावू लागतं. आध्यात्मिक शक्तीच्या दुरुपयोगामुळे ती शक्ती क्षीण होत जाते. या शक्तीला इच्छाशक्ती असं म्हणतात. ज्ञानी पुरुष म्हणतात की सर्व प्रकारच्या शक्ती या ईश्वराच्या आहेत. आपण त्याच्या हातातली साधनं आहोत.''

''प्रत्येक व्यक्तीमध्ये संजीवक शक्ती (हीलिंग पॉवर) असते. तिचा अखंड स्रोत मनुष्याच्या हृदयात असतो. इच्छाशक्तीचा, संकल्पशक्तीचा उपयोग करून संजीवक शक्तीचे स्रोत मनुष्याच्या शरीराच्या आणि मनाच्या व्याधिग्रस्त भागाकडे वळवता येतात. संजीवक शक्ती रुग्ण मनुष्याला सामर्थ्य आणि आरोग्य देऊ शकते. नि:स्वार्थता, प्रेम, चैतन्यशाली संकल्पशक्ती आणि अंतर्यामीच्या ईश्वरावरील अनन्य निष्ठा या सर्व गोष्टी म्हणजे संजीवक शक्तीची गुरुकिल्ली.''

पंधरा दिवस उडिया बाबांच्या सहवासात राहिल्यावर मला कळलं की संसारात किंवा संसाराबाहेर, ऐहिक जगतात किंवा त्याबाहेर जगण्याची कला म्हणजे आपल्या जीवनहेतूविषयीची सदैव जागती जाणीव आणि अनासक्ती योग होय.

महात्मा गांधींच्या आश्रमात

१९३० च्या दशकाच्या उत्तरार्धात आणि १९४० च्या दशकाच्या पूर्वार्धात मला महात्मा गांधींच्या वर्धा येथील आश्रमात राहाण्याची संधी मिळाली. तेथे मला अनेक स्नेहशील, ऋजुहृदयी व्यक्ती भेटल्या. त्या वेळी मी महात्मा गांधींना एका कुष्ठरुग्णाची सेवा करताना पाहिलं. हा कुष्ठरुग्ण मोठा विद्वान संस्कृत पंडित होता. या रोगामुळे तो निराश आणि संत्रस्त होता. पण महात्मा गांधी त्यांची मोठ्या प्रेमानं काळजी घेत, सेवा करत. तो आम्हा सर्वांसाठी वस्तुपाठ होता. ज्या प्रकारे ते या रुग्णाची सेवा करत त्याचा माझ्या मनावर कायमचा ठसा उमटला आहे.

माझ्या गुरुदेवांनी सांगितलं होतं की महात्मा गांधी फिरायला जातात तेव्हा तू त्यांचं निरीक्षण कर. खरोखर महात्मा गांधींचं फिरणं इतर महापुरुषांपेक्षा अगदी वेगळं होतं. ते अशाप्रकारे चालत की ते त्यांच्या शरीरातून वेगळे आहेत असं वाटे. घोडा जशी गाडी ओढून नेतो तसं ते आपल्या इच्छाशक्तीनं शरीर ओढून नेत. ते सतत इतरांसाठी प्रार्थना करत. कोणाहीबद्दल त्यांच्या मनात द्वेषभाव नव्हता. सर्व जाती, धर्म, संप्रदाय, लिंग वा वर्ण याबद्दल त्यांना समभाव होता. ते तीन व्यक्तींना गुरुस्थानी मानत – ख्रिस्त, कृष्ण आणि बुद्ध.

महात्मा गांधींनी अहिंसेच्या क्षेत्रात जे प्रयोग केले ते मनुष्याची प्रेम करण्याची जी शक्ती तिच्या कक्षा व्यापक करण्याचे. असा माणूस जीवनातील प्रत्येक वादळात, वावटळीत आनंद मिळवतो. महात्मा गांधींनी स्वत:चं संरक्षण करण्याचा प्रयत्न कधीही केला नाही. पण अहिंसा किंवा प्रेमतत्त्व सांभाळण्याचा आटोकाट प्रयत्न केला. प्रेमाची ज्वाला त्यांच्या अंतर्यामी सदैव जागृत असे. तिला कोणीही विझवू शकलं नाही. पूर्ण आत्मनिर्भरता आणि निर्भयता हे गांधीजींच्या तत्त्वज्ञानाचे आधारस्तंभ होते. कुठे हिंसा झाली तर ते अंत:करणात खोलवर व्यथित होत. पण अहिंसेचा प्रेमदीप घेऊन ते एकाकी चालत राहिले. त्यांच्या जीवनात निषेधाचा शब्द नव्हता आणि सूडबुद्धीचा अंशही नव्हता. गांधीजींच्या समवेत असताना मी पुढील तत्त्वं माझ्या दैनंदिनीत लिहून ठेवली –

१. अहिंसा आणि भित्रेपणा हे एकत्र असू शकत नाहीत. कारण अहिंसा ही भयशून्य

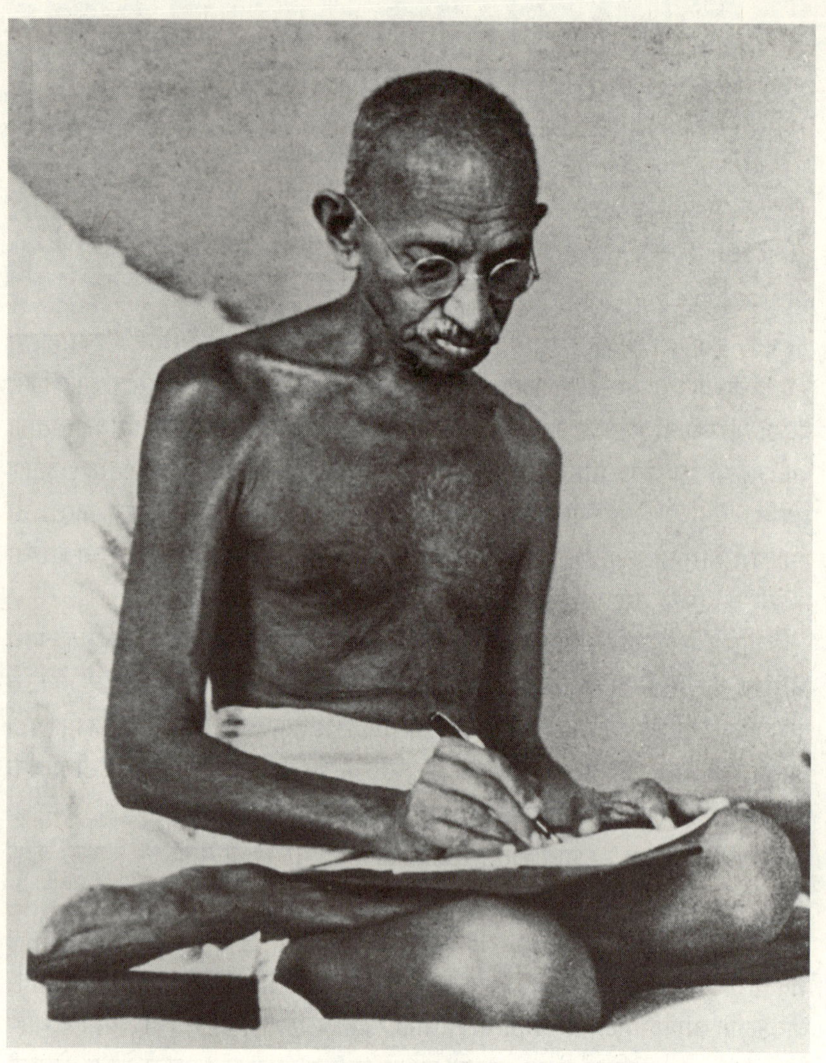

महात्मा गांधी

प्रीतीची पूर्ण अभिव्यक्ती आहे. हातात शस्त्र आहे म्हणून मी निर्भय आहे असं कोणी म्हटलं तर त्यात भयाची भावना अंशत: तरी गृहीत आहे. अहिंसेची शक्ती ही शारीरशक्ती नव्हे. ती अत्यंत दुर्दम्य अशी आत्मिक शक्ती आहे.

२. अहिंसेचा खरा उपासक कधी निराश होत नाही, तो शाश्वत आनंद आणि शांती अनुभवतो. ज्याला आपल्या बुद्धीचा आणि विद्वतेचा अहंकार आहे, त्याला हा शाश्वत आनंद आणि शांती मिळणार नाही. ज्याची श्रद्धा अभंग आहे, ज्याचं मन पूर्ण अविचल, एकाग्र आहे त्याला हा आनंद आणि शांती लाभेल.

३. बुद्धीला अनेक आश्चर्यकारक गोष्टी करून दाखवता येतील पण अहिंसा ही हृदयाची अभिव्यक्ती आहे. बौद्धिक कसरती करून ती व्यक्त करता येणार नाही.

४. तिरस्काराने तिरस्कार जिंकता येत नाही, प्रेमाने तिरस्कार जिंकता येतो. हा शाश्वत नियम आहे.

५. भक्ती ही केवळ शब्दांनी करण्याची गोष्ट नव्हे. मन, वर्तन आणि वाणी यातील पूर्ण शरणागती म्हणजे भक्ती.

६. धर्म, संस्कृती, अंधश्रद्धा आणि अविश्वास यांनी निर्माण केलेले अडसर गांधीजींनी कधी मानले नाहीत. त्यांनी धर्माधर्मांमध्ये बंधुभाव असला पाहिजे हे शिकवलं आणि आचरलं.

७. फळाची अपेक्षा न करता सुंदर रीतीने कर्म करत जीवन जगण्याच्या कलेवर गांधीजींचा विश्वास होता. यश किंवा अपयश यांची चिंता न करता हातातलं काम निश्चित मनाने न थकता करावं असं त्यांचं सांगणं असे.

८. जीवनाचा खरा आनंद घ्यायचा असेल तर स्वार्थ आणि आसक्ती यांचा त्याग केला पाहिजे. हेतू शुद्ध असणं, साधनं शुद्ध असणं म्हणजे अनासक्ती योग. चिंतेविना आणि फलापेक्षेविना तो आचरला पाहिजे. जो कर्मच सोडून देतो त्याचं पतन होतं. जो फळाची अपेक्षा सोडून देतो तो चेतनेच्या श्रेष्ठ स्तरांवर जात मुक्त होतो.

९. योग हे आपल्या मनोवस्थांचं पूर्णत: पुनर्घटन आहे. आपलं मन, बुद्धी, इंद्रियं, भावना, निसर्गप्रेरणा यांना एका नव्या मुशीतून काढायचं आहे. ही पूर्णत्वाची प्रक्रिया आहे.

१०. मनुष्याचा स्वीकृत मंत्र त्याच्या जीवनाचा आधार असतो. सर्व कसोटीच्या प्रसंगांमधून तो त्याला तारून नेतो. मंत्राची प्रत्येक आवृत्ती (पुन्हापुन्हा म्हणणं) आपल्याला त्याचा नवा अर्थ दाखवते आणि भगवंताच्या निकट, निकट नेते. आपल्या व्यक्तिमत्त्वात ज्या नकारात्मक प्रवृत्ती असतील त्यांना मंत्रजप सकारात्मक बनवतो. तो हळूहळू परस्परविसंगत विचारांमध्ये जाणिवेच्या खोलातल्या पातळ्यांवर सुसंवाद निर्माण करतो.

महादेवभाई देसाई, मीराबेन, प्रभावती बहन यांच्यासारख्या विलक्षण व्यक्तिमत्त्वाशी परिचय झाल्यावर महात्मा गांधींचे पुत्र श्री. रामदास गांधी यांच्याशी माझा स्नेह जुळला. मी त्यांना हिमालयातल्या अत्यंत वेधक, सुंदर ठिकाणी – कौसानीला घेऊन गेलो होतो.

‘त्याग नव्हे तर विजय’ – रविंद्रनाथ टागोर

मी जेव्हा किशोर वयाचा होतो त्या वेळी माझे गुरुबंधू गंगोत्रीचे दंडी शिवानंद स्वामी यांच्याबरोबर नेहमी प्रवास करत असे. ते माझ्याहून वीस वर्षांनी मोठे होते. हिमालयाच्या पायथ्याला मसुरी हे थंड हवेचं ठिकाण आहे. तिथे एकदा आम्ही गेलो होतो. वाटेत आम्ही राजपूर नावाच्या एक लहानशा शहरात थांबलो होतो. प्रख्यात कवी रविंद्रनाथ टागोर हे तिथे एक सदनिका घेऊन राहात होते. माझे गुरुबंधू बंगाली होते. टागोर आणि त्यांच्या कुटुंबाशी त्यांचा चांगला परिचय होता. म्हणून आम्ही टागोरांना भेटायला गेलो. टागोर ज्या घरात राहात होतो, तिथेच दोन महिने राहाण्यासाठी आम्हाला निमंत्रण होतं. टागोरांना माझा खूप लळा लागला. त्यांनी स्थापन केलेल्या शांतिनिकेतन या शिक्षणसंस्थेत मला पाठवावं असं त्यांनी माझ्या गुरुबंधूंना सुचवलं.

मलाही शांतिनिकेतनमध्ये जाण्याची फार इच्छा होती. १९४० मध्ये मी तिथे गेलो. रविंद्रनाथांचे चिरंजीव रथिंद्रनाथजी यांनी माझं स्वागत केलं आणि श्री. मलिकजींच्या पलीकडच्या सदनिकेत माझी राहायची व्यवस्था केली. मलिकजी हे टागोरांचे निष्ठावंत चाहते होते आणि शांतिनिकेतनचेही. त्या वेळी शांतिनिकेतन हा जगातल्या सर्वात सुंदर आश्रमांपैकी एक होता. तिथे शेकडो विद्यार्थी राहात आणि अध्ययन करीत.

शांतिनिकेतनातील विद्यार्थी टागोरांना ‘गुरुदेव’ म्हणत. बाकी सर्व लोक त्यांना ‘ठाकुर’ म्हणत. ते बंगालचे त्या काळातले सर्वात प्रतिभाशाली कवी होते. किंबहुना जगातील श्रेष्ठ कवींपैकी ते एक होते. धर्म, तत्त्वज्ञान, साहित्य, संगीत आणि शिक्षण या क्षेत्रांमध्ये त्यांचं बहुदिश आणि उत्तुंग व्यक्तिमत्त्व तळपत होतं आणि साऱ्या जगाला ते ज्ञात होतं.

ज्या काळात मी टागोरांच्या सान्निध्यात राहिलो त्या काळात त्यांच्या कार्यनिष्ठेचा माझ्या मनावर प्रभाव पडला. ते नेहमी त्यांची दैनंदिन साधना, संगीत, चित्रकारिता वा लेखन यात मग्न असत. रात्री ते फारच कमी झोपत आणि दिवसाही विश्रांती घेत नसत. वयाने शरीर जरी थकलं तरी त्यांच्या सवयी बदलल्या नाहीत. ते अत्यंत प्रामाणिक अध्यात्मसाधक होते असं मला वाटतं. जगातल्या सर्वच साधकांना आपली ईश्वराशी सरूपता असावी असं वाटतं, हे खरंच आहे. टागोरांसारख्या देवसदृश व्यक्तीला भारतातील

टागोरांच्या 'शांतिनिकेतन' आश्रमात स्वामी राम

इतर महात्म्यांचं अनुकरण करण्याची आवश्यकताच नव्हती. काही विरागी व्यक्तींचं जीवन वाळवंटासारखं शुष्क असतं तसं गुरुदेवांचं नव्हतं. संन्यासधर्म हा आत्मसाक्षात्काराचा प्राचीन मार्ग आहे आणि तो वंदनीय आहे. परंतु जगात आपली कर्तव्यं करत राहून आत्मज्ञानाची साधना करणं हा अधिक अवघड मार्ग आहे. जगात राहायचं पण जगाचं असायचं नाही. आतून निर्लेप राहायचं हा टागोरांनी स्वीकारलेला मार्ग होता.

त्यांच्या एका कवितेत ते म्हणतात, 'जगापासून दूर जाऊन मुक्तिसाधना करणं हा माझा मार्ग नाही.' त्यांचं तत्त्वज्ञान या शब्दांमधून बरोबर व्यक्त झालं आहे. त्याग नव्हे तर आसक्तीवर विजय हा त्यांचा मूलमंत्र होता.

मानवतेने आजवर तीन प्रकारचे महापुरुष पाहिले आहेत. काही जन्मत:च श्रेष्ठ आणि प्रतिभाशाली होते. दुसऱ्या प्रकारच्या महात्म्यांनी स्व-प्रयत्नाने, नि:स्वार्थ साधनेने श्रेष्ठता प्राप्त करून घेतली आणि तिसऱ्या प्रकारच्या दुर्दैवी लोकांवर थोरवी आणि प्रसिद्धी जबरदस्तीने लादली गेली. टागोर हे पहिल्या प्रकारातले महापुरुष होते. ते महान प्रतिभेचे कवी आणि चिंतक होते. त्यांचं जीवन म्हणजे ईशावास्य उपनिषदातील पुढील श्लोकाचं प्रतिबिंबच होतं–

ईशावास्यमिदं सर्व यत्किंच जगत्यां जगत्।
तेन त्यक्तेन भुञ्जीथा: मा गृध: कस्यस्विद् घनम्।

या जगतामध्ये जे जे काही आहे ते ईश्वराने व्याप्त आहे. प्राप्त संपदा त्याला समर्पित करून मग तिचा उपयोग करावा. कोणाच्याही धनावर वासना जाऊ देऊ नये.

मला टागोरांविषयी अत्यंत आदर होता. मला माहीत असलेल्या व्यक्तींपैकी ते सर्वात समावेशक, विशाल वृत्तीचे आणि मानवत्वाची पूर्णता प्राप्त केलेले पुरुष होते. ते जणू विश्वमानव होते. मनुष्याची ज्ञातृशक्ती आणि कर्तृत्वशक्ती यांचं पूर्ण भान त्यांना होतं. मनुष्य समाजाच्या अपेक्षा पूर्ण करीत आणि एकांताची आसही पूर्ण करीत विकास पावतो अशी त्यांची धारणा होती. मी कधीकधी त्यांना पूर्वेचे प्लेटो असं म्हणत असे.

त्यांचे पौर्वात्य आणि पाश्चिमात्य संस्कृतीबद्दलचे विचार दोन्हीकडच्या विचारवंतांना महत्त्वाचे आणि प्रशंसनीय वाटत. पाश्चिमात्यांनी आपली राहाणी आणि मानसिकता बदलून पौर्वात्य व्हावं असं त्यांना वाटत नव्हतं. संपूर्ण जगाला आज ज्या श्रेष्ठ विचारांची आवश्यकता आहे ते देण्यासाठी पाश्चात्य आणि पौर्वात्य दोघांनी खांद्याला खांदा लावून काम केलं पाहिजे, असं त्यांना वाटत होतं. मानवाचा विकास म्हणजे मानवाच्या प्रतिभासंपन्न व्यक्तिमत्त्वाचा विकास असं ते मानत. सर्व जीवशास्त्रीय सिद्धांतांना पराभूत करून वेगळ्या दिशेने विकास करण्याचं साहस केवळ मानवात आहे. जगातील सर्व महान देशांना आणि महान कार्यांना श्रेष्ठ कल्पनांचा-विचारांचा आधार आहे. प्रतिभेची आधारशिला म्हणजे नूतन संकल्पना. जीवनात दुर्भाग्यपूर्ण गोष्टी पुष्कळ असतात. पण ज्याने नवकल्पनांच्या आधारे प्रतिभाशाली निर्मिती केली तो खरा भाग्यवंत. काळाच्या चाळणीत सारं काही गाळलं जातं. पण जे शाश्वत असेल ते राहातं. मौलिक विचार, मौलिक कल्पना आणि क्षमता यांचं प्रकटीकरण करण्याची दुर्मिळ संधी मिळणं यालाच भाग्य म्हटलं पाहिजे.

रविंद्रनाथ टागोर

सत्य हे प्रारंभी धूसरतेने झाकलेलं असतं. टागोरांच्या तत्त्वज्ञानाने ही धूसरता बाजूला करून सत्याचं उज्ज्वल दर्शन घडवलं. ते म्हणत की युगानुयुगे मृत्यू ही शोककारक घटना मानली गेली आहे. कारण त्यावर आपण पुरेसं चिंतन केलेलं नाही. 'निकट येत असलेल्या मृत्यूमुळे भयभीत झालेल्या मित्रांनो, रवींद्रांचं संगीत शिका आणि ऐका. म्हणजे अथांग अनंतात कसं मिळून जायचं हे तुम्हाला कळेल. तुमच्या अस्तित्वाच्या तारा झंकारू द्या. त्या अनंताच्या तारांशी संवादी सूर छेडू द्या. प्रत्येक स्त्री-पुरुषाने सत्याच्या प्रकाशाचा शोध घ्यावा. साधेपणाने, शहाणपणाने सर्वांच्या हितासाठी जगावं.' टागोरांच्या तत्त्वज्ञानाला संगीताची सुरेख साथ आहे. संगीताने त्यांच्या जीवनाला पूर्णता दिली. आजच्या कवींच्या आणि संगीतकाराच्या मनात टागोरांचे शब्द आणि स्वर आजही गुंजत आहेत.

टागोर मानत की सर्व अस्तित्व हा एकाच विराट जीवचैतन्याचा अंश आहेत. त्या जीवचैतन्याची शक्ती प्रेमाच्या स्पंदनांमधून व्यक्त होते. ती विराट जीवचेतना हा अध्यात्मप्रणीत आकाशगंगेचं केंद्र आहे. ईश्वराला प्रधान धरून जगातील धर्मांची रचना झाली. टागोर म्हणत की मानवाला प्रधान, केंद्रीभूत धरून मानवधर्माची रचना केली पाहिजे. आनंदानुभवांची प्रतीती हा या धर्माचा गाभा मानला पाहिजे. अत्यंत उत्कट आणि जिवंत अशी मानवधर्माची अभिव्यक्ती हा सध्याच्या मानवी दुःखांवरचा प्रभावी उपाय ठरेल. हे काम तत्त्वज्ञान किंवा विश्व निर्मितीची शास्त्रं करू शकणार नाहीत. देवाविषयीचं प्रेम हा सहज आणि जाणीवपूर्वक निर्मिलेला भाव असू शकतो. आपल्यासारख्या सीमित जीवांना असीम ईश्वराची जेवढी आवश्यकता आहे तेवढीच त्या असीम ईश्वराला आपल्यासारख्या सीमित जीवांची आवश्यकता आहे. 'कमळाचे प्राण युगानुयुगं उमलत आले आहेत. त्यात मी युगानुयुगे बंदी झालो आहे. जणू काही त्यातून मुक्ती नाहीच. कमळाच्या पाकळ्यांचं उमलणं कधी संपणारच नाही. त्यांच्यातला मकरंद इतका मधुर आहे की त्याने तुम्ही वेडावून जाल. त्या कमळाला सोडून तुम्ही कधीच जाऊ शकणार नाही. म्हणून तुम्ही कमळात गुंतला आहात आणि मीही; म्हणून आपल्याला कधीच मुक्ती नाही!'

काही काळ शांतिनिकेतनात राहिल्यावर तिथे प्राप्त केलेल्या संकल्पनांवर चिंतन करायचं आणि आयुष्याची भविष्यकालीन दिशा निश्चित करायची या हेतूनं मी हिमालयात निघालो. टागोरांच्या कवितांच्या काही ओळी आजही माझ्या मनाला वेध लावतात –

'जगत् आणि जीवनाच्या प्रश्नांचा मी अर्थ लावतो
त्यात अश्रू आणि हास्य यांची अनपेक्षित वळणं दिसतात.
वाऱ्याची गतिमान पावलं मी समोर पाहातो.
मानवता आणि तिला नियंत्रित करणारे विश्वनियम!
आभास नि असत्य यांचं अस्तित्व वारा झटकन पुसून टाकतो.
हे वायुदेवते, आता दूरदेशी जाऊन नवा खेळ मांडायचा?
नवीन जीवन नि नवं गाणं रचायचं? सिद्ध आहेस तू?'

ऐतिहासिक चुकांची दुरुस्ती

हिमालयाच्या पंजाबकडील भागात सिमला नावाचं एक थंड हवेचं ठिकाण आहे. मी वीस वर्षांचा असताना तिथं गेलो होतो. तिथं मला एक 'पंजाबी महराज' नावाचे स्वामी भेटले. ते उंच, निरोगी, देखणे आणि विद्वान होते. माझ्या हातात एक छत्री होती. ती पाहून ते म्हणाले, 'हे ओझं कशाला वागवता तुम्ही? टाकून द्या ते.' आम्ही बरोबर चालू लागलो तेवढ्यात पाऊस आला. माझ्याकडची छत्री मी उघडली. ते म्हणाले, 'हे काय करताहात तुम्ही?' मी म्हणालो, 'मी पावसापासून स्वत:चं संरक्षण करीत आहे.' ते म्हणाले, 'अहो, असं करू नका! पाऊसधारा हे आकाश नि पृथ्वीला जोडणारे धागे आहेत. त्यांच्या स्पर्शापासून आपण का बरं वंचित राहायचं? माझ्याबरोबर चालायचं असेल तर ही छत्री नि बाकी सामान फेकून द्या.'

मी निषेध करत म्हटलं, 'स्वामीजी, मी भिजेन ना!' ते मला म्हणाले, 'कपडे भिजायची भीती वाटतेय का? मग कपडे काढून टाका. नाहीतर पावसातून बाजूला जा.' त्यांच्या बोलण्याचा माझ्यावर परिणाम झाला. मी छत्री तिथेच रस्त्यात ठेवून दिली. तेव्हापासून मला पाऊस अंगावर घ्यायला मजा वाटू लागली.

थंडीच्या दिवसात हे महाराज केवळ एक पातळ सुती वस्त्र घालून फिरत. त्यांच्याजवळ तेवढंच होतं. ते मूलत: अतिशय संवेदनशील होते. पण साधनेने त्यांनी उष्णता आणि थंडीवर पूर्णतया मात केलेली होती. आपल्या पंचेंद्रियांच्या बाह्य सृष्टीशी जेव्हा संपर्क होतो तेव्हा सुख किंवा दु:खाच्या संवेदना उमटतात. हा संपर्क तोडायची युक्ती तुम्हाला जमली तर बाहेरच्या संवेदनांनी होणारं दु:ख तुम्हाला जाणवणारच नाही. अंतर्यामी खूप आनंद तुम्ही अनुभवाल.

स्वामीजी मोठे विद्वान होते. ते केवळ इंग्रजी भाषेत बोलत. तासन्‌तास ते इंग्रजी साहित्याबद्दल बोलत स्वामी रामतीर्थांचं जीवन आणि कार्य याविषयी आम्ही चर्चा करत असू. त्यांनी ऑक्सफर्ड विद्यापीठात विज्ञान विषयाचा पदव्युत्तर अभ्यास केला होता. त्यांची विज्ञानातील पीएच.डी. लाहोर विद्यापीठाची होती. ते 'वेदांत तत्त्वज्ञानाचं विश्यव्यापकत्व' या विषयावर बोलत. पण भारतातील परकीय सत्तेविषयी त्यांच्या मनात

राग होता. भारताला स्वातंत्र्य मिळण्यापूर्वीच्या काळात तरुण संन्याशांचा एक छोटा संप्रदाय होता. ते संन्याशी ध्यान करत नसत. ते तरुण नि बुद्धिमान होते. भारताच्या स्वातंत्र्य चळवळीत ते सहभागी होते. मी त्यांना 'राष्ट्रीय स्वामी' म्हणत असे. ते म्हणत, 'ऐहिक-भौतिक स्वातंत्र्य प्रथम, आंतरिक स्वातंत्र्य किंवा मुक्ती नंतर.' हे पंजाबी स्वामी राष्ट्रीय बाण्याचे स्वामी होते. देशाची स्थिती पाहून त्यांच्या मनात वैराग्य निर्माण झालं म्हणून ते स्वामी झाले. ते बहुतेक वेळा ऋजु नि शांत असत. पण प्रसंगी ते अत्यंत बंडखोर बनत. संन्यासधर्माची साधना ते आचरत नसत. त्यांचा सर्व वेळ भारतातील ब्रिटिश सत्ता उलथून कशी देता येईल यावर विचार करण्यात जात असे. त्यांचं हेच जीवनध्येय, हीच साधना होती. ब्रिटिश ऑफिसर्स दिसले की अचानक त्यांना थांबवून ते 'देश सोडून जा.' असं फर्मावत असत. ते त्यांना शिव्या देत आणि म्हणत, 'तुम्ही इंग्लिश बोलता पण तुम्हाला व्याकरण येत नाही. तुमची स्वत:ची भाषासुद्धा तुम्हाला येत नाही. कुठल्यातरी फडतूस घरातली अशिक्षित माणसं ब्रिटिश सरकार भारतात पाठवतं हे केवढं दुर्दैव!'

एकदा ते आणि मी सिमला परिसरातील टेकड्यांच्या बाजूने फिरत होतो. समोरून एक ब्रिटिश अधिकारी घोड्यावरून दौडत आला. आम्हाला पाहून त्यानं घोडा अचानक थांबवला आणि तो ओरडला, 'ए माकडांनो, रस्त्यातून बाजूला व्हा!' त्यानं घोड्याचे लगाम एकदम आवळले आणि तो घोड्यावरून खाली रस्त्यावर पडला.

स्वामींनी त्याला सांगितलं, 'हा आमचा देश आहे. येथील रस्त्यांवरून फिरण्याचा आम्हाला पूर्ण हक्क आहे. तू कशाला नसत्या भानगडीत नाक खुपसतोस? बस घोड्यावर नि चालायला लाग, मी काही तुझा नोकर नाही.' दुसऱ्या दिवशी स्वामींना अटक झाली नि दोन तासात सोडून देण्यात आलं. त्या प्रांताचा गव्हर्नर स्वामीजींना लंडनमध्ये असल्यापासून ओळखत होता. या स्वामीजींना तुरुंगात ठेवलं तर ते आणखी प्रश्न निर्माण करून ठेवतील म्हणून त्यांना सोडलेलं बरं असा त्याने विचार केला.

त्या काळात माझ्याही मनात भारतातल्या ब्रिटिश राज्यकर्त्यांविषयी रोष होता आणि स्वातंत्र्य चळवळीला आपण मदत केली पाहिजे असं मला वाटत होतं. स्वामीजी म्हणाले, 'चल, आपण बंदुका घेऊ आणि एकापाठोपाठ एक असा या ब्रिटिश अधिकाऱ्यांचा खातमा करू.' त्यांना मनापासून वाटत होतं की ब्रिटिशांविरुद्धच्या लढाईत मी त्यांना सामील व्हावं. ते म्हणाले, 'ब्रिटिशांना मारण्यात पाप नाही. कोणीतरी जबरीनं तुमच्या घरात घुसलं, तुमची संस्कृती नष्ट करण्याचा प्रयत्न केला, तर स्व-संरक्षण करणं हे आपलं काम नाही का?' मी पाहिलेल्या राष्ट्रभक्त स्वामींमध्ये हे सर्वात कडवे होते.

महात्मा गांधींचं तत्त्वज्ञान, मानसशास्त्र आणि चळवळ यावर माझा विश्वास होता. पण मी राजकीय चळवळीत सक्रिय भाग कधीही घेतला नाही. या स्वामींनीही राष्ट्रकारण सोडावं यासाठी त्यांचं मन वळवावं असं मला वाटत होतं. उलट ते मला स्वातंत्र्यचळवळीत ओढू पाहात होते. हा प्रकार सुमारे चार महिने चालला. त्यांनी माझं मन वळवण्याचा आटोकाट प्रयत्न केला. पण कोणत्याही राजकीय पक्षात जायचं नाही अशी माझ्या गुरुदेवांची मला आज्ञा होती. मला गुरुदेव म्हणाले, 'तू विश्वाचा नागरिक आहेस. भारतातल्या

लोकांशीच एकरूपता ठेवण्याची काय गरज? संपूर्ण मानवतेची काळजी तू केली पाहिजेस. प्रथम आंतरिक शक्ती मिळव, बुद्धीला धार चढव, भावनांवर नियंत्रण आणायला शीक. मग कृतीकडे जा. भारतासारख्या आध्यात्मिकदृष्ट्या श्रेष्ठ असलेल्या राष्ट्राचाही अंध अभिमान असू नये. ईश्वरसमर्पित संन्याशाला ते शोभणार नाही.' माझ्या गुरुदेवांनी हिंसक आंदोलनात भाग घ्यायचा नाही असं सांगितलं होतं आणि भारताला स्वातंत्र्य कधी मिळणार ही तारीखही पूर्वीच सांगून ठेवली होती.

नंतर हे सिमल्यातील स्वामीजी आणि मी वेगळे झालो. आपापल्या मार्गांनी जायचं असं आम्ही ठरवलं. हिमालयातील कुलू खोऱ्यात एका ब्रिटिश पोलिसाने स्वामीजींची त्याच वर्षी हत्त्या केली.

सिमल्याच्या मुक्कामात मला भारताचा इतिहास आणि तत्त्वज्ञान यावर पुस्तक लिहित असलेला एक ब्रिटिश मिशनरी भेटला. त्याने आपलं हस्तलिखित वाचण्याची मला अनुमती दिली. त्याने भारताचा इतिहास, संस्कृती, जीवनरीती याबद्दल जी धादांत असत्य विधानं केली होती ती वाचून मला धक्काच बसला. त्याने माझं धर्मांतर करण्याचा प्रयत्न केला. एका श्रीमंत ब्रिटिश मुलीशी माझं लग्न लावून देण्याचं प्रलोभनही समोर ठेवलं. धर्मांतर म्हणजे काय? जीवनपद्धती आणि संस्कृती बदलणं? श्रद्धा बदलणं? मला ख्रिस्त आणि बायबल यांच्याबद्दल प्रेम आणि भक्ती होती. पण या माणसाबद्दल माझ्या मनात अप्रीती निर्माण झाली. त्यानंतर गावं, शहरं आणि पर्वत या ठिकाणी भटकणाऱ्या ख्रिस्ती मिशनऱ्यांना मी टाळू लागलो. या लोकांना ब्रिटिश सरकार पैसा पुरवत असे. मिशनऱ्यांच्या वेषात राजकारणी लोकच फिरत असत. प्राचीन वैदिक संस्कृतीची निंदानालस्ती करून तिला जाणीवपूर्वक हानी पोचवण्याचा प्रयत्न त्यांनी केला. वैदिक संस्कृती ही हिंदू, जैन, बौद्ध, सिक्ख अशा अनेक संप्रदायांची जननी आहे. तिला विकृत स्वरूपात जगापुढे आणण्याची त्यांची इच्छा होती.

सिमल्यातील पंजाबी स्वामीजी अशा मिशनऱ्यांना कडाडून विरोध करत, ते म्हणत, 'तुम्ही ख्रिस्ताचे खरे अनुयायी नव्हे. बायबल काय सांगतं ते तुम्हाला कळलेलंच नाही!' भारतीय संस्कृती नष्ट करण्याचा प्रयत्न ब्रिटिश मिशनऱ्यांनी २०० ते ३०० वर्षं केला. परंतु त्यांना ते शक्य झालं नाही. याची दोन कारणं आहेत. एक कारण म्हणजे भारतीय संस्कृती स्त्रियांनी निर्माण केली आणि त्यांनीच ती राखली आहे. दुसरं कारण म्हणजे पंचाहत्तर टक्के भारतीय लोक खेड्यात आहेत. त्यांच्यापर्यंत ब्रिटिश राज्यकर्ते आणि मिशनरी पोहोचू शकले नाहीत.

परकीयांनी भारतावर शेकडो वर्षं राज्य केलं. पण ते येथील संस्कृती बदलू शकले नाहीत. पोषाखातला बदल, भाषेतला बदल आणि काही ब्रिटिश शिष्टाचार पद्धती रूढ करण्यात त्यांना यश आलं. भारतीय संस्कृती विरुद्ध लिहिलेलं वाङ्मय छापण्याचा ब्रिटिश सरकारनं सपाटा लावला. या खोटारड्या पुस्तकांचा निषेध-खंडन करणारे भारतीय लेखक आणि विद्वान लोक यांची गळचेपी केली. इतकंच नव्हे तर त्यांना तुरुंगातही टाकलं. ब्रिटिशांनी प्रसिद्ध केलेल्या अशा ग्रंथांमुळे भारतीय शिक्षित तरुणांच्या मनात गोंधळ निर्माण

झाला. पाश्चात्य विचारवंतांमध्ये आणि प्रवाशांमध्ये भारताविषयीच्या चुकीच्या कल्पना प्रसृत करण्यात आल्या. भारतीय साहित्य, तत्त्वज्ञान आणि विचार यांच्या समृद्धतेपासून त्यांना वंचित ठेवण्यात आलं.

पॉल ड्यूसन, मॅक्सम्युलर, गटे आणि अन्य लेखकांनी भारतीय योगशास्त्र आणि उपनिषदांतील तत्त्वज्ञानावर पुस्तकं लिहिली पण सर्वसामान्य पाश्चात्य वाचकांच्या मनात भारताबद्दल चुकीच्या कल्पना राहिल्या. तो गोंधळलेलाच राहिला. ॲनी बेझंट या थिऑसॉफिकल सोसायटीच्या सदस्या होत्या. काही काळ त्या काँग्रेसच्या अध्यक्षाही होत्या. त्या आणि सर जॉन वुड्रॉफ हे भारतीय तत्त्वज्ञानावर अभ्यासपूर्वक लिहिणारे लेखक होते. यांच्यापूर्वी योगशास्त्रावर प्रामाणिकपणे लिहिलेलं एकही पुस्तक आपल्याला सापडत नाही. योगावर लिहिणाऱ्या पाश्चात्य लेखकांमध्ये वुड्रॉफ हे अग्रगण्य मानावे लागतील. त्यांनी तंत्रमार्गाचा परिचय पाश्चात्या जगताला करून दिला. त्यांना या मार्गावरच्या अनेक ग्रंथांचा अभ्यास नि लेखन करायचं होतं. पण ते राहून गेलं. आजही जे प्रवासी म्हणून भारतात येतात आणि योग, तत्त्वज्ञान, तंत्रमार्ग इ. वर अभ्यास न करताच इथलं वरवरचं लेखन करतात. अशा तथाकथित लेखकांची मला कीव येते.

भारताचा विकृत इतिहास हेतुपूर्वक शालेय अभ्यासक्रमांमध्ये घातला गेला. त्यामुळे भारतीय विद्यार्थ्यांना आपली संस्कृती आणि इतिहास यांचा विसर पडला. आपल्या परंपरेचं विस्मरण म्हणजे आपल्या आत्म्याचं विस्मरण! भारतातील शिक्षण ब्रिटिशांनी फार विकृत करून टाकलं! सर्व विषय इंग्रजी माध्यमातून शिकवायचे. मुलांनी ब्रिटिश मिशनऱ्यांनी शिकवलेल्या प्रार्थना म्हणायच्या. विचारांचं स्वातंत्र्य नाही. त्यामुळे वाणीचं आणि कृतीचं स्वातंत्र्य नाही. पण हे ब्रिटिश पद्धतीचं शिक्षण घेतलं नाही तर नोकऱ्या मिळत नसत. यावरून मला कळलं की सत्ता देशाला कशी भ्रष्ट करते आणि देशातल्या संस्कृतीचा कसा नाश करते!

भाषा बदलणं हा देशाची संस्कृती उद्ध्वस्त करण्याचा हमखास मार्ग आहे. ते करण्यात ब्रिटिश यशस्वी झाले. स्वातंत्र्यानंतर तीस वर्षं झाली तरीही इंग्रजी ही भारताची राज्यकारभाराची भाषा आहे. भारतात अनेक प्रांतभाषा असल्यामुळे विविध प्रांतांमध्ये पुरेसा संवाद नाही. भारतीय राजे परस्परांत भांडले आणि संयुक्त आघाडी बनवू शकले नाहीत. अशा प्रकारे भारत शेकडो वर्षं गुलामीत पिचत राहिला. भारतीय भाषांमध्ये एकसूत्रता आणणं हे लोक आणि राज्यकर्ते यांच्यापुढचं फार मोठं आव्हान आहे. उत्तम भाषा उत्तम वाङ्मय निर्माण करते. त्यामुळे शिक्षण आणि संस्कृती समृद्ध होते. भारतात भाषिक एकसूत्रतेचा अभाव असल्याने वेगवेगळ्या प्रांतांचे लोक परस्परांशी आजही संवाद करू शकत नाहीत.

भारतीय शिक्षणपद्धतीत आणि संस्कारांत कालानुरूप बदल करणं आवश्यक आहे. आजच्या भारताच्या गरजा काय आहेत. त्यानुसार काळजीपूर्वक हे बदल करावे लागतील. नव्या प्रकारच्या शाखा उघडाव्या लागतील. भारतीय साहित्य आणि कला यांच्या अभिव्यक्तीला सर्वत्र उत्तेजन द्यावं लागेल. साहित्य, विज्ञान, कला आणि संस्कृती यांच्या

माध्यमातून भारतीय समाजाची मुळातून पुन्हा बांधणी करणं आवश्यक आहे. सध्या विचारात नि जगण्यात जी शिथिलता दिसते तिथे गतिमानता आणि चैतन्य आणलं पाहिजे. वेगवेगळ्या संस्कृती आणि समाज यांचा समन्वय हे शिक्षणाचं महत्त्वाचं सूत्र समजलं पाहिजे. आपल्या प्राचीन इतिहासात मानवी संस्कृती आणि विचार यांच्या विकासासाठीच्या ज्या मौलिक गोष्टी आहेत त्या शोधून त्यांचा उपयोग केला पाहिजे असं आपल्या ऋषींनी सांगितलं आहे. भारताच्या नवीन पिढीला आंतरराष्ट्रीय शिक्षण देण्याची आवश्यकता आहे. ती त्वरेने पुरी करण्यासाठी आपण सिद्ध व्हायला हवं.

सिमल्याच्या पंजाबी स्वामींनी माझ्या हे ध्यानात आणून दिलं की भारतात ब्रिटिश सत्ता येण्यापूर्वी भारतात केवळ सांस्कृतिक आणि आध्यात्मिक समृद्धताच नव्हे, तर जडजवाहिर, सोने अशी ऐहिक समृद्धताही अपार होती. पश्चिमेकडून सिंधुनदी ओलांडून मुघल आले. त्या आक्रमकांनी येथल्या दुःखपर्वाला प्रारंभ केला. नंतर फ्रेंच आणि पोर्तुगीज आले. अखेर ब्रिटिश आले. त्यांनी भारताची सांस्कृतिक, आर्थिक, ऐतिहासिक घडी पार मोडूनतोडून टाकली. भारतात एकेकाळी सोन्याचा धूर निघत होता. 'सोने की चिडिया' असलेल्या या भारतातील हिरे-माणकं-रत्नं या आक्रमकांनी लुटून नेली. एकेकाळी या देशात इतकी श्रीमंती होती की श्रीमंत-गरीब असं भेद करणं कठीण होतं. श्रमविभागणीनुसार लवचिक अशी जातीव्यवस्था एकेकाळी भारतात होती. पण ब्रिटिशांनी ती उद्ध्वस्त केली. 'फोडा आणि झोडा' ही नीती वापरून त्यांनी भारतातील सांस्कृतिक उपगटांमध्ये परस्परांविषयी तिरस्कार वाढवला. मी हे पूर्ण तटस्थ वृत्तीने, कसलीही तेढ मनात न ठेवता सांगत आहे.

आजही भारतात अनेक प्रवासी येतात. त्यांना भारताचा खरा इतिहास माहीत नसतो. ते पुन्हापुन्हा एकच प्रश्न विचारतात, 'एवढा आध्यात्मिक वारसा असताना भारतात असं दारिद्र्य का?' मी काही राजकीय नेता नाही पण लोक मला विचारतात की, भारतातल्या गरिबीचं कारण काय? मी त्यांना सांगतो की अध्यात्म आणि अर्थशास्त्र यांचं सख्य आपल्याला कोणत्याही देशाच्या इतिहासात पाहायला मिळत नाही. त्या दोन स्वतंत्र गोष्टी आहेत. भारतात धर्म आणि राजकारण या गोष्टी स्वतंत्र राहिल्या आहेत. कोणीही आध्यात्मिक व्यक्ती राजकारणात सक्रिय असलेली तुम्हाला दिसणार नाही. भारतात या दोन शक्ती परस्परांपासून दूर राहिल्या आहेत त्यामुळे भारताचं सामर्थ्य उणावलं आहे. भारतातील दारिद्र्याचं कारण आध्यात्मिकता नाही. बाह्य जीवन आणि आंतरिक-आध्यात्मिक जीवन यांचा मेळ कसा घालायचा हे न कळल्याने भारतीय लोकांना राष्ट्र म्हणून आपला सर्वंकष विकास कसा झाला पाहिजे याची दृष्टी नाही, हेही कारण आहे. प्रचंड वाढणाऱ्या लोकसंख्येच्या प्रश्नावर त्वरित उत्तर मिळत नाही. मला वाटतं की भारत अजून अस्तित्वात आहे तो त्याच्याजवळ श्रेष्ठ संस्कृती आणि आध्यात्मिक वारसा आहे म्हणून.

एखाद्या समाजाच्या, देशाच्या, राष्ट्राच्या जीवनपद्धतीचे तेथील संस्कृती आणि समाजरचना हे अविभाज्य भाग असतात. एखादा माणूस चांगला राहातो, इतरांशी प्रभावी

रीतीने बोलतो म्हणजे तो सुसंस्कृत आहे असं समजलं जातं. पण ते खरं नाही. एखादं राष्ट्र कसा विचार करतं, त्याच्या भावना काय आहेत यावर त्याची राष्ट्रीय संस्कृती निश्चित होत असते. अहिंसा, करुणा, प्रामाणिकपणा, विश्वासार्हता हे राष्ट्रीय सद्गुण आहेत असं मी मानतो. संस्कृती ही फुलासारखी असते तर राष्ट्रजीवन हा त्या फुलाचा सुगंध आहे. एखादी व्यक्ती गरीब असूनही सुसंस्कृत असू शकते. राष्ट्रभावनेचे, सामाजिक जीवनाचे संस्कार नसलेला माणूस कदाचित बाहेरच्या जगात यशस्वी झालेला दिसेल. पण त्याच्या समाजाला त्याचा काहीच उपयोग नाही. ज्या आंतरिक गुणांमुळे मनुष्याचा खरा विकास होतो, राष्ट्राचा विकास होतो ते त्याने जोपासलेले नसतात. तथाकथित बाह्य शिष्टाचार, प्रगती आणि फुलोरा म्हणजे संस्कृती नव्हे. संस्कृती ही आंतरिक गोष्ट आहे. या दोन्ही गोष्टींचा मेळ आधुनिक जीवनात व्हायला पाहिजे आहे. भारतीय संस्कृती अत्यंत संपन्न आहे पण इथल्या जीवनरीतीवर तथाकथित ब्रिटिशपणाची छाप आहे आणि त्यामुळेच आजच्या भारतात प्रश्न निर्माण होत आहेत.

महर्षी रमण

गाझीपूर, उत्तरप्रदेशचे प्रसिद्ध डॉक्टर टी.एन्. दत्ता यांनी मला पत्र पाठवलं की मला भेटायला ते नाशिकमध्ये येत आहेत. मी त्या वेळी नाशिकमध्ये राहात होतो. त्यांनी आल्यावर मला येण्याचं कारण सांगितलं. मी दक्षिण भारतात अरूणाचल येथे महर्षी रमण यांच्या दर्शनाला त्यांच्याबरोबर जावं अशी त्यांची उत्कट इच्छा आहे. १९४९ च्या हिवाळ्यात आम्ही दोघे अरूणाचलकडे निघालो. आमचं तिथलं वास्तव्य थोडंच पण अतिशय आनंददायी झालं. त्या काळात महर्षींचं मौन होतं. अनेक विदेशी साधक आश्रमात राहात होते. महर्षींच्या प्रमुख शिष्यांपैकी एक असलेले श्री. शास्त्रीजी प्रवचनं करत. त्या वेळी तिथे महर्षी शांतपणे बसलेले असत.

त्यांच्याबाबत एक दुर्मिळ गोष्ट मला जाणवली जी मी इतरत्र क्वचितच पाहिली होती. ज्यांची हृदयं मौनाची भाषा ऐकण्याइतकी खुली, संवेदनशील होती त्यांना त्या भाषेतील संवाद आश्रमात प्रक्षेपित होत असलेला जाणवत असे. महर्षींच्या नुसतं जवळ बसलं तरी मनात उमटणाऱ्या प्रश्नांची उत्तरं आपोआप मिळत असत. महापुरुषाच्या समीप बसणं हे साविकल्प समाधीचा अनुभव घेतल्यासारखं असतं हे खरं आहे. महर्षी रमणांना प्रत्यक्ष देहधारी गुरू नव्हते. डॉ. राधाकृष्णन् यांनी म्हटलं आहे, 'गेल्या शंभर वर्षांत भारतात जन्मलेल्या आध्यात्मिक विभूतींमध्ये ते सर्वात श्रेष्ठ आणि पवित्र होते.' अशा विभूतींच्या एका दृष्टिक्षेपातही जीवनाला पावन करण्याचं सामर्थ्य असतं.

महर्षी रमण म्हणत, 'मी कोण आहे?' या प्रश्नाचा केवळ शोध घेण्याने आत्मसाक्षात्काराप्रत जाता येतं. पाश्चात्य आणि पौर्वात्य ध्यानपद्धतीचा पायाच हा आहे हे खरं पण त्याला नव्याने उजाळा दिला तो महर्षी रमणांनी हेही तितकंच खरं आहे. संपूर्ण वेदांत तत्त्वज्ञान महर्षींनी आचरणात आणलं. कोणी म्हणतं की इलियड या ग्रंथाचं सार त्यांनी हाती दिलं. स्वत:च्या आत्म्याला जाणलं की सर्वांतर्यामी असलेल्या आत्म्याची ओळख होते. ही साधी पण सखोल आत्मज्ञान करून देण्याची पद्धत पौर्वात्यांनी आणि पाश्चात्यांनी स्वीकारलेली आहे.

अध्यात्मशक्तीने भारलेल्या अरुणाचलच्या वातावरणात पाच दिवस राहून आम्ही

महर्षी रमण

नाशिकला परतलो. या महान विभूतीची भेट झाल्यावर मी शंकराचार्य या गौरवशाली पदातून मुक्त होण्याचा निर्णय घेतला. माझ्यासारख्या फकीर संन्याशाला शंकराचार्यपदाची जबाबदारी म्हणजे कंटाळवाणं ओझं वाटत होतं. मी लोकान्ताला अगदी त्रासलो होतो. अरुणाचलला महर्षींचं झालेलं दर्शन माझ्या वैराग्यवृत्तीला, एकांतप्रियतेला फुंकर घालून गेलं. 'त्यागेन एके अमृतत्वम् आनशुः।' हे शब्द माझ्या कानात आणि मनात इतक्या प्रबलतेने घुमत होते की मला नाशिकला राहाणं अशक्य झालं. एवढ्या जबाबदाऱ्या सोडून पळून जाणं काही सोपं नव्हतं. पण एक दिवस ते धैर्य मला आलं आणि नाशिक सोडून मी स्वगृही हिमालयात निघून गेलो.

कोणीही एक व्यक्ती दुसऱ्या व्यक्तीला आत्मसाक्षात्कार करून देऊ शकत नाही ही माझी दृढ धारणा आहे. पण संतमहात्मे आपल्याला प्रेरणा देतात, आंतरिक शक्ती देतात. त्यामुळे आत्मसाक्षात्कारापर्यंत प्रवास होऊ शकतो. आजच्या काळात असे संतमहात्मे कुठे भेटणार? त्यामुळे आत्मसाक्षात्कार ही अशक्य गोष्ट वाटते. पण महान विभूतींपाशी प्रेरणा आणि आत्मज्ञान यांचा उगम असतो.

श्री अरविंदांशी भेट

नाशिकला माझ्या वेळाची सतत मागणी करणाऱ्या वातावरणात राहाणं मला अशक्यप्राय होऊ लागलं. म्हणून पाँडिचेरीला जाऊन श्री माताजी आणि श्री अरविंद यांचं दर्शन घ्यावं असं ठरवलं. तेथील आश्रमात राहाणाऱ्या साधकांजवळ समर्पणभाव होता आणि ज्या मार्गाने आपण साधना करीत आहोत तो साधनेचा सर्वश्रेष्ठ मार्ग आहे अशी त्यांची दृढ श्रद्धाही होती. ज्या दिवशी मी पाँडिचेरीला गेलो त्या दिवशी श्री अरविंदांचे एक मान्यवर शिष्य संगीतसंध्या सादर करणार होते. माताजींनी माझी राहाण्याची व्यवस्था एका ठिकाणी केली होती आणि जे संगीतकार भक्त गायनाचा कार्यक्रम सादर करणार होते त्यांच्या कार्यक्रमाच्या ठिकाणीही माझी बसण्याची व्यवस्था केली होती. मी पाँडिचेरीला एकवीस दिवस राहिलो. महर्षी रमणांच्या सहवासात अरुणाचल येथे ज्या आध्यात्मिक प्रेरणा मला लाभल्या होत्या त्या दृढ करण्यासाठी मला त्या काळात वेळ मिळाला. त्या दिवसांत माझ्या चित्तात मोठा संघर्ष चालला होता. एकीकडे संन्यासप्रेरणा मला खेचत होती तर दुसरीकडे स्वीकारलेल्या जबाबदारीची जाणीव मला खिळवूनदेखील ठेवत होती. मी फार अस्वस्थ होतो. पाँडिचेरीच्या मुक्कामात मी श्री अरविंदांना अनेकदा भेटलो. त्यांनीही माझ्याशी बोलण्यासाठी वेळ दिला. त्यांचं व्यक्तिमत्त्व फार उत्तुंग आणि प्रेरणादायी होतं. पूर्णयोगाची त्यांची जी आधुनिक, बुद्धिनिष्ठ भूमिका होती ती मला आवडली. श्री अरविंदांच्या तत्त्वज्ञानाचा मला कळलेला सारांश मी तुम्हाला सांगत आहे.

श्री अरविंदांचं तत्त्वज्ञान पूर्णयोग किंवा सम्यक अद्वैत म्हणून ओळखलं जातं. परमात्मतत्त्वाच्या मूलभूत एकत्वाला जाणून घेणं हे त्याचं उद्दिष्ट आहे. शाश्वत तत्त्वाची जी सर्वसमावेशकता आहे तिच्या परिघात विकासाच्या विविध टप्प्यांवर असलेले जीव दिसतात. त्यामुळे सर्वत्र विविधतेचं, नानात्वाचं दर्शन होतं. सम्यक अद्वैत दर्शन नीतिशास्त्र, धर्म, तर्कशास्त्र, विश्वनिर्मितीशास्त्र यांच्या सीमारेषा पुसून टाकतं. श्री अरविंद म्हणतात की, शाश्वत तत्त्व हे द्वैताच्या, संकल्पनेच्या आणि तर्काच्या अतीत आहे. शुद्ध आध्यात्मिक प्रज्ञेतून तीक्ष्ण अंतर्दृष्टी प्राप्त होते. तिच्यामुळे शाश्वत तत्त्वाची थेट – अपरोक्ष अनुभूती येते. अद्वैत तत्त्वज्ञान सांगतं की परमात्मतत्त्व जडवाद, कार्यकारणवाद, रचना वा संख्या

योगी श्री अरविंद

यांच्या पलीकडे आहे. वेदान्तात यालाच निर्गुण ब्रह्मन् असं म्हटलं आहे. बौद्धांची 'शून्यता' हीच आहे आणि चिनी तत्त्वज्ञानातील 'ताओ' तेच आहे. तंत्रांचं तत्त्वतित तत्त्वज्ञानही हेच आहे.

तंत्रशास्त्राची नित्य मांडणी अशी आहे की कुंडलिनी नावाची आदिशक्ती मनुष्य शरीरात सुप्त असते. ती जागृत केल्याने अद्वैत अनुभूतीपर्यंत जाता येतं. ही सुप्त शक्ती पद्धतशीर साधनेने सहस्त्रारात येऊन स्थिर केली की जीवन अप्रयास, सहज, उत्स्फूर्त आणि जीवनाच्या अंतिम ध्येयाच्या प्रकाशात आनंदात व्यतीत होतं. वैष्णव संप्रदाय प्रेमभक्ती आणि ईश्वराला सर्वस्व समर्पण असा मार्ग दाखवतो. ख्रिस्ती साधकांचा भक्तियोग आणि सुफी संप्रदायाचा भक्तियोग हा काही बाबतीत वैष्णवांच्या जवळ जाणारा आहे. उदाहरणार्थ, 'जे घडायचं ते देवा तुझ्या इच्छेने घडो, माझ्या इच्छेने नको.' या साधकांच्या आत्मिक प्रगतीची हीच गुरुकिल्ली आहे. उलट वेदांताचा भर आत्मशोधावर आहे, आत्मचिंतनावर आहे. आत्मा आणि अनात्मा यातील विवेक, अनात्म्याशी असलेल्या भावनिक आसक्तीतून मुक्त होणं हे वेदांताला अभिप्रेत आहे. जेव्हा अनात्म्याशी असलेली वृथा आसक्ती नाहीशी होते तेव्हा सत्याचा प्रकाश प्रतीत होऊ लागतो.

अरविंदांच्या पूर्णयोगानुसार मनुष्याची सामान्य चेतना आणि श्रेष्ठ आध्यात्मिक स्वरूप हे दोन्ही एकाच अंतिम तत्त्वातून निर्माण झालेलं आहे. सामान्य चेतना ही विश्वातील जड शक्ती आहे, जो असंज्ञ मनातील नैसर्गिक प्रेरणांचा उगम आहे. मनुष्याला शुद्ध चेतना आणि आध्यात्मिक प्रेरणाही आहे. विश्वाचं सृजन करणारी जी आदिशक्ती आहे, तिच्याबद्दलच्या जागृतीमुळे सामान्य चेतनेतूनच ही श्रेष्ठ आध्यात्मिक चेतना हळूहळू सिद्ध होते. या आदिशक्तीला श्री अरविंद जगन्माता किंवा दिव्य माता म्हणतात. शाश्वत तत्त्वाची प्राप्ती करून घ्यायची असेल तर जगन्मातेच्या अस्तित्वाची जाणीव सदैव हवी. जड आणि चेतन यांची सांगड घालतच हे शक्य होतं. श्री अरविंद म्हणतात, ''अतिभौतिकावर खऱ्या अर्थाने स्वामित्व मिळवायचं असेल तर भौतिकात आपले पाय रोवलेले असावे लागतात.''

दोन साधनांचा उपयोग यासाठी होतो. ध्यान आणि कर्म यांचा यथायोग्य मेळ घालणं ही पहिली साधना. ध्यानाने अज्ञानाचा पडदा दूर होतो. साधकाला स्वरूपाचं, आत्म्याचं दर्शन होतं आणि तोच आत्मा सर्वत्र भरून असल्याचं ज्ञात होतं. नि:स्वार्थ आणि प्रेममय रीतीने साधक इतरांशी वागतो. त्याच्या वागण्यात उत्स्फूर्तता असते. दिव्य तत्त्वाचा अनुभव घेण्याचा दुसरा मार्ग म्हणजे चेतनेचे क्रमश: चढत जाणारे आणि उतरणारे जे स्तर आहेत त्यांचं ज्ञान मिळवणं. या साधनेमुळे साधकाची दृष्टी व्यापक होते. चेतनेच्या श्रेष्ठ स्तरांकडे त्याचं आरोहण होतं. दिव्य चेतना आपला प्रकाश आणि सामर्थ्य घेऊन जड अस्तित्वाच्या सर्व स्तरांमध्ये क्रमश: उतरते. जीवचैतन्याचं ईशचैतन्याकडे आरोहण आणि ईशचैतन्याचं जीवचैतन्यात अवतरण अशा या दोन प्रक्रिया आहेत. यात जडाचं रूपांतर वैश्विक प्रेम आणि सर्वंकष सत्य यांची अभिव्यक्ती करणाऱ्या प्रभावशाली माध्यमात होतं.

पूर्णयोग म्हणतो की उत्क्रांतीची प्रक्रिया म्हणजे विश्वचैतन्याची जडजगतातून क्रमश:

होणारी अभिव्यक्ती. संपूर्ण विश्व ही विश्वचैतन्याची अभिव्यक्तीच आहे, लीला आहे. मनुष्याचं नियतकार्य विश्वचैतन्याची पूर्ण अनुभूती घेऊन उत्क्रांती प्रक्रियेला गती देणं. म्हणून पूर्णयोगाचं सार काही असेल तर व्यक्तिचेतनेने सक्रिय आणि परिणामकारक रीतीने अतिमानव चेतनेला म्हणजे विश्वचेतनेला अभिमुख होणं.

श्री अरविंद म्हणतात की, आधुनिक साधकाला अद्वैतानुभूती घ्यायची असेल तर त्याला संन्यासधर्म स्वीकारण्याची आवश्यकता नाही. ध्यानस्थ दैनंदिन कर्म आणि अनासक्ती यांच्या साहाय्याने आदिशक्ती कुंडलिनीचं उत्थान होऊ शकतं. शिव आणि शक्ती यांच्या एकरूपतेची अनुभूती साधकाला चेतनेच्या श्रेष्ठतर स्तरांवर घेऊन जाते.

श्री अरविंदाचं हे तत्त्वज्ञान भारतातील आणि विदेशातील आधुनिक मनांना भावेल याविषयी मला शंका नव्हती. पण मला शांतता आणि एकांत प्रिय असल्यानं आश्रमातील नाट्य, संगीत, टेनिस इ. कार्यक्रमांत माझं मन रमू शकलं नाही. मी नाशिकला परतलो तो हिमालयात जाण्याचा निश्चय करूनच.

आनंद लहरी

श्रीराम जिथे वनवासात राहिले होते त्या चित्रकूटला मी एकदा गेलो होतो. ते ठिकाण विंध्य पर्वताच्या रांगांमध्ये वसलेलं आहे. विंध्य पर्वताची रांग ही भारतातील पर्वतरांगांमधली सर्वात लांब रांग आहे. पूर्वी पद्धत अशी होती की, साधूवैरागी चित्रकूटला आणि वृंदावनाला भेट देत. वृंदावन हे कृष्णप्रेमींचं ठिकाण आणि चित्रकूट हे रामप्रेमींचं ठिकाण. विंध्य पर्वतांच्या रांगांमध्ये विंध्याचल नावाचं तीर्थ आहे. तिथे शक्तीचे उपासक राहातात. रेवा संस्थानातील अरण्यांकडे प्रवास करत असताना मला सतन्याचं अरण्य लागलं. तिथे मला एक देखण्या व्यक्तिमत्त्वाचे स्वामी भेटले. योग आणि वेदांताचे ते चांगलेच जाणकार होते. त्यांनी शास्त्राध्ययन चांगलं केलेलं होतं आणि ते मोठ्या क्षमतेचे साधक होते. पुढे ते ज्योतिर्मय पीठाचे शंकराचार्य झाले. हे पीठ हिमालयात बद्रीनाथच्या मार्गावर आहे. या स्वामीजींचं नाव ब्रह्मानंद सरस्वती असं होतं.

ते केवळ मोड आलेले चणे थोडं मीठ लावून खात असत. एका छोट्या टेकडीवर एका गुहेत ते राहात. जवळच एक छोटा पर्वतीय तलाव होता. गावकरी लोक मला त्या गुहेकडे घेऊन गेले. पण तिथे कोणीच नसल्याने माझी काहीशी निराशा झाली. दुसऱ्या दिवशी मी पुन्हा गेलो तेव्हा तळ्याकाठी खडावांच्या खुणा मला दिसल्या. पण त्या कुठे वळल्या ते मला कळेना. अखेर पाचव्या दिवशी सूर्योदयापूर्वी मी तळ्यापाशी पोहोचलो तेव्हा स्वामीजी स्नान करीत होते. मी 'नमो नारायण' म्हणून त्यांना अभिवादन केलं. संन्यासी परस्परांना अभिवादन करताना असं म्हणतात. त्याचा अर्थ आपल्यातील ईशचैतन्याला माझा नमस्कार असो, असा आहे. ते मौनात होते पण त्यांच्या मागे गुहेकडे येण्याची त्यांनी मला खूण केली. मी आनंदाने त्यांच्या मागे गेलो. त्यांच्या मौनाचा तो आठवा दिवस होता. नवव्या दिवशी सकाळी त्यांनी मौन सोडल्यावर मी माझ्या येण्याचा हेतू नम्र शब्दांत त्यांना सांगितला. मला त्यांच्या साधनेची पद्धती जाणून घ्यायची होती, त्यांचं जीवन कशाप्रकारचं आहे ते समजून घ्यायचं होतं.

आमच्या संभाषणात त्यांनी श्री विद्येचा उल्लेख केला. ही सर्वश्रेष्ठ साधना होती आणि भारतातले थोडेच संस्कृतचे ज्ञाते साधक ती विद्या जाणत होते व त्यानुसार साधना

करत होते. या योगात राज योग, कुंडलिनी योग, भक्ति योग आणि अद्वैत वेदांत यांचा संगम आहे. श्री विद्येच्या अधिकारी व्यक्तींनी साधकांसाठी दोन पुस्तकांचा अभ्यास सुचवला आहे, आनंदलहरी आणि सौंदर्यलहरी. आनंदलहरी आणि सौंदर्यलहरी ही दोन्ही पुस्तकं 'सौंदर्यलहरी' या नावाने एकत्रच उपलब्ध असतात. ती संस्कृत भाषेत आहेत. या शिवाय श्री विद्येच्या अभ्यासासाठी 'प्रयोग शास्त्र' नावाचा एक ग्रंथ आहे. तो हस्तलिखित स्वरूपात आहे. त्याच्या प्रती फक्त म्हैसूर आणि बडोदरा येथील ग्रंथालयात आहेत. श्री विद्येची साधना करणाऱ्या समर्थ जाणकाराखेरीज अन्य कोणाला या ग्रंथांमधील संस्कृत श्लोकांचा अर्थ लावता येत नाही.

नंतर मला कळलं की श्री विद्या आणि मधुविद्या या साधना भारतातल्या फारच थोड्या म्हणजे दहा-बारा अधिकारी व्यक्तींनाच माहीत आहेत. मला या साधनापद्धतीविषयी जिज्ञासा निर्माण झाली. आज मी जो काही आहे तो या साधनेमुळेच. या शास्त्रात देह हे देवाचं मंदिर मानलं जातं. आत आत्मा राहात असतो. 'मनुष्य देह म्हणजे पिंड म्हणजे छोटंसं ब्रह्मांडच आहे. हे जाणल्याने संपूर्ण विश्वाचं ज्ञान होतं आणि शेवटी परमतत्त्वाचं ज्ञान होतं. वेगवेगळे ग्रंथ वाचून, वेगवेगळ्या साधनामार्गांचा अभ्यास करून शेवटी माझ्या गुरुदेवांनी मला श्री विद्येचा अभ्यास करायला उद्युक्त केलं होतं. या मार्गात कुंडलिनी ही जगदंबा मानली जाते. यौगिक साधनेने ही सुप्त कुंडलिनी जागृत करून वरच्या चक्राकडे गतिमान केली जाते. आपल्या प्राणशरीरात सात चक्रं असतात. ती आपल्याला वैश्विक चेतनेशी जोडून देतात.

चक्रांचं शास्त्र फार सूक्ष्म आहे. पण त्यांचं यथायोग्य ज्ञान झालं तर साधकाला त्याची सर्व पातळ्यांवर मदत होते. चक्रं शारीर, जैविक, शाक्तिक, मानसिक आणि आध्यात्मिक स्तरांवर कार्य करतात. आपल्या मेरुदंडावर त्या चक्रांची स्थानं दाखवता येतात. सर्वात खालचं मूलाधार हे चक्र गुदस्थानाजवळ असतं. स्वाभिमान हे चक्र त्याच्या थोडं वर असतं. मणिपूर चक्र नाभिस्थानी असतं. हृदयस्थानी अनाहत चक्र असतं. कंठापाशी विशुद्ध चक्र आणि भ्रूमध्याजवळ आज्ञा चक्र असतं. सातवं सहस्त्रार चक्र मस्तकात असतं. सामान्य चेतनेचा ओढा सातव्या चक्राकडे असतो. अनाहत चक्र शरीराचे वरचा आणि खालचा अशा दोन भागांचा मध्य दाखवतं. ते दिव्य शांतीचं केंद्र आहे. या शांतीकेंद्राचे उल्लेख बौद्ध, ख्रिस्ती आणि यहुदी धर्मवाङ्मयातही येतात. अनाहत चक्राला यहुदी लोक 'स्टार ऑफ डेव्हिड' म्हणतात. ख्रिस्ती लोक त्याला 'पवित्र हृदय'म्हणतात. शरीरातील वरची चक्रं ही उर्ध्वगामी शक्तीची केंद्र आहेत. अनाहत चक्रापासून सहस्त्रार चक्रापर्यंत चेतनेचे अनेक स्तर आहेत. साधक जेव्हा पाठीचा कणा ताठ ठेवून ध्यानाला बसतो तेव्हा ही सर्व चक्रं एका रेषेत येतात. एका किंवा अधिक चक्रांवर साधक शक्ती केंद्रित करू शकतो. आध्यात्मिक प्रगतीचा एक भाग शक्तीचा प्रवाह वरच्या केंद्रांकडे वळवता येणं. साधकाला पद्धतशीर रीतीने सर्व चक्रांचं ज्ञान करून घ्यायचं असेल तर प्राणवाहिनी नाड्यांचं ज्ञान आवश्यक आहे.

हिंदुधर्मात आणि बौद्ध धर्मात नाड्या आणि चक्रं या विषयी विपुल वाङ्मय उपलब्ध

श्री स्वामी ब्रह्मानंद सरस्वती

आहे. त्यावर पाश्चात्य अभ्यासकांनी नंतर भाष्यंही लिहिलेली आहेत. पाश्चात्य लेखकांनी या विषयांवर पुस्तकंही लिहिली आहेत. पण सर जॉन वुड्रॉफ यांचं पुस्तक वगळता बाकी बहुतेक दिशाभूल करणारी आहेत. त्यात केवळ पढिक माहिती आहे, साधनेसाठी मार्गदर्शन नाही. एवढ्या परिपूर्ण, श्रेष्ठ विषयावर असं सवंग साहित्य प्रकाशित व्हावं आणि ते चव्हाट्यावर विकायला ठेवलं जावं ही किती दुर्दैवी गोष्ट आहे आणि हास्यास्पदही!

स्वामी ब्रह्मानंद सरस्वती हे श्री विद्येचे अनुभूतिसंपन्न जाणकार सिद्ध होते. त्यांचा उपनिषदांचा आणि आद्य शंकराचार्यांच्या उपनिषद भाष्यांचा अभ्यास परिपूर्ण होता. ते उत्तम वक्तेही होते. स्वामी करपात्रीजी हे स्वत: विद्वान अभ्यासक होते. ब्रह्मानंद महाराजांचे ते शिष्य होते. त्यांनी स्वामी ब्रह्मानंदांना ३०० वर्षं रिक्त असलेल्या उत्तरेच्या ज्योतिर्मय पीठाचं शंकराचार्यपद स्वीकारण्याची विनंती केली. हे पद अत्यंत प्रतिष्ठेचं होतं. ते एका गावाहून दुसऱ्या गावात निघाले की त्यांचे अनुयायी त्यांच्या पाठी निघत. शंकराचार्य पदासाठी नामांकन झाल्यावर तर त्यांच्या भोवतीची गर्दी अधिकच वाढली. ते वेदांत आणि भक्ती यांचा समन्वय अत्यंत सौंदर्यपूर्ण रीतीने करत. मी थोडा काळ त्यांच्या सोबत राहिलो. त्या काळात ते भगवद्गीतेवर आचार्य मधुसूदन यांचं भाष्य आहे - त्यावर प्रवचन करत होते.

स्वामी ब्रह्मानंदजींकडे माणकातून घडवलेलं श्रीयंत्र होतं. ते त्यांनी मला दाखवलं. त्याची ते कशी पूजा करतात हेही त्यांनी मला सांगितलं. श्रेष्ठ विभूती त्यांच्याकडे असलेल्या भौतिक, मानसिक आणि आध्यात्मिक साधनांचा उपयोग आपलं अंतिम ध्येय जे आत्मसाक्षात्कार, त्याकडे जाण्यासाठी कसा करतात हे मोठं पाहाण्यासारखं आहे. मी भारतातल्या अनेक स्वामींना भेटलो पण अशा तेजस्वितेची विभूती मी पाहिली नाही. ते एवढी आध्यात्मिक शक्ती घेऊन सार्वजनिक जीवनात राहात आणि तरीही सर्व मोह आणि व्याप यापासून सर्वस्वी अलिप्त असत. मी त्यांच्याजवळ एक आठवडा राहिलो आणि नंतर उत्तरकाशीत गेलो.

तांत्रिकांचे तीन संप्रदाय

दक्षिण भारतात मलबार हिल्स येथे एक थोर तांत्रिक साधक राहात असत. त्यांच्याकडे जाण्याबाबत माझ्या गुरुदेवांनी मला सांगितलं होतं. हे महात्मा १०२ वर्षांचे होते. ते शांत, सुदृढ आणि ज्ञानी पुरुष होते. ते जरी गृहस्थाश्रमी होते तरी अनेक प्रगत योग्यांना आणि संन्याशांना ते तंत्र-तत्त्वज्ञान शिकवत असत.

तंत्रमार्गाचं तत्त्वज्ञान आणि विज्ञान याबद्दल प्रचंड साहित्य उपलब्ध आहे. परंतु ते सहजासहजी कळत नाही म्हणून त्याचा गैरउपयोगही पुष्कळ होतो. हिंदु, जैन आणि बौद्ध दर्शनांनी तंत्रमार्गाला मान्यता दिली आहे आणि या संप्रदायांमध्ये तंत्र-साधना प्रचलितही आहेत. पटन्याच्या खुदाबक्ष ग्रंथालयात, वडोदऱ्याच्या ग्रंथालयात आणि मद्रास (चेन्नई) येथील ग्रंथालयात या विषयावरची भरपूर हस्तलिखितं आहेत. पण सामान्य माणसाला त्याचं आकलन होतं कठीण आहे. तंत्र मार्गाचे सक्षम मार्गदर्शकही दुर्मिळ आहेत. पण समर्थ सद्गुरूंच्या मार्गदर्शनाखाली जर तंत्रसाधना केली तर अन्य साधनामार्गाप्रमाणेच या मार्गानेही आत्मज्ञानाचा लाभ होऊ शकतो.

या तत्त्वज्ञानाप्रमाणे शिव आणि शक्ती ही दोन विश्वचालक तत्त्वं आहेत. शिव हे पुरुषतत्त्व आहे, शक्ती हे स्त्रीतत्त्व आहे. प्रत्येक व्यक्तींमध्येही शिवतत्त्व आणि शक्तितत्त्व आहे. तंत्रमार्गाच्या तीन शाखा आहेत. १. कौल, २. मिश्र, ३. समय, यापैकी कौल हे शक्तीचे उपासक आहेत. त्यांचा मार्ग वाममार्ग मानला जातो. त्यांच्यात कर्मकांड, पूजाविधी आणि लैंगिक विधीही असतात. ते मूलाधारातील सुप्त कुंडलिनीचं ध्यान करून तिला जाग आणण्याचा प्रयत्न करतात. पाठीच्या कण्याच्या अगदी खालच्या बाजूला मूलाधार चक्र आहे. अनधिकारी व्यक्तींनी या साधनेचा गैरउपयोग केलेला आहे. मिश्र शाखेत आंतरिक पूजा आणि बाह्य साधना यांचा मेळ घातलेला आहे. मूलाधारात सुप्त असलेली कुंडलिनी जागवून अनाहत चक्रात आणली जाते. तिथे तिची पूजा केली जाते. समयमार्ग हा तंत्रशास्त्रातील सर्वात शुद्ध आणि श्रेष्ठ मार्ग आहे. त्याला दक्षिणमार्ग म्हटलं जातं. यात कर्मकांड किंवा लैंगिक पूजाविधी इ. काहीच नसतं. ध्यान हीच यातील प्रमुख साधना, परंतु या प्रकारची साधना अगदीच अप्रचलित आहे. या मार्गात मस्तकातील सहस्त्रार

चक्रावर मन केंद्रित केलं जातं. या साधनेला 'अंतर्याग' असं नाव आहे. श्री चक्रासंबंधीचं ज्ञान या मार्गात गुरू शिष्याला देत असतात. या मार्गात शिष्य म्हणून स्वीकार होण्यासाठी चक्र, नाडी आणि प्राण यांचे तसेच चेतनाचा तात्त्विक अभ्यास पूर्ण झालेला असणे आवश्यक असते.

मला या तीनही तंत्रशाखांचा परिचय करून देण्यात आला. परंतु प्रत्यक्ष दीक्षा समयमार्गाची मिळाली. या मार्गातील माझे आवडते ग्रंथ म्हणजे आनंदलहरी आणि सौंदर्यलहरी. मी मलबार हिल्स येथील गुरूंच्या सहवासात एक महिना राहिलो. समयमार्गाची प्रत्यक्ष साधना केली. आनंदलहरी आणि सौंदर्यलहरी या दोन ग्रंथावर लिहिलेल्या विविध टीका मी येथे अभ्यासल्या. मग मी हिमालयात परत आलो.

पौर्वात्य तत्त्वज्ञानातील सात दर्शनं

मी अलाहाबाद विद्यापीठात गुरुदेव रानडे यांना भेटायला नेहमी जात असे. त्या काळातले ते वेदांताचे श्रेष्ठ भाष्यकार होते. ते अप्रतिम शिक्षक होते, मार्गदर्शक होते आणि स्वत: थोर योगीही होते. त्यांचे शिष्य त्यांना 'गुरुदेव' असं संबोधत. त्यांनी मला त्यांच्या निंबाळ येथील आश्रमातही नेलं होतं. मी विद्यापीठातील अनेक विद्वानांना भेटलो आहे. पण त्या सर्वांत मला गुरुदेव रानडे हे अत्यंत आदरणीय वाटले. मला भारतीय दर्शनांबाबत जे ज्ञान आहे ते केवळ त्यांच्यामुळे. तत्त्वज्ञानातील जे मूलभूत प्रश्न आहेत त्यांची उत्तरं शोधण्यासाठी भारतात सात दर्शनं (सिस्टीम्स् ऑफ फिलॉसफी) निर्माण झाली असं त्यांनी मला सांगितलं. तत्त्वज्ञानात उपस्थित केले जाणारे महत्त्वाचे प्रश्न पुढीलप्रमाणे आहेत :

१. मी कोण आहे? मी कुठून आणि का येथे आलो आहे? ही बहुविधतेने नटलेली सृष्टी आणि येथील माणसं यांचं आणि माझं नातं काय?
२. माझ्या अस्तित्वाचं नेमकं स्वरूप काय? माझ्याभोवतीच्या बहुविध सृष्टीचं स्वरूप काय? ती का अस्तित्वात आली?
३. चेतनेचं केंद्र आणि बाह्य जगतातील वस्तू यांचा परस्परसंबंध काय?
४. या जगतातील नामरूपात्मक गोष्टींचं स्वरूप काय? मनुष्याचं स्वरूप प्रकट करायला किंवा वैश्विक चेतनेच्या प्रकटीकरणाला ते कसं साहाय्यभूत होतं?
५. जोवर आपण या शरीरात आहोत तोवर आपण कर्म कशाप्रकारे करावं? मृत्यूनंतर मनुष्याचं अस्तित्व असतं का?
६. सत्य म्हणजे काय? त्याच्या स्वरूपाविषयी जे प्रश्न आहेत त्यांची उत्तरं बुद्धिनिष्ठ चिंतनातून मिळू शकतील का?

या सर्व प्रश्नांबाबत सात भारतीय दर्शनांनी आपापली भूमिका मांडली आहे. ही सात दर्शनं म्हणजे वेदांत, योग, सांख्य, वैशेषिक, मीमांसा, न्याय आणि बुद्धविचार. पाश्चात्य अभ्यासकांनी या दर्शनांचे जे काल दिले आहेत त्यांचा मी येथे उल्लेख केला आहे. या दर्शनांच्या अनुयायांच्या मते ती अतिप्राचीन आहेत.

प्रोफेसर रानडे, तत्त्वज्ज्ञ

१. वेदांत : मी सत-चित-आनंद आहे. हे माझे गुणधर्म नसून हेच माझं अस्तित्व आहे. मी कुठेही येत किंवा जात नाही. पण भिन्न भिन्न रूपं आणि आकार मी धारण करतो. माझं मूळ स्वरूप हे कुठल्याही गुणधर्मांनी किंवा मर्यादांनी सीमित नाही. मी महासागराप्रमाणे आहे. सर्व जीव हे माझ्या पृष्ठभागावरील लाटांप्रमाणे आहेत. जीव हा वस्तुत: व्यापक, सर्वसमावेशक ब्रह्मच आहे. लिंगरहित ओंकार हे त्याचं नाम आहे. तो केंद्र आहे. विश्व हा त्याचा पसारा आहे. तो शाश्वत, चेतन, निर्गुण आहे. परंतु तो आपल्या शक्तीच्या आधाराने साकार, व्यक्त होऊ शकतो. माया ही ब्रह्माची शक्ती आहे. ती ब्रह्मातून उत्पन्न होते आणि नानाविध रूपं धारण करते. पण ब्रह्म किंवा परमसत्य यांच्या ठिकाणी अभिव्यक्ती नाही कारण अनंत हे केव्हाच सान्त होऊ शकत नाही. अनंतावर नामरूपांचा आभास होतो. ब्रह्म पाहाण्याच्या आड येणारं अज्ञानाचं आच्छादन दूर केलं की ब्रह्माचा साक्षात्कार होतो. त्या वेळी आपण ब्रह्म आहोत आणि ब्रह्मातच आहोत असं ज्ञात होतं. जो ब्रह्माशी आपण एकरूप आहोत अशी धारणा करतो तो ब्रह्मच होतो. वेदांतात-उपनिषदांत काही महावाक्यं आलेली आहेत :

१. येथे काहीच व्यक्त नाही. ज्याला येथे काही व्यक्त आहे असं भासतं त्याचा प्रवास मृत्यूकडून मृत्यूकडे चाललेला असतो.
२. जो शांत झाला तो ब्रह्मस्थित झाला. त्याच्यातून विश्व उदयाला येतं आणि त्याच्यातच ते विलीन होतं.
३. सर्वं खलु इदं ब्रह्म। सर्व काही ब्रह्मच आहे.
४. प्रज्ज्ञानं ब्रह्म। ब्रह्म म्हणजे शुद्ध ज्ञान
५. अयम् आत्मा ब्रह्म। हा आत्माच ब्रह्म आहे.
६. तत् त्वम् असि। तेच तू आहेस.
७. तदहम्। मी तेच आहे.
८. अहं ब्रह्मास्मि। मी ब्रह्म आहे.

वेदांचा काळ इ. स. पूर्वी ५०० ते २५०० वर्षांचा आहे, असं पाश्चात्य इतिहासकार मानतात. वेदांत तत्त्वज्ञान विविध ऋषी आणि आचार्यांच्या परंपरेतून आजच्या काळात आलेलं आहे. (उदा. व्यास, गौडपाद, गोविंदपाद इ.) त्यांनी हे तत्त्वज्ञान सूत्ररूपाने लिहिलं. इ. स. च्या आठव्या शतकात आद्य शंकराचार्यांनी त्यावर भाष्यं लिहिली. त्यानंतर अनेक आचार्यांनी विशिष्टाद्वैत आणि द्वैत तत्त्वज्ञानाचं प्रतिपादन करणाऱ्या परंपरा निर्माण केल्या. त्या शंकराचार्य प्रणीत वेदांत दर्शनाहून भिन्न होत्या.

२. योग : योग तत्त्वज्ञानात जीव हा साधक आहे. त्याला स्वत:च्याच ठिकाणी वैश्विक चेतनेची अनुभूती येते. प्रत्यक्ष साधनात्मक भाग लक्षात घेतला तर योगदर्शन अनेक धर्म आणि संप्रदायांना स्वत:मध्ये सामावून घेतं. विश्वाच्या बहुविध नामरूपांनी नटलेल्या पसाऱ्यात राहाताना जीवाने आपल्या शरीराची निगा राखली पाहिजे. ते शुद्ध आणि शक्तिमान केलं पाहिजे. जीवाने यमनियमांचं म्हणजे श्रेष्ठ मूल्यांचं पालन केलं पाहिजे आणि चित्तवृत्ती नियंत्रित केल्या पाहिजेत. आसन स्थिर असलं पाहिजे. प्राणाच्या

शुद्धीसाठी प्राणायाम केला पाहिजे. एकाग्रता आणि ध्यान यांच्या योगाने चित्तवृत्तींवर नियंत्रण आणून शेवटी निर्विकल्प समाधीचा लाभ करून घेतला पाहिजे. कैवल्यप्राप्ती हे मनुष्यजीवनाचं ध्येय आहे. असं हे दर्शन सांगतं. पतंजलींपूर्वी हजारो वर्षं योगशास्त्र अस्तित्वात होतं. पण १९६ प्रमुख सूत्रं सुगठित करून पतंजलींनी या शास्त्राची सूत्ररूपाने नेमकी मांडणी इ. स. च्या पहिल्या शतकात केली. योग आणि सांख्य यांचं तत्त्वज्ञान सारखं आहे.

३. सांख्य : सांख्य हे द्वैतवादी आहेत. ते पुरुषाला चेतन आणि प्रकृतीला जड मानतात. प्रकृती आणि पुरुष ही स्वतंत्र, सहअस्तित्व असलेली पण भिन्न तत्त्वं आहेत. पुरुष किंवा चेतनतत्त्वाचेही ते दोन भाग करतात. एक व्यक्तिमत्त्व किंवा जीव आणि दुसरं वैश्विक तत्त्व म्हणजे ईश्वर. (सांख्यांच्या काही शाखा ईश्वराचं अस्तित्व गृहीत धरण्याची आवश्यकता नाही असं मानतात.) सांख्यांच्या सर्व शाखांचा हा सिद्धांत आहे की पुरुष आपलं नित्य, शुद्ध, बुद्ध आणि मुक्त असं स्वरूप विसरून प्रकृतीमध्ये गुंततो. त्यामुळे सुखदु:खाच्या भोवऱ्यात अडकतो.

तीन धाग्यांचा दोरा असावा तसे प्रकृतीत सत्त्व, रज आणि तम हे धागे आहेत (सत्त्व शांती, रज क्रिया आणि तम आलस्य सूचित करतो.) या विश्वातील प्रत्येक घटनेला, अगदी मानसिक घटनेत सुद्धा या तीन गुणांचा खेळ असतो. जे अव्यक्त स्थितीत आहे अशा अनेक प्रकारच्या बीजभूत अस्तित्वाला हे तीन गुण अभिव्यक्ती देतात. जेव्हा हे तीन गुण साम्यावस्थेत असतात तेव्हा प्रकृतीही साम्यावस्थेत, संतुलित असते. मानसिक आणि भौतिक विश्वाची निर्मिती आणि प्रकटीकरण चोवीस, छत्तीस किंवा साठ अवस्थांमधून होतं. त्यात विश्वातल्या सर्व क्रिया, प्रतिक्रिया आणि घटनांचा समावेश होतो.

सर्व दर्शनांमध्ये सांख्य दर्शनाची काही ना काही तत्त्वं स्वीकारलेली आपल्याला दिसतात. भारतीय मानसशास्त्राचा पाया सांख्य दर्शनात आहे. गणितशास्त्राचा जन्म सांख्य दर्शनातून झाला आणि भारतीय वैद्यकशास्त्राचाही, कारण मुनष्याच्या शरीराच्या आरोग्याचा विचार त्याच्या चित्ताच्या आरोग्याच्या विचाराशिवाय पूर्णच होऊ शकत नाही. असुरी आणि कपिल हे सांख्य दर्शनाचे प्रवर्तक ज्या दर्शनाचे आचार्य, पाश्चात्य मताप्रमाणे इ. स. पूर्व ३०० च्या सुमारास होऊन गेले. त्यांच्यानंतर ईश्वरकृष्ण यांनी इ. स. च्या तिसऱ्या शतकात सांख्य कारिका लिहून सांख्य तत्त्वज्ञानाला सुसूत्रता आणली.

४. वैशेषिक : शरीर आणि विश्व यांच्या भौतिक आणि रासायनिक घटनेचा विचार प्राधान्याने वैशेषिकांनी केलेला आहे. कणाद या ऋषींनी इ. स. पूर्व ३०० मध्ये पदार्थांची मूलतत्त्वं, अणू त्यांच्या परस्पर क्रिया-प्रतिक्रिया यांची चर्चा केली होती. हा सर्व त्याच्या धर्मशास्त्राचा भाग आहे. धर्म याचा अर्थ कणादाच्या दृष्टीने आचरणाचे असे यमनियम की ज्या योगाने ऐहिक जीवनात समृद्धी येईल आणि पारलौकिक जीवनही सफल होईल. वैशेषिक तत्त्वज्ञान प्राधान्याने नऊ तत्त्वांची चर्चा करतं - पृथ्वी, जल, वायू, अग्नी, आकाश, काल, दिक्, मन आणि जीव. या सर्वांच्या परस्परसंबंधांवरही ते प्रकाश टाकतं.

या तत्त्वज्ञानाला इ. स. पूर्व ४०० मध्ये प्रशस्तपाद या चिंतकाने सुघटित केलं.

५. मीमांसा : या दर्शनाचा प्रणेता जैमिनी हा ऋषी आहे. या दर्शनात वेद हे स्वतःसिद्ध ग्रंथ असून आंतरिक ज्ञानाचे स्रोत मानले आहेत. कर्ममार्गाने मुक्ती मिळते यावर या दर्शनाचा विश्वास आहे. धार्मिक, संस्कार, पूजन, यजन-याजन आणि नीतिपूर्ण व्यवहार हा कर्ममार्गाचा पाया आहे. व्याकरणकार आणि तर्कवादी यांना या दर्शनाने आव्हान दिलं आहे कारण हे दोघे भाषाशास्त्र आणि शब्दप्रामाण्याला जास्त महत्त्व देतात. तत्त्वज्ञान म्हणजे तत्त्वाधारित कर्म. असा या दर्शनाचा कर्मावर भर आहे. जैमिनींचा काल इ. स. पूर्व ४०० असा मानता येईल.

६. न्याय : तर्कवादी विद्वानांचं हे दर्शन आहे. या दर्शनाचे प्रणेते गौतम ऋषी आहेत. प्रश्न किंवा शंका ही तत्त्वज्ञानाच्या मांडणीची प्रधान आवश्यकता आहे, असं हे दर्शन मानतं. तर्कवादाचे काही नियम या दर्शनाने निश्चित केले आहेत. नैयाचिकांचं तर्कशास्त्र हे भारतातील सर्व तत्त्वज्ञान शास्त्रांना मान्य आहे. नंतर सोळाव्या शतकात नवतर्कशास्त्र या नावाने ते पुनरुज्जीवित झालं. पाश्चात्यांच्या गणिती तर्कशास्त्राप्रमाणेच हे एक व्यामिश्र शास्त्र आहे.

७. बौद्ध : गौतम बुद्ध यांचा जन्म सुमारे २६०० वर्षांपूर्वी कपिलवस्तू येथे झाला. तेथे त्या आधी कपिल मुनींचा सांख्य तत्त्वज्ञानाच्या प्रणेत्यांचा आश्रम होता. आदर कलामा नावाच्या आचार्यांकडे गौतम बुद्धांनी सांख्य तत्त्वज्ञानाचा चांगला अभ्यास केला होता. त्यानंतर त्यांनी स्वतःची प्रणाली सिद्ध केली. तिच्यात त्यांनी ४ आर्यसत्यं मांडली :

१. दुःख आहे. (दुःखाचं अस्तित्व आहे.)
२. दुःखाला कारण आहे.
३. दुःखाची निवृत्ती होऊ शकते.
४. दुःखाची निवृत्ती करण्याचं साधन (मार्ग) आहे.

ही आर्यसत्यं आपल्या पतंजलीच्या योगसूत्रांतही पाहायला मिळतात. परंतु या दोन्ही म्हणजे बौद्ध आणि पतंजली प्रणालींमध्ये फरक असा की बौद्ध प्रणालीला अनत्ता म्हणजे अनात्मा – आत्म्यांचं अस्तित्व मान्य नाही. पतंजलींना ते मान्य आहे. बौद्ध ज्याचा पुनःपुनः उल्लेख करतात तो 'नेति' शब्द आणि त्यामागील विचार वैदिक ऋषी चांगलाच जाणत होते. बौद्धांना अतिभौतिक म्हणजे आत्मा इ. गोष्टींबाबत चर्चा करायची नव्हती. ईश्वराचं अस्तित्व आहे की नाही याबाबत काही म्हणायचं नव्हतं. निर्वाणानंतर बुद्ध असतात का यावरही त्यांना काही सांगायचं नव्हतं. आत्मज्ञानी बुद्धांनीही आपल्या शिष्यांना (बोधि) परमज्ञानाकडे नेणारा अष्टांग मार्ग सांगितला. बोधि ही चेतनेची श्रेष्ठतम आणि सूक्ष्मतम स्थिती आहे. बुद्धांनी उपदेशाकरता बहुजनांची पाली भाषा स्वीकारली.

बुद्धांच्या पर-निर्वाणानंतर (त्यांनी देह ठेवल्यानंतर) त्यांच्या अनुयायांचे, आपापला मार्ग अनुसरणारे अनेक गट बनले. त्यानंतर त्यांचे प्रमुख दोन संप्रदाय बनले. थेरवाद म्हणजे ज्येष्ठांचा संप्रदाय आणि महायान – बौद्धांच्या तत्त्वज्ञानाची मांडणी करणारा संप्रदाय. हा मात्र भारतातून लुप्त झाला. थेरवाद आणि महायान यांच्यातील वैचारिक

भिन्नतेवर मोठमोठे ग्रंथ लिहिले गेले आहेत. थेरवाद्यांच्या मताप्रमाणे बुद्धाचं तत्त्वज्ञान हे इतर भारतीय दर्शनांशी कुठेच सहमत नाही. त्यांनी पाली हे अभ्यास आणि मांडणीचं माध्यम मानलं. पण त्या भाषेत मोठे तत्त्वज्ञानपर ग्रंथ निर्माण होऊ शकले नाहीत. बुद्ध हा नेहमीच त्यांचा आत्मज्ञानी गुरू राहिला, त्याच्या गौरवार्थ भव्य मंदिरं आणि सुंदर पुतळे उभारले गेले. प्राचीन हिंदु पद्धतीची पूजाही तेथे केली जाते. परंतु थेरवादी बुद्धाला मुक्तिदाता मानत नाहीत. प्रत्येक साधक आपल्या पद्धतीने शोध घेत पूर्णज्ञानापर्यंत पोहोचतो – अनज्ञाप्रत जातो, अशी त्यांची मांडणी आहे.

महायान पंथाचे अन्य भारतीय प्रणालींबरोबर वैचारिक संघर्ष झाले. त्यांना वादासाठी संस्कृत भाषेचा स्वीकार करावा लागला. नागार्जुन हा या पंथाचा वैचारिक नेता. त्याने शून्य संकल्पना मांडली आणि त्याला पोकळी म्हणून संबोधले. विज्ञानवादी म्हणजेच नागार्जुनाचे अनुयायी वैश्विक चेतनेला आलय-विज्ञान-चेतनेचं संचयगृह (स्टोअर हाऊस) म्हणतात. हिंदूंनी बुद्धाला नववा अवतार मानायला सुरुवात केली. परंतु त्यासाठी आध्यात्मिक जाणिवांना अवताराचा प्रतिसाद लागतो आणि अवताराची भक्तिपद्धतीही रूढ व्हावी लागते. तसं झालं नाही. बुद्धांच्या रूपाने श्रेष्ठ चेतना मनुष्यरूप घेती झाली हे सर्वमान्यच आहे. महायानाच्या मते बुद्धाचं अस्तित्व त्रिस्तरीय आहे.

१. धर्म-काय – शाश्वत अस्तित्व (उपनिषदांमधील शुक्ल ब्रह्माची संकल्पना)
२. संभोग-काय – विश्व हे मूलतत्त्वाचं प्रक्षेपण आहे. (उपनिषदांमधील शबल ब्रह्म किंवा ईश्वर-सगुण ब्रह्म)
३. निर्माण-काय – ऐतिहासिक अस्तित्व. बुद्धाचा शारीर अवतार

महायान पंथात कुंडलिनी आणि सप्तचक्रांचा अभ्यास होतो. काही विशिष्ट आकृती डोळ्यांसमोर आणणं, विशिष्ट पूजाविधी इ. हिंदूंप्रमाणेच आहेत. करुणामय अशा श्रेष्ठ पुरुषाप्रती श्रद्धा आणि ही अगदी हिंदूंप्रमाणेच आहेत. बुद्धाच्या स्वत:च्या मार्गाला 'मझ्झिम पतिपाद' म्हणजे मध्यममार्ग असं म्हटलं जाई. बुद्धाचा उपदेश हा प्रारंभी केवल संन्याशांकरताच होता. परंतु सर्वच प्राचीन पंथांप्रमाणे जगाच्या पाठीवरच्या अनेक देशांमध्ये बौद्ध धर्म ही जीवनपद्धती बनली. मध्यममार्गाचं अनुसरण केल्यामुळे अविद्येचा – अज्ञानाचा निरास होतो. अज्ञानामुळे तृष्णा उत्पन्न होत असते. विद्येमुळे तृष्णेचा, लोभाचा निरास होतो. स्वाभाविकच त्यामुळे दु:ख, वेदना, व्यथा यांचाही नाश होतो.

आत्मसत्ता आणि वैश्विक चैतन्याबद्दल वरील सात भारतीय दर्शनांनी विविध दृष्टिकोन मांडले आहेत. श्रेष्ठ आध्यात्मिक ध्येय असणं हे सर्वांनीच आवश्यक मानलं आहे. काही तपशीलांबाबत या दर्शनांची सहमतीही आहे. म्हणून महाभारत, रामायण आणि पुराणांसारख्या ग्रंथांमध्ये या सर्व दर्शनांविषयी पूज्यबुद्धी व्यक्त केलेली आहे आणि त्यांना सत्य मानलेलं आहे.

सोम

हिमालयातील एका संशोधकांनी 'सोम' या वनस्पतीचं संशोधन करून त्यावर लिहिलेलं पुस्तक मी वाचलं होतं. 'सोम' ही हिमालयातील प्रसिद्ध औषधी वनस्पती आहे. तिचा उपयोग हिमालयातले वैद्य पूजा आणि अन्य विधींमध्ये करतात. वेदात या वनस्पतीविषयी काही भाग आहे. त्यात तिचा उपयोग, तिचा रस काढण्याची पद्धत आणि ती जिथे उगवते ते क्षेत्र यासंबंधी लिहिलेलं आहे. 'सोम' वनस्पतीविषयी हिमालयातील संशोधकांनी लिहिलेलं पुस्तक वाचल्यावर माझी जिज्ञासा वाढली. मी लेखकांशी संपर्क केला. त्यांनी माझी भेट वैद्य भैरवदत्त या हिमालयातील प्रख्यात वनस्पतितज्ज्ञ वैद्यांशी घालून दिली. सोम वनस्पतीचा गाढा अभ्यास असणारे एकमात्र वैद्य म्हणून ते ओळखले जात. आता ते हयात नाहीत पण त्यांचं संशोधन केंद्र भारतात अनेक ठिकाणी दुर्मिळ वनस्पतींचा पुरवठा करत असतं. भैरवदत्तांचा अध्यात्मग्रंथांचाही चांगला अभ्यास होता. त्यांनी मला सोम वनस्पती आणून देण्याचं आणि तिचा उपयोग कसा करायचा ते सांगण्याचं आश्वासन दिलं. ते म्हणाले की, ही वनस्पती समुद्रतळापासून ११००० फुटांवर उगवते. दोन किंवा तीन ठिकाणीच ती पाहायला मिळते. मी त्यांना प्रवासासाठी एक हजार रुपये दिले. हिवाळा संपल्यानंतर ते माझ्यासाठी सुमारे पौंडभर वजनाची सोम वनस्पती घेऊन आले.

त्यांनी नंतर या वनस्पतींपासून एक औषध तयार केलं. हशीश नि मारिजुआनाचं व्यसन असलेल्या साधूंना आम्ही ते रसायन देऊन पाहिलं. ते घेतल्यावर माणसाची भीती एकदम निघून जाते आणि तो बिनधास्त वागू लागतो. पाश्चात्यांनी गुंगी आणणाऱ्या आळंबीच्या (मश्रूम्स) प्रकारांवर संशोधन केलं आहे. त्याप्रमाणेच सोम रसायनाचा परिणाम दिसू लागला. भैरवदत्त म्हणाले की असा परिणाम करणारी अनेक आळंबी आहेत. सोमवल्ली ही आळंबीच्या जातीची नाही. पण जलसाठा करणाऱ्या वनस्पतींच्या जातीतली आहे. आयुर्वेदात आळंबीचे अनेक प्रकार आणि त्यांचे उपयोग सांगितले आहेत. त्यांचे रंग, आकार यांची वर्णनं आलेली आहेत. आयुर्वेदीय ग्रंथांवरून ध्यानी येतं की अतींद्रिय अनुभूती येण्यासाठी आळंबी वापरलेली आहे. कॅक्टाय किंवा निवडुंग जातीच्या वनस्पती,

जलधारक वनस्पतींचा उल्लेख आहे. पण 'सोम' हे नाव आलेलं नाही. बाकी जलधारक वनस्पतींचं सेवन करण्याचा असा परिणाम होत नाही. अॅगॅरिकस, हायोस्कॅमस आणि स्ट्रॅमोनियम या वनस्पती एरवी विषारी आहेत पण त्यांचं अगदी कमी मात्रेत सेवन केलं तर माणसाला भ्रमभास होऊ लागतात. वनस्पतीचा उपयोग करण्यापूर्वी त्या काय प्रमाणात घ्यायच्या हे माहीत असलं पाहिजे.

प्राचीन संशोधकांनी 'सोम' आणि पाऱ्याच्या रसायनाची औषधं यांबद्दल विपुल ग्रंथ लिहिले आहेत. उत्तेजक रसायन करण्याच्या हजारो पद्धती त्यांनी दिल्या आहेत. परंतु योगशास्त्राची कुठलीही शाखा अशा प्रकारे बाह्य औषधाने उत्तेजना आणण्याचा प्रकार स्वीकारणार नाही. काही अप्रगत साधूंचे मेळे या वनस्पतींचे परिणाम नीट न समजता त्यांचा उपयोग करत असतात. ते मूढपणे इकडे-तिकडे धुंदीत बसलेले दिसतात. आपल्या प्राचीन वनस्पती संशोधकांना त्यांचा उपयोग केव्हा, कसा करायचा हे चांगलं माहीत होतं. एखादा रुग्ण मृत्यूशय्येवर असेल आणि मृत्युभयाने पछाडलेला असेल तर होमिओपथीचे तज्ज्ञ त्याला आर्सेनिक १० M हे औषध देतात. म्हणजे तो स्वस्थ, भयमुक्त होतो. ग्रीक आणि इजिप्शियन लोक मरणोन्मुख व्यक्तीला यातना होत असतील तर त्याला हेमलॉक हे विषसदृश रसायन देत म्हणजे त्याचा शेवट शांत वेदनारहित होई. सोम वनस्पतीचा उपयोग विचारांची धाव शांत करून ते अंतर्मुख व्हायला करता येईल असं प्राचीन संशोधकांनी सांगून ठेवलं आहे. त्यांनी पूजाविधीमध्येही या वनस्पतीचा समावेश केला आहे.

योगसूत्रकार पतंजली आपल्या सूत्रग्रंथाच्या चतुर्थ पादातील पहिल्या सूत्रात म्हणतात की, औषधी वनस्पती योगिक अनुभव द्यायला कारण होऊ शकतात. इंद्रियांच्या ज्या अनुभूती असतात त्याहून उच्च प्रकारच्या अनुभूती औषधी सेवनाने येऊ शकतात. पण ते काही अध्यात्म नव्हे. पूर्वीच्या काळी ज्या विद्यार्थ्यांना एका जागी जास्त वेळ बसून अभ्यास करवत नसे किंवा त्यांच्या मनाची एकाग्रता होत नसे अशा कनिष्ठ बुद्धीच्या विद्यार्थ्यांना सोमरस देत. मनुष्याच्या हालचाल यंत्रणेवर या औषधीचा परिणाम होतो त्यामुळे बाह्य सृष्टीबद्दलची संवेदना हळूहळू कमी होते. विचार एका दिशेने वाहू लागतात. शरीर स्थिर आणि वेदनामुक्त होतं. ज्यांनी अष्टांगयोगानुसार 'स्थिरसुखमासनम्'चा अभ्यास केलेला नसेल त्यांना ध्यानात स्थिर बसायला सोमरसाचा उपयोग होतो. म्हणून ध्यानपूर्तीच्या काही विधींमध्येही या वनस्पतीचा उपयोग करतात. अलीकडे उत्तेजक द्रव्यांचं ज्या प्रमाणात सेवन केलं जातं तितक्या प्रमाणात पूर्वी केलं जात नसे. वनस्पतिशास्त्रज्ञांचा एक विशिष्ट समुदायच पूर्वी सोमवनस्पतीचा उपयोग करत असे. त्यांनी या वनस्पतीच्या संशोधनात आणि प्रयोगात संपूर्ण आयुष्य व्यतीत केलेलं असे.

भैरवदत्त वैद्यांच्या मते मादक-उत्तेजक वनस्पतींचा मंत्रासहित उपयोग पुष्कळ ठिकाणी होत असे. मंत्राचा उपयोग एकांतात आणि उपवास करून कोण्या जाणत्या मार्गदर्शकाच्या नजरेखाली होत असे. या सर्व गोष्टींचा उपयोग करणारा एक स्वतंत्र साधुसंप्रदायच होता.

ज्यांनी तप-साधना केलेली नाही. मनावर नियंत्रण करण्याचं शिक्षण घेतलेलं नाही

अशांवर धुंदी आणणाऱ्या द्रव्यांचा दुष्परिणाम होतो. मज्जासंस्था आणि सूक्ष्म प्राणनाड्या यांच्यावर त्यांचा विशेष परिणाम होतो. भ्रमभास होतात आणि मनोरुग्णता येण्याची शक्यता असते. मी मादक द्रव्यांचे दुष्परिणाम लोकांवर झालेले पाहिले आहेत. त्यांच्यापैकी कुणीच आध्यात्मिक नव्हते. त्यांना काही विलक्षण अनुभव आलेलेही असतील पण शरीरमनाला शेवटी घातक असलेली द्रव्यं का घ्यायची? दीर्घकालीन सौम्य औदासीन्य (डिप्रेशन) हे लक्षण तर सर्वच व्यसनी लोकांच्यात आढळतं. मन कच्चं आणि आहार अनियमित असेल तर खात्रीनेच आढळतं. सोमरसाचं सेवन करायचं असेल तर उत्तम आहार, शांत वातावरण, मंत्रसाधना आणि जाणकार मार्गदर्शक या आवश्यक आणि महत्त्वाच्या गोष्टी होत्या.

एक वनस्पतीशास्त्रज्ञ म्हणाले की त्यांनी स्वत: सोमरससेवनाचा प्रयोग केला आहे. (आपल्या पुराणांतून ज्या सोमरसाचा उल्लेख येतो तोच हा सोमरस की दुसरं काही हे मी खात्रीलायक रीतीने सांगू शकणार नाही.) ते म्हणाले की, सोमरस घेतल्यावर प्रथम छान उल्हासित वाटतं पण नंतर हमखास प्रतिक्रिया म्हणून औदासीन्याचा अनुभव येतो. अशा वनस्पतीचं सारखं सेवन केलं तर त्याचं व्यसनात रूपांतर होतं असंही ते म्हणाले. तरी त्यांनी मला एकदा सोमरस घेण्याचा आग्रह केला. 'हे अद्‌भुत आहे. असा अनुभव तुम्ही पूर्वी कधी घेतला नसेल.' ते म्हणाले.

एकदा सकाळी त्यांनी अष्टवर्ग म्हणजे आठ वनस्पतींच्या रसांपासून केलेलं पेय बनवलं आणि त्यात थोडा सोमवल्लींचा रसही घातला. आम्ही दोघेही तो प्यायलो. त्याची चव थोडी आंबट-तुरट होती. मग हे महाशय गाऊ-डोलू लागले. त्यांनी कपडे फेकून दिले आणि ते नृत्य करू लागले. माझं डोकं विलक्षण दुखू लागलं, वाटलं की आता डोकं फुटून जाईल! मी दोन्ही हातांनी माझं डोकं गच्च पकडलं. आमच्या सोबत जो सेवक होता त्याला कळेना की आम्ही असं का वागत आहोत? तो गोंधळून म्हणाला, 'बघा! एक बाहेर नाचताहेत, एक खोलीच्या कोपऱ्यात डोकं धरून बसलेत!' मला इतकी अस्वस्थता आली की जाऊन गंगेत उडी मारावी आणि पैलतीरी जाऊन सरळ अरण्यात निघून जावं असं वाटलं. तो भयानक अनुभव होता.

नाचता-नाचता ते वनस्पतितज्ज्ञ ओरडू लागले, 'मी शिव आहे, मी जगाचा स्वामी आहे. माझी पार्वती कुठे आहे? मला तिच्यावर प्रेम करायचं आहे.' मला भेटायला आलेल्या साधकांना हा सगळा प्रकार पाहून धक्काच बसला. त्यांनी त्यांना शांत करायचा प्रयत्न केला. पण पाच लोकांना ते आवरेनात! ते तसे बारीक चणीचे होते पण एका पाठोपाठ एक पाच जणांना त्यांनी फेकून दिलं! मला आतल्या खिडकीतून सर्व दिसत होतं पण मी बाहेर आलो नाही. कारण माझं डोकं अत्यंत जड झालं होतं. एका स्वामींनी मला तीन तांबे गरम पाणी आणून दिलं आणि जलशुद्धी करायला सांगितलं. ही एक योगिक पद्धत आहे. खूप गरम पाणी प्यायचं नि उलटी करून बाहेर टाकायचं. असं केल्यावर मला बरं वाटलं. हे सर्व उत्तरकाशी येथे उजैली आश्रमात मी असताना घडलं. त्यामुळे आश्रमाच्या नित्यचर्येत बाधा आली. माझ्या विद्यार्थी साधकांना काय सांगावं ते मला कळेना.

बरीच वर्षं मी मादक द्रव्यांच्या मनुष्यावरच्या परिणामांचा अभ्यास करत आलो आहे. त्यामुळे काही उपयोग होत असला तरी त्यामुळे होणारा अपाय फार भयंकर आहे. ज्या वेळी उत्तेजक द्रव्यं घेतली जातात त्यावेळी घेणारा माणूस नवखा असेल तर त्या वेळी आणि नंतरही त्याला अत्यंत त्रास होतो. जे योगसाधनेत निष्णात आहेत त्यांना असल्या द्रव्यांची मुळीच गरज नाही.

भाग ८

महान धर्मांच्या पलीकडे

जगातील सर्व महान धर्मांचा उगम एकाच सत्यातून झाला आहे. सत्याचं आचरण न करता धर्मपालन करणं शक्य आहे असं जे म्हणतात त्यांची स्थिती 'अन्धेन नीयमाना: यथान्धा:।' आंधळ्यांनी आंधळ्यांना मार्गदर्शन करावं तशी असते. जे खरे देवाचे भक्त असतात ते सर्वांवर प्रेम करतात. खरा वैश्विक धर्म म्हणजे प्रेमधर्म होय. ज्याचं मन करुणेने भरलेलं आहे तो तथाकथित मर्मांच्या सीमा ओलांडून व्यापक, शाश्वत परमात्मतत्त्वाचा थेट अनुभव घेतो.

हिमालयातील ख्रिस्ती साधू

एकदा आमच्या आश्रमात एक ख्रिस्ताबाबतचं सखोल ज्ञान असलेले साधू राहायला होते. त्यांचं नाव साधू सुंदर सिंग. ते मद्रास किनाऱ्यावर प्रवचनं करत होते तेव्हा हजारो माणसं त्यांचं प्रवचन ऐकायला येत. दूरवर युरोपातून लोकं विमानाने भारतात येत ते त्यांचं प्रवचन ऐकायला मिळावं म्हणून. ते जन्माने सिक्ख होते. त्यांचा जन्म अमृतसरला झालेला होता.

ते लहान असताना रोज रात्री त्यांना एक स्वप्न पडे. ते स्वप्न होतं की कोणीतरी त्यांना मार्गदर्शन करत होतं की त्यात त्यांना काही धोका होता हे काहीच त्यांना कळत नसे. कोणीतरी त्यांना उठवून सांगत असे की हिमालयात जा. या स्वप्नाच्या भयानं ते झोपायचंच टाळत असत. पण थकून जात, डोळे मिटत आणि मग त्यांना एक दर्शन होई, एक आवाज कानात घुमत राही 'मी काय सांगतो आहे ते ऐकायची तुझी तयारी आहे की नाही? मी तुझा मुक्तिदाता आहे. तुला माझं ऐकण्यावाचून दुसरा पर्यायच नाही.'

त्यांना रात्री दिसणारी व्यक्ती कोण होती हे त्यांना कळेना. ते अनेकांकडे गेले, सल्ला मागितला. कोणी म्हणालं ती व्यक्ती ख्रिस्त आहे, कोणी म्हणालं की तो कृष्ण आहे. तिसरे म्हणाले की तो बुद्ध आहे. पण त्यांनी जेव्हा ख्रिस्ताचं चित्र पाहिलं तेव्हा ते म्हणाले, 'हो, हीच विभूती माझ्या स्वप्नात येऊन मला जागं करते.' पुन्हापुन्हा ख्रिस्त त्यांच्या स्वप्नात येत आणि म्हणत, 'माझ्या मुला, तू उशीर का करतो आहेस?' शेवटी घरी कोणालाही न सांगता ते एक दिवस हिमालयात निघून गेले. कित्येक वर्षं ते आमच्या आश्रमात राहिले.

त्यांनी मला बायबलची प्रथम ओळख करून दिली. त्यांनी माझ्याकडून भगवद्‌गीता आणि बायबल यांचा तौलनिक अभ्यास करून घेतला. ते म्हणत, 'प्रात:काली कृष्णाने उपदेश दिला. माध्यान्हाला बुद्धाने उपदेश दिला आणि सायंकाळी ख्रिस्ताने उपदेश दिला. त्यात काहीही फरक नाही. त्यांच्या त्यांच्या काळातल्या लोकांच्या ज्या गरजा होत्या त्यानुसार त्यांनी उपदेश दिला. ख्रिस्त करुणेचं, बुद्ध ज्ञानाचं तर कृष्ण पूर्णत्वाचं प्रतीक आहे. एकाच शाश्वत तत्त्वाचे हे तीन आविष्कार. ते परमतत्त्व जगाच्या हाकेला प्रतिसाद

म्हणून भूतलावर येतं. साधू जगातील सर्व धर्मांचा सारखाच आदर करतात.'

साधू सुंदर सिंग हे अतिशय प्रेमळ, दयावान आणि उच्च स्थितीतले साधक होते. मला त्यांच्याविषयी अत्यंत आदर होता आणि माझ्या मार्गदर्शकांपैकी ते एक आहेत असं मी मानत असे. एकदा ते ख्रिश्चन आणि बौद्ध धर्मावर मार्मिक भाष्य करत होते. 'ख्रिश्चॅनिटी हे ज़ुडाइझमचं अपत्य आहे. बौद्ध धर्म हे हिंदु धर्माचं अपत्य आहे. या दोन महान धर्मांनी शतकानुशतकं कालोचित अशी अनंत रूपं धारण केली आहेत. त्यांचा संथ गतीने विकास शतकानुशतकं झाला आहे. या दोघांतली साम्यस्थळं अशी आहेत.

ख्रिश्चॅनिटी आणि बौद्ध धर्म या दोघांनीही मनुष्याचा पशुपातळीवरच्या मानसिक, भावनिक प्रेरणा नाकारल्या आहेत. वासना हेच दु:खाचं मूलकारण आहे असं हे दोन्ही धर्म मानतात. पाप आणि स्वार्थ या भावनांमधून निराशा येते. संपूर्ण मानवतेच्या कल्याणासाठी दु:ख सोसलं पाहिजे, करुणामय अंत:करण असलं पाहिजे. यावर त्यांचा भर होता. हे दोन्ही धर्म प्रेमाला अत्यंत महत्त्व देणारे, जगासाठी प्रसंगी प्राणही अर्पण करायची तयारी हवी असं म्हणणारे आहेत. ख्रिस्त आणि बुद्ध दोघांनीही नि:स्वार्ध प्रेम आपल्या अनुयायांमध्ये रुजवण्याचा प्रयत्न केला. बौद्ध धर्मातील प्रेमकल्पना ही ख्रिस्ती धर्मातील प्रेमकल्पनेपेक्षा व्यापक आहे. ख्रिस्ती धर्म मानवतेच्या सीमांपर्यंत प्रेमाची कक्षा मानतो. बौद्ध धर्म प्राण्यांनाही आपल्या कक्षेत सामावून घेतो. ख्रिस्ती धर्म दैवतशास्त्राच्या आधारे जीवनाचं विश्लेषण करतो आणि श्रद्धेपाशी येऊन थांबतो. बौद्ध धर्म जीवनाची बुद्धिनिष्ठ मांडणी करतो आणि निर्वाणापाशी येतो. बौद्धांची संन्यस्तवृत्ती शांतीकडे घेऊन जाते. ख्रिस्ती संन्यासधर्म आनंदाचं उद्‌बोधन करतो. परंतु ऐहिक जग जो आनंद देऊ शकणार नाही किंवा काढून घेऊ शकणार नाही अशा शाश्वत आनंदाकडे दोन्ही धर्म घेऊन जातात. बौद्ध धर्म आणि ख्रिस्ती धर्म दोघेही अभीत्मेला, परमआनंदाच्या प्राप्तीच्या इच्छेला महत्त्व देतात. बौद्ध धर्मात नीतिपूर्ण आचरणाला अत्यंत महत्त्व आहे; दोन्ही धर्म अनुशासन, प्रशिक्षण आणि दृढीकरणाला महत्त्व देतात. व्यापक दृष्टीने पाहाता दोन्ही धर्मांच्या शिकवणुकीत फार फरक नाही.

''बौद्ध साधक आपले विचार, शब्द, कृती यांच्याकडे सजग अवधान देतो. इतिहास आपल्याला सांगतो की जे ख्रिस्तासोबत राहिले ते आपल्या व्यक्तिगत स्वार्थाला तिलांजली देऊन व्यापक लोकहित पाहायला शिकले. दोन्ही धर्मांनी नैतिक पूर्णतेचा संदेश दिला. बौद्ध धर्मात चार आर्यसत्यं सांगितली आहेत. दु:खाचं मूळ वासनेत आहे हे त्यांच्या उपदेशाचं सार आहे. ख्रिस्ती धर्मात संधीचा शोध घेणं, तिचा उपयोग करणं ही पाश्चात्य वृत्ती दिसते. बौद्धांचा धर्मप्रणेता हा शांत, ध्यानस्थ, आसनस्थ दिसतो. तो समूर्त शांतीच भासतो. ख्रिस्ती प्रतीक आहे तरुण ख्रिस्ताला क्रूसवर चढवलं जात असल्याचं. आत्यंतिक वेदनेवर प्रेम मात करतं याचं ते सूचक आहे. बुद्ध आणि ख्रिस्त यांच्या व्यक्तिमत्त्वात काही साम्य आहे आणि काही वेगळेपणाही आहे. जीझस हे सत्याचे परम उपासक होते. बुद्धदेव हे शांती आणि करुणा यांचं मूर्त रूप होते. अतिभौतिक विचाराबाबत पाहिलं तर ख्रिस्ती लोक देव मानणारे आहेत, बौद्ध हे अज्ञेयवादी आहेत. यापैकी प्रत्येक धर्माच्या अनुयायांना

वाटतं की आपला धर्म सर्व मूल्यांनी पूर्ण आहे. त्यातून विरोध संघर्ष उत्पन्न होतो. वस्तुस्थिती अशी आहे की या दोन्ही धर्मांना मार्गदर्शक असे थोर महापुरुष प्रणेते म्हणून लाभले आणि त्यांनी आपापल्या परीने मानवतेच्या विकासात योगदान केलेलं आहे.''

''ख्रिस्ती लोक वैष्णवांप्रमाणेच द्वैती आहेत. बौद्धांचं निर्वाण आणि वेदांत्यांचं निर्गुण ब्रह्म एकच आहे. वेदांमध्येही निर्वाण हा संस्कृत शब्द आलेला आहे. मुक्ती किंवा निर्वाण हे 'मोक्ष' या संतांनी वापरलेल्या शब्दाचंच प्रतिरूप आहे. आशयाने ते एकच आहेत. आपण येथे हिंदुधर्म किंवा तत्त्वज्ञानाची चर्चा करीत नाही आहोत. कारण त्यात अवतारकल्पना आलेली आहे. पण प्राचीन ऋषींनी सिद्ध केलेला मार्ग श्रेष्ठ आहे. त्यांनी प्राचीन वैदिक धर्माची कोनशिला रचली. जगात असा एक तरी धर्म आहे का की ज्यातील तत्त्वं आपल्याला वेदवाङ्मयात भेटत नाहीत? नीती, तत्त्वज्ञान, मानव आणि विश्व यांचा परस्परसंबंध हे सर्व वेदांत आलेलं आहे. वेदवाङ्मयात बौद्ध आणि ख्रिस्ती धर्माची मूलतत्त्वंही ठिकठिकाणी प्रकटलेली आहेत.''

''वेदांचा उत्तर भाग म्हणजे वेदांत – उपनिषदं! त्यात ऋषींचा संदेश पूर्णतः व्यक्त झाला आहे. त्यावर बहुविध भाष्यंही लिहिली गेली आहेत. वेदातील सत्यं स्थलातीत, कालातीत आहेत, वैश्विक आहेत – सर्वांसाठी आहेत. वेदांची रचना कोणा एका व्यक्तीने केलेली नाही. अनेक व्याधींना गाढ ध्यानावस्थेत ती सत्यं स्फुरलेली आहेत. या मूलस्रोताचे पुढे सात उपस्रोत झाले. ते हळूहळू विकास पावले. विश्वाच्या ज्ञानाचे हे स्रोतही सार्वत्रिक, वैश्विक आहेत.''

''आर्यांकडे ही अनमोल ज्ञानसंपदा होती. पण मुख्य प्रश्न आहे की वेदांच्या सांगण्याचं आचरण कोण करीत आहेत? वेदांमध्ये अनेक साधना पद्धती, उपासना पद्धती आल्या आहेत. ज्यांना संन्यासधर्म स्वीकारणं शक्य नाही त्यांनी कर्माचा नियम नीट समजून घेणं आवश्यक आहे. कर्मफलाची वासना कर्त्याला बंधनकारक असते. कर्माच्या कायद्यातून कोणालाही सुटका नाही. कार्य आणि कारण असे कर्माच्या नियमाचे दोन भाग आहेत. कर्म जर प्रेमपूर्वक, भक्तीने केलं तर ते मुक्तीचं साधन होऊ शकतं. आत्मसाक्षात्काराच्या मार्गावर मनुष्याचं बंध घालणारं कर्म अडसर उत्पन्न करतं. कर्माच्या नियमाशी पुनर्जन्माचा सिद्धांत अढळपणे जोडलेला आहे. ते एकरूपच आहेत.''

''ऋषींचा मार्ग हा ध्यानप्रधान, चिंतनप्रधान आहे. त्यात वैराग्याला महत्त्व आहे. पण मनुष्याच्या ऐहिक गरजांची पूर्तीही आहे. पारमार्थिक जीवनासाठीची साधना त्यात आहे आणि आपलं कर्म कुशलतेने, निःस्वार्थपणे करण्यानेच मनुष्याला परमतत्त्वाचा साक्षात्कार याचि देही याचि डोळा होतो अशी ऋषींची धारणा नि प्रत्यक्ष अनुभूती आहे. ख्रिस्ती धर्म 'आकाशस्थ स्वर्गां'बद्दल सांगतो. बौद्ध धर्म निर्वाणाविषयी सांगतो आणि ऋषिप्रणीत वैदिक धर्म आत्मसाक्षात्कार हे ध्येय मानतो. स्वतःच्या आत्म्याचं ज्ञान निर्गुण ब्रह्माच्या ज्ञानाकडे घेऊन जातं असं हा धर्म सांगतो. ख्रिस्ती किंवा बौद्ध उपासनेला काही विशिष्ट दैवत (महापुरुष) आणि संकेत आहे तसा वैदिक उपासनेला नाही. जीवापासून स्वस्थित शिवाकडे आणि नंतर सर्वान्तर्यामी शिवाकडे, ब्रह्माकडे या उपासनेचा प्रवास

आहे. त्यात सर्वांचा समावेश आहे. कोणालाच वगळलेलं नाही.'

साधू सुंदर सिंग यांची प्रवचनशैली अत्यंत प्रभावी होती आणि ते सदैव ख्रिस्त विश्वातच वावरत असत. एकदा मी त्यांना विचारलं, 'आपण ईश्वर पाहिला आहे का?' ते म्हणाले, 'असं विचारून तू माझा अपमान करत आहेस. मी सदैवच देवाला पाहात असतो. देव ही माझ्या दृष्टीने एकदा, दोनदा, तीनदा पाहायची गोष्ट नाही. मी सदैव देवाबरोबर असतो. ज्या वेळी मला देवाबरोबर राहाणं शक्य नसेल त्या वेळी देव माझ्यासोबत असतो.'

मी म्हणालो, 'कृपया थोडं आणखी स्पष्ट करून सांगा ना.' त्यांनी त्यावर फार सुरेख भाष्य केलं. 'ज्या वेळी तुम्ही जागे, सावध असता त्या वेळी तुम्ही जाणीवपूर्वक देवाजवळ (देवाच्या स्मरणात) राहा. जेव्हा झोपेत तुमच्या जागृत मनाच्या जाणिवेचा लोप होत जातो तेव्हा देवाला शरण जा. त्या वेळी देवाला म्हणा, 'देवा, आता माझ्याबरोबर राहा. मी तुझा आहे आणि तू माझा आहेस' मग संपूर्ण रात्र देव तुमच्यासोबत राहील. देव आणि तुम्ही कायम एकत्र राहू शकता.'

हा महान साधुपुरुष एक दिवस हिमालयातल्या उंच पर्वतराजींमध्ये अदृश्य झाला. तो कुठे गेला ते कोणालाच कळलं नाही. मीही त्यांचा शोध घेण्याचा खूप प्रयत्न केला पण मला यश आलं नाही. निरंतर भगवंताचं अनुसंधान ठेवता येणं हे त्यांनी मला शिकवलं. असे थोर अज्ञात साधू पुष्कळ आहेत. ख्रिस्तसन्निध राहाणाऱ्या महात्म्यांना माझे प्रणाम, ते धन्य आहेत.

जेसुइट साधूशी भेट

मी शंकराचार्य असताना एका जेसुइट साधूंची आणि माझी भेट झाली होती. काही वेळा साधू आणि स्वामी शुभ्र वस्त्रं नेसतात किंवा तागाच्या कापडाची वस्त्रंही नेसतात. भगवी वस्त्रं संन्यासदीक्षा झाल्यावर त्यांना त्यांचे गुरू देतात. भगवं वस्त्र हे भक्तीचं प्रतीक आहे. ज्यांनी ज्ञानाच्या अग्नीत भौतिक वासनांचा होम केलेला असतो त्यांनाच भगवी वस्त्रं वापरायचा अधिकार असतो. काही प्रगत साधक अमुकच एका रंगाचं वस्त्र नेसलं पाहिजे असं बंधन पाळत नाहीत किंवा संन्यासव्रताचे विधी-आचार पाळत नाहीत. ते शुभ्र वस्त्रं परिधान करतात, गरम कपडे घालतात. अमुक एक वेष धारण करणं हे ते गौण मानतात.

संन्यासी, साधू यांचे प्रमुख दहा पंथ आहेत. त्यापैकी चार केवळ ब्राह्मणांसाठी आहेत कारण त्यांचं बालवयापासून वेदाध्ययन झालेलं असतं. त्यांच्या घरचं वातावरण आध्यात्मिक साधनेला अनुकूल असतं. ते अध्यात्मक ग्रंथांचा सखोल अभ्यास करून त्यावर निरूपण करू शकतात. उर्वरित सहा पंथ अन्य वर्ण व जातींसाठी आहेत.

मला भेटलेल्या जेसुइट साधूंनी भगवी वस्त्रं नेसलेली होती. त्यांच्या गळ्यात क्रॉस होता. मला ते पाहून कुतुहल वाटलं. मला भेटलेल्या ख्रिस्ती साधूंमध्ये हे तिसरे होते. आम्ही ख्रिस्ती धर्मातील साधनामार्गांविषयी चर्चा करत होतो. जेसुइट साधू हे सुशिक्षित होते. त्यांना संस्कृत, इंग्लिश आणि बहुतेक सर्व दाक्षिणात्य भाषा येत होत्या. हिंदू स्वामींप्रमाणेच त्यांची राहाणी होती. भारतीय ख्रिस्ती समाज आणि पाश्चात्य ख्रिस्ती समाज यात फरक आहे. भारतीय ख्रिस्ती ध्यानधारणा करतात आणि हिंदू साधूंच्या उपनिषदांवरील प्रवचनांप्रमाणेच बायबलवर प्रवचन करतात. ते जेसुइट साधू म्हणाले की, साधनेच्या भागावर भर देऊन ख्रिस्ती धर्माचं पुनरूज्जीवन करणं शक्य आहे. ख्रिस्ती धर्माचा दैनंदिन आचार व साधना यांचा प्रसार पाश्चात्य ख्रिस्तांच्यात नाही. जेसुइट साधूंचा दृढ विश्वास होता की भगवान ख्रिस्त हिमालयात आले होते. माझ्या दृष्टीने ख्रिस्त हिमालयात आले होते की अन्यत्र याला फारसं महत्त्व नव्हतं. त्यांची थोरवी मला मान्यच होती.

हे जेसुइट स्वामी अत्यंत विनम्र होते. ख्रिस्तासमवेत चालण्याची गोष्ट ते करीत. मी विचारलं, 'दोन हजार वर्षांपूर्वी होऊन गेलेल्या व्यक्तीसोबत चालणं कसं शक्य आहे?'

ते हसले आणि म्हणाले, 'केवढं हे अज्ञान! ख्रिस्त ही व्यक्ती नव्हे तर पूर्णत्व आहे. विश्वचैतन्याशी एकरूपता आहे, सत्याशी मीलन आहे. सत्य हे शाश्वत आहे. त्याला मृत्यू नाही. मी ख्रिस्त चैतन्यात राहातो. त्याने दाखवलेल्या वाटेवरून चालतो.'

मी विचारलं, 'ख्रिस्ताच्या पाऊलखुणा कुठे आहेत?' ते पुन्हा हसून म्हणाले, 'त्या कुठे नाहीत ते विचारा. जिथे मी जातो, ज्या दिशेने प्रवास करतो तिथे मला त्या पाऊलखुणा भेटतात. ख्रिस्त मला मार्गदर्शन करतात. ख्रिस्ताच्या पाऊलखुणा पाहायला दृष्टी हवी. ती श्रद्धेची दृष्टी असते. तुमच्याकडे आहे का ती?'

त्यांच्या भावस्थितीबद्दल मला आदर वाटला. त्यांना प्रणाम करून मी त्यांचा निरोप घेतला.

जीझस हिमालयात

शंकराचार्य पदाचा त्याग केल्यावर मी माझ्या गुरुदेवांकडे हिमालयात गेलो आणि काही दिवस तिथे राहिलो. तिथून मी अमरनाथच्या यात्रेला जायचं ठरवलं. अमरनाथ हे काश्मीरमधलं सर्वांत उंच ठिकाणी वसलेलं तीर्थ आहे. अमरनाथची गुहा बाराही महिने बर्फाच्छादित असते. वरून ठिबकणाऱ्या पाण्याचं बर्फ होऊन तिथे शिवपिंडीचा आकार तयार झालेला आहे. ख्रिस्ती लोकांना क्रॉस किंवा यहुद्यांना स्टार ऑफ डेव्हिड ही पवित्र चिन्हं जशी पूजनीय वाटतात तसं हिंदूंना शिवलिंग पूजनीय वाटतं. इथे एका कबुतराच्या जोडीची गोष्ट सर्वश्रुत आहे. यात्रेच्या वेळी ही जोडी हमखास यात्रेकरूंना दिसते.

माझ्या प्रवासात एक काश्मिरी पंडित मला वाट दाखवत होते. ते मोठे विद्वान होते. त्यांनी मला सांगितलं की जीझस काश्मीरमध्ये ध्यानसाधना करण्यासाठी काही काळ राहिले होते. हिमालयात १४००० फुटांवर एक तिबेटी मठ आहे. त्यातील हस्तलिखितात जीझस आल्याचा उल्लेख आहे. नंतर या पुस्तकाचा एका रशियन लेखकाने रशियन भाषेत अनुवाद केला. त्यानंतर त्याचा इंग्रजी अनुवाद – 'द अननोन लाइफ ऑफ जीझस ख्राइस्ट' या नावाने प्रसिद्ध झाला. हिमालयाच्या या भागात लोक अगदी विश्वासाने जीझस आल्याची गोष्ट सांगतात. त्याबाबत तुम्ही वाद करू शकत नाही. या भागात एक पर्वत दाखवतात. त्यावर बसून जीझसने साधना केली असं सांगतात. मला वाट दाखवणाऱ्या पंडिताने या गोष्टीच्या सत्यतेचे तीन पुरावे दिले. एक म्हणजे जीझसच्या अंगावर जे पायघोळ वस्त्र दिसतं तसं काश्मीरमध्ये पुरुष वापरतात. दुसरा पुरावा म्हणजे जीझस यांचे केसही काश्मिरी पद्धतीने राखलेले दिसतात. तिसरा पुरावा म्हणजे जीझस यांनी केलेले चमत्कार हे योगसिद्धी मिळालेले साधू जे चमत्कार करतात त्या प्रकारचे आहेत. पंडित म्हणाले, 'जीझस आशिया मायनरमधून निघाले त्या वेळी ते तेरा वर्षांचे होते. तीस वर्षांचे होईपर्यंत ते काश्मीर खोऱ्यात राहिले. हा त्यांच्या जीवनातील अज्ञात काल आहे.' त्यांच्यावर विश्वास ठेवावा की नाही हे मला कळेना. पण त्यांचं प्रतिपादन धुडकावून लावण्यासारखंही नव्हतं. त्या पंडितांचं जीझसवर निस्सीम प्रेम होतं. त्यांच्याशी मला वाद करायचा नव्हता.

आम्ही अमरनाथच्या मार्गावर असताना त्या पंडितांनी मला तिथून सात मैलांवर

अमरनाथ, काश्मीरमधील तीर्थक्षेत्र

असलेल्या गुलमर्गच्या जंगलातल्या एका आश्रमात नेलं. गुलमर्ग या ठिकाणी विदेशी प्रवासी नेहमी येत असतात. त्या आश्रमात एक स्वामी होते. काश्मिरी शैव संप्रदायाचे ते गाढे अभ्यासक होते. बहुतांश काल ते ध्यानसाधनेतच मग्न असत.

काश्मिरी शैव संप्रदायाच्या पुष्कळ ग्रंथांचा अद्याप अभ्यास झालेला नाही. त्यांचा अनुवाद वा त्यावर भाष्यलेखन झालेलं नाही. हे ग्रंथ अत्यंत मौलिक आहेत. पण जे मुळात या संप्रदायाचे साधक आहेत त्यांच्या भाग्याने त्यांना या ग्रंथातला काही भाग माहीत आहे. पण जगाला त्यातल्या अमोलिक संपदेची कल्पना नाही. अत्यंत प्रगत साधना झालेल्या जाणकार मार्गदर्शकाशिवाय हे ग्रंथ कळणंही शक्य नाही. काश्मिरी शैव तत्त्वज्ञानानुसार शरीर, मन, जीव, आत्मा आणि ब्रह्मसत्तेच्या चेतनेचे विविध स्तर हे केवळ स्पंदरूप – कंपनरूप आहेत. या संप्रदायाचे ग्रंथ शक्तिपात विद्येसंबंधी आणि सुप्त कुंडलिनी शक्ती जागृत करण्याच्या साधनेविषयी आहेत.

पंडितांनी सांगितलं की एक परिव्राजक संन्यासी दर उन्हाळ्यात अमरनाथला येतात. पण त्यांचं राहाण्याचं स्थिर ठिकाण कुणालाही माहीत नाही. लडाखकडून येणारे लोक त्यांना तिकडच्या रस्त्यावरून एकट्यानेच प्रवास करताना पाहातात. मला अमरनाथची यात्रा करायची होती ती अमरनाथचं तीर्थदर्शन करण्यासाठी होतीच पण या परिव्राजक – सतत भ्रमंती करणाऱ्या महात्म्यांना भेटण्यासाठी होती. आजवरच्या जीवनात मी ज्या संत-महात्म्यांना भेटलो. त्यांच्यातील तिघांचा खूप मोठा प्रभाव माझ्यावर पडला. त्यापैकी हे महात्मा एक होते. मी त्यांच्याबरोबर सात दिवस राहिलो, अमरनाथ गुहेपासून फक्त पन्नास यार्डांवर. नियमितपणे प्रतिवर्षी ते अमरनाथ दर्शनाला येत.

त्यांचं वय साधारण वीस वर्षांचं वाटे. ते अत्यंत देखणे होते. त्यांच्या गालांवर सतेज रक्तरंग होता. ते ब्रह्मचारी होते आणि केवळ लुंगी देसत. त्यांच्याजवळ अन्य काही नसे. त्यांना उंच पर्वतीय हवामानाची इतकी सवय होती की योगसाधनेने ते थंडीच्या बाधेपासून मुक्त राहात. सर्वत्र अनवाणी चालत. १०००० ते १२००० फूट उंचीवर ते स्वस्थ, आरोग्यपूर्ण राहात. त्यांच्यासमवेत राहाणं हा मला विलक्षण उन्नयन करणारा अनुभव वाटला. त्यांना पूर्ण योगज्ञान होतं आणि ते अत्यंत शांत असत. लोक त्यांना बाल भगवान म्हणत. पण त्यांना त्या स्तुतीचा स्पर्शही होत नसे. ते सतत हिमालयीन पर्वतराजीत फिरत राहात. त्यांनी मला माझ्या गुरुदेवांच्या मार्गदर्शनाखाली साधना करणाऱ्या माझ्या अनेक गुरुबंधूंचं कुशल विचारलं. ते मोजकं बोलत, मृदू बोलत. पण माझ्या सोबतच्या पंडितांनी त्यांना चरणस्पर्श करून प्रणाम केला, ते भावुक शब्दात आपली भक्ती जरा प्रस्थपूर्वक व्यक्त करू लागले. ते त्यांना आवडलं नाही. माझ्यासाठी हे महात्मा आदर्शवत् होते.

मी आजवर कोणाही महात्म्याला आठ-आठ, दहा-दहा तास पापणीही न हलवता बसलेलं पाहिलं नव्हतं. पण हे अपूर्व योगी तसे बसत असत. ते जेव्हा ध्यान करत तेव्हा त्यांचं शरीर जमिनीपासून दोन ते अडीच फूट वर उचललेलं दिसत असे. आम्ही हे प्रथम दोरीने आणि नंतर फूटपट्टीने मोजून पाहिलं. जमिनीपासून वर उचललं जाणं ही सिद्धी आहे. ही आध्यात्मिक साधना नव्हे असं माझं मत आहे. प्राणायामाचे प्रगत प्रकार त्रिबंधांसह केले तर पुष्कळ काळच्या साधनेने असा हलकेपणा शरीराला येऊ शकतो. परंतु मला त्यात गोडी नव्हती. मला या महात्म्यांकडून थेट अनुभूती हवी होती.

मी त्यांना आत्मसाक्षात्काराच्या श्रेष्ठतम स्थितीबद्दल विचारलं. उपनिषदातील एक मंत्र गुणगुणत ते म्हणाले, 'जेव्हा ज्ञानेंद्रियांवर पूर्ण नियंत्रण येतं, ऐहिक जगतातील वस्तूंमध्ये गुंतलेली जाणीव त्यांच्यापासून मुक्त होते, इंद्रियसंवेदना मनात प्रतिमानिर्मिती करत नाहीत, त्या वेळी मन एकाग्र होतं. त्या वेळी असंज्ञ मनातील विचार डोकं वर काढत नाहीत. चित्त संतुलित असतं आणि ते चेतनेच्या वरच्या स्तरावर आरोहण करतं. सत्त्वगुणात स्थिरावलेली पूर्ण शक्तीची अवस्था हा चेतनेचा श्रेष्ठ स्तर आहे. ध्यानसाधना आणि अनासक्ती योग या श्रेष्ठ चेतनेकडे नेणाऱ्या महत्त्वाच्या गोष्टी आहेत. जीवनाचं तत्त्वज्ञान निश्चित करण्यासाठी अढळ श्रद्धा लागते. बुद्धी संशय निर्माण करते आणि आंधळी भावुकता दिशाभूल करते. बुद्धी आणि भावना या दोन्ही मोठ्या शक्ती आहेत. त्यांना नीट जाणून, त्यांचं विश्लेषण करून त्यांची दिशा अंत:प्रेरणेकडे वळवली पाहिजे. अंत:प्रज्ञाच आत्मज्ञान ग्रहण करू शकते. जगात आपल्याला जे जे दिसतं ते परिवर्तनशील आणि नश्वर आहे. सर्व परिवर्तनशीलतेमागे असलेली, तिचा आधार असलेली परमात्मसत्ता मात्र अचल-शाश्वत आहे.' या तरुण संन्यासी महाराजांनी मला सांगितलं की तुम्ही स्वीकारलेल्या मार्गावर निर्भयपणे पुढे जा. सात दिवसांच्या सत्संगानंतर मी आणि ते काश्मिरी पंडित – आम्ही या स्वामींचा निरोप घेतला. मी प्रथम श्रीनगरला आणि नंतर माझ्या हिमालयातील निवासस्थानी शरदऋतूच्या सौंदर्याचा आनंद घेण्यासाठी निघालो.

काश्मीरमध्ये जीझस येथे राहिले होते, असं म्हटलं जातं.

ख्रिस्ताचं दर्शन

१९४७ साली भारताला स्वातंत्र्य मिळालं. त्या काळात तिबेटहून परत येताना मी काही दिवस सिक्कीमला होतो. तिथे काही श्रेष्ठ बौद्ध योग्यांच्या भेटी झाल्या. मग मी आसाममध्ये शिलाँगला गेलो. तिथे भारतातील ख्रिस्ती धर्माचं महत्त्वाचं केंद्र आहे. तिथे मला ख्रिस्ती संप्रदायाचे एक गढवाली साधू भेटले. हे थोर प्रेमळ साधू ऐहिक जगाच्या संपर्कापासून अगदी मुक्त होते. त्यांनी मला जीझस ख्राइस्ट यांचं पर्वतावरील प्रवचन (गिरिगीता) आणि साक्षात्कारशास्त्र (ख्रिस्ती) शिकवलं. पतंजलींची योगसूत्रं आणि ही दोन पुस्तकं यांचा तौलानिक अभ्यास त्यांनी केला होता. त्याबद्दल त्यांनी मला सांगितलं. ते अनेक भाषा बोलू शकत. जिथे प्रॉटेस्टंट आणि कॅथॉलिक आदिवासी टोळ्या राहात त्या नागा आणि गैरो या पर्वतीय जंगलांमध्ये ते मला घेऊन गेले. प्रॉटेस्टंट आणि कॅथलिक या दोन गटांमध्ये संवाद घडवण्याचं काम हे साधू करत. प्रवचनं आणि तत्त्वचर्चा यापेक्षा ख्रिस्ताची शिकवण आपण जगली पाहिजे असं ते म्हणत. 'मला ख्रिस्तप्रभाव आवडतो पण चर्चप्रभाव आवडत नाही.' (आय लव्ह ख्रिश्चॅनिटी बट नॉय चर्चनिटी) असं ते म्हणत. हे चर्चला मानणाऱ्या ख्रिस्ती लोकांना बहुतेक रुचत नसावं.

त्यांचा असा विश्वास होता की जीझसनी सांगितलेला. स्वर्ग मनुष्याच्या अंतर्यामीच आहे आणि पुनरूत्थानानंतर जीझस हे ख्रिस्त झाले. ख्रिस्तचेतना म्हणजे विश्वचेतना आणि ख्रिस्तचेतनेची साधना केल्यावाचून कुणीही परमतत्त्व जाणू शकणार नाही असं ते म्हणत. सामान्य ख्रिश्चनांना या गोष्टींची जाण नसते. पण ख्रिस्ती धर्मातील योगी हे जाणतात. मला ख्रिस्ती दैवतशास्त्राबद्दल अनेक शंका होत्या. त्यांचं समाधान या साधूंनी केली. मला ख्रिस्त आणि त्याची शिकवण याबद्दल प्रेमादर होता. पण ख्रिस्ती धर्मातील पोथीवाद मला पसंत नव्हता. केवळ ख्रिस्ती उपासनेनेच मुक्ती मिळते हे मी समजू शकत नव्हतो. पण या साधूंनी मला ईश्वरपिता आणि जीझसपुत्र यांचं नातं समजावून सांगितलं आणि पूर्णत्व हा पृथ्वीवरचा सर्व जीवांचा अधिकार आहे हे सांगितलं. त्यामुळे माझं समाधान झालं.

या ख्रिश्चन साधूंची भेट झाल्यानंतर दोन दिवसांनी मला एका वेगळ्याच प्रश्नाला

तोंड द्यावं लागलं. त्या भागात महापालिकेच्या निवडणुका होत्या. वेगवेगळे राजकीय पक्ष प्रचार करीत होते. मला काही लोकांनी या संदर्भात प्रश्न विचारले. मी माझं मत सांगितलं की सत्ताधारी पक्ष जर अप्रामाणिक असेल तर त्याला मतं देऊ नयेत. मी त्या शहरात नवीन होतो. पोलिसांनी मला अटक केली. मला कुठलीही राजकीय मतं नव्हती किंवा माझा काही राजकीय हेतू नव्हता. पण नव्या भारतीय शासनाला मी पाठिंबा देत नाही असं कारण दाखवून माझ्यावर आरोप ठेवण्यात आला. त्या वेळी भारतात लोकशाही नव्याने आलेली होती. लोक आणि शासन दोन्हींना लोकशाही जीवनात कशी आणायची याबाबत शिकायला हवं होतं.

पुन्हा एकदा माझ्या मनात विचार आला 'मी अहिंसेच्या साधनेत इतका काळ व्यतीत केल्यावरही आज माझ्यावर ही वेळ का आली?' मी देवाची प्रार्थना केली की मला मदत कर. त्या रात्री मला जीझस ख्राइस्ट यांचं स्पष्ट दर्शन झालं. त्यांनी माझ्या खांद्यावर आश्वासक हात ठेवला, आशीर्वाद दिले आणि म्हणाले, 'काळजी करू नकोस, तुझं काही वाईट होणार नाही.'

दुसऱ्या दिवशी मला न्यायालयासमोर आणण्यात आलं. न्यायमूर्ती ख्रिश्चन होते. माझी छोटी दाढी, लाकडी खडावा, लांब कुर्ता आणि दंड यामुळे लोक मला ख्रिश्चन समजत. न्यायमूर्तींनी मला विचारलं, 'तुम्ही ख्रिश्चन आहात का?' मी उत्तरलो, 'नाही. जन्माने नाही.' जगातल्या अन्य श्रेष्ठ धर्मांबद्दल मला असा प्रेमादर वाटत असे तसाच ख्रिस्ती धर्माबाबत वाटत असे. त्यांनी मला विचारलं, 'तुम्हाला अटक का झाली?' मी म्हणालो, 'मी माझं मत व्यक्त केलं. काही लोकांनी मला विचारलं की त्यांनी कोणाला मत द्यावं. मी त्यांना सांगितलं की तुम्हाला जो उमेदवार योग्य वाटेल त्याला मत द्यावं.' न्यायमूर्तींच्या लक्षात आलं की पोलिसांनी माझ्या विरुद्ध केसचा बनाव उभा केला आहे. मी निर्दोष आहे. त्यांनी मला सोडून दिलं.

मी शिलाँगला त्या ख्रिश्चन योग्यांच्या सहवासात चार महिने राहिलो. गीता आणि बायबल यांचा इतका अभ्यास करून, त्यांची तुलनात्मक मांडणी करून दोन्हींबद्दलच्या मौलिक निष्कर्षांवर येणारा असा थोर अभ्यासक मी पाहिला नव्हता. ते नियमितपणे ध्यान करत, ते नेहमी शांत, स्वस्थ आणि निर्भय असत. त्यांच्याबरोबर राहिल्यानंतर मी 'पर्वतांवरील प्रवचन' आणि 'साक्षात्काराचे पुस्तक' या ख्रिस्ती ग्रंथांवर पुष्कळ मननचिंतन केलं. हे माझे आवडते ग्रंथ होते. काही प्रवचनकारांनी बायबलमधील विचार गूढपणे, गोंधळात टाकणाऱ्या पद्धतीने मांडलेला असला तरी माझ्या स्वतंत्र अभ्यासानंतर माझी खात्री झाली की बायबलमध्ये मौलिक ज्ञान आहे.

या साधूंनी मला सांगितलं, "जगातील सर्व धर्मांच्या तत्त्वांचा सखोल अभ्यास केल्यावर माझी खात्री झाली आहे की सर्व महान धर्मांची मूलभूत तत्त्वं एकच आहेत. मग परस्परांचा एवढा द्वेष, मत्सर नि पोथीनिष्ठा कशासाठी? तेव्हा विचार करताना माझ्या लक्षात आलं की एवढा थोर वैदिक धर्म, खरोखर तो वैश्विक धर्म असून तो कालाच्या ओघात लोप पावला. पुरोहित वर्ग हा पुढच्या पिढ्यांपर्यंत पोहोचवू शकला नाही. तरीही

हे पुरोहित स्वत:ला वेदज्ञानी म्हणतात. शंकराचार्यांनी गीताभाष्यात स्पष्ट म्हटलं आहे की गीता हे वेदांचंच तत्त्वज्ञान सांगत आहे. निवेदनकर्ता श्रीकृष्ण आहे. सत्य हे नेहमी एकच आहे. जगातील वेगवेगळ्या धर्मांचे प्रणेते हे त्या सत्याचे भाष्याकार आहेत. सत्याचे विविध सिद्धांत अवतारांनी नव्हे तर ऋषींनी शोधून काढले. अवतारी पुरुष हे सत्याचे भाष्यकर्ते होते. यासाठी हा पुरावाच आहे. त्यांनी जुनं सत्यच नवीन रूपांमध्ये मांडलं आहे.''

''समाजाची धारणा करण्यासाठी, समाजाला एकत्र बांधण्यासाठी धर्मांचा अवश्य उपयोग आहे. आध्यात्मिक नेते आणि धर्मसंस्थापक यांचे शब्द अंतिम मानले जातात. पण वस्तुस्थिती अशी आहे की महान सत्यं आपल्या ऋषींनी शोधून काढली. त्यांचं ज्ञान शाश्वत आणि परिपूर्ण आहे. श्रेष्ठ धर्मसंस्थापक आणि धर्मनेते यांच्या माध्यमातून ऋषिप्रणीत सत्याचं प्रकटीकरण झालं आहे. त्यामुळे धर्मसंस्थापकांची, धर्मनेत्यांची पूजा कर्मकांड आणि संप्रदाय निर्माण करते. तिला तत्त्वज्ञानाचा आधार नसतो. ज्या वेळी धर्मनेते अनुयायांना ईश्वरप्राप्तीची प्रत्यक्ष साधना सांगायला असमर्थ ठरले तेव्हा जगातले धर्म भ्रष्ट होत गेले. त्यांनी सांगितलं, 'देवावर विश्वास ठेवा.' पण मग या जीवाचं काय? पौर्वात्य आणि पाश्चात्य जगात श्रद्धातत्त्वाचा मुबलक दुरुपयोग झाला आहे. आजचा माणूस त्याच्या स्वत:च्या प्रश्नांनी जितका गोंधळलेला नाही तितका या उपदेशकांच्या प्रतिपादनांनी गोंधळलेला आहे. सामाजिक आणि धार्मिक प्रश्न गंभीर संघर्ष, कडवट पूर्वग्रह निर्माण करीत आहेत. ते दूर करायला कठीण आहेत. जो दु:ख आणि पाश निर्माण करतो अशा धर्माचा काय उपयोग? ऋषींनी मुक्तीचा संदेश दिला. पण सामान्य माणूस धर्माने निर्माण केलेल्या पापकल्पना, सैतानकल्पना यांचा दास झाला. तो भयभीतपणे जगू लागला. आत्मदर्शन आणि परमेश्वरप्राप्ती हे धर्माचे विषय आहेत याचं सर्वांना विस्मरण झालं.

नवीन कालाच्या तत्त्वज्ञानात धार्मिक कल्पनांचं संपूर्ण परिवर्तन आवश्यक आहे. परंतु दुर्दैवाने धार्मिक-आध्यात्मिक क्रांती अलीकडच्या काळात झालेलीच नाही. सामाजिक-धार्मिक क्रांतिप्रक्रियेतून गेल्याशिवाय खऱ्या धर्माचं पुष्प उमलणार नाही. सुधारणा आणि क्रांती ही मानवाच्या उत्क्रांतीची लक्षणं आहेत. दैनंदिन जीवनात अहिंसेचा आचार आणि हृदयपरिवर्तन याच मार्गाने क्रांती शक्य आहे. प्रेमात परिवर्तन घडवून आणण्याची शक्ती असते. दिक् आणि काल यांच्यानंतर तिसरी नवी मिती आहे चैतन्याची, अवधानाची. ती साऱ्या जगाला एकत्र करील. प्रेमाच्या बळावर परिवर्तन घडवून आणील.

त्या थोर ख्रिस्ती महात्म्याने माझी अंतर्दृष्टी उघडली. मला भविष्य दिसू लागलं की प्रेमाचा आणि सत्याचरणाचा वैश्विक धर्म जगाने स्वीकारला आहे. त्या विश्वात तिरस्कार, मत्सर आणि पूर्वग्रहांचा थारा नसेल. चार महिने या ख्रिस्ती महात्म्यांसोबत राहिल्याने मी ख्रिस्ती धर्म चांगल्या प्रकारे समजू शकलो. ख्रिस्ताचं प्रत्यक्ष दर्शन झाल्याने त्याच्या शिकवणीविषयी अधिकच प्रीती माझ्या मनात निर्माण झाली. माझा रक्षक, त्राता म्हणून माझ्या हृदयाच्या एकांतात तो विराजमान आहे.

योगातील यहुदी प्रवाह

पुण्यात बहाई संप्रदायाची एक तीन दिवसांची परिषद भरली होती. त्या परिषदेत अध्यक्ष म्हणून त्यांनी मला निमंत्रित केलं होतं. तिथे भारतीय वंशाचे दोन ज्यू राबी मला भेटले. त्यांच्याशी बोलून ज्यू धर्माची मला चांगली ओळख झाली. त्यांनी मला कबालाबद्दल सांगितलं. भारतात ज्यू लोकांचा एक समूह आहे. ते भारतीय नागरिक आहेत. जगाच्या पाठीवर सर्वत्र ज्यूंचा छळ झाला. पण भारतात झाला नाही. अग्निपूजक पारशी, डेव्हिडच्या ताऱ्यावर ध्यान करणारे ज्यू इतरांप्रमाणेच भारतीय नागरिक आहेत. कबाला साधना आणि योगसाधना यांच्यात पुष्कळ साम्य आहे. विविध धर्मांमधील साधनांचा अभ्यास केल्यावर त्यांच्यातील मूलभूत साम्य माझ्या ध्यानी आलं.

सांख्यांचं प्राचीन तत्त्वज्ञान हा योगशास्त्राचा आधार आहे. कबाला साधनेचा आधारही तोच असावा असं मला वाटलं. या साधनेत जीवन आणि संख्या यांचं नातं दाखवलेलं आहे. ते सांख्य तत्त्वज्ञानाशी सुसंगतच आहे. गीता आणि ज्यूंचा धर्म यात खूप साम्यस्थळं आहेत. हिंदू धर्म आणि ज्यू धर्म हे जगातील सर्वात प्राचीन धर्म आहेत. बहाई धर्म आणि मंदिरं, त्यांचे संकेत, चिन्हं आणि साहित्य यातून आपल्याला या दोन धर्मांतील समान तत्त्व लक्षात येतात. श्री यंत्र साधना ही योग शास्त्रात अत्यंत प्रगत साधना मानली आहे. त्यातून आत्मसाक्षात्काराप्रत जाता येतं. श्री यंत्र, ज्यूंचा डेव्हिडचा तारा आणि योगातील अनाहत चक्र यांच्यात साम्य आहे. ख्रिश्चनांचे पवित्र हृदय (सेक्रेड हार्ट) सुद्धा अनाहत चक्रच आहे. सॉलोमनचं मंदिर उभारणाऱ्या प्राचीन शिल्पज्ञांना श्री यंत्र बहुधा माहीत असावं. प्राचीन लोकांनी श्री यंत्र उपासना ही अत्यंत पवित्र उपासना मानली आहे. त्यातून व्यक्तीचा इतरांशी, विश्वाशी आणि विश्वनिर्मात्याशी आत्मिक संबंध प्रस्थापित होतो.

योग हे असं शास्त्र आहे की स्त्री, पुरुष, मुलं सर्वांना त्याचा लाभ होतो असं मला खात्रीनं वाटतं. मानवी समाज आणि त्याची नियमबद्ध रचना यांना धर्मांनी निर्माण केलेल्या आणि सामाजिक शास्त्रांनी निर्माण केलेल्या संस्कृती आणि परंपरा यांचा आधार असतो. आत्मविकास आणि आत्मसाक्षात्कार यांची साधना करण्याचं योग हे प्राचीन शास्त्र आहे. विविध धर्मांमध्ये आत्मविकासाचे जे मार्ग सांगितले आहेत ते योगशास्त्रात आहेतच.

बहाई परिषदेत माझ्या लक्षात आलं की जगातील विविध धर्म संप्रदायांच्या नेत्यांनी वारंवार भेटलं पाहिजे. आपल्या तात्विक, धार्मिक विचारांची देवघेव केली पाहिजे. जगातील विविध धर्मांच्या साधना पद्धती, वेगवेगळ्या भासल्या तरी मूलत: त्या एकच आहेत अशी माझी निश्‍चित धारणा आहे. मोक्षाकडे जाण्याचे मार्ग वेगवेगळे असले तरी ते पोहोचतात एकाच ध्येयाकडे. जर आध्यात्मिक नेत्यांनी अन्य धर्माच्या साधनापद्धती जाणून घेतल्या तर ते आपापल्या संप्रदायातील लोकांना त्याबद्दल सांगतील. विविध संप्रदायांमध्ये संवाद आणि सामंजस्य निर्माण होऊ शकेल. 'माझाच धर्म खरा' असा हट्टाग्रह धरणारे अज्ञानी आहेत. ते आपल्या अनुयायांची दिशाभूल करू शकतात. पूर्वग्रह हे असं विषारी रसायन आहे की त्यामुळे मनुष्याच्या विकासाला खीळ पडते. प्रेम हे समावेशक असतं. त्यामुळे जगातील सर्वश्रेष्ठ धर्मांचा पाया प्रेमात असलेला आपल्याला दिसतो.

ईश्वरावाचून मी कोणाचाच नाही

नदीच्या किनारी राहाणाऱ्या एका योगीपुरुषांना मी भेटायला गेलो होतो. त्या वेळी माझी अशी मूर्खपणाची समजूत होती की. खरे साधू फक्त हिमालयातच राहातात. मला वाटलं, 'शहराच्या इतक्या जवळ ही नदी आहे. तिच्या काठी खरा साधू राहूच शकणार नाही.' पण हे योगी पुरुष कसे राहातात ते मला जवळून पाहायचं होतं.

मी त्यांच्या आश्रमापासून चार मैल आलेलो असताना त्यांनी मला भोजन पाठवलं. पण त्याचा माझ्यावर प्रभाव पडला नाही. मी मनाशी म्हणालो, 'यात काय विशेष? माझ्याकडे कुणी येणार असेल तर मलाही जाणवेल की तो वाटेवर आहे आणि मी त्याची जेवणाची व्यवस्था करीन. पण त्याला काही खरं ज्ञान म्हणता येणार नाही.'

आम्ही जेव्हा भेटलो तेव्हा ते म्हणाले, 'तू उशीरा आलास बाबा, मी उद्या देहत्याग करणार आहे.' मी म्हणालो, 'आपण अजून बारा तास थांबून मला ज्ञान देऊन का जात नाही?' ते म्हणाले, 'नाही, मला वेळ नाही.'

या सत्पुरुषांकडे विविध संप्रदायाचे अनेक लोक येत. हिंदू लोक त्यांना स्वामी मानत. मुस्लिम त्यांना इस्लामचे उपासक समजत. ख्रिश्चनांना वाटे की ते ख्रिस्ती आहेत. त्यांनी देहत्याग केल्यावर त्यांचं ख्रिस्ती पद्धतीने दफन करायचं त्यांनी योजलं होतं. मुस्लिम हट्टाग्रहाने म्हणत होते की यांचं आम्ही आमच्या पद्धतीने दफन करणार, हिंदू त्यांची समाधी बांधायचा विचार करत होते.

दुसऱ्या दिवशी त्यांनी देहत्याग केला. डॉक्टर आले आणि ते मृत्यू पावले आहेत असं त्यांनी प्रकट केलं. नंतरचे कित्येक तास त्या ठिकाणी मोठा गोंधळ माजला होता. त्यांचं शरीर ताब्यात घेण्यासाठी विविध धर्मसंप्रदायांची परस्परांत भांडणं चाललेली होती. प्रत्येकाने आपली प्रतिष्ठा पणाला लावली होती. जिल्हा न्यायाधीश माझ्याकडे आले आणि त्यांनी विचारलं, 'आपण त्यांच्या समवेत होतात, हा वाद सोडवायला आपण मदत कराल का?'

मी म्हणालो, 'मला यांच्याबद्दल खरोखर काही माहिती नाही.' मी मनात म्हटलं, 'कसले हे सत्पुरुष? माझ्यासाठी अडचण निर्माण करून ठेवली आणि मला काहीही

शिकवलं नाही. ते जर खरे साधू असते तर असा गोंधळ त्यांनी होऊ दिला नसता.'

मृत्यूनंतर चार तासांनी हे योगी पुरुष एकदम उठून बसले आणि म्हणाले, 'तुम्ही आपापसात भांडत आहात. त्यामुळे मी इतक्यात मरायचं नाही असं ठरवलेलं आहे.' न्यायाधीशांसह सर्व लोक अवाक होऊन त्यांच्याकडे पाहात राहिले. ते सत्पुरुष गरजले, 'हिंदूंनो, मुसलमानांनो आणि ख्रिश्चनांनो, चालते व्हा! तुम्ही सर्व मूर्ख आहात. मी केवळ देवाचा आहे. आणखी कुणाचाही नाही.' मग ते माझ्याकडे वळून म्हणाले, 'बेटा, काळजी करू नकोस. मी आता तुझ्यासोबत तीन दिवस राहाणार आहे. तुला शिकवणार आहे आणि चौथ्या दिवशी शांतपणे हे शरीर सोडणार आहे.'

मी त्यांच्याबरोबर तीन दिवस राहिलो. माझ्या आयुष्यातल्या सर्वोत्तम दिवसांपैकी ते दिवस होते. त्यांनी मला अनेक गोष्टी शिकवल्या. बहुमोल ज्ञान दिलं. दिवसातून ते एक वाक्य अनेकदा उच्चारत, 'तू जसा आहेस तसाच अस, जे तू नाहीस ते दाखवायचा प्रयत्न करू नकोस.' याचा त्यांनी पुन्हापुन्हा उच्चार केला.

तीन दिवसांनी ते म्हणाले, 'मला पाण्यात जायचं आहे.' ते पाण्यात उतरले आणि दिसेनासे झाले. जेव्हा लोक त्यांचा शोध घ्यायला आले तेव्हा मी सांगितलं की ते नदीच्या प्रवाहात उतरले ते परत आलेच नाहीत. लोकांनी त्यांचं शव शोधायचा खूप प्रयत्न केला पण ते त्यांच्या हाती लागलं नाही.

महान ऋषी, महान संत कुठल्याही संप्रदायाशी स्वत:ला बांधून घेत नाहीत. अशा सर्व भेदांच्या ते पलीकडे असतात. ते संपूर्ण मानवजातीचे असतात.

भाग ९

दैवी संरक्षण

आत्मसमर्पण, संपूर्ण शरणता ही आत्मदर्शनाची सर्वांत सोपी पण श्रेष्ठ पद्धत आहे. जो ईश्वरी शक्तीला समर्पित झाला त्याचं रक्षण ईश्वर करतो. तो सदैवच ईश्वराच्या सावलीत सांभाळला जात असतो.

सांभाळणारे हात

जिथे व्यत्ययाशिवाय राहाता येईल आणि ध्यानसाधना करता येईल अशी हिमालयाच्या कुशीतील कितीतरी शांत, एकांत स्थानं मला माहीत आहेत. जेव्हाजेव्हा मला थकल्यासारखं वाटतं तेव्हातेव्हा मी ऊर्जा मिळवण्यासाठी काही काळ हिमालयात जायचा विचार करतो. असंच एक ठिकाण गढवाल जिल्ह्यात लँडस्‌डाऊनपासून बारा मैल उत्तरेला एक ठिकाण आहे. ते ६५०० फूट उंचीवर आहे. तिथे दाट फर वृक्षांनी वेढलेलं एक छोटंसं शिवमंदिर आहे.

तिथले लोक त्या मंदिरातील देवतेला अर्पण केल्याशिवाय त्यांच्या शेतातील मका इ. धान्य खात नाहीत. दंतकथा असं सांगतात की कुणी अजाणतेपणाने नैवेद्य न दाखवता अन्न खाल्लं तर त्याची झोपडी हलू लागते आणि घरातले लोक भ्रमिष्ट होतात. मी हे ऐकलं तेव्हा मी चौदा वर्षांचा होतो, हे शिवमंदिर पाहायची मला इच्छा झाली. अशा दंतकथा लोकांच्या कल्पनेतून निर्माण होतात आणि त्या वाऱ्यासारख्या सर्वत्र पसरतात. लोक त्यावर विश्वास ठेवतात. पण प्रत्यक्षात तसं काही नसतं. पण आपण प्रत्यक्ष काय परिस्थिती आहे ते पाहावं असं मी ठरवलं. मी तिथे सायंकाळी सातच्या सुमारास पोहोचणार होतो. आधीच अंधार झाला होता. एका कड्याच्या बाजूने मी चाललो होतो. माझ्याकडे दिवा नव्हता. त्या काळात मी लाकडी खडावा घालत असे. त्या फार निसरड्या होत्या. मी घसरलो आणि कड्यावरून पडायच्याच बेतात होतो. तो कडा अत्यंत कठीण, उंच होता. तेवढ्यात शुभ्र वस्त्रं नेसलेल्या एका उंच वृद्ध माणसाने मला उचलून घेतलं आणि पायवाटेवर आणलं. तो म्हणाला, 'हे पवित्र क्षेत्र आहे तुला पूर्ण संरक्षण आहे. मी तुला इष्ट स्थळी पोहोचवीन.' तो माझ्याबरोबर दहा मिनिटं चालला. मग आम्हाला एक झोपडी दिसली. तिच्या बाहेर दिवटी लावलेली होती. आम्ही झोपडी भोवतीच्या दगडी कुंपणापाशी आलो. मला वाटलं की तो माणूस माझ्या मागेच आहे. त्याला धन्यवाद देण्यासाठी मी वळलो. पण तो मला कुठे दिसेना. मी त्याला हाका मारल्या, पण माझा आवाज ऐकून झोपडीतून एक साधू बाहेर आला. कुणी पाहुणा आला म्हणून त्याला आनंद झालेला दिसला. तो मला आतल्या लहान खोलीत घेऊन गेला. तिथे धुनी पेटलेली होती. मी त्या

तारकेश्वर येथील शिवमंदिर

साधूला मला भेटलेल्या वृद्ध माणसाबद्दल सांगितलं. त्याचं वर्णन केलं आणि कड्यावरून पडताना त्याने मला कसं वाचवलं हेही सांगितलं.

साधूच्या डोळ्यात अश्रू आले. तो म्हणाला, 'बेटा, तुझ्या भाग्याने तुला तो महात्मा भेटला. मी इथे कसा आलो ते सांगू तुला? सात वर्षांपूर्वी अगदी त्याच ठिकाणी मीही रस्ता हरवून बसलो होतो. रात्रीचे अकरा वाजले होते. त्याच वृद्ध माणसाने माझा हात धरला आणि मला या झोपडीपाशी आणून पोहोचवलं. तेव्हापासून मी इथेच राहातो. मला तो परत दिसला नाही. मी त्याला सिद्ध बाबा म्हणतो. त्यांच्या त्या प्रेममय हातांनी माझंही रक्षण केलं आहे.'

दुसऱ्या दिवशी सकाळी मी त्या भागात खूप फिरलो पण मला कुणी भेटलं नाही. मी त्या कड्यापाशीही गेलो. मी घसरल्याच्या खुणा तिथे होत्या. मला सांभाळणारे ते प्रेमळ हात आजही मला पुन:पुन: आठवतात. ती फार धोकादायक जागा होती. तिथून मी पडलो असतो तर वाचण्याची काहीच शक्यता नव्हती. मग त्या भागातल्या गावकऱ्यांनाही मी माझा अनुभव सांगितला. ते सर्व सिद्ध बाबाला ओळखत होते. पण कुणीही त्यांना पाहिलं नव्हतं. त्यांची बायकामुलं अरण्यात फिरत तेव्हा सिद्ध बाबा त्यांना सांभाळतो अशी त्यांची श्रद्धा होती. त्या काळात मी माझ्या गुरूंनी सांगितलेली कठोर साधना करत होतो. माझ्याजवळ अक्षरश: काहीही नसे. पण माझा अनुभव त्या गावकऱ्याप्रमाणेच आहे. की ज्याच्याजवळ काही नाही त्याला देव सांभाळत असतो.

साधूची गवताची झोपडी शिवमंदिरापासून सुमारे तीनशे फुटांवर होती. ते अरण्य थोडं मोकळं करून तिथे शिवमंदिर बांधलेलं होतं. त्याच्याभोवती फरचे मोठे उंच वृक्ष होते. त्या जागी अत्यंत उच्च आध्यात्मिक तरंग अनुभवाला येत. सहाशे वर्षांपूर्वी येथे एक महासिद्ध राहात असत असं मी ऐकलं. ते मौनात असत पण या परिसरात येणाऱ्यांना ते मदत नि मार्गदर्शन करत. त्यांनी देह ठेवल्यावर ते जिथे राहात तिथे एक छोटं मंदिर लोकांनी बांधलं. आत एक शिवलिंग होतं. गावकरी नवा ऋतु सुरू होण्यापूर्वी म्हणजे साधारण तीन महिन्यांनी मंदिरात येत आणि सिद्ध बाबांची स्मृती जागती ठेवत. गावकऱ्यांपैकी काही जण म्हणाले की, त्यांनीच मला कड्यावरून पडताना वाचवलं. मंदिराशेजारच्या लहानशा खोलीत मी अनेक महिने राहिलो. मौन आणि इतर अनेक साधना केल्या.

माझ्या तिकडे जाण्यानंतर तिकडच्या काही ब्राह्मणांना वाटलं की हे छोटं मंदिर जुनं झालं आहे. त्याच्या जागी मोठं, मजबूत, भव्य मंदिर उभं करावं. पण छोट्या मंदिराभोवती खोदाई सुरू केल्यावर अचानक विविध रंगांचे लहानमोठे सर्प तेथील जमिनीच्या पोटात आढळून आले. त्यांनी बाकी माती-दगडांबरोबर सर्पांनाही फेकून द्यायला सुरुवात केली. तेव्हा जसं खणावं तसे अधिकच सर्प वर येऊ लागले. जवळच्या गावातील एक वृद्ध स्त्री रोज सकाळ-संध्याकाळ त्या मंदिरात येत असे. त्या मंदिरात दिवा लावण्यासाठी ती दोनदा तीन मैल चालून येत असे. रात्री ती दिवा लावी व सकाळी दिवा शांत करी. असा

हा क्रम वर्षानुवर्षं चालला होता. देऊळ पुन्हा बांधणं तिला योग्य वाटत नव्हतं. बांधकाम कंत्राटदारांना तिनं बजावलं की असं करणं हिताचं होणार नाही. पण कंत्राटदाराने तिच्याकडे लक्ष दिलं नाही. सहा दिवस खोदकाम चाललं होतं पण सर्प कमी होतच नव्हते. जेवढे काढावेत तेवढे जणू उत्पन्न होत होते. त्यांनी शिवलिंगाभोवतीही खोदकाम केलं पण ते जमिनीत खोलवर गेलेलं होतं. आठ फुटापर्यंत खोदकाम करूनही ते निघू शकलं नाही. आठव्या रात्री मला ज्याने वाचवलं होतं तो सिद्ध बाबा कंत्राटदाराच्या स्वप्नात आला. त्याने शुभ्र वस्त्र परिधान केलं होतं आणि त्याला लांब दाढी होती. त्याने इंजिनिअर कंत्राटदाराला सांगितलं की ते शिवलिंग पवित्र आहे. त्याला हात लावू नये आणि मंदिरही मोठं करण्याच्या भानगडीत पडू नये. मग ते जुनं मंदिर सहाशे वर्षांपूर्वी होतं तसंच पुन्हा बांधण्यात आलं.

स्वामी अजय आणि काही साधकांसह १९७३ च्या वसंतऋतुत मी पुन्हा त्या ठिकाणी गेलो होतो. देवळापासून काही अंतरावर बांधलेल्या दुमजली दगडी घरात आम्ही सहा दिवस राहिलो. आता तिथे एक वृद्ध संन्यासी राहातात आणि मंदिरात पूजाकार्य करतात. ते अतिशय आतिथ्यशील आहेत आणि तिथे येणाऱ्यांची उत्तम व्यवस्था ठेवतात. ती जागा अत्यंत शांत नि सुंदर आहे. त्या खोऱ्याभोवती ज्या उंच टेकड्या आहेत त्यांच्यावर उभं राहिलं की एकमेकांना चिकटून असलेली हिमालयाची बर्फाच्छादित शिखरं दिसतात. अनंत कालापर्यंत तसंच उभं राहून तप करण्याच्या निश्चयाने जणू ती उभी आहेत.

कैलास पर्वताच्या वाटेवर स्वामी राम

देवभूमीत हरवलो मी

ज्ञानगंज या गावाबद्दल मी इतकं ऐकलं होतं की तिथे जाण्याची माझी इच्छा अधिकच तीव्र होत गेली. पुष्कळ यात्रेकरूंनी या गावाबद्दल ऐकलेलं असतं पण तिथपर्यंत पोचणं फारच थोड्यांना शक्य होतं. हिमालयाच्या अंतर्भागात आध्यात्मिक साधना करणाऱ्या साधकांचं हे गाव वसलेलं आहे. त्याच्याभोवती हिमाच्छादित शुभ्र शिखरं आहेत. वर्षातले आठ महिने या गावी कुणी जाऊ शकत नाही किंवा तिथून अन्यत्र जाऊ शकत नाही. इथे नित्य वास्तव्य करणारे काही योगी आहेत. ते मौनात असतात आणि बहुतेक वेळ ध्यानसाधनेत व्यतीत करतात. इथली घरं झाडांच्या बुंध्यापासून तयार केलेली आहेत. वर्षभर पुरेल एवढा बार्ली आणि बटाट्याचा साठा या योग्यांकडे असतो. तोच त्यांचा आहार. इथे भारतीय, तिबेटी आणि नेपाळी साधू राहातात. तिबेट आणि पीठोरा गढ यांच्यामधल्या हिमालयीन सीमेवर हा साधुसंघ राहातो. ज्ञानगंज ज्याला म्हणता येईल अशी याखेरीज कुठली वस्ती तिथे नाही.

मी आणखी चार संन्याशांसह कैलासपर्वतावर निघालो होतो ते या गावात जाण्यासाठी. आम्ही अलमोऱ्यातून दोन्हचोला आणि तिथून गर्बिअँकला गेलो. बरेच दिवस प्रवास करत राहिल्यावर राक्षसताल जवळ आम्ही रस्ता हरवून बसलो. तो जुलैचा महिना होता. हिमालयावरचं बर्फ वितळत होतं. या काळात हिमखंड वितळून खाली येऊ लागतात. काही वेळा ते अख्खा रस्ताच अडवून टाकतात. नंतर पुष्कळ दिवस वाहतूक ठप्प असते.

आम्ही चालत असताना कोसळून खाली येणारे हिमखंड आम्हाला दिसत होते. पुढून आणि मागून ते आमचा रस्ता अडवत होते. मला अशा आकस्मिक संकटांची सवय होती. पण इतर स्वामींना ही साहसं नवीन होती. ते अतिशय घाबरून गेले होते. मी हिमालयातला होतो, अशा अडचणी माहीत असून त्यांना या ठिकाणी आणल्याबद्दाल ते मला दोष देऊ लागले. ते म्हणाले, 'तुम्ही पर्वतीय प्रदेशात राहिलेले आहात. तुम्हाला या अडचणी माहीत असूनही तुम्ही आम्हाला इथे आणलंत. तुम्ही आमची दिशाभूल केलीत. इथे खायला नाही, मागे-पुढे जायला जागा नाही. आम्ही काय इथेच मरायचं?'

राक्षसताल नावाच्या एका प्रचंड सरोवराजवळ आम्ही अडकलो होतो. राक्षसताल

म्हणजे राक्षसांचा तलाव! विरघळणाऱ्या बर्फामुळे आणि हिमखंडांमुळे पाण्याची पातळी वाढत चाललेली होती. दुसऱ्या सर्व जण भयभीत झालेले होते. मी म्हणालो, 'आपण काही सामान्य माणसं नाही. आपण संन्यासी आहोत. मरण समोर आलं तर आपण ते आनंदाने स्वीकारलं पाहिजे. देवाचं स्मरण करा. घाबरून काय उपयोग?'

प्रत्येकाने आपल्या इष्टमंत्राचा जप करायला सुरुवात केली. त्यांच्या श्रद्धेची परीक्षा होती. पण त्यांची श्रद्धा आधीच डळमळीत झाली होती. बर्फाच्या खाली आपल्याला समाधी घ्यावी लागणार असं त्यांना वाटू लागलं होतं. मी थट्टेने म्हणालो, 'तुम्हा सर्वांना इथेच गती मिळाली तर तुमचे आश्रम, अनुयायी आणि संपत्ती यांचं काय होणार?' ते रागावून म्हणाले, 'आम्ही तर मरूच पण त्याआधी तुला गती मिळालेली आम्ही पाहू.' मी मस्करी करत आहे, परिस्थिती गांभीर्याने घेत नाही याचा त्यांना अधिकच राग येऊ लागला होता.

विनोदाचा आनंद कसा घ्यायचा हे थोड्याच लोकांना माहीत असतं. कसोटीच्या प्रसंगी बहुतेक लोक गंभीर होतात. जीवनाच्या सर्व क्षेत्रांत, सर्व प्रसंगी आनंदी राहाणं फार महत्त्वाचं असतं. हा गुण जोपासला पाहिजे. सॉक्रेटिसला विष दिलं गेलं तेव्हा तो विनोद करत होता. जेव्हा त्याला हेमलॉकचा पेला दिला गेला तेव्हा तो म्हणाला, 'मी यातलं थोडं देवांनाही देऊ का?' मग तो हसला आणि म्हणाला, 'ज्ञानी माणसांना विष मारू शकत नाही. ते अनंताचे रहिवासी असतात. सत्य अनंत आहे.' मग त्याने विषाचा पेला पिऊन टाकला.

मी बरोबरच्या स्वामींना म्हणालो, 'आपण जर जगणार असू आणि आजवर योग्य मार्गाने चाललो असू तर देव आपल्याला वाचवीलच. घाबरण्याची जरूर काय?' अंधार व्हायला लागला होता आणि पुन्हा बर्फही पडू लागलं होतं. शुभ्र अंगरखा घातलेला, लांब दाढीचा एक माणूस अचानक कंदील घेऊन तिथे आला. त्याने विचारलं, 'काय, रस्ता चुकला आहात का?'

'गेले दोन दिवस आम्ही उपाशी आहोत आणि इथून बाहेर कसं पडायचं ते आम्हाला कळत नाहीये.' आम्ही म्हणालो. त्याने आम्हाला त्याच्यामागे यायला सांगितलं. वाटेत प्रचंड हिमखंड आमची वाट अडवून बसला होता. मधून जायला रस्ता नव्हता. तरीही आम्ही त्याच्यापलीकडे कसे पोहोचलो ते कळलं नाही. जवळ काही मैलांवर असलेल्या गावाचा रस्ता त्याने आम्हाला दाखवला आणि रात्री त्या गावात मुक्काम करण्याचा सल्ला दिला. मग तो अचानक दिसेनासा झाला. तो कुठे गेला ते आम्ही पाहातच राहिलो. गावातले लोक म्हणाले, 'अहो, ही देवभूमी आहे. इथे असे अनुभव येतातच. रस्ता चुकलेल्या निष्पाप लोकांना येथील दिव्य विभूती मार्ग दाखवतात.' आम्ही त्या गावात रात्रभर राहिलो. दुसऱ्या दिवशी माझ्याबरोबरच्या स्वामींनी पुढे येण्यास नकार दिला. ते परत फिरले. पुढे आणखी आपत्ती येतील म्हणून पुढे जाण्याची त्यांची तयारी नव्हती. गावकऱ्यांना पत्ता विचारून मी एकटाच ज्ञानगंजच्या दिशेने निघालो. ज्ञानगंजला एका साधूने उदार मनाने मला आश्रय दिला. तिथे मी दीड महिना राहिलो. हे ठिकाण सर्व

बाजूंनी हिमशिखरांनी वेढलेलं होतं. मी पाहिलेल्या सुंदर ठिकाणांतलं हे अत्यंत सुंदर ठिकाण होतं.

ज्ञानगंजहून परतताना मी मानससरोवराच्या रस्त्याने कैलास पर्वताच्या पायथ्यावरून आलो. वाटेत मला अनेक श्रेष्ठ भारतीय आणि तिबेटी साधू भेटले. कैलास पर्वताच्या पायथ्याला लामांचे तंबू पडले होते. तिथे मी एक आठवडा राहिलो. ही सर्व आठवण मी मनात जतन करून ठेवली आहे. एका मेंढपाळाच्या तांड्याबरोबर मी गार्बीयोकपर्यंतचा प्रवास केला. हिमालयात जे महात्मे यात्रेकरूंना मदत करतात त्यांच्या अनेक कहाण्या त्यांनी सांगितल्या. या दिव्य विभूतींना देव म्हणतात. देव म्हणजे प्रकाशमान विभूती. देव हे ज्ञात आणि अज्ञात अशा जीवनाच्या प्रदेशांमधून संचार करतात. तथाकथित घनपदार्थातून ते पार होऊ शकतात. ते अभौतिक स्तरांवर राहातात. त्यांच्या चेतनेचा लोक देवलोक म्हणून ओळखला जातो. अतींद्रिय मानसशास्त्र किंवा सिद्धीचं शास्त्र आपल्याला देवलोकांबद्दल माहिती देतं. पण आधुनिक मानसशास्त्र भ्रम किंवा भास म्हणून त्यांचं अस्तित्व नाकारतं. काही तरुण शास्त्रज्ञ असं म्हणताना मी ऐकलं आहे की या सर्व म्हाताऱ्या लोकांच्या भाकडकथा आहेत. म्हातारी माणसं म्हणजे लहान मुलंच असतात. मुलं जशी साधनेत रमतात, तशी तीही रमतात. पण आध्यात्मिक साधक हे काही म्हातारे भ्रमिष्ट लोक नव्हेत. त्यांनी चित्तशुद्धी केलेली असल्याने त्यांना भ्रमभास होणं शक्य नाही. ते उच्चस्तरीय चेतनेच्या स्तरांवर अनुभूती घेतात. त्या खोट्या नसतात.

जीवनाच्या कित्येक मिती आधुनिक शास्त्रज्ञांना अद्याप माहीत नाहीत. मेंदू आणि त्याचे विविध भाग एवढ्यापुरतंच त्यांचं संशोधन मर्यादित आहे. मानसशास्त्राच्या पलीकडचं आध्यात्मिक चेतनेचं शास्त्र त्यांना माहीत नाही. त्यांच्या ते आकलनापलीकडचं आहे. प्राचीन ऋषींचं अनेकानेक शतकांपासूनचं महामानसशास्त्राचं ज्ञान हे अचूक शास्त्रातून आलेलं आहे. अंत:प्रज्ञेतून स्फुरलेलं आहे. भौतिक शास्त्रांचं ज्ञान हे द्रव्य, शरीर, मेंदू अशा स्थूल पातळीवरचं आहे. त्यामुळे त्याला मर्यादा आहेत.

हंसभूमी

मी आजवर भेटी दिलेल्या ठिकाणांमध्ये गंगोत्री हे स्थान मला सर्वात चित्तवेधक वाटलेलं आहे. ती हंसभूमी आहे. इथली शिखरं सदैव हंसपंखांच्या साारख्या शुभ्र हिमाने आच्छादलेली असतात. मी तरुण असताना पाहिलं की तिथे गंगेच्या दोन्ही तीरांवरील गुहांमध्ये सुमारे तीस ते पन्नास योगी राहात असत. बहुतेकजण वस्त्र वापरत नसत. कित्येकांकडे तर धुनीसुद्धा नसे. तीन पूर्ण हिवाळे मी गंगोत्रीजवळच्या एका गुहेत एकांतामध्ये होतो. माझे गुरुबंधू माझ्यापासून सुमारे पंधराशे फुटांवर असलेल्या गुहेत राहात. मी क्वचितच कुणाशी संपर्क करीत असे. आम्ही साधू जरी एका स्थानी राहात असलो आणि एकमेकांना दिसत असलो तरी कुणी कुणाच्या साधनेत व्यत्यय आणत नसे. गप्पा-टप्पांमध्ये कोणाला रस नव्हता. मी दिवसभर योगसाधना करीत असे. गहू आणि हरभरा यांचं मिश्रण हे माझं भोजन होतं. मी गहू नि हरभरे दोन दिवस भिजत घालत असे. मोड आल्यावर किंचित मीठ लावून ते खात असे.

माझ्या गुहेच्या समोरच्या गुहेत पैलतीरावर एक थोर साधू राहात. ते भारतात पुष्कळांना माहीत होते. लोक त्यांचा फार आदर करत. त्यांचं नाव कृष्णाश्रम. एका रात्री कानठळ्या बसवणाऱ्या – जणू खूप बॉम्बज् एका वेळी फुटले – अशा आवाजाने मी बाराच्या सुमारास दचकून उठलो. मी काय झालं आहे हे पाहायला गुहेतून बाहेर आलो. बाहेर चांदणं होतं. मी पाहिलं की कृष्णाश्रमांच्या गुहेजवळच एक प्रचंड हिमखंड कोसळला होता. मला वाटलं की ते त्या हिमखंडाखाली गाडले गेले असावेत. मी चटकन माझा लांब तिबेटी कोट घातला, विजेरी घेतली आणि गंगेच्या गोठलेल्या पात्रावरून त्यांच्या गुहेकडे गेलो. तिथे गंगेचं पात्र फारसं रूंद नाही. त्यामुळे मी चटकन गेलो. कृष्णाश्रमांची छोटी गुहा सुरक्षित होती. ते तिथे स्मितहास्य करीत बसले होते.

त्या वेळी त्यांचं मौन होतं. वर बोट करत ते नुसतं, 'हं, हं, हं' असं म्हणाले. मग त्यांनी पाटीवर लिहून दाखवलं, 'मला कुठलीही हानी पोहोचू शकत नाही. मला अजून पुष्कळ काळ जगायचं आहे. हे आवाज नि हे घसरणारे हिमखंड मला भिववू शकत नाहीत. माझी गुहा संरक्षित आहे.' ते प्रसन्न आणि सुरक्षित आहेत हे पाहून मी आपल्या

तरुण ब्रह्मचारी स्वामी राम गंगोत्री येथे

गुहेत परतलो. सकाळच्या वेळी मला दिसलं की तो हिमखंड कृष्णाश्रमांच्या गुहेच्या दोन्ही बाजूला उतरून आला होता. उंच उंच फर वृक्षदेखील उन्मळले होते. पण कृष्णाश्रमांच्या गुहेला काहीही झालं नव्हतं.

दुपारी दोन ते पाच या वेळात मी कृष्णाश्रमांकडे अनेकदा जात असे. मी त्यांना प्रश्न विचारी. ते पाटीवर उत्तर लिहून दाखवत. त्यांचे डोळे म्हणजे निखाऱ्यांनी भरलेल्या दोन वाट्याच भासत. त्यांची त्वचा हत्तीच्या त्वचेसारखी जाड होती. ते साधारण ऐंशी वर्षांचे होते. उत्तम आरोग्य त्यांनी राखलेलं होतं. मला आश्चर्य वाटे की धुनी, ऊबदार कपडे किंवा थंडीपासून अन्य संरक्षण याशिवाय ते कसे राहातात? त्यांच्याकडे अक्षरश: काहीही नव्हतं. अर्ध्या मैलावर गोमुख होतं. तिथले एक स्वामी नियमितपणे त्यांना काही अन्न आणून देत. दिवसातून एकदा उकडलेले बटाटे आणि एक गव्हाची चपाती खात.

त्या भागात सगळे गंगातुलसी नावाची एक वनस्पती (आर्टेमिसिया सिना) घालून केलेला ग्रीन टी घेत. तिथे मला जे योगी आणि स्वामी भेटले त्यांनी मला वनौषधींबद्दल बरीच माहिती दिली. ते कधी आध्यात्मिक चर्चाही करत. त्यांना भारताच्या सखल प्रदेशात यायला आवडत नसे. दर उन्हाळ्यात शेकड्याने यात्रेकरू गंगोत्रीला येतात. हे हिमालयातील उंच तीर्थक्षेत्रांपैकी आहे. त्या काळात तिथे जाण्यासाठी पर्वतरांगांमधून शहाण्णव मैल पायी चालत जावे लागत असे. आजही कुणाला शरीर आणि मनावर आत्म्याची शक्ती कसं प्रभुत्व ठेवते हे पाहायचं असेल तर गंगोत्रीजवळच्या योग्यांना त्यांनी भेटावं.

नास्तिक स्वामी

एक स्वामी फार विद्वान आणि बुद्धिवादी होते. ईश्वराच्या अस्तित्वावर त्यांचा विश्वास नव्हता. कोणी श्रद्धेने काही सांगितलं तर ते चतुर वादविवाद करून त्याची श्रद्धा निरर्थक ठरवीत. पुष्कळ विद्वान लोक या स्वामींना टाळत. पण माझी आणि त्यांची चांगली मैत्री होती. त्यांचं तर्कज्ञान आणि अभ्यास भरपूर होता. पण त्यांची सर्व शक्ती वादविवादावरच केंद्रित झाली होती. ते अभ्यासू होते पण आडमुठे होते.

ते म्हणत, 'लोक माझ्याकडे शिकायला का येत नाहीत?' मी म्हणे, 'तुम्ही त्यांच्या धारणा आणि श्रद्धा उद्ध्वस्त करता. ते कसे तुमच्याकडे येतील? त्यांना तुमची भीती वाटते.'

लोक त्यांना ओळखत. त्यांनी सर्व पारंपारिक तत्त्वज्ञानशास्त्रांना पराभूत करण्यासाठी एक पुस्तक लिहिलं होतं. ते पुस्तक गमतीशीर होतं. बौद्धिक कसरतींचा ते जणू नमुनाच होतं. त्याचं नाव 'खट दर्शन' किंवा 'सहा भारतीय दर्शनं'. तिबेटी आणि चिनी विद्वानांना त्यांच्या तर्कज्ञानाबद्दल आदर वाटे. त्यांना घेऊन ते तिबेट आणि चीनला गेले होते. या माणसासारखा विद्वान माणूस भारतात एकमेवच आहे, असं त्यांना वाटे.

ते संन्यासी असून देवावर त्यांचा विश्वास नव्हता. ते म्हणायचे की संन्याशांची परंपरा मोडून काढण्यासाठी मी संन्यासी झालो आहे. ते आणखी म्हणत, 'संन्यासी हे ढोंगी असतात. ते समाजाला भारभूत असतात. मी आजवर एकही खरा संन्यासी पाहिलेला नाही. मी हे सगळ्या जगाला ओरडून सांगणार आहे.' जो कुणी त्यांना ईश्वर आहे हे पटवून देईल त्याचं शिष्यत्व ते पत्करतील अशी त्यांची प्रतिज्ञा होती.

एकदा त्यांनी मला विचारलं, 'तुम्हाला माझी प्रतिज्ञा माहीत आहे?' मी उत्तरलो, 'जो कोणी तुम्हाला शिष्य करून घ्यायला तयार होईल तो मूर्खच म्हटला पाहिजे.'

ते म्हणाले, 'म्हणजे काय?'

मी म्हणालो, 'असं अटपटं मन असलेल्या शिष्याला घडवणार कसं? तुम्ही एका दिशेने तुमच्या बुद्धीला धार केली आहे. पण तुम्हाला बाकी दिशांना काय आहे याची थोडीसुद्धा कल्पना नाही.'

ते म्हणाले, ‘तुम्हालाच खरोखर काही कळत नाही. तुम्ही पण त्या तथाकथित अज्ञात दिशांबद्दल बोलता – ते सगळं झूठ आहे.’

मी देवाची प्रार्थना केली आणि ठरवलं ‘काय वाटेल ते होवो, माझे प्राण द्यावे लागले तरी चालेल पण मी या मनुष्याला गहन आध्यात्मिक सत्याचं दर्शन घडवीनच.’

मी एक दिवस नास्तिक स्वामींना विचारलं, ‘तुम्ही हिमालयात गेला आहात का?’ ते म्हणाले, ‘कधीच गेलेलो नाही.’

मी म्हटलं, ‘उन्हाळ्यात हिमालयातील प्रवास फार आनंददायी असतो. हिमपर्वत फार सुंदर दिसतात.’ मला आशा होती की ते माझ्याबरोबर यायचा विचार करतील. मग मी त्यांची नास्तिकतेची धुंदी उतरवीन. ते म्हणाले, ‘मला ते सुंदर पर्वत पाहायला आवडतील. एवढं सौंदर्य असताना देवाची आवश्यकताच काय?’

मी विचार केला ‘मी यांना अशा परिस्थितीत नेऊन ठेवीन की यांनी देवावर विश्वास ठेवायलाच हवा.’ मी त्यांना घेऊन हिमालयाच्या एका उंच शिखरावर जायचं ठरवलं. एक छोटा तंबू, थोडी बिस्किटं आणि सुका मेवा घेऊन आम्ही कैलास पर्वताच्या दिशेने निघालो. तो सप्टेंबर महिना होता. बर्फ पडायला सुरुवात झाली होती. माझी देवावर श्रद्धा होती. मी देवाला प्रार्थना करत होतो की त्याने अशी परिस्थिती निर्माण करावी की हे स्वामी असहाय होऊन देवाकडे मदतीसाठी प्रार्थना करतील. मी तरुण नि बेफिकीर होतो. मी त्यांना अवघड रस्त्याने घेऊन गेलो. थोड्याच वेळाने माझं मलाच कळेना की आपण कुठे चाललो आहोत. आम्ही रस्ता चुकलो!

मी हिमालयात जन्मलो होतो. त्यामुळे थंडीशी प्रतिकार करणं मला अवघड नव्हतं. एक विशिष्ट आसन आणि विशिष्ट प्रकारचा प्राणायाम यामुळे मला थंडी बाधत नव्हती. पण बिचाऱ्या स्वामींना हिमालयातल्या थंडीची सवय नव्हती. ते थरथर कापत होते. मी करुणेपोटी आणि माझं त्यांच्यावर प्रेम आहे हे दाखवण्यासाठी माझी घोंगडी त्यांना दिली.

मी त्यांना १४००० फुटांवर घेऊन गेलो होतो. नंतर ते म्हणाले, ‘मला नीट श्वासोच्छ्वास करता येत नाहीये.’ मी म्हणालो, ‘मला तर नीट श्वासोच्छ्वास करता येतोय.’ ते म्हणाले, ‘तुम्ही तरुण आहात. तुम्हाला त्रास होणार नाही.’ मी म्हणालो, ‘तुम्ही पण हार मानू नका!’ रोज ते मला तत्त्वज्ञानाचे धडे देत. मी त्यांना हिमालयाच्या सौंदर्याच्या अद्भुत कथा सांगत असे. मी म्हणे, ‘या निसर्गाच्या इतकं निकट राहाणं किती आनंदाचं आहे!’

आम्ही पर्वतराजीत चार दिवस चालत होतो. आम्ही १५००० फुटांवर आलो. बर्फ पडायला सुरुवात झाली. आमच्याजवळ फक्त एक छोटा तंबू होता. जेव्हा दोन फूट बर्फ पडलं तेव्हा मी म्हणालो, ‘इथे सात-आठ फुटांपर्यंत बर्फ पडतं. तसं झालं तर आपण तंबूसकट बर्फात गाडले जाऊ याची कल्पना आहे का तुम्हाला?’

ते शहारून म्हणाले, ‘असलं काही बोलूसुद्धा नका हो!’

मी म्हणालो, ‘पण हे सत्य आहे.’

त्यांनी विचारलं, ‘आपण परत जाऊ शकतो का?’

मी म्हणालो, 'परतीचा काही मार्ग नाही स्वामी.'

ते म्हणाले, 'मग काय करायचं?'

मी सांगितलं, 'देवाची प्रार्थना करू या.'

ते म्हणाले, 'माझा वास्तवावर विश्वास आहे. तुम्ही सांगता त्या मूर्खपणाच्या गोष्टीवर नाही.'

मी म्हणालो, 'माझ्या देवाला प्रार्थना केली तरच बर्फ पडायचं थांबेल. तुमचं तत्त्वज्ञान नि बुद्धी इथे काही उपयोगाची नाही. ती वापरून पाहा.'

ते म्हणाले, 'तुमच्या प्राथनेला देवाने उत्तर दिलं असं मी कसं समजू? तुम्ही प्रार्थना केलीत नि बर्फ पडायचा थांबला तरी माझा विश्वास बसणार नाही. योगायोगानेही बर्फ पडायचं थांबू शकतं.'

बर्फाची उंची आता चार फूट वाढली. आमच्या तंबूच्या चारही बाजूंना बर्फ होतं. स्वामींना घुसमटल्यासारखं वाटू लागलं. मी मधूनमधू बर्फाला भोकं पाडायचो म्हणजे श्वास घेण्यापुरती हवा आत यायची. पण पुन्हा ते भोक बुजून जायचं. एकतर आम्ही मरणार होतो किंवा स्वामींचा देवावर विश्वास बसणार होता!

शेवटी स्वामी म्हणाले, 'काहीतरी करा हो! तुमचे गुरू फार थोर आहेत. त्यांचा मी अनेकदा अपमान केला आहे. कदाचित म्हणूनच मी या धोकादायक स्थितीत सापडलो आहे.' ते खरोखर भयभीत झाले होते.

मी म्हणालो, 'तुम्ही प्रार्थना केलीत तर पाच मिनिटांत बर्फ पडणं थांबेल. सूर्यप्रकाश येईल. पण तुम्ही जर प्रार्थना केली नाहीत तर तुम्ही मराल आणि मलाही माराल. देवानेच मला हे सांगितलं आहे.'

ते साशंकपणे म्हणाले, 'खरं? तुम्हाला कसं काय ऐकू येतं आहे देवाचं बोलणं?'

मी म्हणालो, 'देव माझ्याशी बोलतो आहे म्हणून मला ऐकू येतं आहे.'

त्यांचा हळूहळू माझ्यावर विश्वास बसू लागला. ते म्हणाले, 'तुमच्या प्रार्थनेने जर सूर्यप्रकाश आला नाही तर मी तुम्हाला मारून टाकीन. कारण मी माझी प्रतिज्ञा मोडत आहे. माझी खरी प्रतिज्ञा एकच आहे – देवावर विश्वास न ठेवणं.'

पण मृत्यूभयाची टांगती तलवार असताना मनुष्य पालटतो. त्याच्या मनात एकदम भक्ती उत्पन्न होते. स्वामी डोळ्यांत अश्रू भरून देवाची प्रार्थना करू लागले. मग मला वाटलं, 'आता जर पाच मिनिटांत बर्फ पडणं थांबलं नाही तर हे अधिकच नास्तिक होतील.' मग मीही उत्कटपणे प्रार्थना करू लागलो.

देवाच्या कृपेने बरोबर पाचव्या मिनिटाला बर्फ पडायचं थांबलं नि सूर्यप्रकाश आला! स्वामींनाही आश्चर्य वाटलं नि मलाही!

स्वामी म्हणाले, 'आपण जगणार का?'

मी म्हणालो, 'तशी देवाची इच्छा दिसते!'

स्वामी म्हणाले, 'आता मला जाणवलं की मला कळत नाही असं काहीतरी अस्तित्वात आहे!'

त्यानंतर त्यांनी आजीवन मौन स्वीकारलं. नंतर ते एकवीस वर्षं जगले. पण कुणाशी शब्दही बोलले नाहीत. कुणी देवाबद्दल बोललं की त्यांच्या डोळ्यांत आनंदाश्रू दाटत. नंतर त्यांनी आणखी पुस्तकंही लिहिली. त्यातील एक होतं 'शिवमहिम्न स्तोत्र भाष्य'.

या अनुभवावरून वाटतं की पुष्कळ बौद्धिक कसरती केल्यानंतर माणसाला कळतं की बुद्धीच्या पलीकडे काही आहे. एका टप्प्याला बुद्धी आपल्याला मार्ग दाखवू शकत नाही. केवळ अंत:प्रज्ञाच मार्ग दाखवू शकते. बुद्धी तपासणी करते, आकडेमोड करते, तर्क आणि वितर्क करते, काही स्वीकारते, काही त्यागते. या सर्व मनाच्या क्षेत्रातल्या गोष्टी आहेत. पण अंत:प्रज्ञेचा प्रवाह उत्स्फूर्त आणि अखंड, अविच्छिन्न असतो. तिचा उगम आपल्या अंतरात्म्यात असतो. जेव्हा मन शांत, संतुलित, स्वस्थ असतं तेव्हा अंत:प्रज्ञेचा उदय होतो. शुद्ध अंत:प्रज्ञा मनुष्यचेतनेच्या कक्षा व्यापक करते. सर्व गोष्टी आहेत त्यापेक्षा स्वच्छ स्वरूपात दिसू लागतात. जीवनाबद्दलची एक प्रगल्भ जाण येते आणि अज्ञानाचा अंध:कार दूर होतो. अनेक दिव्य अनुभूती येतात. परमात्म्याची थेट – अपरोक्ष अनुभूती आपल्याला सर्व बाबतीत मार्गदर्शन करते. अंत:स्फूर्तीतून आपल्याला ज्ञान होऊ लागतं.

अचानक एक विचार माझ्या मनात चमकला आणि संतकवी तुलसीदासांच्या ओळी मला आठवू लागल्या 'ईश्वराचं भय ईश्वराच्या प्रेमात परिणत होतं आणि प्रेमाशिवाय ईश्वरसाक्षात्कार कुठला? भयविन होइ न प्रीती..' ईश्वराविषयीचं भय हे ईश्वराच्या अनुसंधानात रुपांतरित होतं. ऐहिक गोष्टींबाबतचं भय हे अधिक भय आणि धोकाही निर्माण करतं. हे नास्तिक स्वामी प्रथम संकटाने भयभीत झाले. ईश्वराच्या प्राथनेने त्यांना दिलासा मिळाला, नंतर त्यांचा ईश्वरचैतन्यात प्रवेश झाला. केवळ बौद्धिक कसरती करून मनुष्य भयाच्या गाठी निर्माण करतो. पण ईश्वराविषयीचं प्रेम साधकाला सर्व भ्रमसंकटांतून मुक्त करतं.

मुलाखत मृत्यूशी

मी जी सत्यकथा सांगत आहे तिचा प्रारंभ मी सात वर्षांचा होतो तेव्हा झाला आणि सांगता मी अठ्ठावीस वर्षांचा असताना झाली.

मी जेव्हा सात वर्षांचा होतो तेव्हा आमचे नातेवाईक बनारसच्या एकाहून एक नामवंत ज्योतिषांना माझं भविष्य विचारत होते. (भारतात ज्योतिषशास्त्राचा प्रचार-प्रसार खूप आहे. त्यात काही खरे जाणकार असतात, काही बतावण्या करणारेही असतात. जे खरेखुरे जाणकार असतात ते तुमच्या नावापुढे तुमच्या जीवनाचं पूर्ण चित्र लिहून ठेवतात. तुम्ही त्यांच्याकडे जाणार आहात हे तुम्ही कोणालाही सांगितलेलं नसतं. अशी सिद्धी दुर्मिळ असते. दोन-तीन ठिकाणीच तुम्हाला ती पाहायला मिळते.)

मी दाराशी उभा असताना आत बोलणं चाललेलं होतं, 'हा मुलगा वयाच्या अठ्ठाविसाव्या वर्षी मरणार आहे.' मरणाची नेमकी तारीखदेखील ज्योतिषांनी दिली.

मी ते ऐकून इतका बेचैन झालो की मला रडू यायला लागलं. मी विचार करत होतो 'मला इतकं थोडं आयुष्य आहे. काही महत्त्वाचं न करताच मी मरणार. मग मला जे करायचं आहे ते कसं साध्य होणार?'

माझे गुरुदेव माझ्यापाशी आले. त्यांनी विचारलं, 'का रडतोस?'

मी म्हणालो, 'मी मरणार आहे.'

त्यांनी विचारलं, 'कोण असं म्हणतं?'

मी आत बसलेल्या सगळ्या ज्योतिषांकडे बोट दाखवून म्हटलं, 'हे सगळे असं म्हणतात.'

गुरुदेवांनी माझा हात हातात घेतला. मला घेऊन ते ज्योतिषी बसले होते तिथे आले. त्यांनी विचारलं, 'हा पोरगा अठ्ठाविसाव्या वर्षी मरणार याबद्दल तुम्हाला खात्री आहे का?' ज्योतिषांनी एकमुखाने उत्तर दिलं, 'होय.'

पुन्हा गुरुदेवांनी विचारलं, 'खात्री आहे का?' ज्योतिषी म्हणाले, 'होय, खात्री आहे. कोणालाही मृत्यू थोपविण्याची ताकद नाही.'

माझे गुरुदेव माझ्याकडे वळून म्हणाले, 'हे बघ. मी तुला सांगतो. तू खूप काळ

जगणार आहेस. हे ज्योतिषी तुझ्या आधी मरणार आहेत. मी माझ्या आयुष्यातली वर्षं तुला देणार आहे.' (आज ज्योतिषांपैकी कोणी हयात नाही. मी अठ्ठावीस वर्षांचा व्हायच्या आतच सर्वांनी देह ठेवले.)

त्या वेळी त्या ज्योतिषांनी विचारलं, 'हे कसं शक्य आहे?'

माझे गुरुदेव म्हणाले, 'तुमचं भाकित चुकीचं आहे. भविष्यशास्त्राच्या पलीकडे काही गोष्टी असतात.' मग ते मला म्हणाले, 'तू काळजी करू नकोस. पण जी तुझी मृत्यूतिथी सांगितली आहे त्या दिवशी तुला काहीतरी भयावह अनुभव येईल. मृत्यूशी आमनासामना होईल. पण तू मरणार नाहीस.' मधल्या काळात मी हे बोलणं विसरूनही गेलो होतो.

मी जेव्हा अठ्ठावीस वर्षांचा होतो त्या वेळी माझ्या गुरूंनी मला हृषिकेशपासून ६० मैलांवर असलेल्या ११००० फुटांवरच्या एका ठिकाणी जायला सांगितलं. मी तिथं नऊ दिवस दुर्गापूजेचा विधी करणार होतो. मी खडावा घातल्या, लुंगी नेसलो आणि एक शाल घेतली. माझ्याबरोबर पाण्याचा एक कमंडलू होता. बाकी काही नव्हतं. मी पर्वतराजीतून गात, नामस्मरण करत, दुर्गेची स्तोत्रं म्हणत मुक्त फिरत होतो. हिमालय हे माझं घरच होतं. एकदा मी २०००० फूट उंचीवर गेलो होतो. माझी खात्री होती की खास उपकरणं (ऑक्सिजन इ.) घेतल्याशिवाय मी कोणताही पर्वत चढू शकेन.

एक दिवस मी एकटाच एका कड्याच्या बाजूने स्वत:च्याच आनंदात गात चाललो होतो. जणू मी आनंदसम्राट होतो. मी पर्वताच्या माथ्यावर असलेल्या एका देवळाच्या दिशेने दुर्गेची पूजा करण्यासाठी चाललो होतो. भोवताली पाइन वृक्ष होते. अचानक पाइनच्या सुयांसारख्या पानांवर माझा पाय निसटला आणि मी पर्वतउतारावरून गडगडत खाली येऊ लागलो. मला क्षणभर वाटलं की झालं – आपलं आयुष्य संपलं. पण ५०० फुटांपर्यंत खाली गडगडल्यावर मी एका काटेरी झुडुपाला अडकलो. खाली एकदम खोल उतार होता. माझ्या वजनाने ते काटेरी झुडुप लोंबकळू लागलं. मला वर उंच पर्वतशिखरं दिसत. खाली गंगेचं पात्र दिसे. त्या काटेरी झुडुपाची फांदी माझ्या पोटात घुसली होती. तिथून रक्त येऊ लागलं होतं. मृत्यू साक्षात समोर उभा होता.

मला येत असलेले सर्व मंत्र मी म्हटले. ख्रिस्ती आणि बौद्ध मंत्रसुद्धा म्हटले. मी वेगवेगळ्या मठांमध्ये ते शिकलो होतो. पण कोणताच मंत्र उपयोगाला येईना. मी अनेक देवदेवतांच्या प्रार्थना केल्या. पण कुठूनही मदत येईल असं दिसेना. आता एकाच गोष्टीची परीक्षा करायची राहिली होती. ती म्हणजे माझं धैर्य! त्याची मी परीक्षा करू लागलो तेव्हा मला अचानक आठवलं 'मी मरणार नाही. माझ्या आत्म्याला मरण नाही. शरीराला मृत्यू अटळ आहे पण महत्त्वाचा नाही. मी शाश्वत – अमर आहे. मग मी का घाबरतो आहे? किती मूर्ख मी! हे शरीर म्हणजेच मी, असं मी समजत आहे.'

जवळजवळ वीस मिनिटं मी त्या झुडुपाला टांगलेला होतो. मग मला गुरुदेवांचे शब्द आठवले, 'ज्या वेळी तुला खरोखर गरज असेल त्या वेळी मला हाक मार. मी कोणत्या ना कोणत्या रूपाने तुझ्या जवळ असेन. मात्र ही सवय लावून घेऊ नकोस.' मी मनात म्हटलं, 'मी माझ्या धैर्याची परीक्षा केली. आता मी माझ्या गुरुदेवांची परीक्षा करतो.' (शिष्याबाबत

हे स्वाभाविक असतं. सदैव त्याला गुरूंची परीक्षा करावीशी वाटते. गुरूंमध्ये दोष काढून तो स्वतःच्या दोषांना सामोरं जायचं टाळत असतो.) माझ्या पोटातून रक्तस्राव झाल्याने मला भोवळल्यासारखं वाटत होतं. हळूहळू सर्व अस्पष्ट दिसू लागलं आणि माझी शुद्ध जायला सुरुवात झाली. तेवढ्यात मला वरून काही बायकांचा आवाज आला. त्या पर्वतावर गुरांसाठी गवत आणि कंदमुळं न्यायला आल्या होत्या. एकीने खाली वाकून पाहिलं आणि ती किंचाळली, 'तो बघा, माणूस मेला आहे!'

मी विचार केला, 'त्या जर मला मेलेला समजल्या तर मला अशाच टाकून जातील. मी जिवंत आहे त्यांना कसं सांगू?' माझे पाय वर होते. डोकं खाली होतं. त्या माझ्यापासून काहीशे फुटांच्या अंतरावर होत्या. मला बोलता येत नव्हतं म्हणून मी पाय हालवू लागलो.

त्या म्हणाल्या, 'नाही, नाही. तो मेलेला नाही. अजून त्याचे पाय हलताहेत. तो जिवंत असला पाहिजे.' त्या शूर स्त्रिया होत्या. त्यांनी माझ्या कमरेभोवती दोर बांधला आणि मला वर ओढून घेतलं. झाडाची फांदी अद्यापही माझ्या पोटात अडकली होती. मी म्हणालो, 'आता माझ्या धैर्याची परीक्षा आहे.' मी पोट आत घेतलं आणि ती फांदी बाहेर काढली. त्यांनी मला एका वाटेवर उचलून आणलं होतं. त्यांनी विचारलं, 'तुम्ही चालू शकाल का?' मी 'होय' म्हणून चालू लागलो. माझ्या पोटात जखम झाली होती. माझी गंभीर स्थिती मलाच कळली नव्हती. त्या बायकांना वाटलं की हे स्वामी आहेत. ते स्वतःची काळजी घेऊ शकतील. एक गाव आल्यावर त्यांनी मला वेशीपाशी सोडलं आणि त्या निघून गेल्या. मी चालायचा प्रयत्न केला. पण बेशुद्ध होऊन खाली कोसळलो. मी माझ्या गुरुदेवांची आठवण केली. त्यांना म्हटलं, 'माझं आयुष्य संपलं आहे. आत्मसाक्षात्कार झाल्याशिवाय माझा मृत्यू होत आहे.'

अचानक गुरुदेव माझ्यासमोर येऊन उभे राहिले. मला वाटलं की मला भास होत आहे. मी म्हटलं, 'खरोखर तुम्ही इथे आहात का? मला वाटलं तुम्ही मला सोडून दिलंत.' ते म्हणाले, 'कशाला काळजी करतोस? तुला काही होणार नाही. तुला आठवत नाही का की आजची तिथी ही तुझी मृत्युतिथी असेल असं भविष्य वर्तवलेलं होतं? आता तुझी मृत्यूशी मुलाखत झाली आहे. आता तू ठीक होशील.'

मी हळूहळू शुद्धीवर आलो. गुरुदेवांनी कुठल्या तरी वनस्पतीची पानं आणली. ती ठेचून त्यांनी माझ्या जखमेवर लावली. त्यांनी मला जवळच्या गुहेत नेलं आणि तिथल्या लोकांना माझी काळजी घ्यायला सांगितली. ते मला म्हणाले, 'मृत्युसुद्धा टाळता येतो.' ते निघून गेले. माझी जखम बरी व्हायला दोन आठवडे लागले. पण तिचा व्रण अद्याप माझ्या शरीरावर आहे.

या घटनेतून माझ्या ध्यानी आलं की खरे गुरू कुठेही, कितीही अंतरावर असले तरी शिष्यांची काळजी घेतात. गुरू आणि शिष्य यांचं तत्त्वं पवित्रमय श्रेष्ठतम आहे. त्याचं वर्णन शब्दांमध्ये करणं अशक्य आहे.

भाग १०

मनाच्या शक्ती

मन हे अनेकानेक शक्तींचं भांडार आहे. त्या शक्तींचा उपयोग करून जगातील कुठल्याही क्षेत्रात यशाची अपरिमित उंची गाठणं शक्य आहे. मनाला प्रशिक्षित केलं, एकाग्र आणि अंतर्मुख केलं तर आपल्या अस्तित्वाच्या खोल-खोलवरच्या पातळ्यांपर्यंत ते पोहोचू शकतं. मन हे मनुष्याच्या हातीचं अत्यंत सूक्ष्म आणि प्रभावी साधन आहे.

वाळूवरचे धडे

तुम्ही एखाद्या व्यक्तीवर आपल्या जागृत मनाला पूर्णत: एकाग्र करून त्याच्याकडे पाहिलंत तर ते त्याला लगेच कळतं. चक्रवर्ती नावाचे एक स्वामी होते. त्यांनी मी लहान असताना मला हे शिकवलं. ते भारतातले मोठे गणितशास्त्रज्ञ होते. 'चक्रवर्ती मॅथॅमॅटिक्स' नावाचं त्यांचं पुस्तक प्रसिद्ध आहे. नंतर त्यांनी ऐहिक जगताकडे पाठ फिरवून संन्यास घेतला. त्यांनी माझ्या गुरुदेवांकडून अनुग्रह घेतला होता. त्यांचा असा अनुभव होता की त्राटक करणे हा एकाग्रतेचा आणि बाह्य व्यक्ती वा वस्तूवर प्रभाव टाकायचा शक्तिशाली उपाय आहे.

मन जेव्हा बाह्य वस्तूवर एकाग्र होतं तेव्हा त्याला त्राटक म्हणतात. ते जेव्हा अंतर्यामी स्थिर होतं तेव्हा त्याला एकाग्रता म्हणतात. एकाग्र मनाची शक्ती विलक्षण असते. त्राटक करण्याच्या विविध पद्धती आहेत. भ्रूमध्याच्या ठिकाणी त्राटक करता येतं. दोन नाकपुड्यांमधील रेषेवर त्राटक करता येतं. अंधाऱ्या खोलीत मेणबत्ती लावून कोणी त्राटक करतात. सूर्यत्राटक वा चंद्रत्राटक करण्याचीही पद्धत आहे. पण त्याबाबत काळजी घेतली पाहिजे नाहीतर डोळ्यांना, मनाला वा शरीराला अपाय होऊ शकतो.

विचारांची वा संकल्पाची शक्ती सर्व जगाला परिचित आहे. एकाग्र मन आश्चर्यकारक गोष्टी करू शकतं. जर आपण ते ऐहिक गोष्टींच्या प्राप्तीवर एकत्रित केलं तर स्वार्थी इच्छांच्या भोवऱ्यात आपण सापडतो. या मार्गावरचे अनेक लोक सिद्धींच्या मागे लागतात आणि त्यांचा नाश होतो. वस्तुत: शांती, आत्मसाक्षात्कार हे मनुष्याचं ध्येय असलं पाहिजे.

एक दिवस हे चक्रवर्ती स्वामी मला म्हणाले, 'मी आज तुला काहीतरी दाखवणार आहे. न्यायालयात जा आणि ज्या व्यक्तीवर अन्यायाने आरोप ठेवला आहे तिला शोधून काढ.'

मी न्यायालयातल्या वकिलांना विचारलं की अन्यायाने तिच्यावर आरोप ठेवला आहे अशी व्यक्ती इथे न्यायालयात आहे का? ते म्हणाले, 'होय, अशी एक व्यक्ती आहे.'

मी परत गेलो. स्वामीजी म्हणाले, 'बरं, आता पाहा की ही व्यक्ती सुटेल. न्यायमूर्तींच्या

निकालाचा शब्द न् शब्द मी तुला आता सांगतो.' त्यांनी मला तो निकाल शब्दश: सांगितला. ते वकील नसूनही! ते म्हणाले, 'मी हेतुत: तीन चुका केल्या आहेत. पण मी सांगितलं तसंच निकालपत्र असेल. त्यातही तीन चुका असतील.' मी त्यांचं निकालपत्र टंकित केलं.

नंतर मला न्यायाधीशांचं निकालपत्र पाहायला मिळालं. ते स्वामीजींनी मला शब्दश: सांगितलेल्या निकालपत्राप्रमाणेच हुबेहूब होतं. ते म्हणाले, 'या दोन मजकुरांची तुलना कर. तुझ्या लक्षात येईल की दोन स्वल्पविराम आणि एक अंतर कमी आहे.' तसंच ते होतं.

मी म्हटलं, 'स्वामीजी, आपण जगातील घटनांचा क्रम बदलू शकता.' ते म्हणाले, 'मी तसं म्हणत नाही. तो माझा हेतूही नाही. मी तुला फक्त हे दाखवू इच्छित होतो की जर हेतू शुद्ध असेल तर एक माणूस जगातल्या कुठल्याही भागात असलेल्या दुसऱ्या माणसाच्या मनावर प्रभाव टाकू शकतो. दूरस्थ लोकांना अशा प्रकारे साहाय्य करणं शक्य आहे.'

मी त्यांना त्यांच्या या शक्तीचं रहस्य विचारलं. ते म्हणाले, 'मी तुला ते रहस्य सांगेन. पण तू त्याचा उपयोग करण्याची इच्छा तुला होणार नाही.' मी ती पद्धत काही काळ वापरली. तिचा मला उपयोग झाला. पण नंतर ती फार वेळखाऊ आणि माझ्या स्वीकृत कामात व्यत्यय आणणारी वाटल्याने मी तिचा उपयोग करणं थांबवलं.

स्वामीजी अत्यंत प्रेमळ होते. त्यांनी गणितातून मला तत्त्वज्ञान शिकवलं. उपनिषदातील श्लोकांच्या आधारे त्यांनी प्रत्येक अंकाचं महत्त्व विशद केलं. शून्य ते शंभर या सर्व संख्यांना गणितशास्त्रात आणि तत्त्वज्ञानात काय अर्थ आणि महत्त्व आहे ते त्यांनी सांगितलं.

उदा. १ हा आकडा घ्या. बाकी सर्व आकडे ही एकाची गुणितं आहेत. परमतत्त्व एकच आहे आणि नामरूपात्मक जग ही त्या एकत्वाची विविध रूपं आहेत. स्वामीजींनी काठीच्या साहाय्याने गंगाकाठच्या वाळूत एक समभुज त्रिकोण काढला आणि मानवी जीवन हा समभुज त्रिकोण कसा आहे ते मला समजावून सांगितलं. शरीराचा कोन, अवस्थांचा कोन आणि ऐहिक जगताचा कोन असे तीन कोन या त्रिकोणाला आहेत. सर्व संख्या या एका बिंदूतून निर्माण झाल्या आणि बिंदू मोजता येत नाही त्याप्रमाणे एका अमेय पोकळीतून विश्व निर्माण झालं आहे.जीवन हे चक्र आहे. वर्तुळ किंवा शून्याशी स्वामीजी त्याची तुलना करत. वर्तुळ हा बिंदूचा विस्तार आहे. जन्म आणि मृत्यू हे दोन बिंदू आहेत. जीवन हे त्या दोनमधील अंतर आहे. पण या दोन बिंदूंपलीकडे या रेषेला अनंत अस्तित्व आहे.

मला गणिताचा मुळात असलेला कंटाळा स्वामीजींच्या या शिकवण्यामुळे दूर झाला. मी रस घेऊन गणिताचा अभ्यास करू लागलो. मला कळलं की सर्व भौतिक शास्त्रांचा पाया गणितात आहे. पण मुळात गणित हे सांख्य तत्त्वज्ञानावर आधारलेलं आहे. सांख्य तत्त्वज्ञान हे फार प्राचीन आहे. त्यात शरीर, त्याचे घटक, मन, त्याचे विविध व्यापार या सर्वांचा अभ्यास आहे. योग हा प्रत्यक्ष साधनामार्ग आहे. त्याने समाधीस्थितीपर्यंत पोहोचता येतं. सांख्य तत्त्वज्ञानाचा अभ्यास केल्यावर माझ्या मनातील अनेक प्रश्नांचं समाधान

झालं. त्यानंतर उपनिषदादि अध्यात्मग्रंथ मला अधिक चांगल्या रीतीने समजू लागले.

स्वामीजींच्या शिकवण्याचा शेवटचा दिवस थोडा वेधक झाला. ते म्हणाले, ‘प्रथम एक शून्य काढ. त्याच्यामागे १ हा आकडा लिही. शून्याला तेव्हाच किंमत येते जेव्हा एक त्याच्या आधी असतो. ऐहिक जगतातील सर्व गोष्टी शून्याप्रमाणे आहेत. एकमेव अद्वितीय परमात्मा म्हणजे एक त्यांच्या आधी ठेवला तरच त्यांना किंमत येते. एकमेव परमात्मसत्तेची सदैव जाणीव ठेवली तर ऐहिकाला किंमत आहे. तरच जीवनाला अर्थ आहे. एरवी ते ओझंच म्हणायचं.’

नंतर स्वामीजी हिमालयाच्या अंतर्भागात निघून गेले. पुन्हा त्यांची आणि माझी कधीही भेट झाली नाही. पण या विविध मार्गदर्शकांनी मला जे ज्ञान दिलं त्याबद्दल मी त्यांचा निरंतर कृतज्ञ आहे.

जडद्रव्याचं रूपांतर

१९४२ मध्ये हिमालयातल्या बद्रीनाथ या प्रसिद्ध तीर्थस्थळाकडे मी चाललो होतो. वाटेत गंगानदीच्या तीरी श्रीनगर नावाचं गाव लागतं. श्रीनगरपासून पाच मैलांवर एक शक्तिमातेचं मंदिर आहे. तिथून दोन मैल खालच्या बाजूला अघोरी बाबांची गुहा आहे. अघोर हा गूढ असा योगपंथ आहे. ग्रंथांमध्ये त्याचा फारसा उल्लेख नाही आणि भारतातील योग्यांना त्याबद्दल फारशी माहितीही नाही. सौर ऊर्जेचा उपयोग व्याधी निवारणासाठी कसा करता येईल यावर त्यात संशोधन आहे. अतींद्रिय ज्ञानाचे जे ग्रंथ आहेत त्यापैकी हा एक आहे. प्राण ही जगातील सूक्ष्म शक्ती आहे. पण त्याहूनही सूक्ष्म शक्तीचा अभ्यास या पंथात केला जातो व त्यावर प्रभुत्व मिळवलं जातं. ऐहिक आणि पारलौकिक, व्यक्त आणि अव्यक्त यात जणू पूल बांधला जातो. अघोरविद्येचे उपासक फार थोडे आहेत. त्यांच्या विचित्र पद्धतींमुळे लोक त्यांना टाळतात.

श्रीनगर परिसरातल्या लोकांना अघोरी बाबांची फार भीती वाटे. यापूर्वी ज्यांनी त्यांच्याजवळ जायचा प्रयत्न केला त्यांना त्यांनी शिव्या दिल्या, दगड मारले. म्हणून कोणी त्यांच्याजवळ जायला धजत नसे. बाबा सहा फूट पाच इंच उंच होते आणि त्यांची शरीरयष्टी मजबूत होती. त्यांचं वय त्या वेळी पंचाहत्तर वर्षांचं असावं. त्यांचे केस लांब होते, दाढी वाढलेली होती आणि तागाच्या कापडाचं कटिवस्त्र ते नेसत. थोड्या पोत्यांच्या तुकड्यांखेरीज त्यांच्या गुहेत काही नव्हतं.

मी त्यांना भेटायला गेलो. मला वाटलं की रात्री आपण त्यांच्या गुहेत राहू, त्यांच्याकडून काही शिकू. मी एका स्थानिक पंडिताला रस्ता दाखवण्याची विनंती केली. तो म्हणाला, 'हा अघोरी बाबा काही साधू नाही. तो फार घाणेरडा आहे. तुम्ही कशाला त्याच्याकडे जाता?' पण पंडिताला माझे गुरुदेव आणि मी माहीत होतो. मी त्यांचं मन मला अघोरी बाबांच्या गुहेकडे नेण्यासाठी वळवलं.

अंधार होण्यापूर्वी आम्ही गुहेपाशी पोहोचलो होतो. गंगा नदी आणि गुहा यांच्यामध्ये एक शिळा होती. त्यावर अघोरी बाबा बसलेले होते. त्यांनी आम्हाला त्यांच्या शेजारी बसायला सांगितलं. मग त्यांनी पंडिताला फैलावर घेतलं, 'माझ्या मागे मला शिव्या

देतोस आणि माझ्या समोर येऊन हात जोडतोस?' पंडित घाबरून निघून जात होता. पण बाबांनी फर्मावलं, 'जायचं नाही! प्रथम मला गंगेतून एक लोटा पाणी आणून दे.' घाबरलेला पंडित लोटाभर पाणी घेऊन आला. बाबांनी त्याच्या हाती खाटिकाचा सुरा दिला आणि म्हणाले, 'जा नदीत एक प्रेत तरंगत आहे. ते काठावर आण. त्याची मांडी आणि दंड चीर आणि ते मांस मला आणून दे.' हे ऐकून पंडित थरथर कापू लागला. मलाही काय करावं सुचेना. पंडिताच्याने ते साहस करवेना. पण अघोरी बाबा अधिकच उग्र झाले. त्याच्यावर ते ओरडले, 'तू मला त्या मृत शरीराचं मांस आणून दिलं नाहीस तर मी तुझी खांडोळी करीन आणि तुझं मांस घेईन. यातलं काय तुला हवं आहे?'

बिचारा पंडित कसाबसा नदीवर गेला. त्याने प्रेत किनाऱ्याला आणलं आणि कापायला सुरुवात केली. तो इतका घाबरला होता की त्याच्या डाव्या हाताची दोन बोटं कापली गेली आणि त्यातून खूप रक्त वाहू लागलं. त्याने ते मांस बाबांसमोर आणून ठेवलं. पंडित आणि मी दोघेही बधिर झालो होतो. पंडिताच्या हातावरच्या जखमा पाहून अघोरी बाबांनी त्यांना स्पर्श केला. तत्क्षणीच त्या जखमा भरून आल्या. व्रणदेखील राहिला नाही.

अघोरी बाबांनी ते मांस पंडिताला एका मडक्यात भरायला सांगितलं आणि ते मडकं विस्तवावर ठेवायला सांगितलं. झाकण म्हणून एक पसरट चपटा दगड ठेवायला फर्मावलं. ते म्हणाले, 'हे तरुण संन्यासी भुकेलेले आहेत हे तुला कळत नाही? तुसुद्धा इथे खाणार आहेस.'

आम्ही म्हणालो, 'महाराज, आम्ही शाकाहारी आहोत.' बाबा वैतागून म्हणाले, 'मग मी काय मांस खातो अशी तुमची समजूत आहे? इथले लोक म्हणतात त्याप्रमाणे मी घाणेरडा आहे असं तुम्हाला वाटतं का? मीही शुद्ध शाकाहारीच आहे.'

दहा मिनिटं झाल्यावर त्यांनी पंडित महाशयांना चुलीवरचं मडकं आणायला सांगितलं. त्यांनी काही मोठी पानंही जमवली. पंडिताला ते म्हणाले, 'ही पानं जमिनीवर पसर आणि त्यावर आपलं जेवण वाढ.' थरथरत्या हातांनी पंडिताने त्यानुसार केलं. अघोरी बाबांनी आत जाऊन तीन वाडगे आणले. ते आत गेले तेव्हा पंडित माझ्या कानाशी कुजबुजले, 'आता काही धडगत नाही. माझ्यावर जे संस्कार आहेत त्याच्या हे अगदी विपरीत आहे. मी आत्महत्त्या करतो. तुम्ही हे काय केलंत? मला इथे का आणलंत?' मी म्हणालो, 'चूप राहा. आता इथून सुटका नाही. जे होईल ते पाहायचं.'

अघोरी बाबांनी पंडिताला जेवण वाढायला सांगितलं. पंडिताने झाकण उघडलं. तो माझ्या वाडग्यात रसगुल्ले वाढताना पाहून मी चकित झालो! मला रसगुल्ले खूप आवडतात. बाबांच्या गुहेत येताना मी रसगुल्ल्यांबद्दलच विचार करत होतो. मला ते सगळं अद्‌भुत भासलं. बाबा म्हणाले, 'मिठाई आहे ती. त्यात मांस नाही.'

मी रसगुल्ले खाल्ले. पंडितानेही खाल्ले. उरलेले रसगुल्ले गावात वाटण्यासाठी बाबांनी पंडिताकडे दिले. काही संमोहन वगैरे केलेलं नाही याचा हा पुरावा. रात्रीच्या अंधारात मडकं घेऊन पंडित निघून गेला. त्याचं गाव गुहेपासून तीन मैल होतं. मी बाबांजवळच राहायचं ठरवलं. कारण मांसाचं रूपांत रसगुल्ल्यात कसं झालं याची मला जिज्ञासा होती.

बाबांची अद्‌भुत जीवनपद्धतीही मला समजून घ्यायची होती. 'मृत शरीराच्या मांसाचं रूपांतर मिठाईत कसं झालं? बाबा इथे असे एकटे का राहातात?' मी आश्चर्य करत होतो. अशा वल्लीला भेटण्याची माझी पहिलीच वेळ होती.

दोन तास मी ध्यान केलं. मग आम्ही अध्यात्मग्रंथांविषयी चर्चा करू लागलो. बाबा बुद्धिमान आणि विद्वान होते. पण ते संस्कृत इतकं सूत्रबद्ध आणि अवघड बोलत की प्रत्येक वेळी ते बोलले की त्याचा अर्थ लावायला मला थोडा वेळ लागे. मग मी उत्तर देई. नि:संशय ते अत्यंत सखोल अभ्यास केलेले साधुपुरुष होते. पण इतर साधूंपेक्षा ते फार वेगळे होते.

अथर्ववेदात अघोरपंथाचा उल्लेख येतो. पण त्यांच्या कोणत्याही ग्रंथात मनुष्यमांस खावं असं लिहिलेलं नाही. मी त्यांना विचारलं, 'आपण असे का राहाता? शवाचं मांस का खाता?'

ते म्हणाले, 'तुम्ही त्याला मानवी शव का समजता? मी त्याला आता उपयोगात नसलेलं द्रव्य समजतो. इतर कोणी त्या द्रव्याचा उपयोग करत नाही, म्हणून मी करतो. मी शास्त्रज्ञ आहे. द्रव्य आणि ऊर्जा यांच्या अस्तित्व आणि कार्यामागची तत्त्वं मी शोधत आहे. प्रकृतीमाता हीच माझी मार्गदर्शक. ती विविध रूपाकार तयार करते ते कसे बदलायचे हे मी तिच्याकडूनच शिकलो. मी पंडिताला धडा शिकवला म्हणजे तो आणि इतर माझ्यापासून दूर राहातील. मी तेरा वर्षं या गुहेत राहात आहे. पण माझ्याकडे कोणी फिरकलेलं नाही. माझ्या अवतारांमुळे लोक मला घाबरतात. त्यांना वाटतं मी घाणेरडा आहे आणि मी मृत मांसावर जगतो. पण तसं नाही. मी दगड फेकतो पण कोणालाही मारत नाही.'

बाबांची बाह्य वर्तणूक तितकी शिष्ट संमत नव्हती. असंस्कृत वाटत होती. पण ते म्हणाले की माझ्या अभ्यासात व्यत्यय येऊ नये म्हणून मी असं म्हणतो. गावातल्या लोकांवर अन्न वा अन्य गरजांसाठी अवलंबून राहाणं त्यांना मंजूर नव्हतं. ते मनोरुग्ण नव्हते. गावातल्या लोकांनी दूर राहावं म्हणून ते तसा आविर्भाव आणत असत. ते संपूर्ण स्वावलंबी होते. त्या गुहेत ते एकूण एकतीस वर्षं राहिले. पण कोणीही ग्रामस्थ त्यांच्या भेटीला गेला नाही.

आम्ही रात्रभर जागेच होतो. बाबा रात्रभर अघोर पंथाबद्दल मला माहिती देत होते. मला त्या मार्गावरून जाणं अशक्यच होतं तरी मला त्याच्याबद्दल उत्सुकता होतीच. बाबांजवळ द्रव्याचं रूपांतर करण्याची शक्ती होती. एखाद्या खडकाचं ते साखरेच्या तुकड्यात रूपांत करू शकत होते. दुसऱ्या दिवशी सकाळपर्यंत त्यांनी मला अशा अनेक चकित करणाऱ्या गोष्टी करून दाखवल्या. मला त्यांनी वाळूला स्पर्श करायला सांगितलं तर वाळूचं रूपांतर काजू, बदाम, किसमिस अशा सुक्या मेव्यात झालं. मला याचं शास्त्र माहीत होतं. त्यातली मूलभूत तत्त्वंही माहीत होती. पण त्यावर माझा विश्वास नव्हता. या क्षेत्रात मी संशोधन केलं नव्हतं. द्रव्य – ऊर्जांचे व्यापार नियंत्रित करणाऱ्या नियमांची मला चांगली माहिती होती.

दुपारी तिथून निघण्यापूर्वी मी काहीतरी खावं असा अघोरी बाबांचा आग्रह होता. त्या मातीच्या मडक्यातून त्यांनी एक वेगळ्या प्रकारची मिठाई काढून मला दिली. ते सतत तंत्रग्रंथांबाबत बोलत होते. माझ्याशी त्यांचं बोलणं सौम्य – ऋजू होतं. ते म्हणत होते, 'हे शास्त्र मृत्यूपंथाला लागलं आहे. विद्वान लोक यानुसार साधना करू इच्छित नाहीत. त्यामुळे हे ज्ञान एक दिवस विस्मृतीच्या गर्तेत जाणार.'

मी म्हटलं, 'तुम्ही हे सारं करता याचा उपयोग काय?' ते म्हणाले, 'उपयोग काय म्हणून काय विचारता? हे शास्त्र आहे. व्याधीनिवारण्यासाठी याचा उपयोग झाला पाहिजे. बाकी शास्त्रज्ञांना द्रव्याचं ऊर्जेत आणि ऊर्जेचं द्रव्यात कसं रूपांतर करता येतं ते सप्रमाण दाखवलं पाहिजे. द्रव्य आणि ऊर्जा यांचे नियंत्रक नियम तेच आहेत. सर्व नामं आणि रूपं यांच्यात अनुस्यूत असं एकमेव तत्त्व आहे. वेदांत आणि प्राचीन शास्त्रांनी त्यावर खूप संशोधन केलं आहे. पण आधुनिक शास्त्रज्ञानांना त्याची माहिती नाही. एक परमतत्त्वच भिन्न भिन्न नामरूपांनी नटलं आहे. द्रव्याची भिन्न रूपं आपल्याला समजू शकतात. पाणी घनरूप की आपण त्याला बर्फ म्हणतो. त्याचं बाष्पीभवन झालं की आपण त्याला बाष्प किंवा वाफ म्हणतो. लहान मुलांना पाणी, बर्फ, वाफ हे सगळं एकच आहे हे कळत नाही. ते त्यांना वेगवेगळे पदार्थ मानतात. आजचे शास्त्रज्ञ ही लहान मुलंच आहेत. त्यांना द्रव्यांच्या विविध रूपांमागचं एकत्व कळत नाही. द्रव्य रूपांतरित करण्यासाठी कोणती शक्ती, किती प्रमाणात लागते हेही कळत नाही.'

बौद्धिकदृष्ट्या मी बाबांशी सहमत होतो. पण म्हणून त्यांनी या प्रकारे जीवन जगावं हे मला पटत नव्हतं. मी त्यांचा निरोप घेतला. पुन्हा भेटेन असं म्हटलं. पण मी पुन्हा कधीही तिकडे गेलो नाही. मला बाबांकडून रात्री परत गेलेल्या पंडिताची काळजी वाटत होती. पण आश्चर्य म्हणजे तो पूर्ण बदललेला होता. तो अघोरी बाबांचं शिष्यत्व पत्करायचा विचार करीत होता!

कुठे आहे माझं गाढव?

उत्तर प्रदेशात माऊ नावाचं छोटं शहर आहे. यात्रा करणाऱ्या साधुसंन्याशांसाठी तिथे एक झोपडी होती. तिथं काही काळ मी राहात होतो. सकाळी आणि सायंकाळी मी थोडा वेळ बाहेर येत असे. बाकी सर्व वेळ मी माझ्या कुटीतच साधना, ध्यान इ. करत असे.

तिथे जवळ एक धोबी होता. त्याला बायको, मुलं कुणी नव्हतं. फक्त एक गाढव होतं. एक दिवस त्याचं लाडकं गाढव हरवलं. तो अगदी सुन्न झाला नि मुकेपणाने बसून राहिला. लोकांना वाटलं की याची समाधी लागली.

भारतात लोक समाधीच्या नावाने काहीही करतात. ते स्वतःचं घर विकूनसुद्धा तो पैसा ज्याला समाधी प्राप्त आहे असं त्यांना वाटतं त्याला देतील! ज्याची समाधी लागते तो पवित्र मनुष्य होय. त्याच्याविषयी प्रेम-भक्ती व्यक्त करण्यासाठी त्याला लोक वेगवेगळ्या भेटी देतात. हा धोबी दोन दिवस निःस्तब्ध बसून होता. लोकांनी त्याच्यापुढे फळं, फुलं, पैसे आणून ठेवायला सुरुवात केली. दोघाजणांनी आपण या बुवांचे शिष्य आहोत असं जाहीर केलं आणि पैसे गोळा करायला सुरुवात केली. इतकं होऊन धोबी महाराज मौन बसलेले! त्यांचे दोन शिष्य अधिकाधिक लोकांना बोलावू लागले. त्यांना दाखवायचं होतं की आपण एका महान गुरूचे शिष्य आहोत. धोबी महाराजांचा लवकरच सर्वत्र बोलबाला झाला.

मला कुणीतरी येऊन सांगितलं की मी राहात होतो तिथून जवळच एक थोर पुरुष समाधी लावून बसले आहेत. मी पाहायला गेलो तर धोबी महाराज निश्चल बसलेले. त्यांचे डोळे मिटलेले. भोवताली बरेच लोक भजन करत होते. ते म्हणत होत, 'प्रभु, या महापुरुषांना परत आणा. हरे राम, हरे राम, हरे कृष्ण, हरे कृष्ण.'

मी विचारलं, 'तुम्ही काय करत आहात?' ते म्हणाले, 'हे आमचे गुरू आहेत. समाधीत गेले आहेत.' मला जिज्ञासा वाटली. मी मनाशी म्हणालो, 'हा या स्थितीतून बाहेर आला म्हणजे काय होतं पाहू या.' दोन दिवसांनी धोबी महाराजांनी डोळे उघडले. लोकांना वाटलं की हे अनुभूतीसंपन्न प्रवचन करणार! पण डोळे उघडल्यावर धोबी महाराज

म्हणाले, ‘कुठे आहे माझं गाढव?’

कोणत्या इच्छेने मनुष्य ध्यान करतो ही मुख्य गोष्ट आहे. मूर्खाने ध्यान केलं तर त्यातून बाहेर आल्यावर तो मूर्खच असणार. पण जो आत्मसाक्षात्काराच्या इच्छेने ध्यान करतो तो थेट आत्मानुभव घेऊनच परत खाली येणार. तो संतच होणार.

कुणीतरी कुठल्यातरी गोष्टीवर विचार करत आहे, तिच्या चिंतनात मग्न आहे आणि दुसरा कुणी आत्मवस्तूवर ध्यान करीत आहे. या दोन व्यक्तींच्या स्थितीमध्ये फरक आहे. आत्यंतिक काळजी मनुष्याचं मन एकाग्र करू शकते पण ते नकारात्मक रीतीने. खऱ्या ध्यानाने मुनष्याचं मन एकाग्र, अंतर्मुख आणि भावात्मक (पॉझिटिव्ह) होतं. चिंतन आणि ध्यान बाह्यत: सारखं दिसतं असलं तरी मूलत: वेगळं आहे. चिंता मनुष्याचं शरीर तणावपूर्ण आणि निष्क्रिय करतं. उलट ध्यानात मुनष्य शांत, स्वस्थ आणि स्थिर असतो. ध्यानासाठी चित्ताची शुद्धी आवश्यक आहे. चिंता मनुष्याचं मन मलिन करते. जेव्हा जीवघेणी चिंता चित्ताला व्यापते तेव्हा चित्त बधिर होतं. पण एखादा महापुरुष जगाच्या दु:खांबद्दल चिंतन करत असेल तर ती चिंता नव्हे तर मानवतेवरचं नि:स्वार्थ प्रेम आहे. या स्थितीत मनुष्यचेतना व्यापक होत विश्वचेतनेला मिळून जाते. व्यक्तिगत हानिलाभावर मन एकाग्रपणे विचार करत असतं तेव्हा ती चिंता असते. मनुष्य जेव्हा दुसऱ्याच्या दु:खांचा विचार करू लागतो तेव्हा त्याचं चित्त भावात्मक, विश्वात्मक विचार करीत असतं. एकाग्रता चिंता करण्यात नि ध्यानात दोन्हीकडे असते. पण चिंता करताना चेतना सीमित होते. विश्वकल्याणाचं चिंतन करताना चेतना व्यापक होते.

जॉनला पॅटमॉस बेटातील तुरुंगात एकाकी खोलीत ठेवलं होतं तेव्हा त्याला काळजी वाटत होती की आपल्या गुरूंचा संदेश लोकांपर्यंत कसा पोहोचणार? अशा प्रकारची चिंता कुठल्याही व्यक्तिगत कारणासाठी नसते, उलट वैश्विक प्रश्न सोडवण्यासाठी असते. जॉनचं चिंतन-ध्यान या प्रकारचं होतं. चिंता म्हणजे अल्पता – संकोच, ध्यान म्हणजे व्यापकता.

जी चेतना नकारात्मक मार्गांनी वाहत असते तिला भावात्मक (पॉझिटिव्ह) मार्गाकडे वळवणं शक्य आहे. प्रथम साधकाने चित्तशुद्धी केली पाहिजे, मग ध्यान केलं पाहिजे. शुद्ध, संयमित मन नसेल तर त्याशिवाय केलेलं ध्यान आत्मसाक्षात्कार करून देणार नाही. या मार्गावर सिद्धता आवश्यक असते, तयारीची जरूर असते. वर्तन, वाणी, आहार व अन्य वासनांचं नियंत्रण आवश्यक असतं. अशी सिद्धता करून मग जे ध्यानसाधना करतात त्यांना त्यात उत्तम अनुभव येतात. स्वत:च्या विधायक आणि प्रभावकारी क्षमतांचं त्यांना ज्ञान होतं. चेतनेच्या खोल-खोलवरच्या पातळ्यांवर पोहोचण्यासाठी त्याचा उपयोग होतो. अप्रशिक्षित आणि अशुद्ध मन काहीही नवं निर्माण करू शकत नाही. पण ध्यानचिंतनाची सवय असलेलं मन प्रतिभाशाली निर्मिती करू शकतं. चिंता आणि ध्यान-चिंतन दोन्हींचाही आपल्या असंज्ञ मनावर खोल ठसा उमटतो. चिंतेमुळे अनेक मन:शारीर व्याधी होऊ शकतात. उलट ध्यानाने चेतनेच्या या पूर्वी न जाणलेल्या मिती जाणता येतात. जर साधक ध्यानसाधना शिकला तर तो चिंता करण्याची सवय सोडायला शिकेल. तिरस्कार आणि

चिंता या मनावर प्रभुत्व गाजवणाऱ्या दोन नकारात्मक शक्ती आहेत. ध्यान आणि चिंतन या मनाला व्यापक करणाऱ्या विधायक शक्ती आहेत.

आमचे धोबी महाराज गाढव हरवल्यामुळे गाढ दु:खात बुडून गेले होते. त्यांच्या मनाचा तोल ढळला होता. अशा स्थितीत माणूस अगदी स्तब्ध होऊ शकतो. आपण कुठे आहोत हे त्याला कळत नाही. समाधीमध्ये मन जाणीवपूर्वक श्रेष्ठ चेतनेकडे नेलं जातं. चित्त शुद्ध केल्याशिवाय जे समाधी प्राप्त करण्याचा प्रयत्न करतात त्यांची निराशा होते. कारण अशुद्ध मन समाधीत अडथळे निर्माण करतं. समाधी हा जाणीवपूर्वक केलेल्या पद्धतशीर प्रयत्नाचा परिपाक आहे. सामान्य चेतनेच्या फार वर असलेली ही चेतनेची स्थिती आहे. चिंता मनुष्याची चेतना संकुचित करते. ध्यानात ती व्यापक होते आणि वैश्विक चेतनेशी एकरूप होते. या एकरूपतेच्या स्थितीला समाधी म्हणतात.

तो दुसरा गोपीनाथ कोण होता?

कानपूर शहरापासून सहा मैलांवर मी गंगेच्या पैलतीरी राहात होतो. नदीकाठी एक बाग होती. ते माझं निवासस्थान होतं. जगातल्या कुठल्याच गोष्टींची त्या वेळी मला फिकीर नव्हती. मी गावात कधी जात नसे. पण गावातले लोक मला भेटायला येत. ते फळं घेऊन येत आणि माझ्यासमोर येऊन बसत. ते टाळण्यासाठी मी तिथे जपमाळा ठेवत असे. मी म्हणे, 'प्रथम या माळेवर अमुक मंत्राचा दोन हजार जप करा. मग आपण बोलू.' बहुतेक येणारे हळूच माळ ठेवून देऊन निघून जात.

कानपूरच्या रिझर्व्ह बँकेचे रोखपाल श्री. गोपीनाथ म्हणून होते. ते एकदा दुपारी चार माणसांना घेऊन आले. त्यांनी कसून नामजप करायला सुरुवात केली. ते त्यात इतके मग्न झाले की वेळ कसा पुढे सरकला कळलं नाही. रात्री नऊच्या सुमाराला गोपीनाथ यांनी डोळे उघडले आणि ते म्हणाले, 'काहीतरी भयंकर घडलं आहे.' सर्वांनी विचारलं, 'काय?'

ते म्हणाले, 'माझ्या भाचीचं आज सायंकाळी लग्न होतं. सर्व दागिने माझ्या लॉकरमध्ये होते आणि किल्ली फक्त माझ्याचकडे होती. स्वामीजी, तुम्ही मला हे काय केलंत की मी सारं काही विसरून इथे नामस्मरण करत बसलो!' मी म्हणालो, 'मी काही केलं नाही. इथे वातावरणच असं आहे की तुम्ही अंतर्मुख झालात. इथे येणाऱ्या सर्वांनाच असं होतं. तुम्ही स्वस्थ-निवांत होता, जगाचे प्रश्न विसरून जाता. दिव्य शक्तीचा तुम्हाला अनुभव येतो. पण तुम्ही इतके काळजीत का पडला आहात?'

ते म्हणाले, 'माझ्या लॉकरमधले माझ्या भाचीचे दागिने मी तिला लग्नाच्या वेळेआधी द्यायला हवे होते.'

मी म्हणालो, 'तुम्ही खरंच नामस्मरणात स्वत:ला हरवून बसला होतात का?' ते म्हणाले, 'म्हणून तर मी अजून इथे आहे ना?'

मी म्हणालो, 'मग काळजी करू नका. देव तुमची काळजी घेईल. त्याचं नाव घेतल्याने जर काही वाईट होणार असेल तर न घेतल्याने आणखी वाईट होईल.'

गोपीनाथ आणि त्यांचे मित्र घोड्याच्या बग्गीत बसले आणि त्वरित शहराच्या दिशेने निघाले. ते लग्नाच्या ठिकाणी आले आणि काय झालं म्हणून विचारू लागले. हे असं का

विचारताहेत ते लोकांना कळेना. लोक म्हणाले, 'अहो, तुम्हाला झालंय काय? लग्नसमारंभ संपला. चांगला पार पडला.'

गोपीनाथ म्हणाले, 'मी गंगेच्या पैलतीरी एका ठिकाणी गेलो होतो. मुलीच्या दागिन्यांचं काय झालं?' लोक म्हणाले, 'अहो, तुम्ही दिलेत की दागिने! काय विस्मरण वगैरे झालंय की काय तुम्हाला?'

गोपीनाथांची पत्नी आली. ती म्हणाली, 'लग्नापूर्वी दहा मिनिटं तुम्ही दागिने आणून दिलेत. आता विवाह पार पडला आहे. मेजवानीची वेळ झाली आहे.'

परंतु गोपीनाथांबरोबर जे चार लोक होते त्यांनी सांगितलं की गोपीनाथ स्वामी राम यांच्यासोबत नामस्मरण करीत होते. लोक म्हणाले, 'एकतर आम्ही मूर्ख असलो पाहिजे नाहीतर तुम्ही.' लोकांच्या मनात काय गोंधळ उडला होता. घडलेल्या अद्‍भुत घटनेची त्यांना संगती लावता येत नव्हती. गोपीनाथ भांबावून गेले. ते म्हणाले, 'मी गोपीनाथ आहे. हा दुसरा कोण गोपीनाथ लग्नाच्या वेळी येऊन गेला?' दुसऱ्या दिवशी कार्यालयात गेल्यावर तो हाच प्रश्न सर्वांना विचारत होता. त्याचं मानसिक संतुलन बिघडलं. तीन वर्षं हाच प्रश्न त्याला सतावत होता. तीन वर्षं तो भ्रमिष्टापणे वागत होता. शेवटी यामुळे त्यांना नोकरी सोडावी लागली.

त्याची पत्नी माझ्याकडे आली. पण मी तिला मदत करू शकलो नाही. ती म्हणाली, 'ते मला सारखं विचारतात की तो दुसरा गोपीनाथ कोण होता? तो बरोबर माझ्यासारखाच दिसत होता का?'

ही घटना घडल्यावर अनेक लोक माझ्याकडे धावत आले आणि म्हणाले, 'तुम्ही चमत्कार करणारे महात्मे आहात.' मी म्हणालो, 'तुम्ही माझी व्यर्थ स्तुती करत आहात.' जे घडलं होतं ते लोकांना कळत नव्हतं आणि मलाही कळत नव्हतं.

शेवटी मी हे गुरुदेवांना सांगितलं. ते म्हणाले, हे घडल्याचं मला माहीत होतं. गोपीनाथ नामस्मरणात स्वत:ला विसरला होता म्हणून या परंपरेतील साधुपुरुषांपैकी कोणीतरी त्याला मदत केली.'

माझा हा आजवरचा आयुष्यातला नेहमीचा अनुभव आहे की निष्ठावान भक्तांना संत सांभाळतील, मार्गदर्शन करतील. संत हिमालयात राहात असले तरी जगाच्या पाठीवर कुठेही ते प्रकट होऊ शकतात.

एका सिद्धीवाल्या बाबाचा अनुभव

१९७३ मध्ये आम्ही हृषिकेशला चाललो होतो. त्या वेळी दिल्लीच्या एका हॉटेलमध्ये राहिलो होतो. तिथे मला डॉ. रूडॉल्फ बॅलेंटाइन भेटले. ते अमेरिकेतल्या एका वैद्यकीय महाविद्यालयात पूर्वी अध्यापन करत. ते मनोरुग्ण चिकित्सक होते. अलीकडे ते मध्यपूर्वेकडील देशांमध्ये पाकिस्तानमार्गे जाऊन आले होते. डॉ. बॅलेंटाइन यांना नवी दिल्लीतील प्रसिद्ध कॅनाट प्लेस या ठिकाणी एक विलक्षण अनुभव आला होता. तो त्यांनी मला सांगितला. एका अपरिचित व्यक्तीने त्यांना नावाने हाक मारली आणि इंग्लंडमधील त्यांच्या मैत्रिणीचं नावही सांगितलं.

डॉक्टरांनी त्या व्यक्तीला विचारलं, 'ही माहिती तुम्हाला कशी कळली?' त्यावर ती अपरिचित व्यक्ती म्हणाली, 'तुमची जन्मतारीख अशी अशी आहे आणि तुमच्या आजोबांचं नाव असं असं आहे.' मग या व्यक्तीने डॉक्टरांना त्यांच्या व्यक्तिगत जीवनातल्या अशा गोष्टी सांगितल्या की ज्या केवळ त्यांना माहीत होत्या. डॉक्टरांना वाटलं, 'बहुधा या माणसाला भेटण्यासाठीच नियतीने मला दिल्लीला आणलं.' तो माणूस म्हणाला, 'मला पाच डॉलर्स द्या.' डॉक्टरांनी ते दिले. त्या माणसाने इकडे तिकडे पाहिलं. पोलिसांनी त्याला पाहिलं असतं तर त्याला अटक झाली असती. तो डॉक्टरांना म्हणाला, 'इथे थांबा. मी आलोच.' डॉक्टर अर्धा तास थांबले पण तो माणूस आला नाही.

डॉक्टर मला म्हणाले, 'स्वामीजी, तो थोर साधू होता.' मी म्हणालो, 'त्याने काय केलं?' डॉक्टर म्हणाले, 'त्याने मला माझ्या अनेक अगदी खाजगी गोष्टी सांगितल्या. मी तर त्याला पूर्ण अपरिचित होतो.' मी म्हणालो, 'या सर्व गोष्टी तुमच्या स्मृतीत होत्या ना?' डॉक्टर म्हणाले, 'होय.'

'मग त्याने विशेष गोष्ट काय केली? कोणाला जर तुमचे विचार वाचता आले तर त्यात एवढं नवल काय? त्यामुळे तुमची आहात तिथून अधिक प्रगती होत नाही. अशी सिद्धी आश्चर्यकारक वाटते खरी पण तिच्यामुळे माणसाचा आत्मविकास होत नाही.'

कॅनॉट प्लेस या शॉपिंग सेंटरच्या आसपास असे खोटे साधू पुष्कळ भेटतात. ते तुमचं भूत-भविष्य सांगतात. त्यावर आपलं पोट भरतात. परदेशी लोकांना ते मोठे योगी वाटतात.

कारण खरे योगी कसे असतात, कुठे राहातात तिथपर्यंत ते पोहोचलेलेच नसतात. हे ढोंगी लोक अध्यात्म आणि आध्यात्मिक विभूती यांना बदनाम करतात.

मग डॉ. बॅलेंटाइन यांनी आमच्याबरोबर प्रवास सुरू केला. आम्ही भारतातून परत गेलो तेव्हा ते हृषिकेशला काही काळ होते. नंतर भारताच्या अन्य भागातील आयुर्वेद विज्ञान केंद्रांचा त्यांनी अभ्यास केला. ते अमेरिकेत आले. सध्या ते आपल्या हिमालयन इन्स्टिट्युटच्या संयुक्त वैद्यकीय उपचार विभागाचे संचालक आहेत.

भाग ११

संजीवक शक्ती (हीलिंग पॉवर)

प्रत्येक मनुष्याकडे स्वत:ला संजीवन देणारी शक्ती असते. तिचं रहस्य आणि सामर्थ्य जाणून आपण आपल्या व्याधी दूर करू शकतो. संपूर्ण नि:स्वार्थी, साधुवृत्तीचा माणूस कोणाचीही व्यथा दूर करू शकतो. सर्वच व्याधींपासून कायमचं मुक्त होणं ही सर्वोत्कृष्ट संजीवक शक्ती होय.

संजीवक शक्तीचा पहिला अनुभव

1

मी बारा वर्षांचा असताना माझ्या गुरुदेवांबरोबर भारताच्या सखल भागातून माझी यात्रा करत होतो. आम्ही इटाहच्या रेल्वे स्थानकापाशी थांबलो होतो. तिथल्या स्टेशनमास्तरला गुरुदेव म्हणाले, ‘या माझ्या मुलाला भूक लागली आहे. त्याला काहीतरी खायला द्या.’ स्टेशनमास्तर घरातून अन्न आणायला गेले तर त्यांची बायको ओरडली, ‘आपल्या एकुलत्या एक मुलाला देवी निघाल्यात आणि तुम्ही या भटक्या साधूंना अन्न द्यायला निघालात? माझा मुलगा मरणाच्या दारी आहे. निघून जा तुम्ही. मी काळजीत, दुःखात आहे.’

स्टेशनमास्तर दुःखी चेहऱ्याने परतला. क्षमायाचना करत म्हणाला, ‘मी काय करू? माझी बायको म्हणते की तुम्ही जर खरे साधू असाल तर आमची परिस्थिती तुम्हाला कळायला नको का? तुम्ही आमच्या मुलाला बरं करायला नको का? आमचा मुलगा मृत्यूशय्येवर आहे आणि तुम्ही भिक्षा कसली मागताहात असं तिला वाटतं आहे.’

माझे गुरुदेव हसले. त्यांनी मला पाठोपाठ येण्याची खूण केली. आम्ही स्टेशनमास्तरच्या घरी गेलो. आमच्या गुरुदेवांपुढे स्टेशनमास्तरच्या बायकोने एक आव्हान ठेवलं होतं आणि त्यांना आव्हान स्वीकारणं नेहमी आवडत असे. मी कुरकुरलो, ‘मला भूक लागली आहे. आपल्याला खायला कधी मिळणार?’ ते म्हणाले, ‘तुला थोडंसं थांबावं लागेल.’

माझी ही नेहमीची तक्रार होती. मी रडायचो नि म्हणायचो, ‘तुम्ही मला वेळेवर खायला देत नाही.’ मी रडत दूर जायचो. पण ते मला सहनशीलता शिकवत होते.

या वेळी ते म्हणाले, ‘तू अस्वस्थ आहेस. पण पाच मिनिटं थांब. तुझी अस्वस्थता एकदम दूर होईल. अशा परिस्थितीत जरा थांबणं योग्य असतं.’ पण मी कुरकुरत राहिलो. ती बाई मला तिच्या घरातून बाहेर काढू पाहात होती. मी प्रथमच कुणाला तरी देवी झालेल्या पाहात होतो. त्या मुलाच्या सर्वांगावर मोठमोठी गळवं होती. चेहऱ्यावरही होती. त्यातून पू गळत होता. माझे गुरुदेव त्या मुलाच्या आई-वडीलांना म्हणाले, ‘घाबरू नका. दोन मिनिटात तुमचा मुलगा पूर्ण बरा होईल.’ गुरुदेवांनी एका पेल्यात पाणी घेतलं आणि तो मुलगा झोपला होता त्या पलंगाला तीन प्रदक्षिणा घातल्या आणि ते पाणी पिऊन

टाकलं. मग त्यांनी मुलाच्या आईकडे पाहिलं. तिला विचारलं, ‘आता बरा होतो आहे की नाही तुमचा मुलगा?’ आमच्या आश्चर्याला पारावार उरला नाही. त्या मुलाच्या चेहऱ्यावरून ती गळवं भराभर नाहीशी होऊ लागली. पण आमच्या गुरुदेवांच्या चेहऱ्यावर उमटू लागली. मी भयंकर घाबरलो आणि रडू लागलो. ते शांतपणे म्हणाले, ‘बेटा, घाबरू नको. मला काही होणार नाही.’ दोन मिनिटात मुलगा बरा झाला. मी गुरुदेवांपाठोपाठ बाहेरच्या एका वडाच्या झाडाखाली जाऊन बसलो. हळूहळू त्यांच्या चेहऱ्यावरची गळवं दिसेनाशी झाली आणि ती वडाच्या झाडावर दिसू लागली! अजून दहा मिनिटांनी त्या वडाच्या झाडावरची गळवंही दिसेनाशी झाली! मला जेव्हा दिसलं की गुरुदेवांच्या अंगावरची गळवं निघून गेली आहेत तेव्हा मी त्यांना जाऊन मिठी मारली. माझ्या डोळ्यांतून अश्रू येत होते.

‘पुन्हा असं करू नका! तुम्ही खूप भयंकर दिसत होतात. मला फार भीती वाटत होती.’ मग खूप लोक आम्हाला शोधत आले. मी विचारलं, ‘आपल्याला लोक का शोधताहेत? आपण काय वाईट केलं आहे?’

ते म्हणाले, ‘नाही. पण तू माझ्याबरोबर चालायला लाग.’ त्यांनी माझा हात धरला. आम्ही नर्मदा तीरावरून चालू लागलो. एका घरी आम्हाला अन्न मिळालं. मग आम्ही एका बंदिस्त जागी गेलो. तिथे कोणी आमच्यापर्यंत येणार नव्हतं. आम्ही जेवून थोडी विश्रांती घेतली.

संतांना दु:खी लोकांना मदत करण्यात आनंद वाटतो. ते जे करतात ते मानवी मनाच्या कल्पनेतही बसू शकत नाही. मानवजातींच्या इतिहासात इतरांचं दु:ख दूर करण्यासाठी स्वत: कष्टलेल्या कित्येक महात्म्यांची उदाहरणं आहेत. त्यांच्या पावलांवर पाऊल टाकून चालणारे थोर लोक आजही या जगात आहेत. जेव्हा व्यक्तिचेतना विश्वचेतनेला स्पर्श करण्यासाठी व्यापक होते तेव्हा दु:खी जनांना साहाय्य करण्यातला आनंद अनुभवता येतो. थोर लोकांना आपलं दु:ख हे दु:ख वाटत नाही. जोवर चेतना व्यक्तीपुरती मर्यादित असते तोवर दु:ख असतं. थोर लोकांना स्वत:ला काही झालं तर त्याचं त्यांना काहीच वाटत नाही. दुसऱ्यांच्या दु:खाने मात्र ते दु:खी होतात.

इंद्रियं आणि बाह्यजगत् यांचा जेव्हा संयोग होतो तेव्हा सुखदु:ख इ. द्वंद्व अनुभवाला येतात. स्वेच्छेने इंद्रियं आणि बाह्यजगत् यांचा संबंध तोडता येतो आणि अंतर्यामीच्या चैतन्यावर मन केंद्रित करता येतं. या स्थितीत शरीराच्या सुखदु:खाचा बोध होत नाही. असं आत एकाग्र झालेलं मन प्रबल शक्ती निर्माण करतं. तिच्या साहाय्याने व्याधीमुक्ती करणं शक्य असतं. इतरांची दु:खं दूर करता येतात. मूल चैतन्यातूनच व्याधी दूर करण्याच्या संजीवक शक्तीचा स्रोत मनुष्याचं माध्यम करून येतो. जोवर संजीवक शक्ती देणारी व्यक्ती विश्वचेतनेशी एकरूप असते तोवर शक्तीचा प्रवाह चालू राहातो. तिला व्यक्ती म्हणून आपल्या अस्तित्वाची जाणीव झाली की शक्तीचा प्रवाह खंडित होतो. मनुष्याला निसर्गत: लाभलेल्या शक्तींपैकी संजीवक शक्ती हे एक शक्ती आहे. मनुष्याच्या निम्नस्तरीय मनाने अडथळा आणला नाही तर ही इच्छाशक्ती, संकल्पशक्ती इतरांच्या शारीर, मानसिक व्यथा सहज बऱ्या करू शकते.

माझे गुरुदेव मला व्याधीमुक्ती करण्यासाठी पाठवतात

एका सकाळी मी आणि माझे गुरुदेव गुहेच्या बाहेर बसलो होतो. एकाएकी ते म्हणाले, 'चल चल ऊठ! तुला बस गाठायची आहे. इथून सात मैल वरच्या बाजूला जायचंय. चल पटकन!' एकदम आयत्या वेळी मला काहीतरी करायला लावायची ही त्यांची नेहमीचीच पद्धत होती. काही वेळा मला त्याचं कारण कळायचं नाही. पण ते सांगतील तिथे गेल्यावर कारण कळायचं. मी उठलो आणि पाण्याचा कमंडलू नेहमीप्रमाणे बरोबर घेतला. गुरुदेव म्हणाले, 'हरिद्वार रेल्वे स्टेशन रोडची बस घे. तिथून तुला कानपूरचं तिकिट मिळेल. डॉ. मित्रा हे बिछान्यात खिळले आहेत. माझी सारखी आठवण करताहेत. त्यांच्या मेंदूत रक्तस्राव होत आहे. उजव्या नाकपुडीतून रक्त येत आहे. पण त्यांची पत्नी त्यांना रुग्णालयात घेऊन जायला तयार नाही. त्यांचे मेहुणे डॉ. बसू यांना कळलं आहे की हा मेंदूतला रक्तस्राव आहे. पण त्या गावात मेंदूची शस्त्रक्रिया करण्याइतक्या प्रगत वैद्यकीय सोयी नाहीत.'

मी विचारलं, 'पण मी काय करू?'

गुरुदेव म्हणाले, 'त्यांच्या गालावर प्रेमाने हलकीशी थापड दे म्हणजे झालं. आपण संजीवक शक्ती देणारे आहोत असल्या काही कल्पना करू नको. फक्त एवढं समज की तू एक साधन आहेस. आपण त्यांना आणि त्यांच्या पत्नीला वचन दिलं आहे की त्यांच्या अडचणीत आपण त्यांना मदत करू. जा पळ, वेळ घालवू नको.'

मी म्हणालो, 'मला न सांगता माझ्या वतीने तुम्ही लोकांना आश्वासनं देता म्हणजे आश्चर्यच आहे.' एवढा लांब प्रवास करायचा मला अगदी कंटाळा आला होता. पण गुरूंची आज्ञा मी मोडू शकत नव्हतो. गुहेपासून सात मैल दूर असलेल्या बस मार्गाकडे मी गेलो. हृषिकेश-हरिद्वारची बस पकडली. कोणी स्वामी दिसले तर बसचालक अवश्य गाडी थांबवतात. मी हरिद्वारच्या रेल्वे स्टेशनला उतरलो तेव्हा माझ्या हातात एक पैसादेखील नव्हता. फक्त अर्ध्या तासात कानपूरला जाणारी रेल्वेगाडी निघणार होती. मी माझ्या मनगटी घड्याळाकडे पाहिलं. हे विकून तिकिटाचे पैसे मिळतील असा विचार केला. रेल्वे

स्टेशनला एक सज्जन गृहस्थ मला दिसले. मी त्यांना विचारलं की, त्या घड्याळाच्या बदल्यात ते मला तिकिटापुरते पैसे देऊ शकतील का? त्यांनी चकित होऊन माझ्याकडे पाहिलं. ते म्हणाले, 'माझा मुलगा माझ्याबरोबर येणार होता. पण त्याचं येणं रद्द झालं. मी त्याचं तिकिट तुम्हाला देऊ शकतो. तुमचं घड्याळ मला नको.'

मी गाडीत शिरलो तर मला एक स्त्री भेटली. ती कानपूरची होती. डॉ. मित्रांच्या ती जवळच्या नात्यातली होती. माझ्या गुरुदेवांबद्दल आणि माझ्याबद्दल तिने डॉ. मित्रांकडून ऐकलं होतं. तिनं मला काही खायला दिलं. आम्ही रात्रभर प्रवास केला आणि सकाळी कानपूरला उतरलो. स्टेशनवर इतकी गर्दी होती की बाहेर पडायला मला दहा मिनिटं लागली. स्टेशनच्या बाहेर मला एक अगदी चांगली ओळखीची व्यक्ती भेटली. त्यांनी आपली गाडी जवळच लावली होती. ज्या पाहुण्यांना ते न्यायला आले होते ते पाहुणे आलेच नव्हते. त्यांची दिल्लीची गाडी चुकली होती. या गृहस्थांना वाटत होतं की मी त्यांच्या घरी यावं. पण मी डॉ. मित्रांकडे जाण्याचा आग्रह धरला.

जेव्हा आम्ही डॉ. मित्रांच्या घरी गेलो तेव्हा मी दारावर टकटक करून आत गेलो. तीन डॉक्टर्स डॉ. मित्रांना तपासत होते. मला पाहून सौ. मित्रांना खूप आनंद झाला. त्या म्हणाल्या, 'आता तुम्ही आला आहात तर डॉ. मित्रांना तुमच्याकडे सुपूर्त करते.' असा भाबडा विश्वस भारतात लोक साधूंवर ठेवतात.

मी म्हणालो, 'माझ्या जवळ संजीवक शक्ती नाही. मी केवळ त्यांना पाहायला आलो आहे.' मी डॉ. मित्रांच्या बिछान्यापाशी गेलो. उजव्या नाकपुडीतून रक्तस्राव होत असल्याने त्यांना उठून बसण्याची परवानगी नव्हती.

त्यांनी मला पाहिल्यावर विचारलं, 'गुरुदेव कसे आहेत?' मी त्यांच्या उजव्या गालावर प्रेमाने हलकीशी थापड दिली. काही मिनिटांतच त्यांच्या नाकपुडीतला रक्तस्राव थांबला. एका डॉक्टरने खुलासा केला की, डॉ. मित्रांची एक रक्तवाहिनी फुटल्यामुळे रक्तप्रवाह वाहात होता. माझ्या थपडेने ती रक्तवाहिनी बंद झाली म्हणून रक्तप्रवाह थांबला. मी काय केलं ते मला माहीत नव्हतं. मी फक्त गुरुदेवांची आज्ञा पाळली होती. डॉ. मित्रांची व्याधी बरी झाली. ही वार्ता शहरात सर्वत्र पसरली. शेकडो रुग्ण मला शोधू लागले. म्हणून मी दिवस मावळल्यावर तिकडून निघून हरिद्वारला आलो. तिथून माझे गुरुदेव जिथे राहात तिथे मी पोहोचलो. मी थट्टेने त्यांना म्हणालो, 'कोणालाही रक्तस्राव झाला तर तो बंद करण्याचा उपाय मला कळला आहे!'

गुरुदेव हसले. ते म्हणाले, 'ज्या डॉक्टरने तुला हा खुलासा सांगितला तो अज्ञानी आहे. वेदनेचे, व्यथेचे अनेक स्तर असतात, अनेक प्रकार असतात. पण सर्वांचं मूळ म्हणजे अज्ञान.'

अशा प्रकारे गुरुदेवांच्या सांगण्यावरून मला अनेकदा अचानक वेगवेगळ्या ठिकाणी जावं लागलं. आपण कुठे, कशासाठी जात आहोत हे मला माहीत नसायचं. मला वाटलं की साधुपुरुषांच्या कामाच्या पद्धती सामान्य माणसांच्या समजुतीच्या पलीकडच्या असतात. मी त्यांनी सांगितलेलं आधी करत असे मग त्यांनी ते का केलं हे मला अनुभवाने कळत

असे.

ज्या व्यक्तीची चेतना संस्कारमुक्त आहे (अनकन्डिशन्ड) तिच्यासमोर भूत, वर्तमान आणि भविष्याचा पट उभा असतो. काल, अवकाश आणि कार्यकारण यांच्या मर्यादा त्या चेतनेला नसतात. सामान्य माणूस या मर्यादापलीकडे जावू शकत नाही. पण महात्मे जावू शकतात.

मी एकदा गुरुदेवांना विचारलं, 'या जगात राहून मनुष्याला सर्व संस्कारांपासून मुक्त होणं शक्य आहे का? की तुमच्यासारख्या शक्ती मिळवण्यासाठी त्याने हिमालयात जायला हवं?' गुरुदेव म्हणाले, 'आपल्या जीवनाचं चरमलक्ष्य जो सदैव स्मरणात ठेवतो आणि सर्व कर्मांचा मोहरा त्या दिशेने लावतो त्याला काहीही अशक्य नसतं. ज्यांना आत्मदर्शन हा मनुष्य जीवनाचा हेतू आहे याची जाण नसते ते दुःखाच्या भोवऱ्यात सापडतात.'

प्रत्येकाला आपलं स्वधर्मकर्म, प्राप्त कर्तव्य तर करावंच लागतं. पण हेही खरं आहे की तो कर्तव्याचा गुलाम होतो. कुशलतेने आणि निःस्वार्थतेने केलेलं कर्म मनुष्याला बंधनकारक होत नाही. निःस्वार्थ प्रेमाने केलेलं सर्व कर्म मुक्तीला कारण होतं. कर्तव्य करणं महत्त्वाचं आहे पण ते प्रेमाने करणं आणखी महत्त्वाचं आहे. अन्यथा कर्तव्यही बंधनकार होऊ शकतं. ज्यांनी प्रेमपूर्वक निष्काम, निःस्वार्थ कर्माचं आचरण केलं ते भाग्यवंत मायानदी तरून गेले.

मनुष्याकडे सर्व प्रकारची व्याधीनाशक, संजीवक शक्ती आहे. पण तिचा कसा उपयोग करायचा हे त्याला माहीत नाही. ज्या वेळी त्याला ही विद्या माहीत होईल त्या वेळी तो स्वतःच स्वतःच्या शारीरिक आणि मानसिक दुःखावर उपचार करू शकेल. सर्व शक्ती या भगवंताच्या आहेत. मनुष्य हा केवळ माध्यम आहे – केवळ साधन आहे.

पश्चिमेकडे आल्यावर स्वामी राम

व्याधीहरणाचे काही वेगळे प्रकार

जगातील सर्व संस्कृतींमध्ये 'झपाटणे' हा प्रकार आपल्याला दिसतो. एखाद्या व्यक्तीला भुताने किंवा अतृप्त आत्म्याने झपाटलं आहे असं लोक म्हणतात. १९६० पासून मी जगात विविध ठिकाणी फिरत आहे. केवळ अशिक्षित लोक नव्हे तर उत्तमशिक्षित धर्मपुरोहितही 'झपाटणे' या गोष्टीवर विश्वास ठेवतात. पण हा प्रकार दुसरं तिसरं काही नसून मानसिक असंतुलन आहे. धार्मिक विधींनी 'झपाटलेपण' उतरवण्याचे प्रयोग केले जातात. काही वेळा प्रकटपणे तर काही लपवूनछपवून. मी झपाटलेल्या व्यक्ती पाहिल्या आहेत. मला तो मनोरुग्णतेचा – हिस्टोरियाचा प्रकार वाटला. पुष्कळदा लैंगिक वासनांचं अनैसर्गिक दमन केल्यामुळे अशा गोष्टी घडतात. काही वेळा आपल्या जवळचं काही हिरावलं जाईल का अशा अनैसर्गिक भयातून किंवा आत्यंतिकपणे हवी असलेली गोष्ट न मिळाल्यामुळे या विकृती निर्माण होतात.

भारतात अशी काही ठिकाणं आहेत की जिथे 'झपाटलेली' माणसं भूत उतरवायला आणली जातात. त्यांच्यावर उपचार करणारे काही वेळा अमानुष पद्धती वापरतात. देवाच्या वा देवीच्या पुढे त्या व्यक्तीला चाबूक मारतात. उपचार करणाऱ्यांपैकी एकाला 'वाक्य' असं म्हटलं जातं. तो स्वत:ही झपाटलेला – पण देवाने – असल्यासारखा पुढे येतो. भावनेच्या आत्यंतिक भरात 'वाक्य' अग्निज्वाळांमध्ये उडी मारतो. त्याची अतिमानवी शक्ती दाखवण्याचा तो प्रयत्न असतो. कसलेकसले मंत्र म्हणून तो भूत उतरवतो. हिमालयाच्या रांगांमधून असे अनेक मांत्रिक विखुरलेले आहेत.

काही वर्षांपूर्वी मेनिंजर फाऊंडेशनचे डॉ. एल्मर ग्रीन आणि ॲलिस ग्रीन तसेच त्यांचे काही सहकारी संवेदनशील यंत्र घेऊन आले होते. शरीरप्रक्रिया सूक्ष्मतेने मोजणारी जी यंत्रं होती. त्यांच्या साहाय्याने योग्यांच्या शरीरक्रियांचं मापन ते करणार होते. ते आमच्या आश्रमात आले होते. आमचा आश्रम हृषिकेशला गंगाकिनारी आहे. ते नियोजित वेळेपेक्षा एक वर्ष उशीरा आले. त्यामुळे प्रयोगात भाग घेणाऱ्या ठरलेल्या योग्याशी त्यांची भेट झाली नाही. तिथे हरिसिंग नावाचा रक्षक (वॉचमन) होता. तो याबाबत प्रयोगव्यक्ती व्हायला तयार झाला. त्या वेळी आमच्या आश्रमात चाळीस अमेरिकन निरीक्षक राहिले

होते. त्यात डॉक्टर्स आणि मानसोपचार तज्ज्ञही होते. अमेरिकेतील एक सिने छायाचित्रकारही डॉ. ग्रीन यांच्या संचात होता. हरिसिंगने एक लोखंडी पातं जाळात तापायला ठेवलं तेव्हापासून छायाचित्रणाला सुरुवात झाली. जेव्हा ते पातं तांबडंलाल झालं तेव्हा हरिसिंगने ते विस्तवातून बाहेर काढलं आणि जिभेने चाटायला सुरुवात केली. ओल्या पदार्थातून जळताना जसा आवाज येतो तसा आवाज येत होता. वाफही येत होती. पण हरिसिंगच्या जिभेला काहीही इजा पोहोचली नव्हती. भाजण्याच्या किंवा चटक्यांच्या खुणा नव्हत्या. अशा गोष्टी करण्यासाठी योगी असावं लागत नाही. परदेशी लोक जिज्ञासेने भारतात येतात. हिमालयाच्या पायथ्याला असे थक्क करणारे, प्रयोग दाखवणारे लोक त्यांना भेटतात. त्यांनाच ते योगी समजतात. हे प्रयोग खूप लोक करतात. ते खोटे नाहीत पण त्यांचा योगाशी काही संबंध नाही.

१९४५ मध्ये ऑस्ट्रेलियाचे एक न्युरॉलॉजिस्ट (मज्जासंस्थेचे अभ्यासक) आमच्या हिमालयाच्या आश्रमात आले होते आणि दहा दिवस राहिले होते. त्या काळात हिमालयात फारच थोडी रुग्णालयं आणि दवाखाने होते. आता भारत सरकार या भागात वैद्यकीय सुविधा करण्याच्या प्रयत्नात आहे. मला वाटत होतं की या गृहस्थांची स्थानिक ग्रामस्थांवर उपचार करण्यात काही मदत होईल. ते स्वत: हिमालयात या कारणासाठी आले होते की त्यांना अत्यंत तीव्र डोकेदुखीचा त्रास होता. त्यामुळे नित्याचं जीवनदेखील त्यांना अवघड झालं होतं. ते स्वत: डॉक्टर होते. अनेक डॉक्टरांकडून त्यांनी तपासून घेतलं होतं. पण त्यांच्या डोकेदुखीचं कारण कळलं नव्हतं आणि त्यावर समाधानकारक उपायही सापडला नव्हता.

माझ्याकडे दूध घालायला गावातली एक वृद्ध स्त्री येत असे. तिने हसून मला विचारलं, 'हे डॉक्टर आहेत का?' 'होय.' मी म्हणालो. ती म्हणाली, 'तुमची परवानगी असेल तर यांची डोकेदुखी मी दोन मिनिटात बरी करते.' मी परवानगी दिली. तिने हिमालयात अग्नी पेटवण्यासाठी वापरल्या जाणाऱ्या वनस्पतींपैकी एक आणली. दोन दगड एकमेकांवर घासून ठिणग्या केल्या नि त्या या वनस्पतीवर पडल्या की ती पेट घेते. सर्वांना माहीत असलेली ही वनस्पती आहे. तिनं ही वनस्पती ठेचली आणि तिचा लेप डॉक्टरांच्या कपाळाच्या उजव्या बाजूला लावला. ती म्हणाली, 'तुम्ही थोडा वेळ स्वस्थ पडा. माझ्यावर विश्वास ठेवा. तुम्ही डोकेदुखीतून कायमचे मोकळे व्हाल.' तिने एक लोखंडी आकडा विस्तवात तापायला ठेवला आणि तो तापून लाल झाल्यावर जिथे वनस्पतीचा लेप दिला होता तिथे त्या आकड्याचा चटका दिला. डॉक्टरने किंचाळून उडी मारली. मलाही ते पाहून धक्का बसला. ती वृद्ध स्त्री मात्र शांतपणे आपल्या गावी गेली. डॉक्टरांची डोकेदुखी कायमची थांबली!

खेडेगावचे लोक असे उपचार नेहमी करतात. डॉक्टरांनी विचारलं, 'ही काय उपचार पद्धती आहे? तिचा मला अभ्यास करायचा आहे.' मी त्यांना फारसं प्रोत्साहन दिलं नाही. काही वेळा असे उपचार उपयोगी पडतात हे खरं पण त्याबाबत संशोधनाधारित असं काही नसतं. कोणते उपचार खरे आणि कोणते खोटे हे सांगता येत नाही. त्यात काही अंधश्रद्धेचाही

भाग असतो. पण डॉक्टरांनी आग्रह धरला. ते गढवालला वैद्य भैरवदत्तांकडे गेले. त्यांना ३००० हून अधिक औषधी वनस्पतींची माहिती होती. पुन्हा सहा महिन्यांनी मला डॉक्टर भेटले. ते म्हणाले, 'माझ्यावर त्या वृद्ध स्त्रीने जो उपचार केला त्याचं शास्त्र आता मला कळलं आहे. तिबेट सीमेवरून चीनमध्ये प्रवास करणाऱ्या प्रवाशांनी ॲक्युपंक्चर नावाची उपचारपद्धती गठित केली आहे. भारतीय वैद्यकशास्त्राचा प्रणेता चरक त्याला सूचिवेध असं म्हणतो. मला वाटलं की डॉक्टरांची स्वत:ची डोकेदुखी दूर झाली आहे पण या विविध उपचारपद्धतीतून ते नवनव्या डोकेदुख्या निर्माण करत आहेत. ग्रामस्थ लोक बऱ्याच उपचारपद्धती वापरतात पण त्या कोणत्या तत्त्वावर आधारलेल्या आहेत याबद्दल खात्री करून न घेता त्या वापरणं धोक्याचं आहे. या गोष्टींकडे खुलेपणाने पाहिलं पाहिजे.

वनौषधी वैद्यक आणि धातु वैद्यक हे पाश्चात्य जगात तितकंसं रूढ नाही. रासायनिक औषधं आपण वापरतो पण सर्व रोगांवर ती उपयोगी पडतातच असं नाही. आयुर्वेदात वनौषधी आणि इतर अनेक उपचारपद्धती प्रचलित आहेत. जल उपचार, माती, वाफ, रंग यांचा वैद्यकीय उपयोग. सूर्यस्नान, फलरसप्राशन, पुष्पौषधी आणि भाज्यांचा उपयोग हे सर्व आयुर्वेदीय उपचाराचे भाग आहेत. आयुर्वेदात निदान आणि पथ्य हे दोन महत्त्वाचे भाग असतात. आधुनिक रुग्णालयांमध्ये असलेल्या भयंकर गर्दीत रुग्णाला दाखल करण्यापेक्षा वैद्य हे आहार, निद्रा, हवामान याबाबत आवश्यक ते बदल सुचवतात.

हिमालयात राहाणाऱ्या लोकांना आधुनिक वैद्यकीय सुविधा कमी उपलब्ध असतात तरीही ते निरोगी असतात, दीर्घायुषी असतात. याचं मला कधीकधी आश्चर्य वाटतं. आज कित्येक रोगावर सध्याचं वैद्यक उपचार करू शकत नाही. जे रोग पहाडवासीयांना ऐकूनही माहीत नाहीत.

ताजी हवा, ताजं अन्न आणि चिंतामुक्त जीवन हे त्यांच्या आरोग्याचं बहुधा कारण असावं. जगात मन:शारीर व्याधींनी ग्रस्त असलेले लक्षावधी लोक आहेत. योग्य आहार, फलरस सेवन, प्राणायाम आणि ध्यान यांच्या साहाय्याने त्यांना रोगमुक्त करणं शक्य आहे. प्रतिबंधक वैद्यक आणि पर्यायी वैद्यक (ॲलोपथीखेरीज अन्य प्रचलित उपचारपद्धती) यांची उपेक्षा करून चालणार नाही.

हिमालयातील तीर्थक्षेत्रांत व्याधी निवारण

काही उद्योग-व्यावसायिक अगदी डॉक्टर्स यांनी बद्रीनाथाची यात्रा ठरवली होती. कानपूरचे ज्येष्ठ उद्योजक श्री. जयपुरिया यांनी या यात्रेचं संयोजन केलं होतं आणि चाळीस जणांच्या या गटाच्या स्वास्थ्याची जबाबदारी डॉ. शर्मा यांनी घेतली होती. या गटासाठी काही आध्यात्मिक उद्‌बोधन मी करावं असा सर्वांचा आग्रह होता. श्री. जयपुरिया हे डोलीतून प्रवास करत होते. बाकी आम्ही सर्व पायी कर्णप्रयागला आलो. त्यानंतर पुष्कळ दिवस पायी चालत बद्रीनाथला पोहोचलो. तिथे पोचेपर्यंत या गटातील सर्वच जण थकून गेले होते. त्यांचं अंग दुखलं होतं. अशा प्रकारच्या प्रवासाची कोणालाच सवय नव्हती. अनेकांचे गुढघ्यांचे सांधे सुजले होते. बद्रीनाथला गेल्यावर उष्ण झऱ्यांमध्ये स्नान करण्यासाठी सर्वांनी गर्दी केली. सूर्य मावळतीला चालला होत. माझी खोली एका मोठ्या इमारतीत कडेच्या, शांत बाजूला होती. त्या इमारतीत तीर्थदर्शनाला आलेले खूप भाडेकरू राहात होते.

मी पूर्ण रात्रभर जागाच असे आणि दुपारी एक ते साडेतीन एवढी झोप घेत असे.ती माझी सवय होती. रात्री अडीच वाजता कुणीतरी माझ्या दारावर टकटक केलं. बाहेरून आवाज आला, 'स्वामीजी, कृपा करून बाहेर या. माझ्या भावाला हृदयविकाराचा झटका आला आहे. डॉक्टरांचे उपाय थकले आहेत. तुम्हीच काहीतरी करा.' हा आवाज जयपुरियाजींचा होता.. त्यांचं माझ्यावर अत्यंत प्रेम होतं. पण मी पहाटे उठून ध्यान करत असे आणि त्यांनी त्यात व्यत्यय आणला होता. तिथे अनेक डॉक्टर्स होते. त्यांच्याकडे ऑक्सिजन सिलिंडर्स होते. मी आतूनच म्हणालो, 'आम्ही योगी अशा ठिकाणी मरण येणं भाग्याचं मानतो. पण तसं कधी घडत नाही. तुमच्या भावानेच मरण्यासाठी हे पवित्र स्थळ कसं शोधलं असेल? ते शक्य नााही. तो इथे मरणार नाही. जा आणि मला त्रास देऊ नका.' सकाळी मी पाहिलं तर जयपुरियाजींचे भाऊ मला ठीक वाटले. मी त्यांना जे म्हणालो त्याची बरीच चर्चा त्यांच्या गटात झाली. ते थट्टा करू लागले, 'जर साधू लोकांनासुद्धा इथे मरण्याचं भाग्य मिळत नाही. मग बनिया लोकांना कसं मिळणार? त्यामुळे मरण्याची गोष्ट विसरा.'

बद्रीनाथ शहर

दुसऱ्या दिवशी सर्व जण बद्रीनाथ मंदिरात गेले आणि नंतर जवळपासच्या गुहांमध्ये राहाणाऱ्या स्वामींनाही भेटले. सायंकाळी पाच वाजता मला डॉ. शर्मांनी सांगितलं की जयपुरियाजींच्या पत्नींना जुलाबांमधून रक्त जात होतं. सौ. जयपुरिया या लहान चणीच्या प्रौढ प्रेमळ गृहिणी होत्या. माझ्या सुखसोयींकडे त्या जातीने लक्ष देत असत. मी त्यांना 'आई' म्हणत असे. त्यांच्या आजाराबद्दल ऐकून मला वाईट वाटलं. मी लगेच त्यांना पाहायला गेलो. त्यांचा चेहरा फार फिका दिसत होता. त्या इतक्या थकल्या होत्या की केवळ त्यांचे ओठ हलत होते. त्यांच्याजवळ त्यांचे दोघे तरुण मुलगे बसले होते. आपली आई या आजारातून वाचेल अशी शक्यता त्यांना वाटत नव्हती. डॉक्टरांनी औषधं देऊनही त्यांच्या प्रकृतीत सुधारणा नव्हती. त्यांचा श्वासही मंद आणि वरवर चालू होता. डॉक्टरांनी आशा सोडली होती. मी सहानुभूतीने माझा हात त्यांच्या माथ्यावर ठेवला. आणखी काय करावं ते मला कळेना. इतक्यात मागून एका तरुण स्वामींनी मला हाक मारली. माझं लक्ष तिकडे गेलं. मी मान वळवली. या स्वामींनी विचारलं, 'डॉक्टर कुठे आहेत?' डॉक्टर पुढे आले. स्वामींनी विचारलं, 'बस्, तुमचं वैद्यकशास्त्र इतकंच करू शकतं? तुम्ही लोकांना औषध देऊन देऊन त्यांचं आयुष्य कमी करता आहात. कसलं तुमचं ज्ञान.'

डॉक्टर रागावून म्हणाले, 'तुम्ही दोघे स्वामी आहात ना इथे? मग तुम्ही का त्यांना बरं करत नाही? मला मान्य आहे की मी किंवा माझे सहकारी यांच्याबाबत काही करू शकत नाही. पण मग तुम्ही करा ना!'

जयपुरियाजींचं आपल्या पत्नीवर नि:स्सीम प्रेम होतं. ते खोलीच्या कोपऱ्यात हुंदके देत उभे होते. त्यांचे मुलगे-जावई सगळे रडत होते. मी त्या तरुण स्वामींकडे पाहिलं. ते

हसले आणि एखादं फूल मिळेल का अशी त्यांनी चौकशी केली. लोक बद्रीनाथला अर्पण करायला खूप फुलं घेऊन येतात. कोणीतरी लाल गुलाबाच्या पाकळ्या स्वामींना दिल्या. स्वामींनी सौ. जयपुरियांना उठून बसायला सांगितलं. जरा धसमुसळेपणानेच खांद्यांखाली हात देऊन त्यांनी त्यांना जबरदस्तीने बसवलं. एका पेल्यात पाणी घालून लाल गुलाबाच्या पाकळ्या टाकल्या. ते पाणी सौ. जयपुरियांना प्यायला दिलं. कोणाला कळणार नाही असे मंत्र ते पुटपुटत होते. मग पुन्हा त्यांनी त्यांना बिछान्यावर झोपवलं. त्यांच्या अंगावर गरम पांघरूण घातलं. लोकांना तिथून जायला सांगितलं. ते म्हणाले, 'या आता थोडा वेळ गाढ झोपणार आहेत.'

प्रत्येकाला वाटलं की गाढ झोप म्हणजे मृत्यू. त्यांनी शोक करायला सुरुवात केली. आम्ही दोघे मात्र लोकांना हसत होतो. ते त्यांना अजिबात आवडलं नाही. जयपुरियाजींचा मोठा मुलगा म्हणाला, 'तुम्ही बेजबाबदार लोक. तुमचं काय जातंय? पण माझी आई गेली आहे आणि तुम्ही आमची टर उडवता आहात?' मी आणि ते तरुण स्वामी बाहेर येऊन उभे राहिलो आणि सौ. जयपुरिया उठण्याची वाट पाहू लागलो. त्यांच्या कुटुंबातल्या लोकांनी त्यांना शेवटचा निरोप देण्याची तयारी सुरू केली होती. सुमारे अर्ध्या तासाने तरुण स्वामींनी जयपुरियाजींना आत जायला सुचवलं. त्यांनी आत जाऊन पाहिलं तर त्यांच्या पत्नी उठून बसल्या होत्या आणि त्यांना चांगलं बरं वाटत होतं.

आजारांवर औषधं घेऊ नयेत किंवा उपचार करू नयेत अशा मताचा मी नाही. पण प्रतिबंधक उपाय सुचवण्यावर माझा जास्त भर असतो. मन:शक्तीचा उपयोग करून अनेक व्याधींवर उपाय करणं शक्य असतं. हे श्रेष्ठ स्तरावरचे उपाय आहेत. एकाग्रता, ध्यान आणि अध्यात्मसाधनेने मनाला प्रभाविता येते. या मनाच्या प्रभावीपणाला मी संकल्प शक्ती म्हणतो. सध्याच्या वैद्यकशास्त्रात संकल्प शक्तीचा काही विचार नाही.

तरुण स्वामींनी डॉक्टरांचं आव्हान स्वीकारलं. त्यांना जाणवलं की आपण या आजारी प्रौढ स्त्रीचं दु:ख दूर करू शकतो. माझी वैद्यकीय क्षेत्रातील अनेक नामवंत व्यक्तींशी ओळख आहे. प्रत्यक्ष औषधांपेक्षाही डॉक्टरचं वागणं आणि त्याची संकल्प शक्ती यांचा परिणाम रुग्णावर जास्त होतो असं मी पाहिलं आहे. वैद्यकशास्त्र ही गोष्ट जितकी जाणून घेईल तितक्या प्रमाणात ते मानवजातीला मदत करायला सक्षम होईल. वैद्यकशास्त्रात प्रतिबंधक वैद्यकाला महत्त्व देणं आवश्यक आहे. रुग्ण स्वत:ची इच्छाशक्ती वापरून स्वत:चं दुखणं बरं करू शकतात याची कल्पना त्यांना द्यायला पाहिजे.

सौ. जयपुरिया बऱ्या झाल्यावर या सर्व गटाने आम्हाला डोक्यावर घ्यायचं तेवढं ठेवलं! आम्हाला कोणी पैसे देऊ केले, कोणी घरं बांधून देऊ म्हणायला लागले, कोणी गाड्या घेऊ केल्या. आम्हाला या सर्व प्रकाराचं फार हसू येत होतं. श्रीमंत लोकांना वाटतं की प्रत्येक गोष्ट पैशाने विकत घेता येते. संन्याशांनासुद्धा ते लाच देऊ पाहातात. पण ते नि:संग आहेत, त्यांना धनसंपत्तीचा मोह कसला? या मार्गावरच्या लोकांना ऐहिक संपत्ती नको असते, आध्यात्मिक संपत्ती हवी असते. ज्या वेळी साधकाला श्रेष्ठ आंतरिक सुखाची चव कळते तेव्हा ऐहिक गोष्टी मोह-प्रलोभनं फिकी वाटू लागतात. जे संन्यासमार्गावर

सौ. जयपुरिया यांच्या नातवाबरोबर स्वामी राम

नुकतेच चालू लागले आहेत त्यांना ऐहिक प्रलोभनं भुलवतात. काही जण या मार्गावरून परत फिरतात. काहींचं मानसिक संतुलन ढळतं. ऐहिक जगातील प्रलोभनंही जबरदस्त असतात. ऐहिक भोगांची वासना हे अज्ञानाचं मूळ आहे. एकाग्र मन, दुर्दम्य इच्छाशक्ती आणि सर्वात महत्त्वाचं म्हणजे ईश्वरकृपा यामुळे काही भाग्यवंत सांसारिक मोहांच्या वर राहतात, त्यांची बाधा त्यांना होत नाही.

बद्रीनाथला आलेल्या गटाचा मी निरोप घेतला. पर्वतीकर महाराज नावाचे एक थोर संत होते. त्यांचा दिव्य भजनसत्संग ऐकायला मी मित्रासमवेत थांबलो होतो. फलाहारी बाबांच्या गुहेत आम्ही सहा दिवस राहिलो. फलाहारी बाबा केवळ फळ आणि दूध घेऊन राहात. रोज या संतांचा सत्संग ऐकायला आम्ही गुहेतून खाली येत असू. ते विचित्रवीणा नावाचं पुष्कळशा तारा असलेलं तंतुवाद्य वाजवत. पाचशे लोक त्या देवळात ते दिव्य संगीत ऐकायला बसलेले असत. तंतुवाद्य छेडायला सुरुवात करण्यापूर्वी ते संत म्हणाले, 'भाग्यवान भक्तांनो, मी माझ्या वाद्याच्या तारा लावतो. तुम्ही तुमच्या वाद्याच्या तारा लावा. जीवनाच्या तारा सुरेख जुळलेल्या असायला हव्यात. तारा जुळवणं आणि वाद्य योग्य स्थितीत स्थिर ठेवणं ही कला आहे. तुम्ही स्वतःच आता वाद्यं व्हा. स्वतःला प्रभुचणी समर्पित करा. हे सुंदर रीतीने जुळवलेलं वाद्य त्या परमश्रेष्ठ संगीतकाराला – ईश्वराला अर्पण करा.'

काहींना त्या संतांचं बोलणं समजत असे, काहींना समजत नसे. मी आणि माझा मित्र, आम्ही कोपऱ्यात शांत बसत असू. त्यांच्या बोलण्याने आमचं अवधान अधिक तीक्ष्ण होई. ते त्यांची वीणा हाती घेत. डोळे मिटत आणि वाजवायला सुरुवात करीत. सतार, गिटार अशी सर्व तंतुवाद्यं एकत्र करून त्यांचा मेळ केला तरी असं दिव्य संगीत निर्माण होणार नाही, इतकं विलक्षण संगीत ते निर्माण करत. सर्व लोकांना संगीत कळत नसे पण ते डोलू लागत. ते साधारण दोन ते अडीच तास वाद्यवादन करत. त्यांच्यामुळे मला कळलं की संगीत हे स्वर्गीय आनंद आणि शांती देणारं साधन आहे. ती संगीतसाधना म्हणजे ध्यानसाधनाच होती.

सर्व कलांमध्ये संगीत ही उत्तम कला आहे. संगीत हे गीतं, स्वर किंवा शब्द यांनी केवळ सिद्ध होत नाही. त्यात नाद-तरंग असावे लागतात. ते पेशीपेशीची चेतना जाणवतात, त्यांना आनंदनृत्य करायला लावतात. नादस्पंदांशिवाय नृत्य नाही. या नादामुळे जीवनाचा प्रवाह एका विशिष्ट लयीत वाहू लागतो. विविध वळणांमधून जातो आणि प्रत्येक वेळी वातावरणात एक नवं चैतन्य, नवा अनुभव जाणवतो.

अनंतापासून निघून अनंतापर्यंत प्रवास करणारा हा जीवनाचा प्रवाह म्हणजे एक प्राचीनतम यात्रिक आहे. हा प्रवाह आपल्याच आनंदात गात आणि नृत्य करत असतो. प्रियतमाशी मीलनाच्या आनंदात तो प्रवाह महानंदाच्या सागराला जाऊन मिळतो. प्रारंभीपासून अंतापर्यंत एक नाद आहे. त्याच्या क्रीडेतून सात स्वर उमटले आहेत. जगात सर्वत्र संगीताला सात स्वर असतात. चेतनेच्या सात पातळ्यांचे ते प्रतीक आहे. हे स्वर चेतनेच्या सात स्तरांविषयी आपल्याला जाणीव देतात आणि शेवटी चेतनेचा जो महान

उगम, त्यातून जीवनाचा प्रवाह दशदिशांनी झेपावत असतो, त्याच्याकडे आपल्याला घेऊन जातात. एका दिशेला त्यांना संगीत म्हणतात, दुसरीकडे नृत्य म्हणतात, तिसऱ्या दिशेला ते चित्ररूप धारण करतात तर चौथ्या दिशेला ते काव्य स्फुरणांचं रूप घेतात.

नादाचा आणखी एक प्रकार आहे. तो अनाहत नाद आहे. केवळ अंतर्यामीच तो ऐकू येतो. तो जेव्हा स्वरयंत्राचं माध्यम करतो तेव्हा त्याला संगीत म्हणतात. कबीर म्हणतात, 'घूँघटके पट खोल तोहे पिया मिलेंगे! – अज्ञानाचा पडदा दूर कर, तुझ्या अंत:करणात प्रेमाचा दीप लाव म्हणजे तुझी आणि प्रियतमाची भेट होईल आणि मग तू अनाहत नाद तो सूक्ष्मतम नाद ऐकू शकशील'

भक्तिमार्गातील योगी हा अनाहत नाद, हा मौनाचा नाद, मानवी हृदयात सदैव गुंजत असलेलं दिव्य संगीत ऐकू शकतात. पण आपल्यापैकी किती जण हा नाद ऐकू शकतात? खरे संगीतकार या आनंदभावात तल्लीन होऊन जे शब्द उच्चारतात त्यांचा खोल परिणाम साधकाच्या भावविश्वावर होतो. त्याच्या भावाची दिशा ईश्वराकडे वळते. नंतर त्याला ईश्वरसाक्षात्कार होऊ शकतो. याला संगीतमय ध्यान म्हटलं जातं. यात प्रयास नसतात. केवळ प्रियतमाविषयीच्या प्रेमाची ज्योत अंत:करणात जागवावी लागते. भक्तिमार्ग साधा आहे. पण परमेश्वराशी मीलनाचा अत्युच्च आनंद देणारा आहे. संगीतातून प्रकटणारं प्रेम हे ध्यानच आहे. अशा प्रकारे मन हळूहळू एकाग्र होत जातं आणि एक दिवस साधकाला अनाहत नाद ऐकू येऊ लागतो. तो विविध प्रकारचा आणि वेधक नाद असतो. त्याच्या साहाय्याने साधक परमानंदाची प्राप्ती करून घेऊ शकतो. भक्तिमार्गात संगीत हे आत्मसाक्षात्काराचं साधन आहे.

वीणावादन झाल्यानंतर पर्वतीकर महाराज अर्थाग मौनात बुडून गेले.

महात्म्यांच्या चरणांशी

मी अल्मोऱ्यात कसारदेवीला गेलो होतो. तिथे मला एक बौद्ध भिक्षु भेटले. त्यांच्याबरोबर एक प्रसिद्ध पाश्चात्य चित्रकारही होते. ते एका छोट्या आश्रमात राहात होते. हिमालयाची उंच शिखरं, तिथली प्रगाढ शांती यांचा आनंद ते घेत होते. त्यांच्या मते आल्पस् किंवा युरोप अमेरिकेतील पर्वतांप्रमाणे हिमालयाची शिखरं सुंदर आहेतच परंतु जिवंतही आहेत. म्हणून ते त्या शिखरांशी माणसांशी बोलावं तसं सतत बोलत असत.

ते म्हणाले, 'आम्ही पर्वतांशी बोलतो आणि पर्वत आमच्याशी बोलतात.'

मी विचारलं, 'कसं काय? पर्वत बोलू शकतात का?'

ते म्हणाले, 'तुम्ही हिमालयात जन्मलात आणि इथेच वाढलात. अतिपरिचयात अवज्ञा अशी म्हण आहे. ध्यानात ठेवा की ही पर्वतराजी पवित्र आहे आणि साधकांच्या साधनेला अनुकूल वातावरण ती तयार करते. या पर्वतांचं सौंदर्य इथे शाश्वतपणे आहेच. पण पाहाणाऱ्याला ती दृष्टी हवी. या पर्वतदेवतांच्या दिव्य सौंदर्याचं गुणग्रहण कसं करायचं हे तुम्ही विसरला आहात.' नंतर हे हिमाच्छादित पर्वतशिखरांच्या सौंदर्याचं वर्णन करत होते.

मी त्यांच्याबरोबर थोडा काळच राहिलो. मग मी श्यामादेवीला गेलो. हे ठिकाण कसारदेवीपासून तीस मैलांवर आहे. तिथे एक शक्तिमातेचं मंदिर आहे. त्या ठिकाणी एक स्वामी एकटेच राहात असत. त्यांच्यासोबत काही काळ राहायचा माझा विचार होता. मी आल्यावर लगेचच नान्तिनबाबा, हे त्या भागातील एक प्रसिद्ध साधू तिथे आले. मी पूर्वी त्यांच्यासोबत बागेश्वर आणि रामगढ येथील गुहांमध्ये राहिलो होतो. शक्तिमाता मंदिरात राहाणारे जे स्वामी होते. ते सांगत की ते सोमबारी बाबांचे शिष्य होते. आम्ही गेलो त्या आधी चाळीस वर्षं सोमबारी बाबांनी देह ठेवला होता. सोमबारी बाबा आणि हरियाखान बाबा हे सत्पुरुष पुष्कळदा एकत्र असत. माझे गुरुदेव आणि हरियाखान बाबा यांचे गुरू एकच होते. ते भारतात जन्मलेले होते परंतु पुष्कळ काळ तिबेटातच राहिले. हरियाखान बाबा आणि माझे गुरुदेव या दोघांना लोक 'बाबाजी'च म्हणत. हा शब्द साधारण वृद्ध साधूंना उद्देशून वापरतात. त्याचा अर्थ 'आजोबा'. आजही नेपाळ, नैनीताल, काशीपूर

सोमबारी बाबा

आणि अल्मोरा येथे या दोन सत्पुरुषांविषयी सांगणारे पुष्कळ लोक सांगतात. शक्तिमातेच्या मंदिरात राहाणारे साधू आपले गुरू सोमबारी बाबा यांच्याबद्दल न थकता, तासन्‌तास सांगत.

ते साधू स्वत: सिद्ध पुरुष होते. त्यांच्या व्याधी निवारक शक्तींबद्दल सर्वांना माहिती होती. कोणीही नवीन व्यक्ती तिथे आली की नाव न सांगताच ते त्या व्यक्तीला नावाने हाक मारत. त्यांना व्यत्यय नको असे म्हणून काही वेळा ते रागाचा अविर्भाव आणत. पण अंतर्यामी ते मोठे मृदुहृदयी होते. गावातले लोक त्यांना 'दुर्वास' म्हणजे रागीट, तिखट जिभेचे म्हणत. ते पंचाग्नी सिद्धी नावाची धार्मिक साधना करत. ते प्रत्यक्ष पूजा करत नि मानसपूजाही करत. ते परमेश्वराला अग्निरूप मानत आणि कोणी थोडंसं विचारलं तरी या विषयावर ते भरभरून बोलत.

त्या सिद्धपुरुषांनी मला सौरविज्ञान ही उपासना शिकवली. ती साधना मी केली नाही. कारण एकाच जन्मात इतक्या वेगवेगळ्या साधना एका माणसाला करणं शक्य नाही. पण सौरविज्ञान हे संजीवक, व्याधी हारक शक्तीची उपासना सांगणारं विज्ञान आहे. या विषयाची विविध ठिकाणी विखुरलेली माहिती एकत्र केल्यावर मला असं वाटलं की व्याधीग्रस्त लोकांसाठी या विज्ञानातील तत्त्वांवर आधारित उपचार करणारं एक केंद्र आपण सुरू करावं. पण माझे गुरुदेव म्हणाले की, तू ते करू नकोस. तुझ्या जीवनाचा जो श्रेष्ठतर हेतू आहे त्यापासून तुझं मन विचलित होईल. मी गाऊ लागलो, कविता लिहू लागलो किंवा चित्रं काढू लागलो की गुरुदेव 'नको' म्हणत. ते म्हणत, 'हे काही करू नको. फक्त योगसाधना कर.' साधूंशी आध्यात्मिक ग्रंथांवर चर्चा वगैरे करण्यापेक्षा केवळ त्यांचं सान्निध्य अनुभवावं असं त्यांचं मत होतं. ते मला म्हणत, 'तू प्रवासाला निघाला आहेस. एका ठिकाणी जास्त रमणं चांगलं नाही. कुठे गुंतू नये. जग जे तुला देऊ शकणार नाही ते मौन देईन.'

मी श्यामादेवीहून माझ्या हिमालयातील निवासात परतलो. बूढा केदारच्या ग्रामस्थांनी माझ्याकरता एक छोटं घर बांधलं होतं. तिथे मी मौनात राहात असे. ते ठिकाण आजही आहे. त्याची उंची ६००० फूट आहे. तिथून हिमालयीन पर्वतराजींचं विहंगम दृश्य दिसतं. क्वचितच कोणी हिंडता साधू माझ्या घराच्या दारावर टकटक करी आणि तेथील नीरवतेचा भंग होई. हिमालयाच्या अंतर्भागात फारच थोडे साधू जातात. बहुतेकजण पर्वतीय रस्त्यांनी, वाटांनी प्रसिद्ध तीर्थांच्या ठिकाणी किंवा प्रेक्षणीय ठिकाणी जातात. पण खरे साधू ही गजबजलेली ठिकाणं सोडून एकांत गुहा किंवा आश्रमाचा शोध घेतात, तेथील साधूंना भेटतात. चीनपासून पाकिस्तानपर्यंत १५०० मैलांच्या हिमालयाच्या रांगा आहेत. त्या जगातील सर्वांत उंच पर्वतश्रेणी आहेत. अन्य पर्वतश्रेणींचं आपलं म्हणून काही सौंदर्य आहेच. पण हिमालयात आध्यात्मिक वातावरण आहे. श्रेष्ठ आत्मज्ञानी महात्म्यांना भेटण्याची संधी आहे. कारण ते हिमालयातच राहातात. अन्य पर्वतश्रेणींपेक्षा वेगळं असं हे हिमालयाच्या पर्वतश्रेणींचं वैशिष्ट्य आहे.

भाग १२

गुरुकृपा

पूर्णत्व हे मानवी जीवनाचं ध्येय आहे. परंतु त्यासाठी मानवाने कितीही प्रयत्न केले तरी त्याला सीमा आहे. केवळ मानवी प्रयत्नाने परमानंदाची प्राप्ती होत नाही. त्यासाठी ईशकृपा आणि गुरुकृपा लाभते. ज्यांना ती लाभली ते धन्य होत.

गुरू हे ज्ञानाचा स्रोत आणि माध्यम असतात

गुरू या शब्दाचा अलीकडे इतका दुरुपयोग होतो की त्याचं मला वाईट वाटतं. हा मोठा विलक्षण, मोठा पवित्र शब्द आहे. तुमची आई तुम्हाला जन्म देते, आईवडील तुम्हाला लहानाचं मोठं करतात. मग गुरूंची तुमच्या आयुष्यातील भूमिका सुरू होते. तुमच्या जीवनाचा हेतू साध्य करण्यासाठी गुरू तुम्हाला साहाय्य करतात. मी जरी सज्जन माणूस नसलो तरी एखाद्याने मला गुरू मानलं तर त्या व्यक्तीच्या खातर मला उत्तमत्व प्राप्त करावंच लागेल. गुरू हा शिक्षकाहून निराळा आहे. 'गु' आणि 'रू' ही दोन अक्षरं मिळून 'गुरू' हा शब्द बनतो. 'गु' म्हणजे अंधार, 'रू' म्हणजे प्रकाश. अज्ञानाचा अंधार घालवून ज्ञानाचा प्रकाश जो आणतो त्याला गुरू म्हणायचं. पाश्चात्य देशांमध्ये या शब्दाचा पुष्कळदा चुकीचा अर्थ लावला जातो. भारतात तो अत्यंत आदरपूर्वक वापरला जातो. श्रेष्ठ ज्ञान आणि पावित्र्य यांचा तो निदर्शक शब्द आहे. नुसतं 'गुरू' असं सहसा म्हणत नाहीत. 'गुरुदेव' असं म्हणण्याची पद्धत आहे. 'देव' म्हणजे प्रकाशमान. आत्मप्रकाशी गुरूंना गुरुदेव म्हणतात.

सामान्य शिक्षक आणि आध्यात्मिक गुरू यांच्यात फार मोठा फरक आहे. गुरूंचे शिष्य कितीही वयाचे असोत. ऐंशी वर्षांचे का असेनात. सर्व शिष्य गुरूंना अपत्याप्रमाणे असतात. ते त्यांना खाऊ घालतील, त्यांना आश्रय देतील, शिकवतील आणि त्याबद्दल त्यांना कसलीच अपेक्षा नसते. मी माझ्या गुरुदेवांना विचारलं, 'गुरू असं का करतात?' ते म्हणाले, 'चांगल्या तयारीच्या साधकांना शिकवावं एवढीच त्यांची इच्छा असते. ते त्यांनी केलं नाही तर त्यांनी करायचं तरी काय?'

शिष्य गुरूंकडे जाताना हातात समिधा घेऊन जातो. प्रेमाने, नम्रतेने तो गुरूंपढे नतमस्तक होतो. मन, वर्तन आणि वाणीने तो त्यांच्यासमोर शरण आहे याचं ते सूचक असतं. शरणता कशासाठी? तर श्रेष्ठतम आत्मज्ञान गुरूंकडून मिळवण्यासाठी. गुरू त्या समिधा अग्नीला अर्पण करतात आणि म्हणतात, 'आता मी तुला मार्गदर्शन करीन आणि भविष्यात तुझं रक्षण करीन.' मग शिष्याच्या योग्यतेनुसार ते त्याला अनुग्रह देतात, साधना सांगतात.

गुरू शिष्य हे इतकं पवित्र नातं आहे की इतर कोणत्याही नात्यांशी त्याची तुलनाच होऊ शकत नाही. गुरूंचं तन, मन, प्राण सर्व काही शिष्यासाठी असतात. पण त्यांना जर काही चुकीच्या सवयी असतील त्या फक्त त्यांच्या असतात.

गुरू शिष्याला एक मंत्र देतात आणि सांगतात, 'हा तुझा नित्याचा सखा आहे. हा मंत्र लक्षात ठेव. त्याने तुझं कल्याण होईल.' याला मंत्रदीक्षा म्हणतात. मग ते त्या मंत्राचा उपयोग कसा करायचा ते शिकवतात. गुरू शिष्याच्या मार्गातली विघ्नं दूर करतात. शिष्याला कामना असतात, प्रश्न असतात, आयुष्यातले निर्णय कसे घ्यावेत ते कळत नाही. गुरू त्याला निर्णय घेण्यात मदत करतात. त्याची वृत्ती शांत, स्थिर राहावी यासाठी प्रयत्न करतात. ते म्हणतात, 'बेटा, तुला कधीकधी उत्तम विचार सुचतात. पण ते प्रत्यक्षात कसे आणावेत हे तुला कळत नाही. चल, तुझं मन एकाग्र कर. तुझ्यात खूप शक्ती लपलेली आहे. माझे आशीर्वाद सदैव तुझ्याबरोबर आहेत.'

तुम्ही कृतज्ञतेपोटी गुरूंसाठी काही करू इच्छिता पण तुम्ही काय करणार? त्यांना काही नकोच असतं. गुरुदेवांच्या करुणामय व्यक्तिमत्त्वाकडे तुम्ही एकदम आकर्षित होता. तुम्ही विचार करू लागता 'हे माझ्यासाठी इतकं करीत आहेत. माझ्याकडून यांची काय अपेक्षा आहे?' पण ते आपलं कर्तव्य करत असतात. त्या बदल्यात त्यांना काहीच नको असतं. साधकांना साहाय्य करणं हा त्यांचा जीवनहेतू असतो. ते उपकारबुद्धीने तुम्हाला मदत करत नाहीत. ते आपलं स्वधर्मपालन करत असतात. त्याशिवाय ते जगू शकत नाहीत.

गुरू असे असतात. ते मानवजातीला मार्गदर्शन करत असतात. सूर्य आकाशात प्रकाशतो आणि आपल्याला प्रकाश-ऊब देतो तसे गुरू आपल्यावर आध्यात्मिक प्रेमाची बरसात करतात. पण पूर्ण अलिप्त असतात. गुरूंचं शरीर म्हणजे गुरू नव्हेत. जे गुरूंच्या शरीराकडे पाहातात त्यांना 'गुरू' या पवित्र शब्दाचा अर्थच समजत नाही असं म्हणावं लागेल. गुरूला जर वाटलं की त्याची शक्ती ही त्याची स्वत:ची आहे तर तो खऱ्या अर्थाने मार्गदर्शक नव्हे. गुरू म्हणजे परंपरा, गुरू हा शक्तिस्रोताचा वाहक आहे. ज्ञानधारेचा वाहक आहे. ही धारा विविध मार्गांनी धावते. ख्रिस्ताने लोकांच्या व्याधी दूर केल्या. लोक त्याला देव मानू लागले. तेव्हा तो म्हणाला, 'हे सारं माझ्या स्वर्गस्थ पित्याने केलं. मी तर केवळ माध्यम आहे.'

कोणीही मानव गुरू होऊ शकत नाही पण सर्व शक्तींची जी शक्ती परमशक्ती ती स्वीकारायला आणि वितरित करायला तो माध्यम होतो. हे माध्यम नि:स्वार्थ असायला लागतं. सामान्यत: प्रेमात स्वार्थ मिसळलेला असतो. मला काही तरी हवं असतं म्हणून मी म्हणतो की, माझं तुमच्यावर प्रेम आहे. तुम्हाला काहीतरी हवं असतं म्हणून तुम्ही माझ्यावर प्रेम करता. संसारातलं प्रेम हे असं असतं. जेव्हा तुम्ही नि:स्वार्थ कर्म करता त्या वेळी तुम्ही खरं प्रेम करत असता. नि:स्वार्थ कर्माशिवाय, नि:स्वार्थ प्रेमाशिवाय खरे गुरू जगू शकत नाहीत. त्यांच्या आत्मज्ञानाचा पायाच नि:स्वार्थ प्रेमात असतो. जगाच्या अज्ञात कानाकोपऱ्यात राहून ते जगावर जीवन आणि प्रकाश उधळत असतात. जग त्यांना

ओळखत नाही. त्यांना तर कीर्तीची अपेक्षा कधीच नसते.

कुणी तुमच्याकडे आलं आणि माझी पूजा करा असं म्हणू लागलं तर त्याच्यावर विश्वास ठेवू नका. ख्रिस्त किंवा बुद्ध यांनी कोणाकडून पूजेची अपेक्षा केली नाही. गुरू हे साधकाचं ध्येय नव्हे. नदीपार होण्यासाठी जशी नौका तसे भवपार होण्यासाठी गुरू असतात. नौका चांगली मजबूत लागते. ती फुटलेली असेल तर जिवाला धोका असतो. पण एकदा का तुम्ही नदीपार आलात की नौका पकडून ठेवण्याची आवश्यकता नसते आणि नौकेची काही तुम्ही पूजा करत नाही.

कित्येक अंधश्रद्ध लोक म्हणतात की, गुरूंची पूजा अत्यावश्यक आहे. गुरू हे नि:संशय वंदनीय आणि प्रेम अर्पण करावं असे असतात पण म्हणून त्यांची पूजा केली पाहिजे असं नाही. जर माझे गुरुदेव आणि परमेश्वर एका वेळी माझ्यापुढे आले तर मी प्रथम माझ्या गुरुदेवांकडे जाईन आणि त्यांना म्हणेन,

‘गुरुदेव, मी आपला अत्यंत ऋणी आहे.
आपण माझी भगवंताशी भेट घालून दिलीत!’

मी परमेश्वराकडे जाणार नाही, त्याला असं म्हणणार नाही की –

‘देवा, मी तुझा अत्यंत ऋणी आहे.
तू माझी माझ्या गुरूंशी भेट घालून दिलीस!’

अश्रु ढाळणारी मूर्ती

मी हिमालयातील उत्तर वृंदावन येथील आश्रमात नेहमी जात असे आणि कृष्ण प्रेम यांच्या समवेत सत्संगाचा लाभ घेत असे. त्यांच्या सोबत आनंद भिख्खु असत. हे दोघे मूळचे युरोपियन, त्यांची नावं प्रोफेसर निक्सन आणि डॉ. अलेक्झांडर. निक्सन हे इंग्रजीचे प्राध्यापक होते आणि डॉ. अलेक्झांडर हे मेडिकल डॉक्टर होते. ते बंगालच्या योगिनी यशोदा मा यांचे शिष्य होते. त्यांच्याकडे फारसे लोक भेटीला येत नसत. ते अगदी शांततेत काल व्यतीत करत. त्या काळात कृष्ण प्रेम दोन पुस्तकं लिहीत होते. एक 'दि योग ऑफ भगवद्‌गीता' आणि दुसरं 'दि योग ऑफ कठोपनिषद'. नंतर ही पुस्तकं लंडनमधून प्रकाशित झाली. त्यांच्याजवळ निर्वाहापुरते पैसे होते. ते कोणावर अवलंबून नव्हते. ते साधेपणाने पण स्वच्छ नि नेटकेपणाने राहात. स्वत:चा स्वयंपाक करण्याबाबत ते फार दक्ष असत. कोणाला स्वयंपकाघरात येऊ देत नसत.

त्या वेळी यशोदा मां नी देह ठेवला होता. त्यांनी मां ची समाधी बांधली होती. त्या समाधीवर कृष्णाची एक सुंदर मूर्ती स्थापिलेली होती. मूर्ती बसवल्यावर मी एकदा आश्रमात गेलो होतो. तेव्हा कृष्ण प्रेम यांनी दंडावर काहीतरी बांधलेलं पाहिलं. मी त्याबद्दल विचारलं तर ते म्हणाले, 'मी सांगितलं तर तुमचा विश्वास बसणार नाही.' मी त्यांना आग्रह केल्यावर ते म्हणाले,

'तुम्ही सर्व गोष्टी बुद्धिवादाच्या दृष्टीने पाहाता त्यामुळे तुम्हाला वाटेल की माझं डोकं बिघडलंय. पण तरीही मी तुम्हाला सांगतो. पंधरा दिवसांपूर्वी मां च्या समाधीवरच्या कृष्णाच्या मूर्तीच्या डोळ्यांमधून अश्रू वाहू लागले. ते काही केल्या थांबेनात. आम्ही मूर्तीचा पाया वेगळा करून पाहिला की कुठून पाणी तर गळत नाही ना? पण तिथून पाणी यावं असं काहीच नव्हतं. ते मूर्तीच्या डोळ्यांपर्यंत पोहोचेल आणि वाहेल अशी काहीही शक्यता नव्हती. आम्ही मूर्ती पुन्हा पूर्ववत जागेवर बसवली. तिच्या डोळ्यातून पुन्हा अश्रू ओघळू लागले. त्यामुळे मला फार वाईट वाटलं. माझी समजूत झाली की माझ्या हातून काही तरी चूक झाली आहे. त्यामुळे मा माझ्यावर नाराज आहेत. मी थोडा कापूस घेऊन कृष्णमूर्तीच्या डोळ्यातलं पाणी टिपलं. ते एका डबीत घालून मी माझ्या दंडावर बांधलं.

मी तुम्हाला सांगितलं हे सत्य आहे आणि ते घडतं आहे त्याचं कारण मला माहीत आहे. परंतु तुम्ही हे कुणाला सांगू नका. नाहीतर ते मला वेडा समजतील.'

मी म्हणालो, 'तुमच्या सूज्ञतेवर माझा पूर्ण विश्वास आहे. पण असं का होतं आहे ते सांगा.'

ते म्हणाले, 'देह ठेवला तरी अव्यक्तातून गुरू अनेक प्रकारे आपल्याला मार्गदर्शन करतात. यशोदा मा मला काही सांगू इच्छित आहेत. मी जरा आळशी झालो आहे. सायंकाळची साधना करण्याऐवजी मी लवकर झोपून जातो. जेव्हा जेव्हा आम्हाला आळस येत असे आणि आमच्याकडून नीट साधना होत नसे तेव्हा त्या आम्हाला जागं करीत. आत्ताही त्या आम्हाला जागं करीत आहेत.' ते फार गंभीर झाले, व्याकुळ झाले आणि हुंदके देऊ लागले. त्यांचं त्यांच्या गुरूंवर नि:सीम प्रेम होतं. ते मला फार प्रेरणादायक वाटलं. ईश्वरत्वाकडे जाण्याची पहिली पायरी म्हणजे गुरूंविषयीचं प्रेम. पण हे प्रेम गुरूंच्या शरीरावर नसतं.

ब्राह्मण समाजातील काही लोक वगळता बाकी भारतीयांनी या दोन युरोपियन संन्याशांवर, कृष्ण प्रेम आणि आनंद भिख्खु यांच्यावर अत्यंत प्रेम केलं; त्यांना सन्मान दिला. तथाकथित पुरोहितांपेक्षा ते आध्यात्मिकदृष्ट्या फार प्रगत होते पण ब्राह्मणांनी त्यांचा स्वीकार केला नाही. ज्या वेळी ते मंदिरात जात त्या वेळी त्यांना अस्पृश्यांप्रमाणे वागवलं जाई. मी त्या ब्राह्मणांचा धिक्कार करीत असे. माझ्या या दोन मित्रांना मी सांगत असे की या ब्राह्मणांची ही धर्मांधता अज्ञानातून आली आहे. हा धर्माचा भाग असूच शकत नाही. पाश्चात्यांमधील वंशवाद आणि वर्गव्यवस्था यांमुळे त्यांचं फार नुकसान झालं. त्याचप्रमाणे जातिव्यवस्थेमुळे भारताची मोठी हानी झाली आहे. मानवजातीला या दोन्ही गोष्टी हानिकारक आहेत.

माझ्या गुरुदेवांचं छायाचित्र

सप्टेंबर १९३९ मध्ये दोन फ्रेंच छायाचित्रकार हिमालयात छायाचित्रं घेण्यासाठी आले होते. त्यांनी माझ्या गुरुदेवांची छायाचित्रं काढावीत असं मला वाटत होतं. पण मी हे गुरुदेवांना सांगितलं नव्हतं. मी एक प्रकारे त्यांच्याशी प्रतारणाच केली होती. माझ्याकडे थोडे पैसे होते. शिवाय मी दीडशे रुपये उसने घेऊन त्या छायात्रिचकारांना दिले. नंतर गंगानदीवरच्या एका अरूंद लाकडी पुलावरून मी त्यांना एका छोट्या झोपडीत घेऊन आलो. गुरुदेव आणि मी तिथे पंधरा दिवस राहात होतो.

गुरुदेवांनी जेव्हा छायाचित्रकारांना पाहिलं तेव्हा ते मला म्हणाले, ‘वेडा मुलगा आहेस तू. छायाचित्राचा कसला आग्रह धरून बसला आहेस? त्यांना काही एक मिळणार नाही.’ मला ते काय म्हणताहेत ते कळलं नाही. कधीकधी गुरुदेवांवर ते जणू माझी खाजगी मालमत्ता आहेत अशाप्रकारे मी हक्क गाजवत असे. दोन्ही छायाचित्रकारांनी स्वतंत्रपणे आपापल्या कॅमेऱ्यांवर गुरुदेवांची छायाचित्रं काढली. मग त्यांनी मला त्यांच्या शेजारी बसवलं आणि आमची एकत्र छायाचित्रं काढायला सुरुवात केली. त्या वेळी गुरुदेव ओठ मिटून, डोळे मिटून बसले होते. दुपारी तीन ते साडेपाचपर्यंत हा छायाचित्रं काढण्याचा कार्यक्रम झाला. चार रोल्स त्यासाठी खर्ची पडले. नंतर पर्वतराजींची काही छायाचित्रं घेऊन ते छायाचित्रकार दिल्लीला गेले. रोल्सवरून जेव्हा छायाचित्रं तयार झाली तेव्हा माझा माझ्या डोळ्यांवर विश्वास बसेना. माझे गुरुदेव जिथे बसले होते तिथलं बाजूचं सर्व काही छायाचित्रात आलं होतं पण गुरुदेव एकाही छायाचित्रात नव्हते.

तीनचार वेळा मी गुरुदेवांची छायाचित्रं घेण्याचा प्रयत्न केला. पण ते प्रत्येक वेळी म्हणत, ’या मर्त्य शरीराच्या चित्रामुळे माझं जे प्रकाशमय स्वरूप आहे ते तुला दिसणार नाही. माझ्या मर्त्य शरीराची आठवण जपू नको. आपल्यातला दिव्य संबंध फक्त ध्यानात ठेव.’

नंतर मी अमेरिका आणि जपान या दोन देशात प्रवास करू लागलो. तेव्हा ते म्हणत, ‘पश्चिमेच्या बाजारात माझा विक्रय तू करता कामा नयेस.’ मी त्यांच्या भावनेचा आदर केला. माझ्या गुरुदेवांचं एकच छायाचित्र होतं. त्याच्या प्रती काढण्याचा मी कधीही प्रयत्न

केला नाही. श्रीनगरच्या एका छायाचित्रकाराकडून माझ्या गुरुबंधूंना ते छायाचित्र मिळालं होतं ते त्याने बॉक्स कॅमेऱ्याने काढलं होतं. योगी हे कॅमेरा आणि ते स्वत: यांच्यात असा पडदा निर्माण करू शकतात की त्यामुळे त्यांचं छायाचित्र घेता येत नाही. पण त्या एकाच प्रसंगी गुरुदेवांनी असं केलं नाही.

शाश्वताचा नाश कोण करणार?

एकदा माझे गुरुदेव आणि मी हिमालयातून जात असताना एक हिमखंड वरून गडगडत खाली येत होता. मी घाबरून ओरडलो, 'आपण आता मरणार!'

यावर गुरुदेव शांतपणे म्हणाले, 'शाश्वताचा नाश कोण करणार?'

मी म्हणालो, 'त्या पर्वतखंडाकडे पाहा. तो सरळ खाली येतो आहे आणि तुम्ही म्हणता की शाश्वताचा नाश कोण करणार?'

तेवढ्यात गुरुदेव गरजले, 'थांब! आम्हाला जाऊ दे!' तर काय! तो घसरणारा हिमखंड एकदम थबकला. आम्ही तिथून पुढे गेलो. मग गुरुदेव म्हणाले, 'आता पडायचं असेल तर पड.' आणि मग तो हिमखंड पुन्हा घसरू लागला.

आणखी एकदा गुरुदेव पर्वतावर चालले होते. काही लोक त्यांच्या मागून येत होते. तेव्हा बर्फ पडायला लागला आणि तीन तास बर्फ पडतच होता. लोकांकडे पुरेसे कपडे नव्हते. तेव्हा ते म्हणाले, 'महाराज, तुम्ही चिरंजीव आहात. आम्ही ऐकलं आहे की तुमच्याकडे अद्भुत शक्ती आहेत. तुम्ही बर्फ पडणं थांबवत का नाही?' गुरुदेव म्हणाले, 'ते अगदीच सोपं आहे.' मग ते मोठ्या आवाजात म्हणाले, 'बर्फ पडणं पुरे! आता सूर्यप्रकाश येऊ दे!' आणि तसंच झालं.

संकल्पशक्ती किंवा इच्छाशक्ती याबद्दल आजच्या लोकांना फारच थोडे माहीत आहे. शक्तीच्या आविष्काराचे तीन प्रकार आहेत – एक क्रियाशक्ती, दुसरा इच्छाशक्ती आणि तिसरा ज्ञानशक्ती. प्रत्येकाच्या ठिकाणी त्या शक्ती सुप्त किंवा प्रकट स्वरूपात असतात. क्रियाशक्तीच्या साहाय्याने आपण कर्म करतो. इच्छाशक्तीच्या साहाय्याने आपल्याला कर्मप्रेरणा दृढ करता येते. ज्ञानशक्तीच्या साहाय्याने आपण कर्म करण्याचा निश्चय करतो. शक्तीचे हे तीनही प्रकार प्रयत्नपूर्वक विकसित करता येतात. काही योगी कर्म अशा कुशलतेने करतात की लौकिक जगात ते यशस्वी होतात. काही इच्छाशक्तीचा विकास करून तिचं वाणीतून आणि कृतीतून प्रकटन करतात. काही विवेकाला, बुद्धीला धार देतात. त्यांच्या प्रज्ञेचा विकास होतो. ते ब्रह्मैक्यस्थितीत शांत असतात. या सर्व प्रकारांसाठी साधना लागते. पण ती वेगवेगळी असते. इच्छाशक्तीचा जर विकास केला

तर भौतिक जगतातील विविध घटनांवर स्वामित्व येतं. त्या इच्छेनुसार बदलता येतात. हातपाय जसे आपण स्वेच्छेने हलवतो तशा बाह्य जगतातील गोष्टी बदलता येतात. या शक्तीचा अवलंब करूनच माझ्या गुरुदेवांनी हिमखंड थोपवला होता.

अर्धे 'तिकडे', अर्धे 'इकडे'

गंगेच्या तीरी कर्णप्रयाग नावाचं तीर्थक्षेत्र आहे. तिथे गुरुदेवांसमवेत मी राहात होतो. आमचे गुरुदेव अंगावर वस्त्र जवळजवळ घालतच नाहीत. त्यांना शरीराची जाणीवच नसते. ते नेहमी आत्मानंदात मग्न असतात. एका रात्री मला ते अचानक म्हणाले, 'चल, आपण जाऊ या.'

अंधार झाला होता आणि काही वेळापूर्वी पाऊसही पडून गेला होता. मी मनाशी म्हटलं, 'मी नाही म्हणालो तरी हे चालायला लागणारच. अंगावर काही नाही आणि सम्राटासारखे थाटात निघतात पाहा!' मी त्यांच्या अंगावर गरम वस्त्र घातलं. एका काट्याने ते त्यांच्या गळ्यात अडकवलं आणि आम्ही निघालो. बाहेर कडाक्याची थंडी होती. अर्धा मैल अनवाणी चालल्यावर माझं शरीर गोठून गेलं. माझ्या अंगावर एक पातळशी घोंगडी होती. मी म्हटलं की, आता काय करावं?

दोन मैल चालल्यानंतर एक चौरस्ता लागला. मी गुरुदेवांना विचारलं, 'आता कसं जायचं ते ठाऊक आहे का तुम्हाला?' ते म्हणाले, 'या दिशेने.' मी बरोबर त्याच्या उलट दिशेने बोट दाखवत म्हणालो, 'नाही, या दिशेने.' मी त्यांना उलट दिशेला वळवलं आणि तिथून आम्ही निघालो. तिथेच आम्ही परत येऊन पोहोचलो.

अंधार होता. त्यांना आपण कुठे आलो आहोत ते लक्षात आलं नाही. मी म्हणालो, 'आता आज रात्री इथेच राहायला लागेल.' ते म्हणाले, 'बरं.' मी माझ्या अंगावरची घोंगडी काढून खाली अंथरली. ते त्यावर बसले. जवळच धुनी पेटलेली होती. सकाळी उठल्यावर गुरुदेव हसायला लागले. ते म्हणाले, 'रात्रभर चालून पुन्हा इथेच? हे कसं शक्य आहे?' मी म्हणालो, 'मीच युक्तीने केलं तसं. बाहेर गोठवणारी थंडी होती आणि तुम्हाला त्याची काही जाणीवच नव्हती.'

अशा गोष्टींची गुरुदेवांना गंमत वाटायची. ते नेहमी दिव्यानंदात असल्याने भोवतालच्या किरकोळ गोष्टींकडे त्यांचं लक्ष नसायचं. मग जेव्हा काय घडलं आहे ते त्यांना कळायचं तेव्हा ते खूप हसायचे.

एकदा गुरुदेवांबाबत मला एक विलक्षण अनुभव आला. जूनचा महिना होता. आम्ही

कर्णप्रयागमध्ये स्वामी राम

वाराणसी जवळच्या एका अरण्यात होतो. तपमान ११४° पर्यंत पोहोचलं होतं. खूप उष्मा होत होता म्हणून मी गुरुदेवांना विचारलं, 'तुम्ही स्नान करणार का?' ते म्हणाले, 'ठीक आहे, करतो.'

भारतात तुम्ही एका गावाहून दुसऱ्या गावाला चालला असलात तर वाटेत विहिरी लागतात. तुम्हाला पाणी हवं असेल तर जवळपासच्या कुणाकडून तरी बादली आणि दोर घ्यायचा, विहिरीतून पाणी काढायचं, प्यायचं, त्याने स्नान करायचं आणि पुढे जायचं अशी पद्धत असते. आम्हालाही अशीच एक विहीर दिसली. मी गुरुदेवांना म्हणालो, 'तुम्ही थोडं इथे थांबा. मी दोर आणि बादली घेऊन येतो.' ते बसले.

मी जेव्हा दोर बादली घेऊन आलो तेव्हा गुरुदेव तिथे नव्हते. मी त्यांना मोठ्याने हाक मारली तेव्हा विहिरीच्या तळातून त्यांनी प्रत्युत्तर दिलं. विहीर जवळजवळ साठ फूट खोल होती. त्यांनी विहिरीत उडी मारली होती आणि ते पाण्यात मजेत खेळत होते. साठ फुटांवरून कुणी विहिरीत उडी मारली तर त्याला इजा होणार हे ठरलेलंच आहे. पण ते लहान मुलासारखे आनंदात होते आणि त्यांना काहीही झालेलं नव्हतं. ते काही विहिरीतून बाहेर येईनात आणि त्यांच्यावर रागवावं कसं ते मला कळेना! म्हणून मी गावातल्या काही लोकांना मला मदत करण्याची विनंती केली. तीन लोक आले. त्यांनी एका टोपलीला दोर बांधून ती विहिरीत सोडली. मी मोठ्याने म्हणालो, 'या टोपलीत बसा. आम्ही तुम्हाला वर खेचून घेतो.' ते म्हणाले, 'मला इथेच राहू द्या. मी आंघोळ करतो आहे.' ते एकदम खुशीत होते.

मग त्या लोकांनी माझ्या कमरेला दोर बांधला आणि मला हळूहळू आत सोडलं. मी काकुळतीने म्हणालो, 'चला की आता.' पण त्यांना अजून पाण्यातच दंगा करायचा होता.

मी पुन्हा म्हणालो, 'आता तासभर झाला. तुमचं भरपूर स्नान झालं आहे.' ते म्हणाले, 'असं का?' मी म्हणालो, 'होय.' बराच वेळ त्यांची मनधरणी केल्यावर ते वर आले. एरवीही रोज ते आंघोळ करायचे पण त्यांचं मन दुसरीकडेच असायचं. मी म्हणायचो, 'हं, आता झालं स्नान! चला बाहेर या!' मग ते बाहेर यायचे.

ते बहुतेक वेळ 'तिकडे' – आत्मानंदात असायचे. फारच थोडा वेळ ते 'इकडे' इहलोकात असायचे.

एका तरुण विधवेची सुटका

राजस्थानात पिलानीच्या पश्चिमेला पन्नास मैलांवर एक वाळवंटातलं खेडं होतं. तिथल्या जमीनदाराला एकुलता एक मुलगा होता. लग्नानंतर लगेच तो मुलगा फार तापाने फणफणून देवाघरी गेला. त्याची पत्नी केवळ सतरा वर्षांची होती. रूपाने देखणी होती. मधुचंद्रदेखील तिच्या नशिबात नव्हता. काही जातींमध्ये एकदा लग्न झालं की पुन्हा करत नाहीत, विधवांचे पुनर्विवाह करत नाहीत. आर्य समाजाने ही पद्धत बदलण्याचा प्रयत्न केला. आर्य समाजाचे संस्थापक स्वामी दयानंद हे थोर नेते होते. त्यांनी अनेक धार्मिक-सामाजिक सुधारणा भारतात घडवून आणल्या.

या विधवा मुलीने देवाच्या उपासनेत आयुष्य घालवायचं ठरवलं. तिच्या सासऱ्यांची विटांची हवेली होती. त्यात दुसऱ्या मजल्यावर एका खोलीत ती राहात होती. तिच्या खोलीत दोन चित्रं होती. ती एका घोंगडीवर झोपत असे आणि थंडी पडली तर दुसरी घोंगडी अंगावर घेत असे. खोलीच्या मागच्या बाजूला खिडकी होती आणि खोलीचं पुढचं दार मजबूत लाकडाचं बनवलेलं होतं.

एका रात्री तीन सशस्त्र माणसं ते घर लुटायला आली. त्या तरुण मुलीवर बलात्कार करायचा आणि तिला पळवून न्यायचं असा त्या दरोडेखोरांचा बेत होता. त्यांनी घरातल्या बाकी सर्व लोकांना एका खोलीत बंदिस्त केलं. त्या मुलीच्या खोलीचा दरवाजा ते फोडायचा प्रयत्न करू लागले. त्या मुलीच्या हे लक्षात आल्यावर ती प्रार्थना करू लागली, 'गुरुदेव, मी शुद्ध आहे, माझं रक्षण करा. तुमची संरक्षणाची आयुधं कुठे आहेत? तुम्ही कुठे आहात?'

अचानक एक शुभ्र केसांचा, लांब दाढीचा वृद्ध माणूस उंटावर बसून तिच्या खिडकीपाशी आला. तो म्हणाला, 'बेटा, चल माझ्याबरोबर. इथे तुला धोका आहे. हे तुझ्यावर बलात्कार करतील. तुझी बेअब्रु होईल आणि तुला आत्महत्त्येचा मार्ग पत्करावा लागेल.' ती मुलगी त्या वृद्धाबरोबर गेली. दरोडेखोरांनी तिच्या खोलीचं दार उघडलं तेव्हा ती तिथे नव्हती. त्यांची निराशा झाली. तो वृद्ध आणि ती मुलगी उंटावरून रात्रभर प्रवास करत त्या मुलीच्या घरी येऊन पोहोचले. हा रस्ता पासष्ट मैलांचा होता. तो त्यांनी रात्रीत पार केला.

मी १९५१ मध्ये त्या खेड्यात गेलो होतो. ही गोष्ट मी त्या स्त्रीकडूनच ऐकली. ती मोठी सात्विक, पवित्र साधिका म्हणून सर्वांना माहीत होती. ही गोष्ट सांगून तिनं मला माझ्या गुरुदेवांविषयी अनेक प्रश्न विचारले. तिच्या वडिलांचा आणि आमचा परिचय होता. आमच्या आध्यात्मिक परंपरेतलेच ते होते. आमचा संवाद चालू असताना माझ्या लक्षात आलं की तिच्या खोलीत जी दोन चित्रं होती त्यापैकी एक संत मीराबाईंचं होतं आणि एक माझ्या गुरुदेवांचं होतं. तिच्या संपूर्ण कुटुंबात माझ्या गुरुदेवांची पूजा होत असे. माझ्या गुरुबंधूंनी ते चित्र तिच्या वडिलांना दिलं होतं. ते हिमालयाच्या यात्रेला गेले होते तेव्हाची ही गोष्ट. तिचा वृद्ध रक्षणकर्ता दुसरा तिसरा कोणी नसून माझे गुरुदेव होते. त्या वृद्धाचा चेहरा आणि तिच्याकडच्या छायाचित्रातला गुरुदेवांचा चेहरा अगदी सारखा होता. मी उत्सुकतेने माझ्या गुरुदेवांचं ते चित्र पाहिलं. मी तिला सांगितलं की हे तू मला दे. मी याची प्रत करून तुला देईन. पण काही कारणांनी ते मला शक्य झालं नाही. सध्या अस्तित्वात असलेलं माझ्या गुरुदेवांचं हे एकमेव छायाचित्र. या अनुभवाच्या सत्यतेबद्दल माझ्या मनात, हृदयात तिळमात्र शंका नाही. पण हे कसं घडलं हेही मी सांगू शकणार नाही.

ही कथा सांगून मी काही माझ्या गुरूंचा संप्रदाय लोकप्रिय करू इच्छित नाही. पण महात्मे – महापुरुष मोठे विलक्षण रीतीने कार्य करतात. जगाच्या पाठीवर कुठेही त्यांचे शिष्य असले तरी ते त्यांचं संरक्षण करतात. प्रत्यक्ष तिथे उपस्थित नसले तरी ते शिष्यांची हाक ऐकतात आणि प्रतिसाद देत मदतीला धावून येतात. कारण ते स्मर्तृगामी असतात.

माझे गुरुदेव बुडत्याला वाचवतात

राजस्थानमधील एक पंडित माझ्या उत्तरकाशीच्या आश्रमात आले होते. ते ख्यातनाम विद्वान होते. ते हिमालयात गंगोत्रीची यात्रा करण्यासाठी आले होते. त्या वेळी त्यांचं वय साधारण सत्तर असावं. एकदा त्यांना गंगेत स्नान करावंसं वाटलं. पण त्यांना पोहायला येत नव्हतं. नदी आमच्या आश्रमापासून थोड्याच अंतरावर होती. त्या विद्वानांनी पाहिलं की पलीकडच्या तीरावरील माकडं पाण्यात सूर मारायची आणि पुन्हा वर यायची. त्यांना वाटलं की या माकडांना पोहायला येतं मग माझ्यासारख्या शिकलेल्या-सवरलेल्या माणसाला पोहता येऊ नये? मग त्यांनीही पाण्यात उडी मारली. पण ते बुडायला लागले आणि 'वाचवा, वाचवा' म्हणून ओरडू लागले.

माझ्या मित्रांपैकी कोणीतरी त्यांना बुडताना पाहिलं. तोही ओरडू लागला. मी धावत बाहेर आलो आणि विचारलं की काय झालं? तेव्हा तो म्हणाला, 'तो माणूस बुडतो आहे!' मी नदीकडे धावलो. मी काळजीत होतो. मी विचार करू लागलो 'माझ्या आश्रमासमोर कुणीतरी गंगेत बुडून मरणार!'

मी जेव्हा नदीकाठाशी पोहोचलो तेव्हा ते विद्वान पंडित धापा टाकत तिथे बसले होते. ते म्हणाले, 'मी धारेत सापडलो होतो.' मी विचारलं, 'तुम्ही बाहेर कसे आलात?' ते म्हणाले, 'एका स्वामींनी मला अक्षरश: ओढून पाण्याबाहेर काढलं.'

मी त्यांना विचारलं की ते स्वामी कसे होते. त्यांनी जे वर्णन केलं ते माझ्या गुरुदेवांचंच होतं. माझ्या गुरुदेवांचं एकच छायाचित्र माझ्याकडे होतं. मी ते कोणालाच दाखवत नसे. पण या वेळी मला खात्री करून घ्यायची होती म्हणून मी ते चित्र पंडितांना दाखवलं. ते म्हणाले, 'हेच ते स्वामी. मी तीनदा नदीच्या तळाला गेलो. माझ्या नाका-तोंडात पाणी जाऊ लागलं. मी विचार केला, हे पवित्र ठिकाण आहे. कुणीतरी माझ्या मदतीला येईलच आणि या फोटोतल्या माणसाने मला ओढून वर काढलं.'

मी म्हटलं, 'तुम्हाला भास होत असेल.' ते म्हणाले, 'नाही, मुला या माणसाला शोधलंच पाहिजे. मी त्याच्याजवळच राहीन. आता घरी परत जाणार नाही.'

मी म्हटलं, 'तुमच्या घरातले लोक काय म्हणतील?' ते म्हणाले, 'माझी मुलं आता

गंगोत्री गाव

मोठी आहेत. मी हिमालयात जाणार.'

माझ्या गुरुदेवांनी त्यांना संदेश पाठवला की त्यांची अद्याप गुरूभेटीची सिद्धता व्हायची आहे. त्यांनी ती सिद्धता करून मग यावं. आता ते आमच्या आश्रमापासून बारा मैलांवर राहात. बहुतेक वेळ ध्यानसाधनेत घालवत. मी पश्चिमेकडील देशांत गेलो तेव्हाही ते गुरुदेवांच्या संदेशाची वाट पाहात उत्तरकाशीत होते. ते म्हणत, 'ज्या वेळी गुरुदेवांना माझी सिद्धता झाली आहे असं वाटेल त्या वेळी मी त्यांना भेटेन.'

शक्तिपात : दिव्याने दिवा लावणं

मला समाधीचा अनुभव घेण्याची फार इच्छा होती. माझे गुरुदेव म्हणाले, 'जोवर तुला चार तास एका जागी स्थिर बसता येत नाही तोवर तुला समाधीचा अनुभव येणार नाही.' मी लहानपणापासूनच एका जागी स्थिर बसण्याचा अभ्यास करत होतो. इतर कशाहीपेक्षा समाधीचा अनुभव घेण्याच्या प्रयत्नात माझा वेळ जात असे. परंतु मला समाधी प्राप्त झाली नव्हती.

अध्यात्मग्रंथांचा अभ्यास करून मी प्रवचनकार झालो. परंतु ऐकीव ज्ञान, ज्याची अनुभूती नाही असं ज्ञान लोकांना सांगणं योग्य नव्हे, असं मला वाटे. विद्यापीठात तत्त्वज्ञान हा विषय शिकवणं एकवेळ सोपं पण मठातील संन्याशांना वेदांत शिकवणं कठीण. मला वाटायचं 'हे काही खरं नाही. मला अद्याप थेट आत्मज्ञान झालेलं नाही. मी थोर साधूंकडून ते ऐकलं आणि पुस्तकांतून जे वाचलं ते मी सांगतो. मला प्रत्यक्ष अनुभूती नाही.' एक दिवस मी माझ्या गुरुदेवांना म्हणालो, 'आज मी तुम्हाला निर्वाणीचं सांगत आहे.'

ते म्हणाले, 'काय?'

मी म्हणालो, 'एकतर तुम्ही मला समाधीचा अनुभव द्या नाहीतर मी आत्महत्त्या करीन!' मी खरोखर निश्चय केला होता.

गुरुदेव म्हणाले, 'तू म्हणतोस ते खरं ना?'

मी म्हणालो, 'होय.'

मग ते म्हणाले, 'जा, आत्महत्त्या कर.'

असं काही ते म्हणतील असं मला वाटलं नव्हतं. मला वाटलं की ते म्हणतील, 'दहा-पंधरा दिवस थांब.' ते माझ्याशी कठोरतेने कधीच वागत नसत. पण त्या दिवशी ते अत्यंत कठोर होते. 'रात्री झोपलं म्हणजे आपले प्रश्न सुटत नाहीत. दुसऱ्या दिवशी ते सामोरे येतातच. त्याचप्रमाणे आत्महत्त्या करून तुझे प्रश्न सुटणार नाहीत. तुला प्रत्यक्ष आयुष्यात त्या प्रश्नांचा सामना करावा लागेल. त्यातून आत्महत्त्या करून पळून गेलास तर पुढच्या जन्मी ते तुला सोडवावे लागतीलच. तू प्राचीन आध्यात्मिक ग्रंथ वाचले आहेस. तुला या सर्व गोष्टी समजतात. तरीपण तू जर आत्महत्त्येचा विचार करत असशील

तर कर बापडा!'

मी 'शक्तिपाता'बद्दल नेहमी ऐकत असे. शक्तिसंक्रमण हे दिव्याने दिवा लावण्यासारखं असतं. मी गुरुदेवांना म्हटलं की ज्या अर्थी तुम्ही मला शक्तिपात दीक्षा दिलेली नाही त्याअर्थी मी त्यासाठी योग्य नसलो पाहिजे किंवा तुमच्याजवळ शक्ती नसली पाहिजे. इतके दिवस मी ध्यानासाठी डोळे मिटून बसलो पण डोकेदुखीखेरीज काही हाती लागलं नाही. माझा वेळ निव्वळ वाया जातो आणि आयुष्यात काही आनंदच वाटत नाही.' यावर गुरुदेव काही बोलले नाहीत. मी पुढे म्हणालो, 'मी साधनेत काही कसूर केलेली नाही. तुम्ही म्हणालात की समाधीप्राप्तीपर्यंत चौदा वर्षं जातील. आता मला साधना सुरू करून सोळा वर्षं झाली आहेत. सतरावं चालू आहे. तुम्ही मला जे जे करायला सांगितलं ते ते मी प्रामाणिकपणाने केलं आहे.'

ते म्हणाले, 'याबाबत तुझी खात्री आहे का? मी जी साधना शिकवली ती तू खरोखर मन:पूर्वक केली आहेस का? माझ्या मार्गदर्शनाचा एवढाच का फायदा की तू आत्महत्त्या करायला प्रवृत्त व्हावंस?' मग ते म्हणाले, 'कधी करणार आहेस तू आत्महत्त्या?'

मी म्हणालो, 'आत्ता! प्राण देण्यापूर्वीचं शेवटचं मी तुमच्यापाशी बोलत आहे. आता तुम्ही माझे गुरू नाही. सगळं काही मी त्यागलं आहे. माझा जगाला काही उपयोग नाही. तुम्हाला काही उपयोग नाही.' मी उठलो आणि गंगेत प्राणार्पण करावं म्हणून निघालो. गंगा जवळच होती.

गुरुदेव म्हणाले, 'तुला पोहायला येतं. गंगेत उडी मारशील तर पोहायला लागशील. तू बुडशील असा काहीतरी उपाय करायला हवास. गळ्यात वजनदार दगड का बांधून घेत नाहीस?'

ते माझी थट्टा करत होते. मी म्हणालो, 'आज काय झालं आहे तुम्हाला? तुम्ही एके काळी माझ्यावर फार प्रेम करत होतात. आता मी जातो. धन्यवाद!' मी दोर घेऊन गंगेवर गेलो. वजनदार दगड गळ्यात बांधून घेतले. ज्या वेळी गुरुदेवांच्या लक्षात आलं की मी खरोखर आत्महत्त्या करत आहे तेव्हा ते म्हणाले, 'ए, तिथेच बैस. मी तुला समाधी लावून देतो.'

त्यांच्या खरोखर तसं मनात होतं की नाही ते मला कळेना. पण म्हटलं की मिनिटभर थांबल्याने काय बिघडतं आहे? थांबू या! मी ध्यानाच्या आसनात डोळे मिटून स्वस्थ बसलो. गुरुदेव आले आणि त्यांनी माझ्या कपाळाला स्पर्श केला. त्यानंतर मी त्या स्थितीत नऊ तास बसून राहिलो. त्या वेळात एकही सांसारिक विचार माझ्या मनात आला नाही. तो अनुभव अवर्णनीय होता. त्यातून मी खाली आलो तर मला वाटलं की सकाळचे नऊच वाजले आहेत. समाधीत काळाची जाणीव हरपलेली असते. समाधी उतरल्यावर मी गुरुदेवांना म्हटलं, 'मला क्षमा करा.' समाधीनंतर माझ्यातलं भय पार निघून गेलं आणि मी नि:स्वार्थी झालो. माझ्या जीवनात विलक्षण परिवर्तन झालं. जीवनाचा अर्थ मला कळू लागला.

नंतर मी गुरुदेवांना विचारलं, 'कोणाच्या प्रयत्नाने माझी समाधी लागली? तुमच्या

की माझ्या?' ते म्हणाले, 'कृपा!'

कृपा म्हणजे काय? पुष्कळ लोकांना वाटतं की केवळ ईश्वरकृपेनेच आत्मसाक्षात्कार होतो. परंतु तसं नाही. गुरुदेवांनी सांगितलं, 'प्रथम साधकाने शक्य ते सर्व प्रयत्न करायला हवेत. जेव्हा त्याचे प्रयत्न थकतात, तो हताश होऊन अत्यंत उत्कटतेने परमात्मशक्तीला हाक मारतो तेव्हा त्याला आत्मानंदाची प्राप्ती होते. ही ईश्वरकृपा आहे. तुमच्या प्रामाणिक प्रयत्नांचं फळ म्हणजे ईशकृपा.'

मला आता कळलं की शक्तिपात हा साधकाची दीर्घकाळ साधना झाल्यावरच शक्य होतो. मोठ्या समूहांसाठी काही साधू शक्तिपात करतात. त्याबद्दल मला शंका आहे. साधकाची सिद्धता झाल्यावर गुरू येतो आणि त्याला अनुग्रह देतो, हे खरं आहे. साधकाने आपली साधना पूर्ण श्रद्धेने, प्रामाणिकपणे केलेली असेल तर आत्मसाक्षात्काराच्या मार्गातले सूक्ष्म अडथळे गुरू दूर करतात. गुरू आणि शिष्य दोघांच्याही उत्कट प्रयत्नांचा परिपाक म्हणजे आत्मज्ञानाची प्राप्ती. हेच जरा वेगळ्याप्रकारे पाहू या. तुम्ही जेव्हा कुठलंही काम मन:पूर्वक करता तेव्हा त्याची रास्त फळं तुम्हाला मिळतातच. जेव्हा प्रयत्न संपतात तेव्हा कृपेचं क्षेत्रं सुरू होतं. गुरू हे शक्तिपाताच्या माध्यमातून देवाची कृपा आपल्यापर्यंत पोहोचवत असतात. माझ्या गुरुदेवांच्या माध्यमातून शक्तिपाताच्या रूपाने देवांची कृपा माझ्यापर्यंत पोहोचली. मी कृतज्ञ आहे.

मी उत्कटतेने वाट पाहातो की ज्या वेळी माझ्या जवळ कोणीच नसेल त्या वेळी रात्री मी दीर्घकाळ समाधीसुखात मग्न होऊन राहीन. पण असा काळ कमी असतो. पण त्या सुखाच्या जवळपासही पोहोचू शकेल असं जगातलं कोणतंच सुख नाही.

तिबेटच्या पवित्र भूमीतील माझे परात्पर गुरू (गुरूंचे गुरू)

१९३९ मध्ये मला तिबेटला जायचं होतं. मी माझ्या गुरुदेवांसोबत राहात होतो तिथून तिबेटची सीमा फक्त नऊ मैलांवर होती. पण मानखिंड ओलांडून मला तिबेटला जाता येत नव्हतं. सात वर्षांनी म्हणजे १९४६ मध्ये मी पुन्हा प्रयत्न केला. १९४६ च्या प्रारंभी मी तिबेटची राजधानी ल्हासा या ठिकाणी जायचं मी निश्चित केलं. वाटेत दार्जीलिंग, कालिंगपाँग, सिक्कीम, पेडाँग, ग्यानसी आणि शिगात्से ही ठिकाणं लागतात. माझा तिबेटला जाण्याचा मुख्य हेतू होता तो म्हणजे माझे परात्पर गुरू म्हणजे माझ्या गुरूंचे गुरू तिथे राहात. त्यांचं दर्शन घेणं आणि त्यांच्याकडून साधनाविषयक मार्गदर्शन घेणं.

मी काही दिवस दार्जीलिंगला राहिलो. तिथे प्रवचनं केली. तिथल्या ब्रिटिश अधिकाऱ्यांना वाटलं की मी क्रांतिकारक आहे आणि भारतातील ब्रिटिश सत्तेविरुद्ध उठाव करण्यासाठी ल्हासाला चाललो आहे. त्यांना माझ्या प्रवासाबद्दल माहिती होती. पण माझा हेतू माहीत नव्हता. नंतर दहा दिवसांनी मी कालिंपाँगला गेलो. तिथे मी कुंग फू आणि तत्सम युद्धविद्या तरुणपणी शिकलो होतो. कुंग फू चे माझे जे शिक्षक होते त्यांच्याबरोबर काही दिवस राहून मी सिक्कीमला गेलो. तिबेटच्या दलाई लामांच्या एक जवळच्या नातलगांकडे मी राहिलो. सिक्कीममधले ब्रिटिश अधिकारी श्री. हॉपकिन्सन यांना वाटलं की मी तिबेटच्या शासकांची मतं ब्रिटिशांविरुद्ध कलुषित करीन. माझ्या त्यांच्याबरोबर अनेक भेटी झाल्या पण ते मला तिबेटला जायला परवानगी देईनात.

त्यांना वाटत होतं की भारतीय राष्ट्रीय काँग्रेसचा मी हेर आहे. काँग्रेसने ब्रिटिशांविरुद्ध लढा पुकारला होता. भारताच्या स्वातंत्र्य लढ्यात लढणारे दोन गट होते. एक महात्मा गांधींच्या अहिंसा मार्गाने, सत्याग्रहाच्या मार्गाने लढणारा, दुसरा होता क्रांतिकारकांचा. मी कुठल्याच गटाचा सदस्य नव्हतो. पण ब्रिटिश अधिकाऱ्याला माझ्याकडे दोन पत्रं सापडली. एक महात्मा गांधींचं होतं, दुसरं पंडित जवाहरलाल नेहरूंचं होतं. दोन्ही पत्रांत राजकीय मजकूर काहीच नव्हता. त्यामुळे त्या ब्रिटिश अधिकाऱ्याला आणखीच शंका वाटू लागली. मला त्याने स्थानबद्ध केलं आणि दोन महिने मी इनस्पेक्शन बंगलोमध्ये

तिबेटला निघण्यापूर्वी स्वामी राम

अडकून पडलो. इनस्पेक्शन बंगलो ही जागा फिरत्या शासकीय अधिकाऱ्यांसाठी केलेली असते. ब्रिटिश अधिकार म्हणे, 'तुम्ही काही केलं आहे असा पुरावा माझ्याकडे नाही. पण तुम्ही काँग्रेसचे हेर असावेत अशी मला शंका येते. तुमच्याबद्दलची माहिती जोवर माझ्याकडे येत नाही तोवर मी तुम्हाला सोडू शकत नाही.' इनस्पेक्शन बंगल्यात सर्व सुविधा होत्या. पण दोन महिने मी बाहेरच्या कुणाला पत्र लिहू शकलो नाही किंवा कुणाशी बोलू शकलो नाही. रात्रंदिवस बंगल्याच्या दाराशी पहारेकरी असे. या वेळाचा उपयोग मी तिबेटी भाषा शिकण्यासाठी केला. कारण तिबेटमध्ये गेल्यावर मी त्या भाषेत बोलू शकलो असतो.

दोन महिने वेगवेगळ्या अधिकाऱ्यांशी बोलून, पत्र लिहूनही माझी सुटका होईना. तेव्हा मी पळून जाण्याचं ठरवलं. मी पहारेकऱ्याचा एक लांब कोट मिळवला. तो फार जुना आणि घाणेरडा होता. माझा चेहरा मी शक्य तेवढा झाकला. रात्री अकरा वाजता गडद अंधार होता. दारावरचा पहारेकरी दारू पिऊन मस्त झोपला होता. मी तो लांब तिबेटी कोट घालून पेडाँगच्या दिशेने प्रयाण केलं. निघण्यापूर्वी मी टेबलवर चिठ्ठी लिहून ठेवली की, मी दिल्लीला जात आहे. माझ्या विवेकबुद्धीला तसं लिहिण्यात काही अडचण वाटली नाही. कारण ब्रिटिश शासक आकसाने मला तिबेटला जाण्यापासून अडवत होते. शेवटच्या तपासणी नाक्याला पोहोचेपर्यंत मला तीन दिवस लागले. तिथे सिक्कीम सरकारचे गुरखा रक्षक होते. त्यांनी मला नाव विचारलं आणि ओळखपत्र मागितलं. मी त्यांच्याशी अस्खलित नेपाळी भाषेत बोलत होतो. ती मला चांगली येते. त्यांना वाटलं की मी नेपाळी आहे. म्हणून त्यांनी मला तिबेटची सरहद्द ओलांडून आत जायला परवानगी दिली.

तिबेटमध्ये मला अनेक अडचणींना तोंड द्यावं लागणार होतं. मी शाकाहारी होतो. पण तिथे मांसाहाराखेरीज क्वचितच दुसरं काही मिळत असे. तिबेट खूप उंचावर आणि थंड आहे. त्यामुळे मला एकही शाकाहारी तिबेटी भेटला नाही. सर्वजण मांस-मच्छी खात. मीही अंडी खायला सुरुवात केली. शिवाय काही भाज्याही मिळत पण मांस-मासे खाण्याची कल्पना मला मानवेना. जेवणातल्या बदलामुळे मला जुलाब सुरू झाले, माझी प्रकृती खालावली. पण तशाही स्थितीत मी काही मठांमध्ये, गुहांमध्ये गेलो. कारण मला गुरुदेवांच्या गुरूंना भेटायचं होतं, त्यांच्याकडून शिकायचं होतं.

मी जिथे रात्री मुक्काम करत असे तिथे लोक माझं सामान तपासत. काही मौल्यवान मिळालं तर चोरता येईल असं त्यांना वाटे. पण थोडे चणे, थोडी बिस्किटं आणि सीमेवरच्या एका शिपायाने दिलेली पाण्याची बाटली याखेरीज माझ्याकडे काहीच नव्हतं. माझ्याजवळ दोन हजार रुपये तसे होते पण एवढ्या प्रवासाच्या हिशेबाने ही रक्कम काहीच नव्हती. ती मी माझ्या मोज्यांमध्ये लपवून ठेवली होती. त्यामुळे मी कुणापुढेही बूट काढत नसे.

रोज मी दहा ते पंधरा मैल रोज चालत असे. बहुतेक वेळा पायी आणि कधीकधी खेचरावरून. वाटेत भेटलेल्या लोकांशी मी राशीभविष्य, भविष्यकथन इ. बद्दल बोलत असे. पण त्याची टोचणी माझ्या विवेकबुद्धीला लागे. पण तिबेटी लोकांना असल्याबाबतीत फार रस असतो. त्यांना जेव्हा समजायचं की मला या शास्त्राचं ज्ञान आहे त्या वेळी ते

एकदम माझ्याशी प्रेमाने वागू लागत. एका ठिकाणाहून दुसऱ्या ठिकाणी जायला खेचराची सोय करत. जेव्हा केव्हा मला बर्फातली पांढरी अस्वलं आणि प्रचंड भोटिया कुत्रे आमनेसामने भेटत. तिबेटी गावांचं रक्षण करण्यासाठी हे कुत्रे राखले जातात.

हा सगळा प्रकार थकवणारा, दमवणारा असला तरी कोणतीतरी अज्ञात शक्ती मला बोलावत होती. हिमालयातील महात्म्यांचं जगापासून दूर राहिलेलं ज्ञान मला मिळावं अशी त्या शक्तीचीच इच्छा होती. आता भारतात आपण परत जाऊ अशी आशा मी सोडली होती कारण ब्रिटिश सरकारने मला खासच तुरुंगात अडकवलं असतं.

मी धैर्य गोळा केलं आणि पर्वतांमधले नदीप्रवाह, हिमखंड आणि खिंडी ओलांडत, काही नियोजनाशिवाय, मदत-मार्गदर्शनाशिवाय हा अवघड, थकवणारा प्रवास मी पूर्ण केला. मी नियतीच्या हाती स्वत:ला सोडून दिलं. माझे गुरुदेव आणि परात्पर गुरुदेव यांना पूर्ण शरण गेलो. त्यांना मला मार्ग दाखवण्याची, माझं रक्षण करण्याची कळकळीची विनंती केली. त्या काळात मी पूर्ण निर्भय होतो. मृत्यूचं मला भय नव्हतं. परात्पर गुरूंना भेटायची इच्छा बलवत्तर होती. त्यांच्यासमवेत काही काळ राहाणं हे मला आद्य कर्तव्य वाटत होतं. त्यांना एकांत हवा होता. काही प्रगत तयारीच्या योग्यांना ते शिकवत होते. त्यांच्यासाठी तिबेटमध्ये राहिले होते. माझ्या गुरुदेवांनी मला सांगितलं होतं. हरियाखान बाबा आणि हिमालयातील इतर महात्मे त्यांचा परमआदर करत आणि ते अनेक वर्षं त्यांच्याकडे साधना करत होते. कुमाऊँ भागात प्रसिद्ध असलेले आणि पहाडी क्षेत्रात चिरंजीव बाबाजी म्हणून ओळखले जाणारे हरियाखान बाबा यांनी माझ्या परात्पर गुरूंकडेच साधना केली होती. या सर्व गोष्टी सतत ऐकत आल्यामुळेच मी या साहसाला प्रवृत्त झालो होतो.

दोन महिन्यांच्या अथक प्रवासानंतर मी ल्हासाला पोहोचलो. मला तिथे राहाणारा एक कॅथॉलिक पुरोहित भेटला. त्याचं छोटंसं घर होतं. तेच त्याचं चर्चसुद्धा होतं. तिथे आणखी दोन मिशनरी राहात. हे तीनच मिशनरी अख्ख्या ल्हासामध्ये होते. तिबेटी सरकारची त्यांच्या वर बारीक नजर होती. माझी प्रकृती बरी व्हावी, शक्ती यावी म्हणून मी त्यांच्यासोबत दहा दिवस राहिलो. तोवर सिक्कीमच्या ब्रिटिश अधिकाऱ्याला आणि भारतातील ब्रिटिश पोलिसयंत्रणेला माहीत झालं होतं की तिबेटमध्ये आहे. माझी केस सीआयडीकडे सोपवण्यात आली होती.

मी एका लामांना भेटलो आणि त्यांची खात्री पटवून दिली की मी राजकीय माणूस नसून आध्यात्मिक हेतूने तिबेटमध्ये आलो आहे. या लामाजवळ मी पंधरा दिवस राहिलो आणि त्याची खात्री पटली की राजकीय चळवळीशी माझा काही संबंध नाही. त्याने मला आश्वासन दिलं की तिबेटहून माझी भारतात रवानगी होणार नाही. काही ज्येष्ठ शासकीय अधिकाऱ्यांशी त्याने माझी ओळख करून दिली. जरी मला त्यांची भाषा नीट येत नव्हती तरी माझ्या हेतूचा प्रामाणिकपणा मी त्यांना पटवून देऊ शकलो. ज्या इसमांकडे मी राहिलो होतो त्यांचे मित्रही एक लामा होते. त्यांचा मठ मला जिथे जायचं होतं त्या ठिकाणाच्या जवळ होता. तो ल्हासापासून पंचाहत्तर मैल ईशान्येला, मानवी संस्कृतीपासून दूर वसलेला

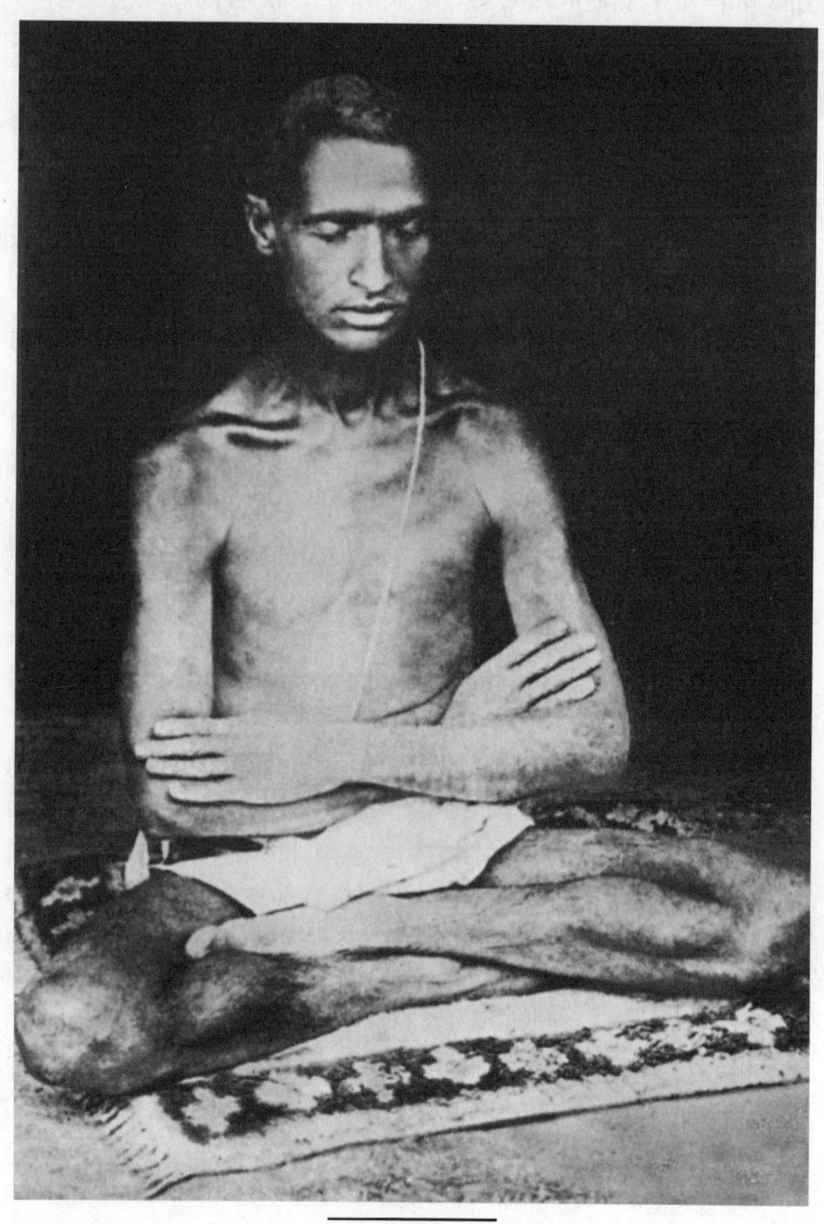

हरियाखान बाबा

होता. मी ज्यांच्याकडे राहिलो होतो त्यांनी मला एक मार्गदर्शक दिला आणि मी त्या दूरस्थ मठापर्यंत पोहोचलो. तिथून पुढे मला माझ्या गुरूंच्या गुरूंचा ठावठिकाणा शोधायचा होता.

त्या दूरस्थ मठात तीनशे लामा राहात होते. वेगवेगळ्या संप्रदायांचे हजारो लामा तिबेटमधील वेगवेगळ्या मठात राहातात. लामांचा धर्म हा बौद्ध धर्मात मिसळलेला एक व्यक्तिनिष्ठ धर्म मला वाटला. प्रत्येक लामाची धर्मविधी करण्याची, नामस्मरणाची, मंत्र म्हणण्याची, नामचक्र फिरवण्याची एक स्वतंत्र पद्धत असते. हे मंत्र मूळ संस्कृत मंत्रांची प्राकृत रूपं असतात. मी बिहारच्या नालंदा विद्यापीठात पूर्वी शिकलो होतो. हे भारतातलं प्राचीन बौद्ध विद्यापीठ आहे. त्यामुळे मला बौद्ध धर्माच्या धारणा, साधना याविषयी माहिती होती. भारतात बौद्ध धर्माचा प्रारंभ कसा झाला. तो तिबेट, चीन, जपान आणि आग्नेय आशियात तो कोणत्या स्वरूपात आहे हे मला माहीत आहे.

एक हजार वर्षांपूर्वी एक तिबेटी विद्वान भारतात आला. त्याने भारतात अध्ययन केलं आणि तो भारतातून अनेक पोथ्या घेऊन तिबेटला आला. नंतर भारतातून अनेक विद्वान तिबेटात बौद्ध साहित्य शिकवण्यासाठी जाऊ लागले. मला तिबेटमधील बौद्ध धर्माचे विविध संप्रदाय माहीत होते. त्यापैकी काही अनेक देव मानणारे, देव, दानव इ. गोष्टींवर विश्वास ठेवणारे आणि बुद्धाला अवतार मानणारेसुद्धा होते.

तिबेटातील बौद्ध धर्मावर तंत्रमार्गाचा मोठा प्रभाव आहे. माझ्या परात्पर गुरूंना भेटण्यापूर्वी मी आणखी एका मठात गेलो होतो. तेथील लामा हे श्रेष्ठ तिबेटी योगी म्हणून प्रसिद्ध होते. ज्याला तिबेटी योग म्हणतात तो तंत्रमार्गातील 'वाम मार्ग' म्हणून ओळखला जाणारा संप्रदाय आहे. तो स्पृहणीय नाही. या मार्गाचं आचरण करणारे मद्य, मदनिका, मांस, मत्स्य आणि मंत्र अशा पंच प्रकारांची उपासना करतात. मी जेव्हा या लामांकडे गेलो होतो तेव्हा ते एका लाकडी कक्षात सात स्त्रियांसमवेत बसले होते. त्या त्यांच्याबरोबर मंत्र म्हणत होत्या. थोडा वेळ मंत्र म्हणून झाले की ते सर्व काही मसाले लावलेले कच्च्या मांसाचे तुकडे एका वेळी एक याप्रमाणे खात होते.

पंधरा मिनिटांनी लामांनी मंत्रजप थांबवला आणि माझ्या येण्याचं कारण विचारलं. मी हसून सांगितलं की मी त्यांना भेटायला आलो आहे. ते म्हणाले, 'छे! छे! हे तुमच्या येण्याचं कारण नाही. तुमचं नाव असं असं आहे आणि सिक्कीममध्ये पोलीस तुमच्या मागावर आहेत.' ते रागावून बोलत होते कारण त्यांना कळत होतं की त्यांचं मंत्र म्हणणं आणि त्याच वेळी कच्चं मांस खाणं मला आवडलेलं नव्हतं. त्यांना माझे विचार वाचता येत आहेत हे जाणवल्यावर मी भयभीत झालो. तथापि, यापूर्वीही विचार वाचू शकणारे अनेक लोक मला भेटले होते. ती काय प्रक्रिया असते हे मला माहीत होतं. मी नम्रपणे म्हणालो की, तंत्रमार्गाविषयी अधिक जाणून घेण्यासाठी मी त्यांच्या देशात आलो आहे. हे लामा तंत्रयोगी असल्याने त्यांनी तंत्रमार्गातील पूजेविषयी एक पुस्तक मला दिलं. ते मी आधीच वाचलेलं होतं. ते मला आणखी एका तंत्रसाधना करणाऱ्या लामांकडे घेऊन गेले. ते काही काळ बोधिगयेला राहिले होते (या ठिकाणी बुद्धाला ज्ञानप्राप्ती झाली

होती.) त्यामुळे त्यांना हिंदी चांगलं येत होतं.

तिबेटमध्ये सापडणारे बरेचसे ग्रंथ हे हिंदू पुराणांचे अनुवाद आहेत. काही वाङ्मयात ताओवाद आणि कन्फ्यूशिअसचं तत्त्वज्ञान बौद्ध तत्त्वज्ञानात मिसळलेलं दिसतं. पण त्यातलं काहीच सुरचित नाही आणि तत्त्वज्ञान म्हणून मूलभूत नाही. माझं तिबेटी भाषेचं ज्ञान फार अपुरं होतं. पण या लामांना हिंदी चांगलं येत असल्याने आध्यात्मिक गोष्टींबाबत आम्ही परस्परांशी बोलू शकलो. रोजच्या कामांच्या गोष्टी मला तिबेटी भाषेतून सांगता येत होत्या. पण स्वतंत्रपणे मोठमोठ्या हस्तलिखित पोथ्या समजून घेण्याइतकं माझं तिबेटीचं ज्ञान नव्हतं. तिथल्या मठांमधून ठिकठिकाणी असे हस्तलिखितांचे मोठमोठे संग्रह आहेत.

ज्या मठात मी गेलो होतो तिथले लामा एका संस्कृत पोथीची पूजा करत होते. ती ज्या कापडात गुंडाळलेली होती त्यावर चंदनाच्या गंधाचे थरच्या थर जमलेले होते. कोणीतरी मला सांगितलं की जो कोणी हा ग्रंथ उघडून वाचेल त्याला कुष्ठरोग होईल आणि तो लगेच मरून जाईल. खूप लामा त्या ग्रंथाची पूजा करत. पण कोणीही तो वाचलेला नव्हता. मला तो ग्रंथ पाहायचा होता. त्यासाठी त्या लामांच्या मी खूप विनवण्या केल्या. पण काही उपयोग झाला नाही. मला एक सुभाषित आठवलं. त्याचा आशय असा की, मौलिक ग्रंथ हे जो ते वाचू शकतो त्याचेच आहेत. काही मूर्ख लोक नुसतेच ग्रंथ जमवतात आणि त्यांचा अर्थ त्यांना कळत नाही. अशा मूर्खांची त्या ग्रंथांवर मालकी नाही. पहाटे तीन वाजता मी मठाच्या अंतर्भागात गेलो. तिथे दिवे जळत होते. त्या प्रकाशात मी त्या पोथीवरचं रेशमी वस्त्र काढून पोथी पाहिली तर मला आश्चर्यच वाटलं. लिंगपुराणाचा तो भाग होता. अठरा पुराणांपैकी हे लिंग पुराण एक आहे. त्यात हजारो आध्यात्मिक गोष्टी, विविध आध्यात्मिक साधना आलेल्या आहेत. वेदज्ञानावर आधारलेलं हे वाङ्मय आहे. मी पटकन ती पोथी पुन्हा गुंडाळून ठेवून दिली.

मी दिवे आधी ठेवलेले होते तिथून हलवले होते आणि पोथीही पहिल्यासारखी गुंडाळली नव्हती. त्यामुळे कुणीतरी पोथी उघडली हे स्पष्टच झालं. संशयाची सुई माझ्यावरच टेकली होती. मी त्या हिंदी बोलणाऱ्या लामांना सांगितलं, 'मला हिमालयातील महात्म्यांची आज्ञा होती की हा ग्रंथ पाहावा. आता तुम्ही मला काही बोललात किंवा काही केलंत तर तुम्हाला त्रास होईल, मला नाही.'

सुदैवाने हे त्या प्रमुख लामाला कळलं आणि इतर लामांनाही कळलं. नाही तर त्यांनी मारूनमारून माझा जीव घेतला असता. मी हे सिद्ध केलं की ग्रंथ उघडून पाहिल्यामुळे मला काहीही अपाय झालेला नाही. त्यावरून ग्रंथ उघडायला मी योग्य होतो असंच निदर्शनाला येत होतं हेही मी त्या लामांच्या ध्यानी आणून दिलं. आता माझ्याबद्दलच्या अफवा उठू लागल्या. एक तरुण लामा बोधिगयेहून आला आहे, तो फार ज्ञानी आहे. माझे वाटाडे मला म्हणाले की तुम्ही येथून निघालेलं बरं. म्हणून मी माझ्या गुरुस्थानी निघालो. काही वेळा सरळ सरळ जे अज्ञान असतं ते गुप्तज्ञान म्हणून मान्यता पावतं. अध्यात्ममार्गावर हे असंच चालतं. लोक आपल्या अंधविश्वाचा त्याग करायला तयार नसतात. धर्मांधता आणि अंधश्रद्धा यांच्याशी सामना मला वेळोवेळी करावा लागला

आहे.

जेव्हा मी गुरुदेवांच्या गुरूंना भेटलो तेव्हा त्यांनी मला प्रेमाने आलिंगन दिलं. ते म्हणाले, 'बेटा, तू दमला आहेस. खूप अडचणी पार करत आला आहेस. आत्मसाक्षात्काराचा मार्ग फार अवघड आहे. त्याची साधना हे फार कठीण काम आहे.' मी कसाकसा आलो हे त्यांनीच मला ऐकवलं. मग मला स्नान करून ताजंतवानं व्हायला सांगितलं. मला खरोखरच या लांबचलांब आणि थकवणाऱ्या प्रवासाचा अगदी कंटाळा आला होता. या काळात माझी मुळीच साधना झाली नव्हती, ही सर्वांत वाईट गोष्ट. परंतु परात्पर गुरुदेवांनी जेव्हा मला जवळ घेतलं तेव्हा माझ्या सर्व वेदना, सर्व शीण मी विसरून गेलो! माझे गुरुदेव जसे माझ्याकडे पाहात तसंच ते पाहात होते. त्यांच्या दृष्टीतील करुणा विलक्षण होती. जेव्हा थोर योगी आणि महात्मे अत्यंत प्रेमपूर्ण दृष्टीने आपल्या शिष्याला पाहातात तेव्हा त्यांच्या संपूर्ण अस्तित्वातून विलक्षण तृप्ती देणारं प्रेम जणू प्रकाशत, पाझरत असतं.

मला माझ्या गुरुदेवांनी सांगितलं होतं की त्यांचे गुरुदेव एका ब्राह्मण कुटुंबातले होते. ते लहानपणीच हिमालयात आले. त्यांची गुरूपरंपरा अभुण्ण – अखंड होती. ते बरेच वृद्ध वाटत होते पण आरोग्यसंपन्न होते. दिवसातून एकदा सकाळी आणि एकदा सायंकाळी ते आपल्या आसनावरून उठत. त्यांची उंची पाच फूट आणि नऊ इंच असावी. ते अगदी सडपातळ पण शक्तिमान होते. त्यांच्या भिवया दाट होत्या. त्यांच्या मुद्रेवर अत्यंत गाढ शांती विलसत असे. ते नेहमी स्मितमुख असत. त्यांचा आहार म्हणजे 'याक' गाईचं दूध आणि बार्लीचं सूप. काही वेळा लामा त्यांच्याकडे अध्ययन करण्यासाठी येत. ते ७००० फूट उंचीवरच्या एका गुहेत राहात. थंडी घालवण्याकरता आणि दूध तापवण्याकरिता त्यांच्याकडे सदैव अग्नी प्रज्वलित केलेला असे. त्यांच्या गुहेच्या प्रवेशद्वारापाशी त्यांच्या शिष्यांनी एक छत्रकमान तयार केली होती. ती जागा फार सुंदर होती. तिथून दूरवर पसरलेलं क्षितिज आणि हिमशिखरांच्या सुंदर रांगा दिसत.

माझ्या परात्पर गुरूंना मी प्रथम साधनेसंबंधी अनेक प्रश्न विचारले. फार प्रचलित नसलेल्या साधना त्यांच्याकडून जाणून घेतल्या. माझ्या बऱ्याच प्रश्नांना उत्तर देऊन झाल्यावर त्यांनी मला विचारलं की माझी मुख्य इच्छा व्यक्त करायला मी मागेपुढे का पाहातो आहे? मी थरथरत्या आवाजात म्हटलं, 'मला परकायाप्रवेशाचं रहस्य जाणून घ्यायचं आहे.'

दुसऱ्या दिवशी परमगुरूंचे एक लामा शिष्य त्यांना भेटायला आले होते. सकाळी नऊ-साडेनऊची वेळ होती. माझे परमगुरू म्हणाले, 'मी तुला एक प्रयोग दाखवणार आहे. त्यातून ज्ञान देणार आहे.' ते म्हणाले की ते स्वतःचं शरीर सोडून दुसऱ्याच्या शरीरात जाणार आहेत आणि तिथून परत त्यांच्या शरीरात येणार आहेत. ते म्हणाले की ते स्वेच्छेने शरीर सहज बदलू शकतात. मला वाटलं की ते स्वतःचं शरीर सोडणार आणि ते शरीर मला एकतर पाण्यात सोडायला किंवा पुरायला सांगणार. पण ते म्हणाले, 'नाही तसं मी करणार नाही.' माझ्या मनातल्या प्रश्नांना ते उत्तरं देत होते. त्यांनी मला गुहेत जाऊन गुहेला खिडकी किंवा बाहेर जाण्याचा मार्ग आहे का ते पाहायला सांगितलं. मी त्या

श्रीमाता
ॐ
श्री यन्त्रम्
क ए ई ल ह्रीं ह स क ह ल ह्रीं स क ल ह्रीं
सर्वयन्त्रात्मिका
योनदा
सर्वतन्त्ररूपा

श्री यंत्र

छोट्या गुहेत महिन्याहून अधिक काळ राहिलो होतो. त्यामुळे तपासण्याची काही आवश्यकता नव्हती. तरीही त्यांनी मला तपासायला लावलं. ती खडकातली गुहा होती. तिच्यातून बाहेर यायला एकच दार होतं. त्या दाराशी बाहेरच्या बाजूला छत्रकमान होती. मी गुहेतून बाहेर आलो आणि लामाबरोबर छत्रकमानीशी बसलो. त्यांनी आम्हाला जवळ बोलावलं आणि एक लाकडी ट्रे आमच्या हाती दिला. ते म्हणाले, 'तुम्हाला मी दिसतो आहे ना?' आम्ही 'होय' म्हणालो.

मी अज्ञानापोटी त्यांना म्हणालो, 'तुम्ही आमच्यावर संमोहन घालत नाही ना? मी तुमच्या डोळ्यांकडे पाहाणार नाही.' ते म्हणाले, 'नाही, मी तुम्हाला संमोहन घालत नाही.' हळूहळू त्यांचं शरीर विरळ, धूसर होऊ लागलं. एखाद्या ढगासारखी त्यांची मानवी आकृती दिसत होती. ती आकृती आमच्या दिशेने आली आणि दिसेनाशी झाली. जो लाकडी ट्रे आम्ही धरला होता तो जडजड होऊ लागला. नंतर तो पुन्हा हलकाहलका होऊ लागला. दहा मिनिटं तो ट्रे धरून मी आणि तो लामा उभे होतो. नंतर तो धरूनच आम्ही खाली बसलो. आम्ही अत्यंत उत्कंठेने काय घडतंय ते पाहात होतो. सुमारे दहा-पंधरा मिनिटांनी परमगुरूंचा आवाज ऐकू आला. तो ट्रे हातात धरून उभं राहायला त्यांनी आम्हाला सांगितलं. आम्ही तसं केल्यावर तो ट्रे पुन्हा जड जड होऊ लागला. पुन्हा एकदा परमगुरूंची धूसर आकृती तिथे प्रकटली. त्या आकृतीने त्यांचं नेहमीचं रूप धारण केलं.

आम्ही काही विलक्षण, अविश्वसनीय गोष्ट पाहात होतो. पण त्यांनी ती गोष्ट परत करून दाखवली. याबद्दल मला जगाशी बोलता येईल असा दिवस कदाचित कधीच येणार नाही. पण मला हे जगाला सांगायचं आहे की अशी अद्भुत शक्ती असलेले महात्मे असतात. संशोधकांनी या गूढ प्रक्रियांवर संशोधन केलं पाहिजे. असे अनुभव सांगतात की या विलक्षण गोष्टी करण्याची क्षमता मनुष्यात आहे. योगसूत्रांच्या तिसऱ्या पादात महामुनी पतंजलींनी सिद्धींबद्दल सांगितलं आहे. सिद्धी या आत्मज्ञानासाठी आवश्यक नसतात. पण मानवाच्या सुप्त क्षमता केवढ्या मोठ्या आहेत ते मला सांगायचं आहे. वैज्ञानिक बाह्य जगताचं संशोधन करतात. खऱ्या योग्यांनी अंतर्जगताचं संशोधन कधीही थांबवता कामा नये. त्यात अनंत शक्ती आणि क्षमता लपलेल्या आहेत.

परमगुरूंची शिकवण्याची पद्धत सरळ, व्यावहारिक होती. मी आमच्या गुरूपरंपरेविषयी सांगण्याचा आग्रह धरला तर ते म्हणाले, 'बाह्यत: पाहिलं तर आपली परंपरा आद्य शंकराचार्यांची वाटेल. परंतु पीठं आणि संघटित जीवन यापासून आपली आंतरिक परंपरा अलिप्त आहे. तशी ती रूढ परंपरांमध्ये बसणारी नाही.' मी त्यांना विचारलं की, 'भारतात राहाण्याऐवजी ते तिबेटला का राहातात?' ते म्हणाले, 'मी कुठे राहातो याला काहीच महत्त्व नाही. इथे काही प्रगत योगी माझ्या मार्गदर्शनाखाली साधना करत आहेत. भविष्यकाळात मी भारतात येईनही.' मी माझ्या गुरुदेवांवर प्रश्नांचा भडिमार करत असे तसाच परमगुरूंवरही केला. ते अगदी थोडं बोलत, स्मित करत आणि डोळे मिटून बसत. ते म्हणत, 'अगदी नि:स्तब्ध हो, म्हणजे शब्दांशिवाय तुला कळू शकेल. बाह्य कानांनी नव्हे तर आतल्या कानांनी ऐकायला शीक. बाह्य दृष्टीने नव्हे तर अंतर्दृष्टीने पाहा.'

त्यांनी मला ज्या गोष्टी शिकवल्या त्या मी टिपून ठेवल्या. त्यांनी माझी दैनंदिनी भरून गेली आहे. ते म्हणाले, 'ऋषी, योगी, आध्यात्मिक पुरुष प्रेमाच्या मूळ प्रवाहाकडे खोलखोलावर जातात. आधुनिक मानवाला माहीत नाही अशा माध्यमातून ते ती प्रेमशक्ती आपल्या शिष्यांपर्यंत पोहोचवीत असतात. हे अत्यंत सूक्ष्म प्रक्षेपण आहे. ते प्रगाढ मौनात काम करतं आणि शिष्याचे सर्व संशय, भय आणि प्रश्न नाहीसे करतं. त्या वेळी महात्म्यांनी नि:स्वार्थ बुद्धीने केलेला कोणताही संकल्प फलद्रूप होतो.' मी परमगुरूंच्या सान्निध्यात साधना करत कित्येक महिने राहिलो. त्यांच्या दिव्य सहवासाने मी आनंदित होत असे. त्यांनी मला सौरविज्ञानातील आणि दक्षिण तंत्रमार्गातील काही साधना शिकवल्या.

सौरविज्ञान ही फार प्रगत अशी योगशाखा आहे. मनुष्याच्या व्याधी निवारणाला ती फार उपयोगी आहे. त्यात परमगुरूंच्या सांगण्यानुसार शरीरातील मणिपूर-नाभिचक्रावर ध्यान करायचं असतं. मनुष्याच्या प्राणनाड्यांचं हे महत्त्वाचं केंद्र आहे. एका प्रगत प्राणायाम पद्धतीने सौर विज्ञान शरीराच्या प्राणऊर्जेची पातळी निश्चित करू शकतं. या ऊर्जेची एक लय असते. ती सकाळच्या सूर्यावर किंवा मणिपूर चक्रापाशी उदराग्नीवर ध्यान करून निश्चित करता येतं. शरीराचा ऊर्ध्वभाग ही या अग्नीसाठी एक अरणी आणि अधोभाग ही दुसरी अरणी (वरचा आणि खालचा दगड) यांचं एकमेकांवर घर्षण झाल्यानं उदराग्नी जागृत होतो. उपनिषदात हे व्याधीहरणशास्त्र सांगितलेलं आहे. अभ्यासकांना ते माहीत असतं. पण त्याचा प्रत्यक्ष प्रयोग फारसा कोणी केलेला नाही. या सौर विज्ञानाच्या साधनेने अन्नमय, प्राणमय आणि मनोमय कोशांच्या व्यापारांवर पूर्ण नियंत्रण येतं. ही विद्या ज्याने प्राप्त केली तो कितीही अंतरावरून व्याधीग्रस्त व्यक्तीची व्याधी दूर करू शकतो.

परमगुरूंनी मला श्री विद्येचेही काही महत्त्वाचे पाठ दिले. श्री विद्या ही सर्व आध्यात्मिक विद्याशाखांची (मग त्या भारतीय असोत की तिबेटी) सम्राज्ञी आहे. श्री यंत्र ही त्यात ध्यानासाठी घेतलेली प्रभावशाली रचना – आकृती आहे. त्याच्या विविध भागांवर ध्यान करायचं असतं. या यंत्राच्या केंद्रबिंदूपर्यंत फारच थोडे साधक पोहोचतात. हे यंत्र वैश्विक शक्तीचा स्वयंभू आविष्कार मानतात. त्याच्या मध्यभागी जो बिंदू असतो तिथे शक्ती आणि शिवाचं मीलन होतं. मलबार हिल्स येथील योगी पुरुषांनी मला श्री विद्या शिकवली होती. परंतु बिंदुभेदनाची साधना त्यांनी मला शिकवली नव्हती. शक्तिपूजेच्या या साधनेत ऋषींना प्राप्त झालेल्या अंतिम ज्ञानाची अनुभूती येते. यासाठी यासंबंधित ग्रंथांचाही अभ्यास आवश्यक असतो. पण या विद्येत तज्ज्ञ असलेल्या गुरूंचं मार्गदर्शन सर्वांत महत्त्वाचं असतं. या विद्येतले जाणकार हाताच्या बोटांवर मोजण्याइतकेसुद्धा मिळणार नाहीत. आमची जी परंपरा आहे त्यातच ही विद्या शिकवली जाते. परमगुरूंची भेट झाली, त्यातून या विद्येतली प्रगत साधना करता आली हे माझ्या तिबेट यात्रेचं फलित होतं. त्यामुळे ही यात्रा सुफल संपूर्ण झाली.

अडीच महिने परमगुरूंकडे साधना केल्यावर मी एकदा गुहेच्या बाहेर बसलो होतो. ज्या दैनंदिनीत मी टिपणं घेतली होती तिचा विचार करत होतो. सहज मनात आलं 'माझ्याजवळ दैनंदिनी असती तर त्यात मी हे सारं लिहून ठेवलं असतं.' परमगुरूंनी हसून

मला बोलावलं आणि म्हणाले, 'मी तुला तुझी दैनंदिनी आणून देऊ शकतो. हवी आहे का तुला ती?' ही शक्यता मला फार आश्चर्यकारक वाटली नाही कारण असं बरंच काही मी पाहिलेलं होतं.

मी सहज म्हणालो, 'हो, चालेल की मिळाली तर! आणखी दोनचार पेन्सिलीसुद्धा!' मी माझी दैनंदिनी भारतातल्या मनाली येथील आरोग्यधामात ठेवली होती. हे ठिकाण नानीतालजवळ उत्तर भारतात आहे. अचानक माझी पावणेपाचशे पानांची वजनदार दैनंदिनी आणि तीन पेन्सिलि माझ्यासमोर येऊन दाखल झाल्या. मला आनंद वाटला पण आश्चर्य वाटलं नाही. मी परमगुरूंना म्हटलं, 'हे तर चांगलं आहेच. पण मला काहीतरी आध्यात्मिक द्या.'

ते हसून म्हणाले, 'ते तर आधी दिलंच आहे. निष्काळजीपणा किंवा मानसिक विरोध या गोष्टी आड येऊ न देता तू त्याचं जतन केलं पाहिजेस. माझे आशीर्वाद सदैव तुझ्या पाठीशी आहेत. आता तू ल्हासाला जा आणि तिथून भारतात परत जा.' मी म्हणालो, 'आता मला भारतात परतणं शक्य नाही. तिथे गेलो तर मला अटक होईल.' ते म्हणाले, 'भारताला लवकरच स्वातंत्र्य मिळणार आहे. तू उशीर केलास तर भारी बर्फ आणि हिमखंड खाली येण्याचा धोका यामुळे भारतात परतायला तुला पुढचं वर्ष उजाडेल!' त्यांचा मी निरोप घेतला.

नंतर माझी आणि परमगुरूंची पुन्हा कधीही भेट झाली नाही. मी नंतर असं ऐकलं की त्यांनी निकटवर्ती शिष्यांचा निरोप घेतला आणि ते अदृश्य झाले. काही लोक सांगतात की तनकपूरला 'काली गंगा' नदीच्या प्रवाहात त्यांनी परमगुरूंना आसनस्थ पाहिलं. त्यांच्या गळ्यात पुष्पपाला होती. मी माझ्या गुरुदेवांना विचारलं की त्यांनी मर्त्य देहाचा त्याग केला का? गुरुदेव फक्त हसले आणि म्हणाले, 'ते तुझं तूच शोधून काढ ना!'

मला आपण भारतात परतल्यावर काय होईल अशी शंका होती. तरी विश्वासही वाटत होता की आपल्याला अटक होणार नाही. ज्या लामांकडे मी पूर्वी राहिलो होतो, त्यांच्या मदतीने मी ल्हासाला गेलो. जून १९४७ मध्ये मी भारताकडे निघालो. बरोबर दोन खेचरं आणि दोन वाटाडे होते. त्यांच्यासह हिमाच्छादित खिंडी ओलांडत गंगटोकला पोहोचायला मला एक महिना लागला. गंगटोक ही सिक्कीमची राजधानी आहे. मी तिथे येण्याच्या तीन दिवस आधी भारताला स्वातंत्र्य मिळालं होतं.

गंगटोक शहराच्या ईशान्येला मी एका मठात राहिलो. तिथे मी एका लामांकडे गेलो होतो. ते उत्तम बौद्धपंथीय योगी होते. संस्कृत भाषेचे ते तज्ज्ञ होते. खूप वर्षं ते बोधिगयेला राहिले होते. सामान्यत: बौद्ध विद्वान शंकराचार्यांवर टीका करतात आणि शांकरमतवादी बौद्धांवर टीका करतात. पण या चिंतकाने बौद्धमत आणि शांकर वेदांत यांचा समन्वय कसा होऊ शकतो हे मला शिकवलं. शंकराचार्य हे महान योगी, तत्त्वज्ञ आणि युवाअवतार होते. त्यांनी वेदांत तत्त्वज्ञानाला सुघड स्वरूप दिलं. पण गौडपादाचार्यांनी त्याची सूत्रबद्ध मांडणी केली. हे गंगटोकचे भिक्षु म्हणाले की, परमसत्य एकच आहे. शब्दांच्या साहाय्याने त्याविषयी लिहिलं जातं ते वेगवेगळ्या दर्शनांनुसार वेगवेगळं असणारच. पण परमसत्याचा

अनुभव मात्र एकच असतो. सीमित सांप्रदायिक भूमिकेचा आग्रह सोडून सर्वांनीच निर्वाणाचा अनुभव घेतला पाहिजे.

भारत, चीन, जपान आणि संपूर्ण आग्नेय आशिया येथील बौद्ध मताच्या अनुयायांनी परमज्ञानाकरिता ध्यानउपासना करायला हवी. परंतु ते करत नाहीत याचा मोठा खेद त्या भिक्षूंना वाटत असे. आधुनिक जगाला जो मार्गदर्शक ठरू शकतो तो मूळचा शुद्ध बौद्ध धर्म लोपला आहे. हजारो मंदिरांमध्ये बुद्धमूर्तींसमोर दीप लावले जात आहेत. पण भगवान बुद्ध म्हणाले होते, 'आत्मदीपो भव! कोणी तुला मुक्ती देणार नाही. तुझी तुलाच ती मिळविली पाहिजे. निर्वाणप्राप्ती करून घे. मग तू स्वत:च बुद्ध होशील!'

लामा शंकराचार्यांच्या अद्वैती शिष्यांवरही टीका करत. तेही कर्मकांडात अडकून पडले आहेत आणि अद्वैत तत्त्वज्ञान लोकांपर्यंत पोहोचवण्याकडे त्यांचं लक्ष नाही. त्यामुळे जगात मोठा वैचारिक गोंधळ माजला आहे. ते म्हणत, 'शंकराचार्यांचं तत्त्वज्ञान म्हणजे वेदांत आणि बौद्धमत यांचा समन्वय आहे.' ते वेदातील एक मंत्र सांगत, 'असद् वा इदम अग्र आसीत्' – हे दृश्य जगत शून्यातून उत्पन्न झालं आहे. विविध ग्रंथांमधली अवतरणं ते देत. मांडूक्य उपनिषद आणि सांख्यकारिका हा ईश्वर कृष्णांचा ग्रंथ यांची ते तुलना करत. ईश्वर कृष्ण हे बौद्ध चिंतक होते. बरेच दिवस मठात मला मार्गदर्शन केल्यावर त्यांनी सुचवलं की मी आता माझ्या गुरुदेवांकडे हिमालयात गेलं पाहिजे.

भेदुनि पडदा अज्ञानाचा

प्रत्येक शिष्याची आपला गुरू कसा असावा याबद्दल काही कल्पना असते. तुम्ही एखाद्या सत्पुरुषांकडे गेलात तर ते जसे आहेत तसे स्वीकारण्याची तुमची तयारी नसते. त्याने तुमच्या अपेक्षा पूर्ण केल्या नाहीत तर तो चांगला गुरू नाही असं तुम्ही ठरवून टाकता. ही गुरूकडे जाण्याची, त्याला जाणण्याची योग्य पद्धत नव्हे. तुम्ही दृढ निश्चय करून गेलात आणि ज्ञान मिळवण्याची तुमची ज्वलंत इच्छा असली की काही अडचण येत नाही.

योग्य गुरू तुम्ही कसा शोधाल? शास्त्रात म्हटलं आहे की शिष्याची सिद्धता झाली की गुरू आपोआप भेटतोच. तुम्ही तयार नसलात तर तो जवळच असला तरी तुम्हाला दिसणार नाही, त्याला तुम्ही प्रतिसाद देणार नाही. कुठेतरी हिरा पडलेला आहे पण तुम्हाला हिऱ्याची ओळख नि पारखच नाही, मग तुम्ही तो ओलांडून पुढे निघून जाल. त्याला साधा काचेचा तुकडा समजाल. समजून घ्या की तो हिरा आहे आणि आयुष्यभर त्याची कास धरा.

साधनाकाळात काही वेळा शिष्य वाजवीपेक्षा जास्त बुद्धिनिष्ठ होतो. सहजभाव त्याच्या ध्यानी येत नाही किंवा तो अतिरिक्त भावनाशील बनतो. विवेकबुद्धीची उपेक्षा करतो. हे दोन्ही प्रमाद अहंकाराला खतपाणी घालतात. त्यामुळे ते टाळले पाहिजेत. ज्यांना साधनेचं महत्त्व कळत नाही त्यांनी आत्मसाक्षात्काराची अपेक्षा करू नये. तुम्हाला तो हवा आहे आणि काही न करता हवा आहे, तर कोणीही गुरू तो देऊ शकणार नाही.

ज्याला गुरूपरंपरा चालवायची आहे असा खरा गुरू चांगल्या शिष्याच्या शोधात असतो. तो शिष्याच्या ठिकाणी काही विशिष्ट लक्षणं आहेत की नाही याचा शोध घेतो. कोणाची सिद्धता आहे हे तो पाहातो. जर त्याला वाटलं की शिष्याची अद्याप तयारी व्हायची आहे. तर तो हळूहळू श्रेष्ठ उपदेश ग्रहण करण्यासाठी त्याला तयार करतो. जेव्हा दिव्यात तेल आहे, चांगली वात आहे असं त्याला कळतं तेव्हा तो दिवा लावतो. ते त्याचं कामच आहे. मग शिष्याच्या अंतर्यामी दिव्यप्रकाश उजळतो. इतरांनाही तो कळतो.

आपल्याला आध्यात्मिक मार्गदर्शन कोण करणार याची काळजी आपण करू नये.

आपली शिष्य म्हणून सिद्धता झाली आहे का याचा विचार करावा. जीझसना फक्त बारा शिष्य मिळाले. त्यांनी अनेकांना साहाय्य केलं. पण जे तयारीचे होते अशांनाच गुह्यज्ञान दिलं. पर्वतावरील प्रवचन (Sermon on the mount) फारच थोड्यांना कळतं. बहुसंख्यांना कळत नाही. जे या मार्गावर चाललेले नाहीत त्यांना 'आपण दुर्बल आणि दरिद्री असलं पाहिजे' हे जीझसचं वचन कळणार नाही.

गुरूंचे शिकवण्याचे मार्ग अनेक असतात, गूढ असतात. ते वाणीने, वर्तनातून तर शिकवतातच पण मौनातूनही शिकवतात. काही न करताही शिकवतात. खरी आध्यात्मिक सत्यं ही अंत:स्फूर्तीतून येतात. त्यांना शब्दांमध्ये व्यक्त करणंही शक्य नाही.

जगात तुमचं जे कर्तव्य आहे ते प्रेमाने पार पाडा. तेवढ्यानेही तुम्ही साधनामार्गावर खूप पुढे जाल. तरी कोणीतरी एक मार्गदर्शक आवश्यक असतो. आपल्या आत जे गुरुतत्त्व आहे तिथपर्यंत पोहोचण्यासाठी बाहेरचा गुरू लागतो. कदाचित तुम्ही अहंकारापोटी म्हणाल की मला गुरूची आवश्यकता नाही. असं म्हणणाऱ्या अहंकाराला तुम्ही काबूत आणलं पाहिजे.

तुम्ही जर चांगले शिष्य असाल तर तुम्हाला वाईट गुरू मिळणं शक्य नाही. तुम्ही जर कच्चे शिष्य असाल तर तुम्हाला श्रेष्ठ गुरू मिळतील अशी अपेक्षा करू नका. उत्तम गुरूंनी वाईट शिष्याची जबाबदारी का घ्यावी? कचरा कोणीच गोळा करून जवळ ठेवत नाही. तुम्ही गुरूंच्या शोधात असाल तर प्रथम अंतर्यामी डोकावून पाहा. तुमचे स्वत:चे दोष जाणून घ्या आणि ते दुरुस्त करा. गुरू नाही म्हणून कुरकुरत बसू नका. आपल्याला श्रेष्ठ गुरू मिळावेत अशी आपली योग्यता आहे का ते पाहा. कोणा गुरूला तुमच्यावर कृपा करावीशी वाटेल असे शिष्य तुम्ही आहात का?

ज्या वेळी मी माझ्या गुरूंकडे तक्रार करू लागलो की ते मला शिकवतच नाहीत तेव्हा ते म्हणाले, 'चल, थोड्या वेळापुरता तू माझा गुरू हो, मी तुझा शिष्य होतो. मी जसं वागतो तसं वाग.' मी त्यांना म्हणालो, 'काय करायचं ते मला कळतच नाही.' ते म्हणाले, 'काळजी करू नको. तुला हळूहळू कळेल.'

ते माझ्याकडे एक मोठा वाडगा घेऊन आले. त्यांनी डोळे मिटलेले होते. त्यांच्या हातातल्या वाडग्याला मोठं भोक होतं. ते म्हणाले, 'गुरुजी, मला काहीतरी द्या.' मी म्हणालो, 'तुम्हाला मी कसं काही देऊ? तुमच्या वाडग्याला तर भोक आहे.' त्यांनी एकदम डोळे उघडले. ते म्हणाले, 'तुझ्या डोक्याला भोक पडलंय आणि मी तुला काही द्यावं अशी अपेक्षा करतोस?'

तुमची क्षमता वाढवा, चित्तशुद्धी करा, एक प्रकारची ऋजु सामर्थ्यशक्ती तुमच्यात विकसित करा. देव तुमच्याकडे येईल आणि म्हणेल, 'तू म्हणजे जिवंत मंदिर आहेस. तुझ्या ठिकाणी मी येऊन राहीन.' अशा प्रकारे स्वत:ची सिद्धता करा. सर्व मलिनता काढून टाका. मग तुमच्या लक्षात येईल की जो साधक परमसत्याच्या शोधात असतो तो स्वत:च परमसत्याचा उगम असतो.

मी अनेक संप्रदायांचे अनेक संन्यासी पाहिले पण त्यातले फारच थोडे पूर्ण ज्ञानी होते.

मी हा प्रश्न माझ्या गुरुदेवांना विचारलं, ‘इतके लोक स्वत:ला स्वामी, साधुपुरुष म्हणवतात, त्याच्यामुळे जगातले भोळेभाबडे लोक फसतात. इतके लोक तथाकथित गुरू का आहेत? खरं तर त्यांनी शिष्य असायला पाहिजे पण ते स्वत:ला गुरू म्हणवतात.’

गुरुदेव हसून म्हणाले, ‘सुगंधी फुलांच्या बागेला काट्यांचं कुंपण असतं ना? आमचं संरक्षण करण्यासाठी देवाने ही व्यवस्था केली आहे. करू दे त्यांना ढोंग. एक दिवस त्यांनाही आत्मज्ञान होणार आहे. सध्या ते स्वत:लाच फसवत आहेत.’

आपल्याला पूर्ण ज्ञानी, समर्थ सद्‌गुरू मिळावेत अशी तुमची इच्छा असेल तर प्रथम स्वत:ची सिद्धता करा. मग कुंपण ओलांडून तुम्ही आत बागेत येऊ शकाल.

भाग १३

जीवन आणि मरण यावर स्वामित्व

आपणच आपल्या भवितव्याचे शिल्पकार असतो. जीवन आणि मरण या आयुष्यातल्या दोन घटना आहेत. आपण आपलं खरं स्वरूप विसरलो आहोत हे आपल्या दु:खाचं कारण आहे. ज्या वेळी हे तुम्हाला खऱ्या अर्थाने कळेल त्या वेळी तुम्ही मुक्तच व्हाल.

जन्म आणि मरण : केवळ दोन स्वल्पविराम

मी माझे गुरुदेव सांगतील तसंच करत असे कारण त्यांनी मला लहानपणापासून वाढवलं होतं. पण ते जे सांगत ते मला पटतच असे असं नाही. ज्या वेळी मी शांत-स्वस्थ बसलेला असे त्या वेळी माझ्या मनात अनेक शंका खोल तळातून वर येत. वेगवेगळ्या संतपुरुषांकडे गुरुदेव मला पाठवत. मला सुरुवातीच्या काळात वाटायचं की मी व्यर्थ वेळ वाया दवडत आहे. हे लोक जगाकडे पाठ फिरवून झाडाखाली बसलेले आहेत. ते असं का करतात? हळूहळू मला कळलं की आपल्या शंकांविषयीच आपण शंका घेतल्या पाहिजेत. त्यांची चिकित्सा विश्लेषण केलं पाहिजे.

मी सतरा वर्षांचा असताना गुरुदेवांनी मला एका साधुपुरुषांकडे पाठवलं होतं. ते माझ्या गुरूंचे अनुगृहीत होते. पण ते मला माहीत नव्हतं. माझे गुरुदेव म्हणाले, 'तुला एखाद्या खऱ्या संन्यासाकडून शिकण्याची इच्छा असेल तर या स्वामींकडे जा.' गंगोत्रीजवळ एका ठिकाणी ते राहात होते. मी तिथे गेलो तेव्हा ते एका गुहेत बसलेले होते. त्यांचं शरीर इतकं सुरेख सुघटित होतं की तसं मी कधीच कुठे पाहिलं नव्हतं. त्या वेळी मला शरीरसंपदा कमावण्यात रस होता. त्या स्वामीजींची छाती रूंद होती, कंबर बारीक होती आणि स्नायू पोलादी होते. त्यांचं वय पंच्याऐंशी असल्याचं ऐकून मला अचंबा वाटला.

त्यांना अभिवादन केल्यावर मी पहिली गोष्ट विचारली ती अशी, 'महाराज, आपण इथे काय खाता?' माझा विचार अन्नाबद्दलच चालला होता. कॉलेजमधल्या शिक्षणानंतर अन्नाबाबत मी पाश्चात्यांप्रमाणे विचार करू लागलो होतो. कॉलेजमध्ये असताना रोज नाना पदार्थ खायला मिळत आणि उद्या काय नवीन असणार म्हणून मी वाट पाहात असे.

स्वामीजींनी मला विचारलं, 'तुला भूक लागली आहे का?' मी म्हणालो, 'होय.' ते म्हणाले, 'गुहेतल्या त्या कोपऱ्यात थोडी कंदमुळं आहेत. त्यातलं एक घे आणि धुनीच्या विस्तवात पुरून ठेव. थोड्या वेळात ते शिजेल. मग ते तू खा.' मी तसं केलं. ते मूळ फार गोड होतं. तांदुळाची घट्ट खीर असावी तसं लागत होतं. संपूर्ण मूळ काही माझ्याने संपलं नाही. पण आता थोडा वेळ इथे थांबायला हरकत नाही आणि इथे काहीतरी चांगलं

खायला आहे. एवढ्या गोष्टीने मला समाधान वाटत होतं.

माझं खाणं झाल्यावर स्वामीजी म्हणाले, 'मी तुला शब्दांनी काहीच शिकवणार नाही.' मी त्यांच्या सोबत तीन दिवस होतो. पण आमचं काहीही संभाषण झालं नाही. तिसऱ्या दिवशी मी ठरवलं की, जो माणूस शब्दही बोलत नाही त्याच्याबरोबर राहाणं म्हणजे वेळ आणि शक्ती वाया घालवण्यासारखं आहे. ते मला काहीच सांगत नाहीयेत. मी असा विचार करत असताना तो विचार त्यांना कळून जणू ते म्हणाले, 'मुला, मी बौद्धिक ज्ञान द्यावं यासाठी तुझ्या गुरूनी तुला माझ्याकडे पाठवलेलं नाही. ते तुला पुस्तकात मिळेल. तुला काही अनुभव घेण्यासाठी पाठवलेलं आहे. मी परवा देहविसर्जन करणार आहे.'

मला हे कळत नव्हतं की एखाद्याने स्वेच्छेने आपल्या शरीराचा त्याग का करावा? मी म्हणालो, 'महाराज, ती आत्महत्त्या होईल. तुमच्यासारख्या साधुपुरुषाने आत्महत्त्या करावी हे काही योग्य नव्हे.' असल्या गोष्टी मी कॉलेजमध्ये शिकलो होतो.

स्वामीजी म्हणाले, 'मी आत्महत्त्या करत नाही. पुस्तकाचं जुनं वेष्टण बदलून आपण नवीन घालतो ना. त्यामुळे पुस्तकाचा काही नाश होत नाही. आपण उशीचा अभ्रा बदलतो त्यामुळे उशीला काही होत नाही.'

मी सतरा वर्षांचा होतो. विविध शंकांनी माझं मन भरून गेलं होतं. मी म्हटलं, 'तुमचं शरीर किती सुडौल आहे! तुमच्याजवळ जी शरीरसंपदा आहे त्याच्या अर्धी तरी माझ्याजवळ असायला हवी होती! तुम्ही ती का टाकून देता? ही चांगली गोष्ट नाही. हे पाप आहे.' अशा प्रकारे जणू मीच त्यांना शिकवत होतो.

त्यांनी माझं बोलणं काहीही प्रतिसाद न देता थोडा वेळ ऐकून घेतलं. मग माझे आणखी एक गुरुबंधू तिथे आले. मी त्यांना म्हणालो, 'तुम्ही इथे कसे आलात? तुम्हाला मी भेटलो तेव्हा तुम्हही इथून खूप दूर अंतरावर होतात.' त्यांनी मला हलकेच बाजूला नेलं. ते म्हणाले, 'तू या साधुपुरुषाला त्रास देऊ नकोस. खुळ्याप्रमाणे प्रश्न विचारू नकोस. तुला संतपुरुषांचं अंत:करण कळत नाही. त्यांना शांतपणे देहत्याग करू दे.'

पण मी माझ्या गुरुबंधूबरोबर वाद करू लागलो. मी म्हणालो, 'एवढं सुंदर शरीर यांना लाभलं आहे, त्यांनी ते टाकावं? याला काय योग म्हणतात? ती तर आत्महत्त्याच आहे. पोलीस इथून फार लांब आहेत म्हणून नाहीतर मी त्यांना सांगितलं असतं की यांना अटक करा. हे बेकायदा कृत्य आहे.'

माझ्या गुरुबंधूंनी माझी खूप समजूत काढायचा प्रयत्न केला. पण माझी नाराजी-नापसंती कायमच राहिली. सकाळी आणि सायंकाळी आम्ही संध्यावंदनासाठी नदीवर जात असू. त्या वेळी मी म्हणे, 'एवढा उत्तम शरीरयष्टीचा माणूस. याने जाऊन लोकांना शिकवायला पाहिजे की सुदृढ आणि निरोगी कसं राहावं. तो म्हणतो की मी फक्त त्याचं शरीर पाहात आहे. त्या पलीकडचं काही मी पाहिलं पाहिजे. पण ते काय आहे?' माझे गुरुबंधू माझ्यापेक्षा थोडे मोठे होते. ते म्हणाले, 'जरा शांत राहा. अजून तुला खूप गोष्टी शिकायच्या आहेत. आपण आपली मनं खुली ठेवली तर काय घडत आहे ते आपल्याला

कळेल. जीवनाच्या पोटात कितीतरी रहस्यं दडलेली असतात.’

स्वामीजी काहीच बोलत नव्हते. म्हणून मी गुरुबंधूंना आणखी चोवीस तासांनी म्हटलं, ‘यांच्या मौनातून मी काही शिकलो नाही. त्यामुळे मी आता परत जातो.’ ते म्हणाले, ‘हे स्वामीजी काय प्रकारे देह ठेवतात ते तर पाहून जा!’

मी म्हणालो, ‘काय हा वेडेपणा? या गुहेत मरण्यापेक्षा मी डॉक्टरांचे उपचार घेत एखाद्या रुग्णालयात मरणं पसंत करीन.’ माझे विचार पूर्णत: आधुनिक आणि भौतिकवादी होते.

माझे गुरुबंधू म्हणाले, ‘तुला काहीही कळत नाही. तुला इथे येऊन नुसतं बसायला सांगितलं होतं. स्वत:शीच वाद घालायचा तर घाल. मला त्रास देऊ नकोस.’

शेवटी स्वामीजींनी मौन सोडलं. ‘खरं तर मी काहीच करणार नाहीये. शरीर सोडायची वेळ आली की आपलं आपल्याला कळतं. निसर्गाच्या कामात आपण अडथळा कशाला आणायचा? मृत्यू हा निसर्गाला साहाय्य करतो. आपण मृत्यूला भिता कामा नये. मृत्यूमुळे काहीच फरक पडत नाही. कळतं आहे का मी काय म्हणतो ते?’

मी म्हणालो, ‘मला मरायचं नाहीये आणि समजूनही घ्यायचं नाहीये.’ ते म्हणाले, ‘तुझी ही वृत्ती चांगली नाही. मृत्यू काय गोष्ट आहे ते समजून घे. घाबरू नकोस. आपण अनेक गोष्टींना भीतभीत जगतो. ही काही चांगली रीत नाही. मृत्यू तुमचा नाश करत नाही. तुम्हाला शरीरापासून सोडवतो.’

मी प्रत्युत्तर दिलं, ‘मला शरीराशिवाय जगण्यात रस नाही.’ ते शांतपणे पुढे म्हणाले, ‘मृत्यू ही शरीराची सवय आहे. कोणीही एकाच शरीरात कायम राहू शकत नाही. परिवर्तन, मृत्यू, नाश हे असणारच हे तू जाणून घेतलं पाहिजे. खूप लोकांना शरीराबद्दल अकारण आसक्ती असते. त्यातून मुक्त होण्याची युक्ती थोड्यांनाच माहीत असते. ही युक्ती म्हणजे योग. आधुनिक जगाला माहीत असलेला हा योग नव्हे तर ही ध्यानाची सर्वश्रेष्ठ स्थिती आहे. विशिष्ट ध्यानाभ्यासाच्या साहाय्याने शरीर, मन, प्राण या सर्वांच्या कार्यावर ताबा मिळवता येतो. प्राण आणि श्वास यांच्या मदतीने मन आणि शरीर यांच्याशी संपर्क जोडता येतो. जेव्हा श्वासोच्छ्वास थांबतो तेव्हा हा संपर्क तुटतो. मग ही विलग होण्याची प्रक्रिया घडते. पण तुमचं अस्तित्व असतंच.’

मी विचारलं, ‘शरीराविना अस्तित्व असतं तेव्हा कसं वाटतं?’ ते म्हणाले, ‘सदरा न घालता फिरलं तर कसं वाटतं? तसंच!’

ते काहीही म्हणाले तरी तत्त्वज्ञानाच्या दृष्टीने किंवा तर्काच्या दृष्टीने ते आपलं म्हणणं मला पटवू शकले नव्हते. कारण माझं मन ते समजून घ्यायला वेगवेगळ्या बाजूंनी अपरिपक्व होतं.

शरीरत्याग करण्याच्या आदल्या दिवशी त्यांनी आम्हाला सांगितलं, ‘मी पहाटे पाच वाजता देहत्याग करीन. माझं शरीर तुम्ही गंगेत सोडून द्यायचं आहे. तुम्ही दोघे मिळून मला उचलू शकाल ना?’ मी म्हणालो, ‘जरूर! मी एकटासुद्धा तुमचं शरीर उचलू शकेन.’ मी त्यांना लगेच उचलूनदेखील दाखवलं. गंगा त्या ठिकाणापासून फार दूर नव्हती. दोन-

तीन फर्लांग इतकीच.

रात्री मला झोप आली नाही. इतकं उत्तम शरीर सोडण्यामागे या साधुपुरुषाची काय प्रेरणा असेल याचा मी विचार करत होतो. आम्ही रोजच तीन वाजता उठत होतो. पहाटे तीन ते सहा हा ध्यानासाठी उत्तम काल असतो. म्हणून रात्री आठ ते दहा वाजण्याच्या दरम्यान आम्ही झोपत असू आणि तीन वाजता उठत असू. पण त्या दिवशी आम्ही अधिकच लवकर उठलो आणि आपापसात बोलू लागलो.

स्वामीजी म्हणाले, 'मला सांग तुझी काय इच्छा आहे? मी वचन देतो की ती मी पूर्ण करीन.' मी म्हणालो, 'तुम्ही तर देह ठेवता आहात. मग या वेळी तुम्ही मला काय देणार?' ते म्हणाले, 'बेटा, खऱ्या गुरूच्या दृष्टीने मृत्यू नावाची काही गोष्ट नसतेच. मृत्यूनंतरही गुरू आपल्या शिष्यांना मार्गदर्शन करू शकतात.' मग माझ्या गुरुबंधूंकडे बघून ते म्हणाले, 'हा मुलगा म्हणजे तुला डोकेदुखीच आहे, होय ना?' गुरुबंधू म्हणाले, 'होय ना! पण काय करायचं?'

सकाळी पाच ते साडेपाचच्या दरम्यान आमचं बोलणं चालू असताना स्वामीजी अचानक म्हणाले, 'चला, आता ध्यानाला बसा! पाच मिनिटात मी शरीर सोडणार आहे. याचं आयुष्य आता संपलं आहे. या शरीराच्या माध्यमातून मला जेवढं मिळणार होतं तेवढं मिळालं आहे. आता याच्यापुढे या शरीराचा मला उपयोग नाही. मी ते सोडून जात आहे.'

पाच मिनिटांनी त्यांनी ओंकार म्हटला. जग सारं शांत झालं. मी त्यांची नाडी आणि हृदयाचे ठोके पाहिले. ते बंद होते. मला वाटलं की योगविद्येने त्यांनी ते बंद केलेत. नंतर परत सुरू करतील. मग मी डोळे पाहिले, शरीराचं तपमान पाहिलं. जिवंतपणाचं कोणतंही लक्षण नव्हतं. गुरुबंधू म्हणाले, 'पुरे आता. सूर्योदयापूर्वी त्यांचं शरीर गंगेच्या प्रवाहात सोडलं पाहिजे.' मी म्हणालो, 'काळजी करू नका. मी घेऊन जातो.' ते म्हणाले, 'नाही. मीही उचललं पाहिजे.'

आम्ही दोघे त्यांचं शरीर उचलू लागलो तर ते इतकं जड झालं होतं की आमच्याने ते इंचभरही हलेना. आम्ही एक पाइनच्या झाडाची फांदी आणून तिच्या आधाराने त्यांना जागचं हलवू लागलो. पण छे! तासभर आम्ही तऱ्हेतऱ्हेचे प्रयत्न केले पण त्यांना हालवू शकलो नाही.

त्यानंतर जे घडलं त्याची मला नेहमी आठवण येते. कधीही न विसरण्यासारखा तो अनुभव होता. सूर्योदयापूर्वी काही मिनिटं मला कोणाचा तरी आवाज ऐकू आला, 'आता आपण याला घेऊन जाऊ या.' आजूबाजूला कोणीच नव्हतं. मला वाटलं की मला भास झाला. माझ्या गुरुबंधूंनीही इकडेतिकडे पाहिलं. मी विचारलं, 'कोणाचा आवाज ऐकू आला का?' ते म्हणाले, 'होय.' मी विचारलं, 'हे काय चाललं आहे? आपल्याला भास तर होत नाहीत ना?'

मग अचानक स्वामीजींचं शरीर हवेत तरंगू लागलं. जणू ते आपलं आपण उठलं नि गंगेच्या दिशेने जाऊ लागलं. प्रवाहापर्यंत पोहोचल्यावर ते आपोआप खाली येऊन गंगेत

विसर्जित झालं.

मला प्रचंड धक्का बसला होता. तो पचवायला मला वेळ लागला. जेव्हा लोक म्हणत की अमुक स्वामींनी अमुक चमत्कार केला तेव्हा मी म्हणे की ते सगळे जादूचे खेळ आहेत! पण आता माझ्या डोळ्यांदेखत स्वामीजींनी स्वत:चा देह उचलून तरंगत अलगद प्रवाहात नेऊन सोडला होता! यामुळे चमत्कारांकडे पाहायची माझी दृष्टी बदलली.

जेव्हा मी मठात परतलो तेव्हा तिथे जमलेल्या संन्यासी मंडळींत चर्चा चालू होती. विषय होता की जर हे जग स्वत: परमेश्वराने निर्माण केलं तर त्यात इतकं दु:ख का आहे? एक स्वामी म्हणाले, ‘हे दिसणारं जग हा एकूण अस्तित्वाचा अगदी छोटा भाग आहे. त्याचे इतर भाग समजून घेण्याची क्षमता आपल्याकडे आहे पण त्यासाठी प्रामाणिक प्रयत्न करण्याची आपली तयारी नसते. आपलं मन भौतिक, दृश्य जगतावरच केंद्रित झालेलं असतं. मनुष्य दु:खी होतो, कारण त्याला पूर्णत्वाचं दर्शन नाही.’ हे बोलणं मला प्रेरणा देऊन गेलं. मी लक्ष देऊन ऐकू लागलो. त्यातून माझ्या मनातील विकल्प हळूहळू दूर होत गेले.

सध्याचं भोगवादी जडवादी जग आणि संत-सत्यपुरुषांची जीवनपद्धती याची मी जेव्हा तुलना करू लागलो तेव्हा जडवादी जग हे प्रत्यक्ष अनुभवावर विश्वास ठेवणारं, जे पाहाता येईल, बुद्धीला कळेल त्यावर विश्वास ठेवणारं आहे. पण जीवनाचा हेतू लक्षात घेतला तर सत्पुरुषांचं जीवन हे परमसत्याच्या अधिक जवळ आहे, अभौतिक आहे असं ध्यानी येतं. व्यावहारिक जगतालाही काही महत्त्व आहे, त्याचा काही उपयोग आहे. पण परमतत्त्वाच्या साक्षात्काराविना ते व्यर्थ आहे. जीवनाचा काही भाग सामान्य माणसाला गूढ, आकलना पलीकडचा वाटतो. पण अज्ञानाचा पडदा दूर झाला की ती गूढता संपून जाते. सत्य कळू लागतं. मृत्यू पावण्याची एक साधना, एक तंत्र आहे. आधुनिक शास्त्रज्ञांना ते माहीत नाही. तथापि महात्म्यांना, सिद्ध पुरुषांना ते माहीत असतं आणि तशी साधना करणाऱ्याची तयारी असेल तर ते त्याला शिकवूही शकतात. हा योगशास्त्राचा एक भागच आहे. काही भाग्यवंतांनाच जन्म आणि मृत्यू यांचं रहस्य अवगत होतं.

जीवनाचा ज्ञात, माहीत असलेला भाग म्हणजे जन्म आणि मृत्यू या दोन बिंदूंना जोडणारी रेषा. पण या दोन्ही बिंदूंच्या अलीकडे-पलीकडे अस्तित्वाचा जो न मोजता येणारा विस्तार आहे तो आपल्याला अज्ञातच राहातो. तो ज्याला कळला त्याच्या ध्यानात येतं की जन्म आणि मृत्यू हे केवळ स्वल्पविराम आहेत. ज्या पटावरचे ते स्वल्पविराम आहेत तो पट विराट आहे. जिथे काळाचं मोजमाप लावता येत नाही. योगशास्त्रावरील प्राचीन ग्रंथांमध्ये प्राणप्रयाणाची निश्चित पद्धती सांगितलेली आहे. शरीराला अकरा द्वारं आहेत. त्यातून सूक्ष्म प्राणशक्ती बाहेर पडू शकते. योगी आपले प्राण ब्रह्मरंध्रातून बाहेर नेतो. ते मस्तकावर टाळूच्या ठिकाणी असतं. असं म्हणतात की या मार्गाने जाणीवपूर्वक जे प्राणाक्तीला ऊर्ध्वगती देतात ते इह लोकीचं जीवन तर जाणतातच पण मृत्यूनंतरचं जीवनही तितकंच स्पष्टपणे जाणतात.

मृत्यूकडे पाहाण्याची दृष्टी

आपल्या जीवनाचे आपणच शिल्पकार असतो. आपण आपलं तत्त्वज्ञान आणि विचारपद्धती घडवत असतो. योग्य विचारभूमिका नसली तर आयुष्याची वास्तू मजबूत होत नाही. ज्याला ही गोष्ट कळली तो अंतर्मुख होतो. स्वत:मध्ये परिवर्तन घडवून आणतो. चेतनेच्या विविध स्तरांचा अनुभव तो घेतो. त्याच्यातून एक आंतरिक शक्ती प्रकट होते. ही शक्तीच पूर्णत्वाप्रत घेऊन जाऊ शकते. सत्पुरुषांनी हे सिद्ध केलं आहे. पण आधुनिक माणसाला या गोष्टीचं आकलन नाही. तो अद्यापही बाह्य गोष्टीतच आनंद शोधत आहे. आनंदाचा उगम खरं तर त्याच्या आतच आहे.

मी जेव्हा तरुण होतो तेव्हा मलाही वाटायचं की सुख आणि आनंद बाहेरच्या गोष्टींमध्ये आहे. एकदा माझ्या गुरुदेवांनी मला एका वृद्ध श्रीमंत गृहस्थांना भेटायला पाठवलं. ते मृत्युशय्येवर होते. जेव्हा मी त्यांच्याकडे गेलो तेव्हा ते म्हणाले, 'महाराज, मला आशीर्वाद द्या!' ते दु:खात बुडाले होते आणि त्यांच्या डोळ्यांमधून आसवं वाहात होती.

मी त्यांना म्हटलं, 'एखाद्या गरीब, असहाय बालकाप्रमाणे आपण का रडताहात?'

ते म्हणाले, 'मी लहान असतो तर बरं झालं असतं. आत्ता मला कळतं आहे की मी जगातला सर्वात गरीब आणि दुर्बल माणूस आहे. सर्व सुखं आणि संपत्ती माझ्या दिमतीला आहेत. पण त्या कशाचाच मला काही उपयोग नाही. सर्व व्यर्थ आहे.'

त्या श्रीमंत व्यक्तीमध्ये केवढं आंतरिक दारिद्र्य होतं ते मला पाहायला मिळालं. तेव्हापासून मी विविध प्रकारच्या व्यक्ती मृत्युशय्येवर काय मन:स्थितीत असतात ते पाहात आलो आहे. कवी, लेखक, तत्त्वज्ञ, राजकीय नेते – सर्व जण मृत्युसमयी दु:खी आणि भयभीत असतात. जीवनाला चिकटून राहाण्याची त्यांची इच्छा आणि ऐहिक गोष्टींबद्दलची त्यांची आसक्ती त्यांना दु:ख देत असते. ज्यांना आत्म्याच्या अमरत्वाची जाणीव आहे ते ऐहिक जगतातल्या गोष्टीत जीव गुंतवत नाहीत. ते अत्यंत विधायक आरोग्यपूर्ण रीतीने या मर्त्य शरीराचा त्याग करतात.

चैतन्य महाप्रभूंच्या जीवनावरचं साहित्य सांगतं, की त्यांनी देह ठेवला त्यानंतरही ज्या खोलीत ते नामजप करत ती खोली त्या स्पंदनांनी, कंपनांनी भरून गेलेली होती.

मला एकदा असा अनुभव कानपूरला आला. तिथे एक वैद्यकीय व्यावसायिकाचं कुटुंबहोतं आणि त्यातील ज्येष्ठ स्त्री ही परम ईश्वरभक्त होती. तिने माझ्याकडून अनुग्रह घेतला होता. मृत्युपूर्वी तिने सहा महिने एकटीने एका खोलीत राहायचं ठरवलं. सर्व काळ ती केवळ नामस्मरणात आणि ध्यानात व्यतीत करीत असे. सहा महिन्यांनी ती आजारी पडली आणि मृत्यू निकट आल्याचं तिला कळलं. तिचे ज्येष्ठ पुत्र डॉ. ए.एन. टंडन हे आपल्या आईमध्ये मानसिकदृष्ट्या खूप गुंतलेले होते. तिच्या शेवटच्या घडीला आपण तिच्या जवळ असावं असं त्यांना फार वाटत होतं. पण आई म्हणाली, 'माझ्यात गुंतू नकोस. माझ्याजवळही बसू नकोस. तुझ्या बाबत जे कर्तव्य मला करणं आवश्यक होतं ते मी केलं आहे. आता पुढची यात्रा माझी मला एकटीनेच करायची आहे. तू जर माझ्यात गुंतलास तर ते मला अडचणीचं होईल.'

सामान्यत: मृत्यू निकट आला की लोक एकाकी आणि भयभीत होतात. त्यांच्या मुलाबाळांमध्ये, संपत्तीमध्ये ते इतके रमलेले असतात की एक खोटी सुरक्षिततेची भावना तयार झालेली असते. परंतु ही स्त्री अत्यंत शांत होती. भगवंताच्या नामात पूर्ण रंगलेली होती. ती आपल्या मुलांना म्हणाली, 'मी खूप आनंदात आहे. तुमचा माझ्याविषयीचा ओढा आता मला या मृत्युलोकाशी बांधून ठेवू शकणार नाही.'

तिचा मुलगा अत्यंत दु:खाने अश्रु ढाळत म्हणू लागला, 'आई, माझं तुझ्यावर नि:सीम प्रेम आहे. आता तुला माझ्याबद्दल काहीच का गं वाटत नाही? माझी प्रेममयी आई कुठे गेली बरं?'

ती म्हणाली, 'जे घडणार होतं ते आधीच घडलेलं आहे. मी आता मुक्त आत्मा आहे. खूप आनंदात आहे. मी विश्वचैतन्यावरची एक आनंदलहर आहे. मला कसलं भय किंवा चिंता नाही. तुम्ही अजून माझ्या मर्त्य शरीरावर प्रेम करता. पण आता ती निव्वळ खोळ आहे. तिला का तुम्ही तुमची आई समजता?'

मी या वेळी तिथे होतो. तिने खोलीत मी सोडून बाकी कुणालाही थांबू दिलं नाही. मृत्युपूर्वी पाच मिनिटं तिने स्मित केलं नि माझ्या कानात कुजबुजली, 'या लोकांना वाटतं आहे की मी शुद्धीत नाही. पण मला काय लाभलं आहे हे यांना माहीत नाही.' नंतर तिने मला कुटुंबातील सर्व लोकांना खोलीत बोलवायला सांगितलं. हात उंचावून सर्वांना आशीर्वाद दिला आणि ती आपल्या परमधामाला निघून गेली.

तिच्या मृत्यूनंतर तिच्या खोलीत ती जो नाममंत्र म्हणत असे त्याचे स्पंद जाणवत असत. कोणीतरी मला हे सांगितलं तर माझा विश्वास बसला नाही. पण मी स्वत: त्या खोलीत गेलो तेव्हा त्या मंत्राची स्पंदनं स्पष्टपणे जाणवली.

मंत्र हा एकाक्षरी, एकशब्द किंवा शब्दसमूह असू शकतो. जेव्हा जाणीवपूर्वक एखादी व्यक्ती मंत्रजप करते तेव्हा तो मंत्र तिच्या असंज्ञ मनातही उतरतो. परंतु त्याची जाणीव एरवी तिला नसते. मृत्यूचा दिवस जसा जवळ येतो तेव्हा मनाचं कार्य क्षीण होतं. शरीर आणि ऐहिक संपत्तीविषयीची आसक्ती माणसाला फार एकाकी आणि दु:खी करते. त्या वेळी माणसाला असंज्ञ मनातला तो नाममंत्र जागा होतो आणि माणसाला मदत करतो.

कुंभ मेळा

अज्ञानी माणसाला शरीराचा मृत्यू अत्यंत क्लेशकारक असतो. पण ज्याने निष्ठेने मंत्रजप केला आहे अशा माणसाला तो जप मर्त्य शरीर सोडताना आधार होतो, त्याचे क्लेश दूर करतो. मृत्यू भयावह नाही. मृत्यूची भीती क्लेशकारक आहे. मंत्राचं सामर्थ्य असं की मृत्यूनंतरच्या अंधारमय प्रवासात तो साधकाचा मार्गदर्शक होतो. मृत्यू आणि पुढचा जन्म यामध्ये जो प्रवास असतो त्यात नाममंत्र एखाद्या मार्गदर्शक दिव्याप्रमाणे साधकाची साथ करतो. पूर्ण श्रद्धेने सतत नामजप करणं हाच खरा मार्ग आहे. जगातील सर्व आध्यात्मिक परंपरांमध्ये हा मार्ग सांगितला आहे. शुद्ध आणि साधनापूत मन मंत्रांच्या सामर्थ्याने मृत्यू नावाच्या घटनेतून पार होतं. मंत्र हा दुर्लभ मित्र आहे. इहलोकी आणि परलोकी, जिथे मार्गदर्शनाची जरूर असेल तिथे तो मदत करतो. सततच्या नामस्मरणाने असंज्ञ मनात काही मार्ग निर्माण होतात. मनाचा प्रवाह त्याच मार्गावरून जाऊ लागतो. मंत्र हा आध्यात्मिक मार्गदर्शक मनुष्याचं मृत्यूभय दूर करून त्याला जीवनाच्या पैलतीरावर अलगद, क्लेशरहित रीतीने नेऊन पोहोचवतो.

सर्व योगी सांगतात की शरीर हे वस्त्रासारखं आहे. ज्या वेळी ते वस्त्र उपयोग करण्याच्या स्थितीत राहिलेलं नसतं त्या वेळी त्याचा जाणीवपूर्वक त्याग करता येतो. अशा प्रकारे देहत्याग करणं त्यांना स्वाभाविक वाटतं.

अलाहाबादला कुंभमेळा भरला होता. त्या वेळी अशी एक घटना मी पाहिली. दर बारा वर्षांनंतर साधूंचा हा मेळा पवित्र क्षेत्री भरत असतो. गंगेच्या तीरावर अनेक ज्ञानी साधू-सत्पुरुष एकत्र येतात आणि त्याच्यात अध्यात्म चर्चा होते. त्याचा लाभ सर्वांना होतो. एक महिना हा मेळा चालतो. भारतातले अनेक धार्मिक लोक या मेळ्याला आवर्जून

जातात.

त्या वेळी गंगेच्या तीरी असलेल्या एका उद्यानगृहात मी राहिलो होतो. एका पहाटे तीन वाजण्याच्या सुमारास मला वार्ता कळली की विनय महाराज यांनी ठीक साडेचारला देहविसर्जन करायचं ठरवलं आहे. हे माझ्या गुरुदेवांचे अनुग्रहीत होते. मी ताबडतोब त्यांच्या कुटीकडे गेलो. माझ्याशी ते अर्धा तास योग-वेदांतातील उच्च साधनांबद्दल बोलले. तिथे आणखी सहा संन्यासी बसलेले होते. साधनेचं विवरण पूर्ण झाल्यावर बरोबर साडेचारला त्यांनी आमचा निरोप घेतला आणि शरीरत्याग केला. जाताना ते म्हणाले, 'देव तुमचं भलं करो. आता 'तिकडे' भेटू या.' मग ते शांत झाले. त्यांनी डोळे मिटले. आम्हा सर्वांना त्यांच्या कवटीत 'टिक्' असा आवाज ऐकू आला. ब्रह्मरंध्र भेदून त्यांचे प्राण ऊर्ध्वगामी झाले होते. नंतर त्यांचं शरीर आम्ही गंगार्पण केलं. जिथे योग्यांनी जाणीवपूर्वक ब्रह्मरंध्रातून प्राणविमोचन केलं, असे कितीतरी प्रसंग मी नंतर पाहिले.

आधुनिक मनुष्याला कसं खायचं, कसं बोलायचं, कसे कपडे परिधान करायचे, समाजात कसं राहायचं हे सगळं माहीत आहे. गर्भवती मातेच्या पोटातून बाळ सुखरूप बाहेर काढायचं शास्त्रही तो जाणतो. वेदनारहित प्रसूतीचं तंत्र त्याने विकसित केलं आहे. पण स्वेच्छेने, आनंदाने देहत्याग कसा करायचा हे त्याला माहीत नाही. मृत्यूच्या वेळी तो व्याकुळ होतो, शारीरिक, मानसिक वेदना त्याला होतात. आधुनिक जगात तंत्रज्ञानाचा खूप विकास झालेला असला तरी जन्म-मरणाचं रहस्य या जगाला माहीत नाही. आपल्या अंतर्यामही असलेल्या सुप्त शक्तींचीही त्याला जाणीव नाही.

मृत्यू ही शरीराची सवय आहे. तो आवश्यक बदल आहे. मृत्यू ज्याच्या समीप आला आहे अशा माणसाची मानसिक तयारी करणं आवश्यक असतं. मृत्यू स्वतंत्रपणे क्लेशकारी नाही पण आसक्तीमुळे तो क्लेशकारी वाटतो. लौकिक जगात यशस्वी व्हावं म्हणून विविध प्रकारचं शिक्षण माणसाला दिलं जातं. पण मृत्यूच्या भीतीपासून मुक्त होण्याचं शिक्षण माणसाला मिळत नाही. शांत, अक्लेश रीतीने मृत्यूचा स्वीकार कसा करायचा हे मनुष्याला शिकवण्याची आवश्यकता आहे.

शरीर त्यागाच्या पद्धती

मी दोन मित्रांबरोबर गंगोत्रीहून बद्रीनाथला निघालो होतो. जुलैचा म्हणजे ढगांच्या प्रवासाचाही महिना होता. क्वचित कोणी योगी-साधू जात असत अशा अवघड, निरूंद वळणावळणाच्या रस्त्याने आम्ही चाललो होतो. गंगोत्री ते बद्रीनाथ हा पंचवीस मैलांचा प्रवास करायला आम्हाला चार दिवस लागले. नेहमीच्या, लांबच्या रस्त्याने गेलो असतो तर आणखीच वेळ लागला असता. बारा हजार फुटांवरच्या हिमाच्छादित शिखरांमधून आम्ही चाललो होतो. हिमालयाचं ते रौद्र-सुंदर रूप मी यापूर्वी पाहिलं नव्हतं.

गंगोत्रीहून नऊ मैल पुढे आल्यावर आम्ही रात्रीचा मुक्काम केला. या ठिकाणापासून गंगेचं पात्र ओलांडलं की पलीकडे भोज बासा नावाचं ठिकाण लागतं. ज्यांच्या सालींचा उपयोग लेखनासाठी केला जातो ते भूर्ज किंवा भोज वृक्ष इथे आहेत. दुसऱ्या दिवशी आम्ही गंगेच्या उगमाकडे – गोमुखाकडे वाटचाल करू लागलो. तिथे आम्हाला एक तरुण मद्रासी स्वामी भेटले. ते तमिळभाषिक होते. आमच्याशी मोडक्यातोडक्या हिंदी भाषेत बोलत होते. हिमालयात स्वामी तपोधनमजी म्हणून फार थोर संस्कृत विद्वान साधक होते. त्यांच्याकडे त्यांचं शिक्षण झालं होतं. आम्ही चौघे मोठमोठ्या हिमखंडांमधून गोमुखाकडे वाटचाल करत होतो. आमच्या जवळ थोडी बिस्किटं, मक्याच्या लाह्या आणि आसऱ्याला तंबू होता. गोमुखाशी आम्हाला हंसजी म्हणून आणखी एक स्वामी भेटले आणि आमची एकत्र वाटचाल सुरू झाली. या ठिकाणापलीकडे कुणी योगी वा स्वामी राहात नाहीत. स्वामी हंसजी इथे दर उन्हाळ्यात यायचे. ते पूर्वी नाविकदलात अधिकारी होते. दर्यावर्दी जीवनाला कंटाळून ते हिमालयात योगीपुरुषांच्या शोधात आले. पस्तिसाव्या जर्षी त्यांनी संन्यास स्वीकारला होता. त्या भागात ते त्यांच्या ऋजु, शांत आणि मृदू स्वभावाबद्दल प्रसिद्ध होते.

दुसऱ्या दिवशी आम्ही हंसजींचा निरोप घेऊन निघालो. या अवघड रस्त्याने आम्ही बद्रीनाथला जावं हे हंसजींना तितकंसं योग्य वाटलं नव्हतं. दुसऱ्या दिवशी आम्ही १६००० फुटांवर मुक्काम केला नि तिसऱ्या दिवशी १८००० फुटांवर तंबू ठोकला. उंच भागांमध्ये

हवा विरळ असते. आमच्याकडे ऑक्सिजन सिलिंडर इ. साधनं नसताना तो प्रवास करणं अवघड होतं. जगाच्या छतावरून चालत असल्यासारखं आम्ही तीन दिवस चाललो. तिथे आकाश निळंभोर दिसे, तारे अधिकच तेजस्वी दिसत. नक्षत्रखचित आकाशचं वैभव हिमशिखरांनी तोललं आहे असं वाटे. ते स्तंभही मोठे वैभवशाली दिसत.

आमचा तंबू अगदी छोटा होता. शेवटची कसोटीची रात्र आम्ही गरम कपडे वेढून घेऊन, शरीरतपमानाच्या उबेत आणि थंड हवेच्या झोतांत वरवर श्वासोच्छ्वास करीत कशीबशी काढली. मध्यरात्री आमच्या सोबत आलेल्या तरुण स्वामींनी हिमालयाच्या त्या उंचीवर देहत्याग करण्याचा निश्चय केला. कुठल्याही निराशेच्या पोटी त्यांनी तो निर्णय घेतला नव्हता. या जगातला आपला मुक्काम संपल्याची जाणीव बहुधा त्यांना झाली होती. तिथे बर्फाचे मोठमोठे थर असतात तिथे हळूहळू वस्त्रं काढत गेलो तर शरीर गोठून जातं. त्याला वेदना जाणवेनाशा होतात.

एरवीसुद्धा हिमालयात उंच शिखरांवर शरीराला बधिरता येते. हिमालयातील शिखरांचा शोध घेणारे पाश्चात्य गिर्यारोहक, भारतीय प्राचीन वाङ्मय अशा अपेक ठिकाणी या गोष्टीचा उल्लेख येतो. योगशास्त्राने अशा ठिकाणी देहत्याग करण्याची एक शास्त्रीय पद्धत सांगितली आहे. समाधी अवस्थेत जाऊन शरीर गोठू देणं ही हिमालयातील काही योग्यांची संप्रदायाची रूढ देहत्याग पद्धती आहे. तिला हिमसमाधी असं म्हणतात.

पतंजलीच्या योगसूत्रांत 'समाधी' हा शब्द नि:संकल्प, नीरव, निस्तरंग अशी जी चित्ताची स्थिती, तिला उद्देशून वापरला आहे. परंतु हिमालयातील परिभाषेनुसार देहत्यागाच्या विविध पद्धतीही 'समाधी' म्हणून ओळखल्या जातात. उदाहरणार्थ, एखाद्या साधूने 'महासमाधी' घेतली म्हणजे देहत्याग केला.

त्या तरुण स्वामींना हिमसमाधी घ्यायची होती. पण त्यांना तिथे एकट्याला सोडून जायला आमची तयारी नव्हती. त्यामुळे आम्ही त्यांना आमच्याबरोबर येण्याचा आग्रह केला. पण आम्हाला तमिळ भाषा येत नसल्याने संवाद होऊ शकत नव्हता. आम्ही आमच्याबरोबर येण्यासाठी त्यांचं मन वळवायचा खूप प्रयत्न केला. सकाळी दहापर्यंत वाट पाहिली. पण हिमालयाच्या देवभूमीत शरीर सोडायचा त्यांचा निश्चय पक्का होता. शेवटी त्यांना सोडून आम्ही बद्रीनाथला निघालो आणि दोन दिवसांनी तिथे पोहोचलो. युधिष्ठिरसुद्धा शेवटी हिमालयात गेला होता. त्याने द्रौपदीला सांगितलं होतं की देवांची भेट घेऊन मग तो परमधामाला जाणार आहे. बद्रीनाथाचं दर्शन घेऊन आम्ही आपापल्या ठिकाणी परतलो.

हिमसमाधी ही शरीरत्यागाची प्राचीन ऋषींनी अवलंबिलेली एक पद्धती आहे. दुसरी पद्धत म्हणजे जलसमाधी. हिमालयातील नद्यांमध्ये जिथे खोल पाणी असेल तिथे प्राणरोधन करून जलसमाधी घेतली जाते. स्थल समाधी म्हणजे जमिनीच्या पोटात किंवा वर सिद्धासनात बसून ब्रह्मरंध्रातून प्राण जाणीवपूर्वक ऊर्ध्वगामी करणं. या सर्व पद्धती अत्यंत शास्त्रीय, वेदनारहित आणि जाणीवपूर्वक आचरलेल्या असतात. पाश्चात्य जगाला त्या विचित्र किंवा अनोळखी वाटतील पण हिमालयातील निवासी साधूंना त्या स्वाभाविक

वाटतात. त्यांना आत्महत्त्या म्हणता येणार नाही. जे शरीर आत्मसाक्षात्काराचं साधन होऊ शकत नाही. त्याचा शास्त्रीय पद्धतीने त्याग करता येतो. असं शरीर म्हणजे ओझंच मानलं जातं. मृत्युसन्मुख व्यक्ती जेव्हा स्मृतींच्या असंज्ञ गुहेतून पार होत असते तेव्हा ते ओझं झालेलं शरीर हा अडथळाच असतो. ज्यांना योगातील प्रगत पद्धती माहीत नाहीत, ज्यांची इच्छाशक्ती आणि आत्मनियंत्रण मर्यादित आहे ते मरण ज्या पद्धतीने येईल त्या पद्धतीने स्वीकारतात. पण योग्यांच्या देहत्यागाच्या पद्धती या त्यांच्यापेक्षा फार श्रेष्ठ असतात.

आणखी एक विलक्षण देहत्यागाची पद्धत आहे. नाभिपाशी मणिपूर चक्राशी आंतरअग्नी प्रज्वलित केला जातो आणि त्यात योग्याचं शरीर क्षणार्धात भस्मसात होतं. कठोपनिषदामध्ये यमाने, मृत्यूच्या सम्राटाने ही विद्या बाल नचिकेत्याला सांगितली आहे. जगात सर्वत्र अचानक पेट घेऊन माणसं भस्मसात झाल्याच्या घटना घडतात. ते कसं होतं याबद्दल लोक आश्चर्य करतात. पण भारतातील 'महाकाल निधी' सारख्या प्राचीन ग्रंथांमधून त्याची पद्धतशीर प्रक्रिया दिलेली आहे.

हिमालयातील योग्याच्या दृष्टीने जन्म आणि मृत्यू या फार महत्त्व देण्यासारख्या गोष्टी नाहीत. आधुनिक मानवाने जन्माचं रहस्य शोधून काढलं आहे. त्या आनंदाच्या प्रसंगाची शास्त्रीय पूर्वतयारी ते करू शकतात. परंतु जीवनाचं तत्त्वज्ञान नीट माहीत नसल्याने मृत्यूची तयारी कशी करायची हे त्यांना माहीत नसतं. योग्याच्या दृष्टीने मृत्यू ही शरीराची सवय आहे. वाढीचे, विकासाचे टप्पे जसे स्वाभाविक आहेत तसा मृत्यूही स्वाभाविक आहे. जर आधुनिक मानवाने हे समजून घेतलं तर मृत्यू त्याला दुःखदायी होणार नाही. ज्या वेळी समाजापासून मनुष्य दूर जातो, एकाकी होतो त्या वेळी तो बिचकून जाणार नाही. मृत्यूच्या भयातून मुक्त होण्यासाठी मानवी अस्तित्वाच्या अन्य दिशांचा शोध आधुनिक मानव का करत नाही, असा मला प्रश्न पडतो. पाश्चात्य जगात या विषयावर पुष्कळ साहित्य उपलब्ध आहे. पण मृत्यूशी निगडित भय-वेदना कशी कमी करावी याचं उत्तर त्याला सापडलेलं नाही. तथापि आता या विषयावर प्रकट चर्चा होतात. तरीही मृत्यू पावण्याच्या शास्त्रशुद्ध पद्धती पाश्चात्य जगाला ठाऊक नाहीत. यासंबंधीचं योग वाङ्मय हे धार्मिक किंवा सांस्कृतिक म्हणता येणार नाही. ते वैज्ञानिक संशोधन मानलं पाहिजे, ते अनुभवाच्या कसावर तपासून घेतलं पाहिजे आणि मृत्यूसमयी व्याकुळ झालेल्या जीवांना त्यामुळे स्वस्थता, दिलासा मिळाला पाहिजे.

मृत शरीरात वास्तव्य

माझ्या गुरुदेवांच्या मार्गदर्शनाखाली आसामममधील एक ब्रिटिश लष्करी अधिकारी ध्यानसाधना करू लागला. गुरुदेवांबद्दल त्याला परम आदर होता. हृषिकेशपासून चाळीस मैलावर असलेल्या रूरकी या गावी त्याची गुरुदेवांशी भेट झाली. एक भारतीय लष्करी अधिकारी गुरुदेवांबद्दल खूप आदराने बोलत. त्यांचं ऐकून त्याच्या बरोबर हा ब्रिटिश अधिकारी गंगाकिनारी गुरुदेवांना भेटायला आला. नंतर तो नेहमीच गुरुदेवांकडे जाऊ लागला. काही काळाने लष्करी सेवा सोडून देऊन तो गुरुदेवांजवळ राहाण्याचा विचार करत होता. माझ्यावरही त्याचं खूप प्रेम होतं. नेहमी तो मला आसामला येण्याचा आग्रह करी. पण मला शहरापेक्षा, गावांपेक्षा हिमालयाच्या शांत पर्वतरांगा प्रिय होत्या.

मी जेव्हा सोळा वर्षांचा होतो. तेव्हा नागा टेकड्यांमध्ये राहाणारे लोक वृद्ध महात्मे – बूढे बाबा – मला भेटले. ते आसामला निघाले होते. आम्ही त्या वेळी गुप्त काशीला गावापासून पाच-सहा मैलांवर असलेल्या गुहेत राहात होतो. बूढे बाबा अगदी कृश होते. ते शुभ्र वस्त्र नेसत. त्यांची दाढी आणि केसही अगदी शुभ्र होते. वय झालेलं असूनही ते वाकलेले नव्हते. ताठच्या ताठ बांबूच्या काठीसारखे होते. ते माझ्या गुरुदेवांकडे नेहमी येत आणि उच्च साधनांबद्दल त्यांच्याकडून मार्गदर्शन घेत. एका देहातून दुसऱ्या देहात जाण्याबद्दल ते नेहमी गुरुदेवांशी बोलत. त्याला परकायाप्रवेश असं म्हणतात. मी त्या वेळी लहान होतो. माझ्याशी या योगसाधनेच्या प्रकाराबद्दल कुणी मोकळेपणाने बोलत नसे.

दहा दिवसांनी माझ्या गुरुदेवांनी या वृद्ध बाबांबरोबर मला आसामला जायला सांगितलं. आम्ही आगगाडीने गेलो. वाटेत प्रारंभी उल्लेखलेल्या, आधी ब्रिटिश अधिकारी असलेल्या साधकाला भेटलो. तो नियमित योगसाधना करत असे. आसन, प्राणायाम, ध्यान हे सर्व करत असे. इतर लष्करी अधिकाऱ्यांना ते कळत नसल्याने हा काही तरी विचित्र गोष्टी करतो, असं त्यांना वाटत असे. या अधिकाऱ्याच्या हाताखाली असलेल्या एका मेजरने सांगितलं, 'हे प्रथम मला एक खुर्ची आणायला सांगतात, स्वत: त्यावर बसतात. मग मला खुर्ची हलवायला सांगतात. पण ते त्या बसण्याच्या स्थितीत तसेच स्थिर राहातात.

काहीही आधाराशिवाय जणू खुर्चीत बसले आहेत असे ते आरामात असतात.’

दुसऱ्या मेजरने सांगितलं की, ‘तीन वर्षांपासून ते योगाभ्यास करतात आणि त्यांचं व्यक्तिमत्त्व अगदी बदलून गेलं आहे. अजून बदलत आहे. ते आता पूर्वीसारखे रागवत नाहीत. त्यांचा स्वभाव मृदू झाला आहे, प्रेमळ झाला आहे. त्यांनी व्यसनं सोडून दिली आहेत. त्यांना हिंदी आधीच येत होतं. आता ते संस्कृत शिकू लागले आहेत.’ आम्ही तिथे असताना बूढे बाबा त्या ब्रिटिश अधिकाऱ्याला सांगत होते की, ते अजून नऊ दिवसांनी परकायाप्रवेश करणार आहेत.

आणखी काही दिवसांनी बूढे बाबा आणि मी लष्करी छावणी सोडून नागा टेकड्यांमध्ये गेलो. तिथे खूप डास असतात. साप, हत्ती, वाघ यांसारखे वन्य प्राणी असतात. त्यामुळे त्या भागात योगी, साधुपुरुष सहसा राहात नाहीत. आम्ही ज्या गुहेत राहिलो ती गुहा स्वामी निगमानंदांची होती. त्यांनी स्वानुभवावर आधारित तीन पुस्तकं लिहिली आहेत – योगी गुरू, तांत्रिक गुरू आणि वेदांत गुरू. ही तिन्ही पुस्तकं मला उपयुक्त वाटली. आम्ही जेव्हा एकत्र असू त्या वेळी हे योगीपुरुष काही गूढगहन आध्यात्मिक गोष्टींबाबत बोलत. त्या वेळी मी माझे स्नायू फुगवून पाहात असे. मी बूढे बाबांना म्हणे, ‘बघा, कसे मजबूत स्नायू आहेत माझे!’ ते म्हणत, ‘बघूया की! आता तुझी कसोटी लागणारच आहे.’

माझा स्वभाव चौकस असल्याने मी बाबांना सारखे प्रश्न विचारीत असे. शेवटी ते म्हणाले, ‘आता प्रश्न पुरे. तुझ्या इष्टमंत्रावर तुझं मन एकाग्र कर.’ बाबांना संस्कृत, हिंदी, पाली, तिबेटी, चिनी अशा अनेक भाषा येत होत्या. त्या वेळी माझ्या सततच्या बडबडीमुळे त्यांना वैताग येई. त्या वेळी ते इंग्रजीत म्हणायचे, ‘शट अप! चूप राहा!’ मलाही मौन आवडायचं पण गूढ वाटणाऱ्या अनेक गोष्टी मला त्यांच्याकडून माहीत करून घ्यायच्या होत्या. म्हणून ते वैतागत आहेत हे बघूनही मी प्रश्न विचारून त्यांना छळत असे. ज्या वेळी त्या गुहेतून निघण्याची वेळ आली तेव्हा मी त्यांना विचारलं की, त्यांना परकायाप्रवेश का करायचा आहे? ते म्हणाले, ‘माझं वय आता नव्वद आहे. आता समाधी स्थितीत जास्त काळ राहाण्यासाठी या शरीराचा उपयोग राहिलेला नाही. शिवाय उद्या एक संधी आहे. एका तरुण माणसाला उद्या सर्पदंश होणार आहे. त्याला इथून तेरा मैलावरच्या नदीच्या पात्रात सोडणार आहेत.’ त्यांचं बोलणं ऐकून मला खूप आश्चर्य वाटलं. ते मला म्हणाले, ‘आपण उद्या सकाळी ही गुहा सोडायची आणि ठरलेल्या ठिकाणी सूर्यास्तापूर्वी जायचं.’

परंतु ठरल्याप्रमाणे सकाळी आम्ही गुहेतून बाहेर पडू शकलो नाही. रात्री एका हत्तीने गुहेच्या बाहेरच्या भागात सोंड घातली होती. तिथे एक विंचू लपला होता. तो हत्तीला चावल्यामुळे हत्ती मेला होता. तो हत्ती मोठ्या चमत्कारिक स्थितीत होता. त्याचे पुढचे दोन पाय, सोंड आणि डोकं गुहेच्या आत होतं आणि त्याचे मागचे दोन पाय, पृष्ठभाग, शेपूट हे सारं बाहेर होतं. बाबांनी तो विंचू हातात पकडला आणि म्हणाले, ‘वेड्या, हे काय करून ठेवलंस?’

मी भीतीने किंचाळलो, ‘अहो, त्या विंचवाला सोडा! तो तुम्हाला दंश करील.’

बाबा म्हणाले, ‘नाही, त्याची एवढी हिंमत नाही.’ तो चांगला पाच इंचाचा, काळाभोर विंचू होता! विंचू कसला इंगळीच ती! मला वाटलं की पायातल्या खडावेने ती मारावी. पण बाबांनी मला तसं करू दिलं नाही. ते म्हणाले, ‘जिवंत प्राणी मारण्याचा अधिकार कोणालाही नाही. या दोघांनी परस्परांचा बदला घेऊन हिशोब मिटवला आहे. ज्या वेळी तुला कर्माचा सिद्धांत कळेल तेव्हा अशा घटनांचा तुला अर्थ लागेल.’ त्यांनी फार खुलासा केला नाही कारण आम्हाला निघायचं होतं आणि आमचा रस्ता दाट अरण्यातून होता. दोन तास त्या प्रचंड हत्तीला गुहेच्या मार्गातून दूर करायचा मी आटोकाट प्रयत्न केला. शेवटी जेमतेम रांगत बाहेर जाण्याइतपत रस्ता झाला. तेरा मैल उत्तरेला गेल्यावर आम्हाला एक नदी लागली. तिच्या काठी आम्ही राहिलो. सकाळी साडेचारला मी स्नान करून ध्यानाला बसलो. मी डोळे उघडले तेव्हा बाबा नव्हते. मी दिवसभर त्यांना शोधलं पण ते भेटले नाहीत. म्हणून मी हिमालयात परत जायचं ठरवलं.

संपूर्ण प्रवास अगदी गूढ आणि निरर्थक वाटत होता. रस्त्यावर काटेरी झुडपं होती. मी आमच्या परिचयाच्या त्या ब्रिटिश अधिकाऱ्याकडे गेलो तेव्हा तो म्हणाला, ‘बाबांनी ठरवलं तसं केलं. त्यांनी आता नवीन देहात प्रवेश केला आहे.’ मला काही उलगडा झाला नाही. मी तसाच हिमालयात माझ्या गुरूंकडे निघून आलो. ते म्हणाले, ‘बूढे बाबा काल रात्री इथे आले होते. तुझी चौकशी करत होते.’ नंतर काही दिवसांनी एक तरुण साधू आमच्या गुहेत आला. त्यांनी माझ्याशी अशाप्रकारे बोलायला सुरुवात केली की जणू आमची फार जुनी ओळख आहे. त्यांनी आमच्या आसाम प्रवासाचं वर्णन सर्व तपशीलांसह केलं आणि म्हणाले, ‘मी जेव्हा नवीन शरीरात प्रवेश केला तेव्हा तू नव्हतास. तुला सांगता आलं नाही. क्षमस्व.’ मला फार विचित्र वाटत होतं. माझ्या निकट परिचयाची एक व्यक्ती नव्या शरीराच्या माध्यमातून माझ्याशी बोलत होती.

हे नवीन शरीर धारण केल्यामुळे बूढे बाबांची बुद्धी, ज्ञान, स्मृती, सवयी यात काहीही फरक पडला नव्हता. मी त्यांच्या बोलण्याचं आणि वर्तनाचं निरीक्षण करून खात्री करून घेतली. तो तरुण साधू बाबांप्रमाणेच सरळच्या सरळ काठीसारखा दिसत होता आणि तसाच झपझप चालत होता. नंतर माझ्या गुरुदेवांनी त्याला एक नवीन नाव दिलं. गुरुदेव म्हणाले, ‘शरीराबरोबर नामही जातं. आत्मा तसाच राहातो. त्याला नवीन नावाने ओळखणं चांगलं.’ गुरुदेवांनी त्यांना आनंद बाबा असं नाव दिलं. हे आनंद बाबा आजही हिमालयात भ्रमंती करत आहेत. मी आजही जेव्हा त्यांना पाहातो तेव्हा त्यांच्या पूर्वीच्या शरीराची मला आठवण येई आणि नव्या रूपात त्यांना मानणं ही मला अवघड गोष्ट वाटे.

मी पुढे जेवढी माहिती गोळा केली त्यावरून मला कळलं की अत्यंत प्रगत योग्यांना एखादं योग्य मृत शरीर उपलब्ध झालं तर त्यात प्रवेश करणं शक्य असतं. फार थोर योगीच हे करू शकतात. सामान्य माणसासाठी ही कपोलकल्पित गोष्ट आहे.

मी विविध महात्म्यांकडून जे शिकलो त्यामुळे माझं जीवन समृद्ध आणि पूर्ण झालं आहे. माझे हात भविष्याचा पडदा बाजूला करू शकत नाहीत किंवा माझे डोळे त्या पलीकडे पाहू शकत नाहीत. पण मला तिथल्या दूरस्थ संगीताच्या सुरावटी ऐकू येतात

आणि मी वेगवेगळ्या महात्म्यांचे वेगवेगळे आवाजही स्पष्टपणे ओळखू शकतो. माझ्या भोवतालच्या दृश्य जगातील गोष्टी माझ्या जागृत मनात मला जाणवत नाहीत पण माझ्या अस्तित्वाच्या खोलवरच्या स्तरांवर त्यांचे पडसाद उमटत असतात.

माझे गुरुदेव देहत्याग करतात

जुलै १९४५ मध्ये एकदा माझ्या गुरुदेवांनी देहत्याग करण्याचा मानस व्यक्त केला. मी त्यांच्याशी वाद केला, 'शास्त्रग्रंथ म्हणतात की जो गुरू आपल्या अपूर्ण-मूर्ख शिष्याला जगात सोडून जातो त्याला नरकवास भोगावा लागतो.' ते म्हणाले, 'ठीक आहे. मी इतक्यात देहत्याग करत नाही. कारण तू अजून मूर्ख आणि अज्ञानी आहेस.'

मग १९५४ च्या सुमारास मी जर्मनीला जाणार होतो. स्नान करताकरता मनात आलं 'मी गुरुदेवांना शरीरात राहाण्याचा आग्रह केला ते योग्य झालं नाही. त्यांनी मला आधीच खूप गोष्टी दिल्या आहेत.'

जेव्हा मी गुरुदेवांकडे गेलो तेव्हा मी मनातला हा विचार त्यांना सांगितला नाही. पण ते म्हणाले, 'सर्व स्वामींना सायंकाळी ठीक साडेपाच वाजता एकत्र यायला सांग. मी माझा शेवटचा उपदेश देणार आहे.' आम्ही ११६०० फुटांवरच्या हिमालयातील एका तीर्थ क्षेत्री होतो. बसुधारा आणि बद्रीनाथच्यामध्ये ही जागा आहे.

योग्याने देह ठेवण्याच्या प्रक्रियेचे साक्षी होणे हा भारतीय परंपरेत मोलाचा अनुभव समजला जातो. योगी स्वेच्छामरणी असतात. स्वत:च्या मृत्यूचा काल आणि तिथी हे ते स्वत: निश्चित करू शकतात. योग्याला दीर्घकाळ जगायचं असेल तर तो जगू शकतो. पण ज्या दिवशी त्याला वाटेल की या देहात राहाणं पुरे, त्या वेळी तो नागाने कात टाकावी तसं शरीर टाकून देतो.

मी गुरुदेवांना विचारलं, 'तुम्ही शरीर सोडायचं का ठरवलंत?' ते म्हणाले, 'तू आंघोळ करत असताना विचार करत होतास की मला स्वेच्छामृत्यू स्वीकारण्यापासून तू अडवू शकत नाहीस. आता तू समर्थ आहेस आणि तुझं काही शिक्षणही झालं आहे. जगामध्ये स्वतंत्र उभा राहाण्याइतकी प्रगल्भता तुला आली आहे. आता मला माझ्या मार्गाने जाण्याचं स्वातंत्र्य आहे.' आम्ही पाचजण एका पर्वतशिखरावर गुरूंभोवती बसलो होतो. त्यांनी आम्हाला विचारलं की, कुणाला ध्यानसाधना वगैरे संदर्भात काही विचारायचं आहे का? मला अत्यंत दु:ख झालं होतं. त्यांच्याविषयी मला जी ओढ होती ती मी व्यक्त करू शकत नव्हतो. मी स्वत:ला समजावीत होतो, 'शरीर हे कधी ना कधी जाणारच असतं. ते

अपरिहार्य आहे.' गुरुदेवांनी माझ्याकडे पाहून म्हटलं, 'तुला माझ्याकडून काही हवं आहे का?'

मी म्हणालो, 'ज्या वेळी मी असहाय, दुःखी असेल, परिस्थितीशी कसा सामना करावा ते मला कळत नसेल त्या वेळी तुम्ही माझ्या बरोबर असावं!' त्यांनी ते मान्य केलं. मला आशीर्वाद दिले. आम्ही सर्वांनी त्यांना प्रणाम केला. ते सिद्धासनात बसले आणि त्यांनी डोळे मिटले. शांत स्वरात त्यांनी ओंकार म्हटला आणि मग त्यांचं शरीर अचेतन झालं.

आम्हाला अश्रू आवरेनात. गुरुदेवांचं शरीर भूमीत आच्छादून ठेवायचं की गंगेत अर्पण करायचं हे आम्हाला ठरवता येईना. दोन तास आम्ही परस्परांची समजूत घालत होतो आणि चर्चा करत होतो. पण निर्णय होईना. शेवटी सर्वांनी निर्णय माझ्यावर सोपवला. गुरुदेवांचं शरीर गुहेकडे न्यावं असा एकदा विचार केला. पण गुहा तिथून त्रेसष्ट मैल लांब होती. इतक्या दूर ते शरीर न्यायचं तर कित्येक दिवस लागले असते. तरीपण एक स्वामी आणि मी मिळून ते शरीर गुहेकडे नेण्याचा प्रयत्न करायचं ठरवलं. रात्रीच्या वेळी पर्वतक्षेत्रात प्रवास करणं सोयीचं नसतं म्हणून आहमी एका गुहेत थांबलो. आम्ही अगदी मूक होतो. एकमेकांकडे पाहात रात्र काढली. गुरुदेव मला सोडून जातील असं मला कधीच वाटलं नव्हतं पण ते गेले होते. दुसऱ्या दिवशी सकाळी आम्ही त्यांचं शरीर घेऊन निघालो. पंधरा मैल चाललो. शरीराची काही व्यवस्था लावावी असं वाटलं. पण काय करावं ते कळेना. शरीर कुजू लागेल असं भयही वाटत होतं. दोन रात्री गेल्या होत्या. तिसऱ्या दिवशी आम्ही त्यांना एका पर्वत शिखरावर पुरण्याचं ठरवलं. तिथून आमची गुहा दिसत असे. आम्ही तिथे सहा फूट खोल खड्डा खणला आणि गुरुदेवांचं शरीर आत ठेवलं.

दगडमातीने ते शव झाकण्याची आवश्यकता होती. पण आम्हा दोघांचे हातपायच चालेनात. सोबतच्या तिघांचेही हातपाय जणू पांगळे झाले. आम्ही एकमेकांशी बोलू शकत होतो. पण सर्व जण पूर्णतः निर्जीव झालो होतो. अशा प्रकारचा अनुभव मी पूर्वी कधी घेतला नव्हता. मला वाटलं की माझा जीव माझ्या शरीरापासून हळूहळू पूर्णतया अलग होत आहे. जणू मी शरीरातून उडी मारून बाहेर आलो. इतरांसाठी तसाच अनुभव आला होता. जवळच पाच फुटांवर एक फरचं छोटं झाड होतं. तिथून येत असल्याप्रमाणे आम्हाला गुरुदेवांचा आवाज ऐकू आला, 'जागे व्हा! मी इथे आहे. दुःखी होऊ नका. मी शरीरात असलेला तुम्हाला हवा आहे की मी शरीराशिवाय तुम्हाला मदत केलेली तुम्हाला चालेल?' मी म्हणालो, 'तुम्ही आम्हाला शरीरात असलेले हवे आहात.'

आम्ही सर्वांनी एकमुखाने त्यांची प्रार्थना केली आणि त्यांनी परत यावं म्हणून त्यांची विनवणी केली. मग मला माझ्या शरीरात एक सुखद कंपन जाणवलं. हळूहळू शरीराचा बधिरपणा कमी होत गेला. हातपाय हलू लागले. ज्या खड्ड्यात आम्ही गुरुदेवांना ठेवलं होतं तेथून ते सशरीर बाहेर आले. ते म्हणाले, 'अजून मी तुम्हाला शरीरातच हवा आहे ही काही चांगली गोष्ट नाही. अजून तुम्ही नामरूपावरच प्रेम करता आणि त्या पलीकडे जाऊ शकत नाही. माझ्या शरीराबद्दलची तुम्हाला असलेली आसक्ती ही एक अडचण आहे.

पण मी आता तुम्ही माझ्या शरीराशी आसक्त राहाणार नाही असं करीन.' नंतर त्यांनी मला नामरूपात्मक शरीर आणि त्या पलीकडे असलेला जीवात्मा यांचा संबंध समजावून सांगायला सुरुवात केली.

अनेकदा मी त्यांच्याबरोबर गुहेत राहात असताना ते अगदी मौन असत. काहीही हालचाल करत नसत. जेव्हा ते डोळे उघडत तेव्हा आम्ही त्यांच्याजवळ जाऊन बसत असू. एकदा त्यांनी मला तीन प्रकारच्या अस्तित्वाबद्दल सांगितलं : १) विश्वाचा स्वामी – अक्षर पुरुष, २) ज्यांची जन्म-मरणावर सत्ता चालते असे महात्मे – जे स्वेच्छेने ते जन्म वा मरण स्वीकारतात, ३) ज्यांची जन्म-मरणावर सत्ता चालत नाही असे सामान्य लोक त्यांच्या मनावर मरणाच्या भयाचं सावट नेहमी असतं असे अज्ञानी लोक दु:ख भोगत असतात.

महात्मे आणि योगी जन्म किंवा मरण या घटनांना विशेष महत्त्व देत नाहीत. ते भयमुक्त असतात. हिमालयातल्या महात्म्यांचा पहिला संदेश म्हणजे भयमुक्त व्हा. निर्भयता ही आत्मसाक्षात्काराच्या मार्गावरची पहिली पायरी आहे. संवादाच्या ओघात गुरुदेव सांगत की महात्मे आणि योगी यांचं कालावर स्वामित्व असतं. ते कितीही काळ जगू शकतात. जीव हा सध्याचं शरीर टाकून देऊन दुसऱ्या शरीरात राहू शकतो. आद्य शंकराचार्यांना ही शिक्षा अवगत होती. या विद्येला परकायाप्रवेश म्हणतात. मला या प्रक्रियेविषयी फार जिज्ञासा होती. माझ्या परमगुरूंनी ही प्रक्रिया केल्याचं मी तिबेटला पाहिलं होतं. योग्य शरीर उपलब्ध असेल तर सिद्ध योग्यांना ही गोष्ट अशक्य नाही.

जीवनकाल वाढवण्याचे तीन मार्ग गुरुदेवांनी सांगितले : १) अत्यंत प्रगत अशा योगसाधनांचा अवलंब करून आणि अत्यंत अनुशासित जीवन जगलं तर आयुष्यकाल वाढू शकतो, २) आधीच्या देहातला सर्व अनुभवसंचय बरोबर घेऊन नव्या देहात जगणं शक्य असतं, ३) आत्मसाक्षात्कार म्हणजे मुक्ती. त्या वेळी देहाविषयी आसक्तीच राहात नाही.

काही दुर्मिळ ग्रंथ वाचून आणि गुरुदेवांकडून जाणून घेतल्यामुळे हे शास्त्र समजून घेण्याची माझी उत्कंठा अधिकच वाढली. महात्म्यांनी, साधूंनी जीवनाची गूढतम रहस्यं जाणून घेतली आहेत. ही सत्यं सार्वकालिक आहेत. संपूर्ण मानवतेसाठी आहेत. त्यांची सत्यता वैश्विक आहे. साधू-महात्मे कुठल्याही देशाचे, वंशाचे, वर्गाचे असले तरी सत्य जाणून घेण्याची, जतन करण्याची आणि मानवजातीला आहे तिथून चेतनेच्या श्रेष्ठ स्तरावर नेण्याची प्रेरणा त्यांना असतेच.

संस्कृतीच्या प्रारंभकालापासून मनुष्य अमृतत्वाच्या शोधात आहे. पूर्वकालात ज्या गोष्टी केल्या गेल्या त्या आजही करणं शक्य आहे. कुणी एक त्या आज करू शकत असेल तर त्या सर्वांनाच करणं शक्य आहे.

जीवनऐक्य हे शरीराच्या माध्यमातून प्रकट होतं. इच्छा या रूप धरून आविष्कृत होतात. आशयाशिवाय नुसता आकार असू शकत नाही. असला तर तो मृत असतो. लयबद्ध कंपनांशिवाय आकार किंवा इच्छा असूच शकत नाहीत. त्यांना अधिष्ठान लागतं.

म्हणून इच्छांना व्यक्त व्हायला माध्यम लागतं आणि माध्यम इच्छेच्या शोधात असतं.

सर्वसामान्य लोकांचं लक्ष शरीराकडेच असतं. त्याच्या आत राहाणारं चैतन्य ते पाहू शकत नाहीत. त्यांना बाह्याकृती दिसतात. त्या भेदून आत पाहाण्याचं सामर्थ्य त्यांना नसतं. त्यांचे अनुभव धूसर असतात, त्यांचं ज्ञान अपूर्ण असतं. मनुष्याच्या आंतरिक लयी, स्पंद तर वासनेच्या पलीकडे जायला हवं. आंतरिक संवेदना जाणवायला हवी आणि मन सूक्ष्म संवेदना ग्रहण करण्यासाठी अंतर्मुख, एकाग्र हवं.

जीवन हे स्पंदांचं लयनृत्य आहे. ज्याला या स्पंदनृत्याची लय कळली त्याला अमृतत्वाची प्राप्ती होते. तो संकल्प करील तेवढं त्याचं जीवन असू शकतं.

भाग १४

पश्चिमेतील प्रवास

'पूर्व ती पूर्व आणि पश्चिम ती पश्चिम' ही आता कालबाह्य कल्पना झाली आहे. आधुनिक मनुष्य चंद्रावर गेला आहे! पश्चिमेने तंत्रज्ञानात प्रगती केली आणि पूर्वेने अध्यात्मज्ञानात. या दोन्हीमध्ये सुजाण जाणिवेचा पूल का बांधू नये? पश्चिमेकडून पूर्वेला घेण्यासारखं खूप आहे, हे खरं. पण पूर्वेकडेही पश्चिमेला देण्यासारखं पुष्कळ आहे. पश्चिमरूपी पुष्पाला पूर्वेचा सुगंध नसेल तर त्याचं अस्तित्व व्यर्थ होय.

एका डॉक्टरला सतत होणारं दर्शन

जर्मनीतल्या एका छोट्या शहरात मनोरोगांवर उपचार करणारा एक तज्ज्ञ होता. त्याचा आधुनिक औषधांवर तितकासा विश्वास नव्हता म्हणून लोक त्याला जरा चक्रम समजत. त्याला १९५५ मध्ये माझ्या गुरुदेवांचं दर्शन पुन:पुन: होऊ लागलं. त्याला वाटलं आपल्याला स्वप्नात दिसणारा हा माणूस भारतात बोलावत आहे. सतत सात दिवस असं दर्शन झाल्यावर हा डॉक्टर फ्रँकफर्टला आला. विमानाचं तिकिट काढून भारतात यायचा त्याचा मानस होता. पण कशी कोण जाणे विमानतळावर त्याला झोप लागून गेली आणि विमान चुकलं.

त्यापूर्वी काही काळ माझ्या गुरुदेवांनी मला जर्मनीत जाऊन पाश्चात्य मानसशास्त्र आणि तत्त्वज्ञान यांचा अभ्यास करायला सांगितला होता. मुंबईच्या एका उद्योगपतींनी मला फ्रँकफर्टपर्यंतचं विमानाचं तिकिट काढून दिलं होतं आणि काही ओळखपत्रंही दिली होती. त्यांचे अनेक मित्र जर्मनीत होते. माझ्या गुरुदेवांकडून पुढील मार्गदर्शन घेऊन मी फ्रँकफर्टला निघालो. तिथे पोहोचलो तर हा डॉक्टर विमानतळावर भेटला. त्याने जेव्हा पाहिलं की एक संन्यासी भारतातून आला आहे तेव्हा तो मला भेटला. त्याने स्वत:च्या हाताने काढलेली अनेक चित्रं मला दाखवली. ती त्याला पुन:पुन: स्वप्नात दिसणाऱ्या व्यक्तीची होती. त्याने मला विचारलं की ही व्यक्ती तुमच्या परिचयातली आहे का?

तो मला म्हणाला, 'कृपया मला मदत करा. या चित्रातील व्यक्ती पुन्हा पुन्हा माझ्या स्वप्नात येते. मी तिचं जेवढं मला शक्य होतं तेवढं बिनचूक चित्र काढायचा प्रयत्न केला आहे. माझी खात्री आहे की हे मला भास होत नाहीयेत. या व्यक्तीच्या दर्शनाने मी इतका झपाटलो आहे की मला माझं नेहमीचं काम करणं अशक्य झालं आहे. सदा सर्वकाळ ही व्यक्तीच माझं मन व्यापून असते. तुम्ही भारतातून आलेले स्वामी आहात. तुम्ही कदाचित मला मदत करू शकाल.'

मी ती चित्रं पाहून लगेच ओळखलं आणि त्याला सांगितलंही की हे माझे गुरुदेव आहेत. डॉक्टर म्हणाला की, आपण लगेच भारतात जाऊ या आणि गुरुदेवांना भेटू या. पण गुरुदेवांची इच्छा मी काही काळ जर्मनीत राहावं अशी होती. त्यांना वाटत होतं की

त्यांच्या दृश्य व्यक्तिमत्त्वाशी मी फार गुंतलो आहे. पार्थिवतेचे धागे क्षीण करून आमच्यातले शाश्वत संबंध त्यांना दृढ करायचे होते. माझ्यापासून शरीराने दूर राहाण्याची त्यांची इच्छा होती. आमच्यातील सूक्ष्म संबंध मी जाणून घ्यावा, असं त्यांना वाटत होतं. म्हणून हिमालयातील वेगवेगळ्या महात्म्यांकडे, योग्यांकडे त्यांनी मला पाठवलं होतं.

पण भारतात जाण्याची डॉक्टरसाहेबांना तीव्र इच्छा होती. मी त्यांच्यासाठी कानपूरचे डॉ. चंद्रशेखर आणि डॉ. मित्रा यांना सविस्तर पत्र लिहिली. त्या वेळी जागेश्वर मंदिराजवळ माझे गुरुदेव राहात होते. तिथे या डॉक्टरांना घेऊन जाण्याची मी विनंती केली होती. तिथे गुरुदेव प्रोफेसर निक्सन (कृष्ण प्रेम) आणि डॉ. अलेक्झांडर (आनंद भिख्खु) यांना मार्गदर्शन करत होते.

कानपूरमधील डॉक्टरांच्या मदतीने ते जर्मन डॉक्टर माझ्या गुरुदेवांना भेटले, तीन दिवस त्यांच्यापाशी राहून मग जर्मनीला परतले. मग मी युरोपातील वेगवेगळ्या संस्था आणि विद्यापीठं पाहू शकेन अशी व्यवस्था त्यांनी केली. माझी अनेक नामवंत पाश्चात्य डॉक्टर्स आणि मानसशास्त्रज्ञांशी भेट झाली. युरोपातील विविध देश पाहून आणि विविध संस्था, विद्यापीठं यांच्यात तत्त्वज्ञान आणि मानसशास्त्राचा अभ्यास करून मी भारतात परतलो. काही काळाने हे डॉक्टर परत भारतात आले. त्यांनी रीतसर संन्यास घेतला. आता ते हिमालयाच्या ईशान्य भागात एका कुटीत राहातात आणि ध्यानधारणा करतात. त्यांना मौन-एकांत प्रिय आहे. म्हणून काही पाश्चात्य लोक त्यांना नावं ठेवतात. मला असे काही पाश्चात्य संन्यासी भेटले आहेत. पुष्कळ भारतीय संन्याशांपेक्षा ते गांभीर्याने साधना करतात असं मी पाहिलं आहे.

त्रिकालदर्शन, भविष्यदर्शन ही एक दुर्मिळ सिद्धी आहे – अंत:स्फूर्तीतून तिचा उगम असतो. त्यामुळे काल, दिक् आणि कार्यकारणभाव यांच्या पलीकडे ती असते. एखाद्या साध्या माणसालाही क्वचित असं दर्शन होऊ शकतं. पण जे ध्यानयोगी आहेत आणि तुरीयावस्थेत आहेत त्यांना अशी दर्शनं सहज होतात आणि ती मार्गदर्शक ठरतात. निखळ अंत:स्फूर्तीतून झालेलं दर्शन पूर्णत: सत्यच असतं.

गुहेतून बाहेर आल्यानंतर स्वामी राम

गुहेत झालेलं परिवर्तन

अकरा महिने मी एका छोट्या गुहेत राहिलो. त्या काळात कुणाही मनुष्यप्राण्याचं दर्शन मला झालं नाही. आमच्या परंपरेतली ही आवश्यक साधना आहे. ती सामान्यत: अकरा महिन्यांपेक्षा कमी नसते. कारण असं मानलं जातं की साधक अगदी प्राथमिक अवस्थेत असला तरीही या काळात त्याची पूर्ण प्रगती होऊ शकते. त्याला उच्चतम सत्याचं दर्शन होऊ शकतं. म्हणून गुरू म्हणतात, 'तू कितीही प्रगत असलास तरी तू अगदी प्राथमिक स्थितीतला साधक आहेस असंच मी मानणार. अकरा महिन्यांच्या गुहेतला एकांतवास तुला आवश्यकच आहे.'

गुहेतून बाहेर यायला, स्नान करायला परवानगी नसते. काही विशिष्ट प्रकारचा जोरकस प्राणायाम तुम्हाला शिकवला जातो. त्यामुळे शरीराची रंध्रं आपोआप मोकळी होतात. ही पद्धत स्नानापेक्षाही चांगली आहे. साधनाकाळात तुम्हाला थोडंसं अन्न आणि पाणी दिवसातून एकदा दिलं जातं. परंतु ते जगण्यासाठी पुरेसं असतं. मी बार्ली, पर्वतातल्या भाज्या, फळांचे रस आणि दूध घेत असे. एका पेला दूध सकाळी आणि एक पेला सायंकाळी. गुहा सहा फूट बाय सहा फुटाची होती. त्या मर्यादित जागेत मी ठराविक आसनं नियमितपणे करीत असे. रोजची दोन-तीन तासांची झोप मला पुरेशी वाटत असे. उरलेल्या वेळात मी माझा गुरूमंत्र म्हणत असे, ध्यान किंवा त्राटक करीत असे. दिवसातून तीन वेळा मी जोरकस प्राणायाम करत असे. पण योग्य ती काळजी घेऊन!

गुहेचा दरवाजा बंद असे. पण बाहेर टाकायच्या गोष्टी वाहून जाण्यासाठी एक मार्ग गुहेला होता आणि तिच्या छताला एक सुईसारखं बारीक छिद्र होतं. त्यातून प्रकाशाचा एक बारीक किरण गुहेत येत असे. मन एकाग्र करण्यासाठी त्याचा उपयोग होत असे. एकाग्रता यायला काहीच प्रयास पडत नसत. कारण तो एकमेव किरण आणि बाकी काहीच नसायचं. अशा एकांतात दिवसभर तुम्ही ध्यान न कराल तर काय कराल? ध्यान केलं नाही तर अशा परिस्थितीत मनाचा तोल बिघडतो. त्यामुळे दुसरा पर्यायच नसतो.

साधू-मार्गदर्शक आपल्याला ध्यानात खोल जाण्याची पद्धती शिकवतात. ही पहिली पायरी, ही दुसरी, ही तिसरी असा त्याचा क्रम आहे. ध्यानात येणारे विशिष्ट अनुभवही ते

सांगतात. तो विशिष्ट अनुभव आला की मग पुढचा टप्पा अशा प्रकारे एकाग्रतेच्या आणि ध्यानाच्या पुढच्या पुढच्या पायऱ्या गाठता येतात. तुमचं मानसिक संतुलन ठीक आहे का याकडे त्यांचं पूर्ण लक्ष असतं.

गुहेतल्या वास्तव्याचे पहिले दोन महिने मला फार जड गेले. पण नंतर मला खूप आनंद वाटू लागला. राजयोगात 'संयम' म्हणजे एकाग्रता सांगितली आहे. त्यामुळे परिवर्तन घडून येतं. एकाग्रता (धारणा), ध्यान आणि शेवटी समाधी या काळात माझ्या लक्षात आलं की दीर्घ काल मौन केल्याशिवाय समाधीच्या गाढ अवस्थेत स्थिर राहाणं कठीण आहे.

मी अकरा महिन्यांनी - २७ जुलैला गुहेच्या बाहेर आलो. सायंकाळचे पाच वाजले होते. आठवडाभर मला भोवतालच्या जगाशी जुळवून घ्यायला मला अवघड वाटत होतं. कुठल्या तरी चमत्कारिक जगात आपण आलो आहोत असं वाटत होतं. मी प्रथम शहरात गेलो तेव्हा तिथल्या गजबजलेल्या भागातून पलीकडे जायला मला चाळीस मिनिटं लागली. मला वाटलं की हे जग म्हणजे खरोखर रंगभूमी आहे. इथे माझी आंतरिक शक्ती, वाणी, भावना, विचार आणि वर्तन यांची कसोटी लागणार आहे.

या साधनेनंतर माझी पाश्चात्य देशात जाण्याची तयारी झाली. मला गुरुदेवांना सोडून जायचं नव्हतं. पण त्यांनी आग्रहाने सांगितलं की, तुझं काही जीवितकार्य आहे. तू जगाला काही संदेश द्यायचा आहेस. हा आमचा हिमालयातील साधूंचा संदेश आहे. तू आमच्या कार्याचं साधन आहेस.

मी कलकत्त्याहून टोकियोला विमानाने गेलो तेव्हा माझ्या खिशात फक्त आठ डॉलर्स होते. वाटेत हाँगकाँगला मी रेस्टॉरंटमध्ये चहा मागवला तर त्याचं बील आलं चार डॉलर्स! मी चकित झालो. तरी पण चार डॉलर्स बिल आणि एक डॉलर टीप ठेवून मी बाहेर पडलो. टोकियोला उतरलो त्या वेळी माझ्याकडे तीन डॉलर्स आणि विमानाच्या जेवणातलं राखून ठेवलेलं एक सफरचंद होतं.

एक माणूस माझ्याजवळ आला आणि त्याने मला विचारलं की, मी कुठून आलो आहे आणि जपानमध्ये मी कुठे राहाणार आहे. मी म्हणालो, 'इथे माझा एक मित्र आहे. त्याच्याकडे राहाणार आहे.' त्याने विचारलं, 'कोण तुमचा मित्र?' जपानमध्ये माझ्या कुणीच ओळखीचं नव्हतं. त्यामुळे मी त्याला म्हटलं, 'तुम्हीच माझे मित्र!' आणि खरोखरच मी त्याच्याकडे राहिलो. त्याचं नाव योकादासान होतं. तो 'माहीकारी' या जपानी संजीवक विद्येचा प्रसार करणाऱ्या संप्रदायाचा आध्यात्मिक नेता होता. त्याचे शेकडो, हजारो अनुयायी होते. योकादासान यांना हिमालयातील अनेक साधुपुरुषांची दर्शनं होत असत. माझी ओळख झाल्यावर त्यांनी मला सादर आलिंगन दिलं. ते म्हणाले, 'मी तुमची वाटच पाहात होतो. तुम्ही हिमालयातील महात्म्यांच्या गुप्त साधनांबद्दल आम्हाला सांगाल अशी आशा आहे.'

मी त्याच्याकडे सहा महिने राहिलो. टोकियो, ओसाका आणि जपानमधील इतर शहरांमध्ये जे आध्यात्मिक साधना करणाऱ्यांचे गट होते त्यांच्याशी मला संवाद करता

स्वामी राम योकादासान ('माहीकारी' या जपानी संप्रदायाचे मुख्य) व त्यांच्या अनुयायीसह

आला.

माझ्या गुरुदेवांचा संदेश मी त्यांच्यापर्यंत पोहोचवल्या नंतर योकादासान यांनी मला विमानाचं तिकिट काढून दिलं आणि मी अमेरिकेला गेलो. भारत सोडताना माझ्या गुरुदेवांनी सांगितलं होतं की अमेरिकेत मला अनेक शिष्य आणि सहकारी भेटणार आहेत. त्यांनी मला अमेरिकेतील कामाचे अनेक तपशील सांगितले आणि ते खरे झाले आहेत. तेथील माझं काम अजून पूर्ण व्हायचं आहे. या गोष्टीची मला कधीकधी चिंता वाटते. पण माझा जीवनहेतू मी अवश्य पूर्ण करीन. मला अमेरिकेत एक असं केंद्र सुरू करायचं आहे की जिथे भारतीय साधुसंतांचा संदेश मी प्रसारित करू शकेन. पौर्वात्य आणि पाश्चिमात्य संस्कृतींमध्ये त्याद्वारे सेतू बांधू शकेन.

पौर्वात्य आणि पाश्चात्य जीवनपद्धती

मी जेव्हा हिमालय सोडून जपान आणि अमेरिका या देशात गेलो तेव्हा माझ्या गुरुदेवांनी मला काही सूचना दिल्या होत्या. मी त्यांना विचारलं होतं, 'जे शिष्य माझ्याकडे येतील त्यांना मी काय शिकवू? भारतीय धर्मांविषयी सांगू की धर्म परिवर्तन करायला सांगू?' गुरुदेव म्हणाले, 'तू मूर्ख आहेस.'

मी म्हणालो, 'मग नीट सांगा ना मला मी काय शिकवू? पाश्चात्य संस्कृती आपल्यापेक्षा अगदी वेगळी आहे. आपल्याकडे कुटुंबातल्या ज्येष्ठ लोकांच्या संमतीशिवाय विवाह होत नाहीत. तिकडे मुक्त जीवन आहे. ख्रिस्ती मनुष्य कुणाशीही विवाह करू शकतो. ज्यूही करू शकतो. त्यांचे उपासनेचे मार्ग वेगळे आहेत. आपल्याकडे उपासना पंथ निवडण्याचं स्वातंत्र्य आहे. आत्मसाक्षात्काराचे विविध मार्ग आहेत. त्यातून आपण निवड करू शकतो. वैचारिक स्वातंत्र्य आपल्याकडे खूप आहे. पण सामाजिक बंधनं घट्ट आहेत. पाश्चात्य त्यांच्या विशिष्ट कल्पनांमध्ये, विचारांमध्ये आणि उपासनापद्धतीमध्ये बांधलेले आहेत. या दोन जीवनपद्धती, या संस्कृती परस्परांपासून भिन्न आहेत. मग तुमचा संदेश मी पाश्चात्यांपर्यंत कसा पोहोचवू?'

गुरुदेव म्हणाले, 'या दोन संस्कृती एकाच जगात नांदताहेत. त्यांचा जीवनहेतूसुद्धा एकच आहे. पण दर्शनी त्या अगदी टोकाच्या भासतात. जीवनाची योग्य पद्धती कोणती याबाबत पौर्वात्य आणि पाश्चिमात्य दोघेही अभ्यास करत आहेत. हिमालयातील महात्म्यांचा संदेश हा कालातीत आहे. पौर्वात्य आणि पाश्चात्य यांच्यातल्या बालिश कल्पनांशी त्याला काही देणंघेणं नाही. आपण सर्व सध्या आहे त्याहून श्रेष्ठ संस्कृतीकडे वाटचाल करू इच्छितो. पण कुठल्याही अतिरेकीपणाला त्यात काही स्थान नाही. आंतरिक शक्ती, प्रसन्नता, नि:स्वार्थ सेवा ही जीवनाची मूलभूत तत्त्वं आहेत. माणसाने प्रथम माणूस व्हायला शिकलं पाहिजे. खरा माणूस हा विश्वाचा नागरिक असतो. भौगोलिक सीमांमध्ये माणसा-माणसात वितुष्ट आणण्याचं सामर्थ्य नाही.

हिमालयातील महात्म्यांचा पहिला संदेश म्हणजे भयमुक्त व्हा. सर्व प्रकारची भीती सोडून द्या. दुसरा संदेश म्हणजे अंतर्यामीच्या आत्म्याला ओळखा. तुमच्यात उत्स्फूर्तता

अमेरिकेत प्रवचन देताना स्वामी राम

असू द्या. कोणत्याही धर्माच्या वा संस्कृतीच्या अभिनिवेशाशिवाय शुद्ध अध्यात्माच्या प्रसाराचं साधन व्हा!

सर्व आध्यात्मिक साधना प्रत्यक्ष प्रयोगावर, शास्त्रीय कसोटीवर तपासून घेतल्या पाहिजेत. अर्थात विज्ञान तेवढं प्रगत आणि सक्षम असेल तर! जा बेटा तुझी नियतीच तुला मार्ग दाखवील.'

मी गुरुदेवांना श्रद्धेने प्रणाम केला आणि माझ्या प्रवासाला निघालो. तिथे मी काही महिने आपल्या शिष्या डॉ. सुनंदाबाई यांच्याकडे राहिलो. त्यांनी मला जपानचं विमान तिकिट काढून दिलं.

डॉ. सुनंदाबाई

आमची परंपरा

वैदिक काळापासून संन्यासधर्माची परंपरा अक्षुण्ण आहे. परंतु आद्य शंकराचार्यांची बाराशे वर्षांपूर्वी तिला सुरचित स्वरूप दिलं. त्यांनी आपल्या परंपरेच्या पाच शाखा केल्या. उत्तर, पूर्व, दक्षिण, पश्चिम आणि मध्य भारतात त्यांनी पीठांची स्थापना केली. भारतातील सर्व संन्यासी संप्रदाय यापैकी कुठल्या ना कुठल्या पीठाशी नातं सांगतात. आमची परंपरा 'भारती'ची आहे. 'भा' म्हणजे तेज किंवा ज्ञान. 'रति' म्हणजे प्रेम. 'भारती' म्हणजे ज्ञानावर, तेजावर प्रेम करणारा. 'भारत' हा शब्दही असाच आहे. अध्यात्मज्ञानाच्या ठिकाणी 'रत' असलेली भूमी म्हणजे 'भारतभूमी'.

आमच्या परंपरेचं एक वैशिष्ट्य आहे. शंकराचार्यांच्या पूर्वीदेखील या परंपरेचे धागेदोरे मिळतात. आमची हिमालयीन महात्म्यांची परंपरा शुद्ध संन्यासधर्माची आहे. ती मैदानी प्रदेशातील मठ-संस्था इ. मध्ये आढळणार नाही तर हिमालयातील गुहांमध्ये आढळते. तिची साधना एकांत गुफांमध्ये होते. आमच्या परंपरेत उपनिषदांचा अभ्यास फार महत्त्वाचा मानला जातो. त्याच्याबरोबर महापुरुषांनी सांगितलेल्या प्रगत साधना निष्ठेने केल्या जातात. मान्डूक्य उपनिषद हे आमचं प्रधान उपनिषद आहे.

या परंपरेत श्री विद्येची उपासना क्रमशः शिकविली जाते. उत्तम प्रगती करणाऱ्या साधकांना 'प्रयोग शास्त्र' हा ग्रंथ शिकविला जातो (आत्मज्ञानासाठी आवश्यक अशा या परंपरेतील साधना या ग्रंथात आहेत). आम्ही या विश्वाची मातापितरे – जगदंबा आणि शिव मानतो. जिला बाकी लोक माया म्हणतात. ती आमच्या संप्रदायात मातृशक्ती – सर्जक शक्ती आहे. ती आत्मसाक्षात्काराच्या मार्गातला अडथळा नाही. आम्ही कुठलेही बाह्य विधी, विधानं, अनुष्ठान करत नाही. आमची साधना आंतरिक आहे.

आमच्याकडे अनुग्रह तीन टप्प्यांमध्ये दिला जातो. पहिला टप्पा म्हणजे मंत्रदीक्षा, श्वासावर अवधान आणि ध्यान. दुसरा टप्पा म्हणजे क्रमशः श्री विद्येची उपासना आणि बिंदुभेदन (ज्ञानाच्या मौक्तिकाचं भेदन) आणि तिसरा टप्पा म्हणजे शक्तिपात आणि मूलाधारातून सहस्रारापर्यंत कुंडलिनी शक्तीचा प्रवाह नेणं. या टप्प्याला आमचा ज्ञान, धर्म, लिंग किंवा वर्ण यापैकी कुठल्याही गोष्टीशी संबंध राहात नाही. केवळ महात्म्यांनी

घालून दिलेल्या अनुशासनाचं आम्ही पालन करतो.

'प्रयोग शास्त्रा'तील गूढ रहस्यांविषयी मी इथे लिहू शकत नाही. कारण ग्रंथकर्त्यांनी त्रिवार सांगितलं आहे की, 'न दातव्यम्, न दातव्यम्, न दातव्यम्' एखादा कुणी साधक पूर्ण तयारीचा, पूर्ण निष्ठेचा असेल, ज्याने स्वत:चं मन पूर्ण नियंत्रणात आणलं असेल त्यालाच ही साधना सांगता येते. पूर्वकाळात जे ऋषी होऊन गेले त्यांच्या अनुभवांच्या प्रकाशात साधकाला आपले अनुभव तपासून पाहाता येतात. आमच्या परंपरेत गुरू हे ईश्वर नसून देव – म्हणजे तेजोमय विभूती आहेत. त्यांनी प्रामाणिक प्रयत्नांनी, निरलस साधनेने आत्मसाक्षात्कारापर्यंत वाटचाल केलेली असते. पण ते त्यांचं साध्य नसतं. त्यांचं साध्य असतं शिष्यांना पूर्णतेच्या मार्गावर साहाय्यकारी होणं.

आमच्या परंपरेची मूलतत्त्वं पुढीलप्रमाणे आहेत :

१. दृष्यावाचूनचं एकमेव अद्वैत हे आमचं तत्त्वज्ञान आहे.

२. मानवतेची नि:स्वार्थ सेवा हे प्रेमाचं प्रकटीकरण आहे. मन, वाणी आणि कृती यातून ते झालं पाहिजे.

३. पतंजलीची योगसूत्रं ही आमच्या परंपरेतील साधनेची पहिली पायरी आहे. त्यापुढे आणखी प्रगत साधना सांगितलेल्या आहेत. पतंजली द्वैती आहेत. आमची परंपरा अद्वैत तत्त्वज्ञान मांडते.

४. शरीराची स्थिरता, श्वासाचा शांतपणा, मनाचं नियंत्रण या पद्धतीने ध्यानसाधना सांगितली आहे. श्वासाची जाणीव ठेवणं, प्रथम इच्छावर्ती मज्जायंत्रणेवर नियंत्रण प्राप्त करतं आणि आदिम प्रेरणांवर (आहार, निद्रा, मैथुन इ.) पूर्ण नियंत्रण हे महत्त्वाचं मानलं जातं.

५. साधकांना मध्यममार्ग सामान्यत: शिकवला जातो. ज्यांची क्षमता जास्त आहे त्यांना उच्च आणि प्रगत साधना शिकविल्या जातात. आपल्या दैनंदिन लौकिक व्यवहारात राहूनही निर्लेपता येण्यासाठी साधनेची मदत होते. पाश्चात्य शिष्यांना समजण्यासाठी सोयीचं म्हणून आमच्या ध्यानपद्धतीला 'अतिमानस ध्यान' असं आम्ही म्हणतो. 'श्रेष्ठ चेतना ध्यान' असंही त्याला म्हणता येईल. हिमालयातील ऋषींचं ज्ञान, या परंपरेतील महात्म्यांचं ज्ञान आपल्यापर्यंत पोहोचवण्यासाठी मी केवळ माध्यम आहे. अंत:स्फूर्तीच्या केंद्रातून जे स्फुरेल ते मी सांगत असतो. मी प्रवचन किंवा व्याख्यानं यांची तयारी करत नाही कारण तसं करू नको हे मला गुरुदेवांनी सांगितलं आहे.

६. आम्ही धर्मांतरावर विश्वास ठेवत नाही. ज्या सवयी प्रत्येक संस्कृतीत दृढमूल असतात त्या बदलण्याची आवश्यकता आम्हाला वाटत नाही. परमेश्वर हा विशिष्ट स्वरूपातच पाहिला पाहिजे असा आमचा आग्रह नाही. आम्ही सर्व धर्मांचा सारखाच आदर करतो. सर्वांचा येथे स्वीकार आहे. कोणालाच वगळलेलं नाही. मंदिर, मस्जिद किंवा चर्च बांधायला आमचा विरोध नाही. पण मानवाची उपेक्षा करून देवाची मंदिरं बांधण्यावर आमचा विश्वास नाही. प्रत्येक मानव हे

देवाचं मंदिर किंवा निवास आहे यावर आमची दृढ श्रद्धा आहे.

७. आमचे सदस्य जगाच्या पाठीवर सर्वत्र आहेत. संवादाचं साधन म्हणून शिक्षणाचा प्रसार आम्हाला महत्त्वाचा वाटतो. आमच्या संस्थांमध्ये जो पदवीचा अभ्यासक्रम आहे त्यात संतांची, ऋषींची जी शिकवणूक आहे तिचा समावेश असतो. बुद्धिवाद्यांनाही आध्यात्मिक उपदेशाची आंतरिक गरज असते. ती यामुळे पूर्ण होते.

८. आम्ही शाकाहारी आहोत. पोषक, आरोग्यासाठी उत्तम आणि आयुष्य वाढविणारा आहार आम्ही घेतो व देतो. पण याबाबत आमची भूमिका लवचिक आहे. जे शाकाहारी नाहीत, त्यांच्यावर शाकाहार आम्ही लादत नाही.

९. कुटुंबसंस्थेचा आम्ही आदर करतो. विद्यार्थ्यांच्यात स्वयंशिस्त कशी बाणेल असं पाहातो. आई-वडिलांच्या श्रद्धा, समजुती आणि जीवनपद्धती मुलांवर लादली जाणार नाही असं पाहातो.

१०. आमचे प्रशिक्षित शिक्षक शरीर, मन, श्वास, जीव या सर्वांशी संबंधित योगाची अंगं पद्धतशीर क्रमाने शिकवतात. आत बाहेर सदैव अवधान ही गुरुकिल्ली आहे. विद्यार्थ्यांच्या चेतनेच्या विकासासाठी, ती व्यापक होण्यासाठी प्रयत्न असतात.

११. योगसाधनेतील विविध पद्धतीचे प्रयोग, शास्त्रीय तपासणी, निष्कर्ष, विश्रांती आणि ध्यान यांच्याबाबत प्रयोग करणं हे मानवसमाजाच्या हिताचं आहे. ती सेवा आहे असं आम्ही मानतो.

१२. आमचे प्रयोग आणि निष्कर्ष हे लिखित, मुद्रित प्रकाशित स्वरूपात मनुष्यजातीला उपयोगी होतील अशा प्रकारे उपलब्ध असतात.

१३. आमचा विश्वबंधुत्वावर विश्वास आहे. आमच्याकडे सर्वांचं स्वागत आहे. कोणाला वगळलं जात नाही.

१४. राजकारणापासून आम्ही दूर राहातो. कोणा धर्माला विरोध करणं इ. आमच्या जीवनपद्धतीत बसत नाही.

१५. काया-वाचा-कृती-मनाने अहिंसेचं पालन करणं आम्ही सर्वाधिक महत्त्वाचं मानतो.

प्राचीन ऋषींनी आणि हिमालयातील महात्म्यांनी दिलेलं ज्ञान अंधारातील तेजस्वी दीपाप्रमाणे साधकाची वाट उजळत असतं. प्रत्येक मनुष्याच्या अंतर्यामी दिव्यत्वाची ज्योती आहे. ती जागवणं हा ऋषींच्या संदेशाच्या प्रसाराचा हेतू आहे. ही ज्योती आध्यात्मिक साधनेमुळे पूर्ण प्रकाशाने प्रज्वलित होते आणि उंच उंच जात परमत्वाच्या महान प्रकाशाशी एकरूप होते. आपल्या शारीर अस्तित्वातून, मानसिक अवकाशातून प्रवास करत ती अखेर प्रकाशमय स्वर्गाच्या दिव्य क्षेत्रात पोहोचते. ते परमसत्य तिचं परमधाम असतं. असा ज्याच्या चेतनेचा प्रवास होतो तो भाग्यवान सिद्ध महाशक्तीच्या समवेत चिदाकाशात रमतो. परमामृताचं प्राशन करतो. जगन्माता आणि शिव यांचं हे बालक असल्याने जगन्माता

सदैव त्यांचं रक्षण करते. हा अमृताचा पुत्र सदैव दिव्यानंदात मस्त असतो. तो ऋषी होतो. जे कुणी परमार्थपदावर चालत असतील त्यांचा तो अनिद्र सोबती आणि सदाजागृत मार्गदर्शक बनतो.

अखिल मानवजातीच्या प्रवासात हा परमार्थपथाचा जाणकार अग्रभागी असतो. तो मानवतेला सुख, साहाय्य देतो आणि विचारातील आत्मतत्त्व जागृत प्रकाशित करतो.

ॐ शान्ति । शान्तिः । शान्ति :।

थोडं लेखकाविषयी

स्वामी राम यांचा जन्म उत्तर भारतात झाला. हिमालयाच्या पायथ्याशी राहाणाऱ्या एका थोर योगीपुरुषाने त्यांचं बालपणी संगोपन केलं. हिमालयातील पारंपारिक मठ-आश्रमांमध्ये चालणाऱ्या योगसाधना आणि तेथील तत्त्वज्ञान यांचा स्वामीजींनी तरुण वयात अभ्यास केला. महात्मा गांधी, श्री अरविंद आणि रवींद्रनाथ टागोर यांसारख्या अनेक थोर आध्यात्मिक विभूतींकडून ज्ञान घेण्याची संधी त्यांना मिळाली. आपल्या गुरूंच्या गुरूंकडे साधना करण्यासाठी त्यांनी तिबेटचा प्रवास केला.

प्रयाग, वाराणसी आणि ऑक्सफर्ड विद्यापीठ, इंग्लंड या ठिकाणी स्वामीजींचं उच्च शिक्षण झालं. वयाच्या अवघ्या चोविसाव्या वर्षी ते दक्षिण भारतातील करवीर पीठाचे शंकराचार्य झाले. भारतात हे आध्यात्मिक स्थान सर्वश्रेष्ठ मानलं जातं. त्यांच्या कार्यकालात त्यांनी तत्कालीन धार्मिक परंपरा, रूढी यांच्यात महत्त्वाचं परिवर्तन घडवून आणलं. अनावश्यक कर्मकांडाला फाटा दिला. समाजातील सर्व घटकांना मंदिरात जाऊन पूजा करता येईल असं वातावरण निर्माण केलं. स्त्रियांना ध्यानविषयक मार्गदर्शन मिळावं यासाठी प्रोत्साहन दिलं. शंकराचार्यपदाची प्रतिष्ठा, गौरव यांचा त्याग करून १९५२ मध्ये ते श्रेष्ठतर योगसाधनेसाठी हिमालयात परतले.

हिमालयातील गुफांमध्ये तीव्र ध्यानसाधना पूर्ण केल्यावर मानवतेची सेवा करण्यासाठी ते कटिबद्ध झाले. विशेषत: पौर्वात्य अध्यात्माचा पश्चिमेकडील देशांमध्ये प्रसार करण्याचं काम त्यांनी अंगीकारलं. सद्गुरूंनी सुचवल्यावरून स्वामी राम यांनी पाश्चात्य तत्त्वज्ञान आणि मानसशास्त्र यांचा अभ्यास केला. लंडनमध्ये वैद्यकीय सल्लागार म्हणून त्यांनी काम केलं. मॉस्को येथील एका परामानसशास्त्राचा अभ्यास करणाऱ्या संस्थेतही त्यांनी काम केलं. नंतर भारतात परतल्यावर हृषीकेश येथे त्यांनी आश्रम सुरू केला. दरभंग्याच्या

होमिओपथी कॉलेज मधून त्यांनी १९६० मध्ये होमिओपथीची पदवी घेतली. १९६९ मध्ये ते युनायटेड स्टेट्स मध्ये आले आणि आपलं ज्ञान आणि अनुभूती याविषयी ते संवाद करू लागले. त्यांच्या उपदेशात पौर्वात्य आणि पाश्चात्य उपचारपद्धतींचा आगळा मिलाफ आहे.

स्वामी राम हे एक मुक्त चिंतक होते. थेट ईश्वरानुभूती आणि आंतरिक ज्ञान त्यांना होतं. शिष्यांनाही ते मिळवण्यासाठी ते प्रोत्साहित करत. ते नेहमी म्हणत, 'हिमालयातील महात्म्यांचं ज्ञान, माझ्या साधनापरंपरेतील थोर ऋषींचं ज्ञान आपल्यापर्यंत पोहोचवणारा मी केवळ दूत आहे. तुमच्या अंतर्यामी जो गुरू आहे, त्याची आणि तुमची ओळख करून देणं हेच माझं काम.'

अमेरिकेतील कॅन्सास येथील 'मेनिंजर फाऊंडेशन ऑफ टोपेका' या संस्थेचे डॉ. एल्मर ग्रीन यांच्या निमंत्रणावरून स्वामी राम अमेरिकेत आले. 'अनिच्छावर्ती शरीरस्थितीचं इच्छावर्ती नियंत्रण' या संशोधन प्रकल्पाचे सल्लागार म्हणून स्वामीजींनी काम स्वीकारलं. त्यांनी प्रत्यक्षात अशा प्रयोगांमध्ये भाग घेतला की ज्यामुळे शरीर आणि मन यांच्या परस्परसंबंधाबद्दलचं त्या वेळचं जे ज्ञान होतं त्यात क्रांती घडून आली. प्रयोगशाळेत, संशोधनाची सर्व पथ्यं पाळून केलेल्या या प्रयोगांमुळे शास्त्रज्ञ चकित झाले. अनिच्छावर्ती शारीर यंत्रणेवर जाणीवपूर्वक नियंत्रण आणता येणं, मनोविकारांवर, मनोव्यापारांवर असं नियंत्रण आणणं हे अशक्य आहे असं लोक त्या वेळी मानत होते.

स्वामी राम यांनी हिमालयन इंटरनॅशनल इन्स्टिट्यूट ऑफ योग सायन्स अॅन्ड फिलॉसफी आणि हिमालयन हॉस्पिटल ट्रस्ट या संस्थांची स्थापना केली. विविध देशांमध्ये केंद्रं सुरू केली. आरोग्य, ध्यान आणि विविध योगविषयक प्राचीन ग्रंथ यावर त्यांनी विपुल लेखन, ग्रंथ प्रकाशन केलं आहे. स्वामी राम यांनी नोव्हेंबर १९९६ मध्ये देहाचा त्याग केला.

the Himalayan Institute

GLOBAL HEADQUARTERS (USA)

The main building of the Institute headquarters near Honesdale, Pennsylvania, USA.

FOUNDED IN 1971 BY SWAMI RAMA, the Himalayan Institute has been dedicated to helping people grow physically, mentally, and spiritually by combining the best knowledge of both the East and the West.

Our international headquarters is located on a beautiful 400-acre campus in the rolling hills of the Pocono Mountains of northeastern Pennsylvania, USA. The atmosphere here is one to foster growth, increase inner awareness, and promote calm. Our grounds provide a wonderfully peaceful and healthy setting for our seminars and extended programs. Students from all over the world join us here to attend programs in such diverse areas as hatha yoga, meditation, stress reduction, ayurveda, nutrition, Eastern philosophy, psychology, and other subjects. Whether the programs are for weekend meditation retreats, week-long seminars on spirituality, months-long residential programs, or holistic health services, the attempt here is to provide an environment of gentle inner progress. We invite you to join with us in the ongoing process of personal growth and development.

Programs and Services *include:*

The Institute is a nonprofit organization. Your membership in the Institute helps to support its programs. Please call or write for information on becoming a member.

Programs and Services Include:

- Himalayan Institute Press
- *Yoga International* magazine
- Seminars and Workshops
- Meditation Retreats
- Yoga Teacher Training
- Self-Transformation Program™
- Residential Programs
- Pancha Karma
- Himalayan Institute Total Health Products and Services
- Spiritual Excursions
- Humanitarian Projects and Community Centers in Africa, India and Mexico

About *the* Himalayan Institute India

The Himalayan Institute India is a beacon of practical wisdom and an indispensible guide for sincere spiritual seekers. Its main mission is to promote the wisdom of the Himalayan Tradition through publication of a wide range of titles on yoga, meditation, spirituality and holistic health. It is headquartered at its 30-acre spiritual retreat campus on the banks of the Ganga in Allahabad (U.P.) In addition to publishing over 40 titles on yoga, meditation, and spirituality and offering educational programs, Himalayan Institute India undertakes a number of humanitarian projects, including supporting village schools and a traditional Sanskrit college in Uttar Pradesh, educational scholarships, organic farming training, and community tree plantation in Karnataka.

To learn more about Himalayan Institute publications and courses, please reach us at:

Himalayan Institute India
Near Nageshwar Mandir
Chatnag, Jhunsi
Allahabad 211019 (U.P.)

Phone: 0532-3251970
Email: info@himalayaninstitute.in
www.HimalayanInstitute.in

The Himalayan Institute Press has long been regarded as the resource for holistic living. We publish books that offer practical methods for living harmoniously and achieving inner balance. Our approach addresses the whole person—body, mind and spirit—integrating the latest scientific knowledge with ancient healing and self-development techniques. As such, we offer a wide array of titles on physical and psychological health and well-being, spiritual growth through meditation and other yogic practices, as well as translations of yogic scriptures.

Himalayan Institute Press Titles

Swami Rama

A Practical Guide to Holistic Health .... ₹250
Celestial Song: Gobind Geet .... ₹295
Choosing a Path .... ₹295
Exercises for Joints and Glands .... ₹250
Fearless Living: Yoga & Faith .... ₹295
Happiness Is Your Creation .... ₹250
Living with the Himalayan Masters .... ₹395
Living with the Himalayan Masters (Hindi Edition) .... ₹295
Love and Family Life .... ₹250
Love Whispers .... ₹250
Meditation and Its Practice .... ₹250
Path of Fire and Light .... ₹295
Path of Fire and Light, Volume-2
(A Practical Companion to Volume-1) .... ₹295
Perennial Psychology of the Bhagavad Gita .... ₹495
Science of Breath .... ₹250
Spirituality: Transformation Within & Without .... ₹295
Swami Rama Gift Book Set .... ₹250
The Art of Joyful Living .... ₹295
The Royal Path: Practical Lessons on Yoga .... ₹295
Yoga and Psychotherapy .... ₹395

Yoga International is the award-winning quarterly magazine of the Himalayan Institute. *Yoga International* informs, inspires, and empowers its readers to live mindful and meaningful lives. Trusted as the authentic voice of yoga, *Yoga International* applies timeless teachings of yoga to more then just physical postures; it delves into every aspect of conscious living—from meditation and holistic health to compassionate activism and environmental stewardship—giving readers the knowledge and tools to radically transform themselves and their communities.

Read about:

Yoga • Meditation • Stress Reduction • Natural Healing
Ayurveda • Breath & Energy • Diet & Nutrition
Arts & Media • Environment

Register online for your
FREE DIGITAL SUBSCRIPTION
www.HimalayanInstitute.in/YI

Register for free online today to receive the world's leading voice for authentic wisdom on yoga, meditation, personal growth, and holistic living.

Help us spread the authentic wisdom of Yoga International by sharing this special offer with family, friends, and colleagues.

FREE Online Registration

Website: www.HimalayanInstitute.in/YI
Email: YI@HimalayanInstitute.in
Phone: 0532-3251970

Explore ancient wisdom

Touched by Fire

Pandit Rajmani Tigunait, PhD

This vivid autobiography of a remarkable spiritual leader—Pandit Rajmani Tigunait, PhD —reveals his experiences and encounters with numerous teachers, sages, and his mentor, the late Swami Rama of the Himalayas. His well-told journey is filled with years of disciplined study and the struggle to master the lessons and skills passed to him. Touched by Fire brings Western culture a glimpse of Eastern philosophies in a clear, understandable fashion, and provides numerous photographs showing a part of the world many will never see for themselves.

Paperback, 296 pages
$16.95 / ₹395

The Official Biography of Swami Rama

Pandit Rajmani Tigunait, PhD

This book is more than the biography of a great sage—it is a revelation of the many astonishing accomplishments Swami Rama achieved in his life. These pages serve as a guide to the more esoteric and advanced practices of yoga and tantra not commonly taught or understood in the West. And they bring you to holy places in India, revealing why these sacred sites are important and how to go about visiting them. The wisdom in these stories penetrates beyond the power of words.

A memorable and impressive picture of a modern-day saint, whose legacy is very much alive in both the East and the West. —*Andrew Weil, M.D.*

Paperback, 448 pages
$18.95 / ₹395

Call or Email to Order Today!

Himalayan Institute India
Near Nageshwar Mandir
Chatnag, Jhunsi, Allahabad 211019 (U.P.) India
Phone: 0532-3251970
Email: hipress@HimalayanInstitute.in
Website: www.HimalayanInstitute.in